# NGÔN NGỮ - TẠP CHÍ VĂN HỌC NGHỆ THUẬT
# TƯỞNG NIỆM NHÀ VĂN NHÀ THƠ
# TRẦN HOÀI THƯ

NHÓM CHỦ TRƯƠNG:
Luân Hoán - Song Thao - Nguyễn Vy Khanh - Hồ Đình Nghiêm - Lê Hân

CỘNG TÁC TRONG SỐ NÀY:
Cam Li Nguyễn Thị Mỹ Thanh, Cao Thoại Châu, Cù Huy Hà Vũ, Duyên, Đặng Kim Côn, Đặng Phú Phong, Đặng Tiến (Thái Nguyên), Đặng Toản, Đinh Cường, Đinh Trường Chinh, Đoàn Nhã Văn, Đỗ Hồng Ngọc, Đỗ Trường, Đức Phổ, Hà Nguyên Du, Hoàng Ngọc Biên, Hoàng Xuân Sơn, Hồ Chí Bửu, Hồ Đình Nghiêm, Huỳnh Liễu Ngạn, Lãm Thúy, Lê Hân, Lê Ký Thương, Lê Thị Hoài Niệm, Lê Văn Trung, Luân Hoán, Lữ Kiều, Ngàn Thương, Ngọc Bút, Ngô Thế Vinh, Nguyên Minh, Nguyễn An Bình, Nguyễn Âu Hồng, Nguyễn Đình Hiếu, Nguyễn Đức Nhân, Nguyễn Kiến Thiết, Nguyễn Lệ Uyên, Nguyễn Minh Nữu, Nguyễn Quang Chơn, Nguyễn Sông Ba, Nguyễn Thị Thanh Bình, Nguyễn Trọng Khôi, Nguyễn Vy Khanh, Nguyễn Xuân Thiệp, Nhã My, Như Thương, Phạm Cao Hoàng, Phạm Văn Nhàn, Quan Dương, Song Thao, Thái Tú Hạp, Thành Tôn, Thiếu Khanh, Thục Uyên, Tô Thẩm Huy, Trần Doãn Nho, Trần Doãn Thúy Khanh, Trần Đình Sơn Cước, Trần Hoài Thư, Trần Huiền Ân, Trần Quí Thoại, Trần Thị Nguyệt Mai, Trần Vấn Lệ, Triều Hạnh, Triều Hoa Đại, Trương Vũ, Vương Trùng Dương.

BIÊN TẬP: Phạm Cao Hoàng – Lê Hân

BÌA: Uyên Nguyên Trần Triết

DÀN TRANG: Lê Hân

ĐỌC BẢN THẢO:Trần Thị Nguyệt Mai

LIÊN LẠC:
Thư và bài vở mời gởi về:
- Luân Hoán: lebao_hoang@yahoo.com
- Song Thao: tatrungson@hotmail.com

TÒA SOẠN & TRỊ SỰ:
Lê Hân: (408) 722-5626 han.le3359@gmail.com

# MỤC LỤC
# NGÔN NGỮ ĐẶC BIỆT
# TƯỞNG NIỆM TRẦN HOÀI THƯ


| | | |
|---|---|---|
| Luân Hoán | 7 | *Thư đầu sách* |

PHẦN ĐẶC BIỆT VỀ TRẦN HOÀI THƯ

| | | |
|---|---|---|
| Trần Hoài Thư | 9 | *Tiểu sử* |
| Trần Hoài Thư | 12 | *Thơ trước 1975* |
| Trần Hoài Thư | 36 | *Thơ sau 1975* |
| Trần Hoài Thư | 70 | *Truyện ngắn trước 1975* |
| Trần Hoài Thư | 93 | *Truyện ngắn sau 1975* |

THƠ TƯỞNG NIỆM

| | | |
|---|---|---|
| Lê Văn Trung | 130 | *Niệm khúc* |
| Phạm Cao Hoàng | 132 | *Trần Hoài Thư theo em* |
| Nguyễn Minh Nữu | 133 | *Ghé thăm nhà Trần Hoài Thư lần cuối* |
| Phạm Văn Nhàn | 134 | *Tiễn Thư* |
| Luân Hoán | 136 | *Ngũ ngôn sau và trước mấy ngày ...* |
| Luân Hoán | 139 | *Thay khói hương* |
| Triều Hoa Đại | 140 | *Mưa đông bắc* |
| Cao Thoại Châu | 141 | *Tiễn biệt Trần Hoài Thư* |
| Trần Vấn Lệ | 142 | *Vĩnh biệt Trần Hoài Thư* |
| Lê Hân | 144 | *Nhớ anh Trần Hoài Thư* |
| Thành Tôn | 145 | *Bạn đi* |
| Cam Li Ng. Thị Mỹ Thanh | 146 | *Gánh đời buông xuống* |
| Như Thương | 147 | *Trần Hoài Thư: nốt lặng một bài thơ* |
| Duyên | 148 | *Kẻ lạ ở thiên đường* |
| Đặng Tiến (Thái Nguyên) | 151 | *Trần Hoài Thư* |
| Nguyễn Đức Nhân | 154 | *Haiku, gởi thiên nhiên huyền nhiệm* |
| Hoàng Xuân Sơn | 156 | *Hẹn lại* |
| Lãm Thúy | 157 | *Nói thay người đi* |
| Nguyễn Xuân Thiệp | 158 | *Lời gởi Trần Hoài Thư* |
| Nguyễn Thị Thanh Bình | 159 | *Khúc niệm cuối cho Trần Hoài Thư* |
| Nhã My | 162 | *Vĩnh biệt Trần Hoài Thư* |
| Triều Hạnh | 163 | *Vĩnh biệt Trần Hoài Thư* |
| Đặng Toản | 164 | *Người chọn trôi theo dòng sông* |
| Thái Tú Hạp | 166 | *Tiễn bạn Trần Hoài Thư* |
| Đức Phổ | 167 | *Quí ở trong lòng* |
| Huỳnh Liễu Ngạn | 168 | *Tiễn anh Trần Hoài Thư* |
| Hà Nguyên Du | 169 | *Cụng ly cùng anh* |

## VĂN TƯỞNG NIỆM


| | | |
|---|---|---|
| Phạm Cao Hoàng | **171** | *Nhớ căn nhà khu sáu Qui Nhơn* |
| Song Thao | **177** | *Trần Hoài Thư, trên những gian nan* |
| Tô Thẩm Huy | **184** | *Trần Hoài Thư, một cách ra đi ...* |
| Trương Vũ | **188** | *Sống chết cho tình yêu* |
| Trần Thị Nguyệt Mai | **195** | *Mai em* |
| Trần Doãn Nho | **204** | *Tưởng nhớ Trần Hoài Thư* |
| Trần Doãn Thúy Khanh | **211** | *Tưởng nhớ nhà văn nhà thơ Trần Hoài Thư* |
| Hồ Đình Nghiêm | **217** | *Chút tình chậm trễ* |
| Đặng Kim Côn | **223** | *Tiễn anh Trần Hoài Thư* |
| Lê Thị Hoài Niệm | **226** | *Nhớ về văn thi sĩ Trần Hoài Thư* |
| Quan Dương | **230** | *Kỷ niệm với anh Trần Hoài Thư* |
| Ngọc Bút | **234** | *Chút kỷ niệm với Thư Quán Bản Thảo...* |
| Nguyễn An Bình | **237** | *Dẫu biết trăm năm là hữu hạn* |
| Nguyễn Đình Hiếu | **240** | *Giấc mơ với Trần Hoài Thư* |
| Nguyễn Quang Chơn | **252** | *Thư gửi Trần Hoài Thư* |
| Như Thương | **254** | *Trần Hoài Thư, mây trắng về trời* |
| Trần Huiền Ân | **258** | *Thương tiếc Trần Hoài Thư...* |
| Hồ Chí Bửu | **262** | *Chim bỏ đường bay* |
| Ngàn Thương | **267** | *Tâm hương* |
| Như Không | **269** | *Trần Hoài Thư, nhà thơ cầm súng* |
| Nguyễn Kiến Thiết | **284** | *Một vài kỷ niệm ...* |
| Vương Trùng Dương | **287** | *Vĩnh biệt anh chị Trần Hoài Thư* |
| Thục Uyên | **301** | *Cung kính tiễn biệt anh Trần Hoài Thư* |
| Tô Thẩm Huy | **306** | *Cuộc đông du tiễn biệt Trần Hoài Thư* |
| Ngô Thế Vinh | **313** | *Của cha và con giấc mơ ngày đoàn tụ* |
| Phạm Cao Hoàng | **331** | *Vài hình ảnh tang lễ Trần Hoài Thư* |


## BẰNG HỮU VIẾT VỀ TRẦN HOÀI THƯ


| | | |
|---|---|---|
| Đinh Cường | **342** | *5 bài thơ cho Trần Hoài Thư* |
| Phạm Văn Nhàn | **348** | *Tình bạn với Trần Hoài Thư* |
| Phạm Cao Hoàng | **362** | *Phỏng vấn nhà văn Trần Hoài Thư* |
| Trần Thị Nguyệt Mai | **376** | *Những kỷ niệm cùng anh Trần Hoài Thư...* |
| Nguyễn Vy Khanh | **386** | *Chiến tranh trong truyện Trần Hoài Thư* |
| Luân Hoán | **406** | *Trần Hoài Thư một đời quí sách* |
| Lê Ký Thương | **444** | *Chất Trần Hoài Thư* |
| Lữ Kiều | **449** | *Chàng thi sĩ viết văn* |
| Nguyên Minh | **455** | *Nghiệp hành* |
| Nguyễn Âu Hồng | **461** | *Bóng anh xiêu đổ bên bóng tháp* |
| Nguyễn Minh Nữu | **465** | *Trần Hoài Thư người của di sản...* |
| Trần Doãn Nho | **474** | *Trò chuyện cùng Trần Hoài Thư* |
| Ngô Thế Vinh | **495** | *Trần Hoài Thư và Ngọc Yến...* |
| Đỗ Hồng Ngọc | **531** | *Gọi chiều nước lên...* |
| Nguyễn An Bình | **538** | *Trần Hoài Thư nhà văn một đời thao thức...* |

| | | |
|---|---|---|
| Tô Thẩm Huy | **546** | *Đùa với "Vịn vào lục bát"...* |
| Đỗ Trường | **555** | *Vài suy nghĩ về thơ tuyển toàn tập...* |
| Trần Đình Sơn Cước | **565** | *Hòn đá ân nhân* |
| Đoàn Nhã Văn | **570** | *Ra biển gọi thầm...* |
| Đặng Phú Phong | **579** | *Trần Hoài Thư và "Xa Xứ"* |
| Nguyễn Lệ Uyên | **583** | *Đám cưới thời chiến* |
| Thục Uyên | **592** | *Trần Hoài Thư và "Cảm Tạ Văn Chương"* |
| Thiếu Khanh | **595** | *Một chút gì để nhớ với Trần Hoài Thư* |
| Trần Doãn Nho | **601** | *Trần Hoài Thư và bằng hữu* |

NGON NGU

# THƯ ĐẦU SÁCH

Kính chào bạn đọc, bạn viết,

Trong mục đích giới thiệu những người sáng tác còn tại thế, tạp chí Ngôn Ngữ từ ngày 01 tháng 11 năm 2022 (giới thiệu họa sĩ nhà văn Khánh Trường) đến nay, đã hân hạnh giới thiệu được một số tác giả; trong số đó, chúng tôi đã may mắn giới thiệu nhà văn Trần Hoài Thư (sinh năm 1942) trong số 24 ra ngày 1 tháng 3 năm 2023 với nội dung:

* một số văn thơ tiêu biểu của Trần Hoài Thư do chính tác giả chọn.

* các bài viết về nhà văn Trần Hoài Thư gồm nhận định, phỏng vấn, tạp ghi, kỷ niệm... của các cây bút: Đoàn Nhã Văn, Đỗ Nghê Đỗ Hồng Ngọc, Hồ Đình Nghiêm, Phạm Cao Hoàng, Trần Vấn Lệ, Nguyễn Lệ Uyên, Hồ Chí Bửu, Lê Hân, Quan Dương, Trần Thị Nguyệt Mai, Cam Li Nguyễn Thị Mỹ Thanh, Nguyễn Vy Khanh, Hà Khánh Quân, Đinh Cường, Phạm Cao Hoàng.

Một thời gian không lâu sau, ngày 27 tháng 4 năm 2024, Bà Nguyễn Ngọc Yến, phu nhân của nhà văn Trần Hoài Thư qua đời. Ông bà là cặp phu thê hết lòng thương yêu và chung sức nhau trong cuộc sống hằng ngày, cũng như mọi sinh hoạt văn học. Sự mất đi người tình trăm năm yêu quý, một cộng sự đắc lực, hẳn là một trong vài nguyên nhân cụ thể đã không giữ được mạng sống của một con người, được đa số công nhận, là người sưu tầm, bảo tồn và phổ biến hiệu quả một phần nào nền Văn Học Việt Nam Cộng Hòa.

Nhà văn Trần Hoài Thư vốn đã có bệnh, sau hơn một tuần an táng vợ xong, bệnh ông trở nặng, rơi vào hôn mê và ra đi ngày 27 tháng 5 năm 2024. Ngày này cũng là ngày chấm dứt tạp chí Thư Quán Bản Thảo cũng như nhà xuất bản Thư Ấn Quán, do chính nhà văn sáng lập và trực tiếp điều hành, thực hiện bằng thủ công lẫn kỹ thuật.

Tạp chí Ngôn Ngữ cố gắng thực hiện số tưởng niệm Trần Hoài Thư qua sự tiếp tay góp bài của những bạn từng đồng hành cùng ông, những người đến với văn giới sau ông không rộng khoảng cách.

Tất cả những gì, nếu có thể gọi được vinh danh một người cầm bút, có lòng với văn học nghệ thuật, các bạn sẽ được đọc trong số này với các bài viết đầy chân tình và trung trực.

Chúng tôi xin chân tình cảm ơn quý nhà văn, thơ khắp nơi. Và một lần nữa, chúng tôi xin gởi đến gia đình ông bà Trần Hoài Thư - Nguyễn Ngọc Yến, cùng bác sĩ Trần Quí Thoại (con trai duy nhất) lời chia buồn thành kính.

**Luân Hoán**
*Thay mặt các bạn nhóm Ngôn Ngữ*

# TIỂU SỬ

## NHÀ VĂN/NHÀ THƠ TRẦN HOÀI THƯ

Trần Hoài Thư
*Ảnh Phạm Cao Hoàng (Virginia, 4.2022)*

Trần Hoài Thư tên thật Trần Quí Sách, sinh năm 1942 tại Đà Lạt. Tuổi thơ thất lạc cha, theo mẹ sống khổ cực ở thành phố Nha Trang, có một thời gian sống trong cô nhi viện Hòn Chồng Bethlehem. Sau đoàn tụ với thân phụ mới theo học Quốc Học Huế, Đại học Sài Gòn. Từ năm 1964-1966 là giáo sư trường trung học Trần Cao Vân tỉnh Quảng Tín (nay đã sát nhập lại vào Quảng Nam).

Năm 1967, nhập ngũ khóa 24 SQTB Thủ Đức. Phục vụ tại Đại đội 405 Thám kích Sư đoàn 22 Bộ binh trong 4 năm. Sau đó về làm phóng viên chiến trường ở vùng IV trong 2 năm. Ông đã từng bị thương 3 lần.

Sau 30 tháng 4 năm 1975, đi học tập cải tạo hơn 4 năm.

Năm 1980 Trần Hoài Thư vượt biển, định cư tại Mỹ, sống ở nhiều nơi khác nhau và cuối cùng về sống ở tiểu bang New Jersey. Khi sang đến Mỹ, ông đi học trở lại, tốt nghiệp Cử Nhân Điện Toán và Cao Học Toán Ứng Dụng. Ông được nhận vào làm cho công ty AT&T và sau đó chuyển sang làm cho công ty điện toán IBM. Chức vụ cuối cùng trước khi nghỉ hưu là Project Leader.

Khởi sự viết văn từ năm 1964. Truyện ngắn đầu tay *Nước Mắt Tuổi Thơ* đăng trên tạp chí Bách Khoa Sài Gòn. Ngoài Bách Khoa, còn cộng tác với Văn, Văn Học, Đời, Bộ Binh, Thời Tập, Vấn Đề, Khởi Hành, Ý Thức...

Sau khi nghỉ hưu vào năm 2004, ông cùng Phạm Văn Nhàn sáng lập tạp chí Thư Quán Bản Thảo và nhà xuất bản Thư Ấn Quán. Tủ sách DI SẢN VĂN CHƯƠNG MIỀN NAM của nhà xuất bản Thư Ấn Quán đã sưu tầm và in lại hàng trăm tác phẩm giá trị, đáng kể nhất là bộ THƠ MIỀN NAM gồm 5 tập với tổng cộng khoảng 3500 trang và bộ VĂN MIỀN NAM 4 tập với tổng cộng khoảng 2400 trang.

Ông qua đời vào ngày 27/5/2024 tại New Jersey, hưởng thọ 82 tuổi.

## Tác phẩm đã xuất bản:

**Trước 1975**

1. Nỗi bơ vơ của bầy ngựa hoang
2. Những vì sao vĩnh biệt
3. Ngọn cỏ ngậm ngùi
4. Một nơi nào để nhớ

**Sau 1975**

VĂN

1. Ra biển gọi thầm (Tập truyện)
2. Ban Mê Thuột ngày đầu ngày cuối (Tập truyện )
3. Về hướng mặt trời lặn (Tập truyện)

4. Mặc niệm chiến tranh (Tập truyện)
5. Đại đội cũ, trang sách cũ (Tập truyện)
6. Thế hệ chiến tranh (Tập truyện)
7. Thủ Đức gọi ta về (Tạp bút)
8. Đánh giặc ở Bình Định (tự truyện)
9. Hành trình của một cổ trắng (truyện vừa)
10. Ở một nơi trên Trường Sơn (tập truyện)
11. Truyện từ Bách Khoa (Tập truyện)
12. Truyện từ Văn (Tập truyện)
13. Truyện từ Trình Bầy, Văn Học, Khởi Hành... (Tập truyện)
14. Truyện từ Vấn Đề (Tập truyện)
15. Tản mạn văn chương (tập I)
16. Giấc mơ Giáng Sinh (Tập truyện)

THƠ

1. Thơ Trần Hoài Thư
2. Ngày vàng
3. Nhủ đời bao dung
4. Ô cửa
5. Xa xứ
6. Quán
7. Vịn vào lục bát
8. Khi nhớ về Bà Gi
9. Đá
10. Thơ tình tuổi 80
11. Phao

THƠ VĂN HỢP TUYỂN

1. Bão
2. Dấu yêu
3. Hương tình khổ nạn

# THƠ
# TRẦN HOÀI THƯ
## TRƯỚC 1975

*Trần Hoài Thư khi mới tốt nghiệp Trường Bộ Binh Thủ Đức (1967)*

## EO CHẾT

Địch cho trung đội qua eo chết
Hai bên sườn, đại liên đan nhau
Nổ. Nổ giòn.
Đất đá kêu đau
Sủi bọt,
Khói bốc lên,
Bốn bề dội vào vách xám

Một hai ba, lộn, nằm co quắp
Còn lại, vẫn ào lên, ào lên
Đừng bò! Đừng bò!
Trung đội phó hét cuồng điên
Cỏ tranh bắt mồi cháy mạnh
Gió tạt, khói mù
Bốn bề khói rợp
Xé cay trên cặp mắt nổ tròng
Khắp bốn bề gào thét xung phong

Cao điểm chiếm rồi
Vui mừng quá độ
Mà sao, người truyền tin rơi lệ
Báo cáo trong tiếng mất tiếng còn
Về những thằng
bị kiến cắn ngủ yên (1)

---

*(1): tử trận*

## TỪ BIỆT NÚI RỪNG

Trở lại đồng bằng, xa núi thẳm
Dầm mưa Đồng Tháp nhớ Trường Sơn
Qua sông điên điển vàng bên rạch
Lại nhớ về mùa hoa Đơn Dương

Từ biệt núi rừng, vùng đất khổ
Những ngày bùn đỏ bám giày saut
Mà sao lại nhớ, cơn mưa nhỏ
Ướt tóc mềm người em Buôn Hô

Trở lại đồng bằng, không dám nhớ
Những hầm những hố những đêm đen
Mà sao vẫn nhớ nồi cơm sống
Khói bốc cay nồng buổi đóng quân

Từ biệt núi rừng, không dám nghĩ
Những rừng cháy đỏ, những đồi ma
Mà sao cứ nhớ chùm lan dại
Giữa bãi hoang tàn vẫn nở hoa

Thôi nhé Trường Sơn xin bỏ lại
Ta về châu thổ lội qua Miên
Bỏ lại trên vai hòn núi nặng
Cho những bạn bè đồng đội anh em

## TRƯỚC GIỜ TIẾP VIỆN

Nửa đêm kẻng giục, quân ra trận
Kinh động cả lòng đêm tối bưng
Nhận lấy ba ngày cơm gạo sấy
Không buồn chỉ một chút bâng khuâng

Đời ta là con số không vô tận
May trên đầu còn chiếc mũ rừng
Mũ nhẹ nên coi đời cũng nhẹ
Chiến tranh. Thì cũng tựa phù vân

Người lính sao anh còn ngái ngủ
Anh có lo gì một chuyến đi
Anh có mang theo lòng thống hận
Hay là cái nghiệp buổi sinh ly

Anh có buồn không, giữa cõi đêm
Mỗi lần xuống núi, về mông mênh
Lên xe, bỏ lại đồi thiên cổ
Bỏ trại gia binh lạnh ánh đèn
Thì đi, lầm lũi đi vô định
Ở cuối trời kia, vẫn cuộc chơi
Hỏi ông thượng sĩ Nùng, xin rượu
*Cổ lai chinh chiến, kỷ nhân hồi...*

## QUÁN SỚM

Quán sớm cô hàng nhăn nếp lụa
Tóc còn vương vít lòng chiếu chăn
Nước sôi reo ấm gian nhà chật
Bếp lửa hồng. Gió tạt. Mùa đông

Gọi cốc cà phê un khói gió
Mấy thằng râu tóc chụm thanh xuân
Vách trống, sát vào nhau đỡ lạnh
Trời ngoài kia sương phủ mênh mông

Năm giờ. Thành phố còn im lặng
Những chuyến xe đầu run rẩy qua
Con đường sương khói hai hàng nến
Những nhánh cây đen đụng mái nhà

Năm giờ. Hết phép chờ xe hốt
Từ biệt cô từ biệt bạn bè
Từ biệt một ngày trai phóng đãng
Mai về trên ấy thiếu cà phê

## CHIA TAY

Em về lại Lục Tỉnh
Anh trở ngược ra Trung

Hai xe đò hai phương
Như em anh hai hướng

Anh núi rừng lính thú
Em châu thổ đồng bằng
Hai xe đò rước khách
Một chiếc một phương trời

Giông hôm nay quá lớn
Trời Sài Gòn quá buồn
Trường Sơn hay Hậu Giang
Xin một lần giông tạnh

Cầm tay mà bịn rịn
Thôi anh, em phải về
Thôi em, anh phải đi
Chúng ta thương mà chi
Để muôn ngàn duyên nợ

Một xe đò đã đỗ
Một xe đò đã đi
Không xe nào đậu mãi
Để ta khỏi chia ly?

## NƯỚC LÊN

*tặng Cái Trọng Ty*

Nước lên, trời thổ mật vàng
Nửa lan mây núi
nửa tràn bãi sông
Nước lên kéo mặt trời gần
Khanh vàng lai láng
một giòng vàng khanh

Nước lên, quân lội qua sông
Đầu thì đội súng, mình trần, tay bơi

Khúc sông vang tiếng nói cười
Hồn thanh niên bỗng một thời ấu thơ

Nước lên, đêm sắp màn buông
Qua sông, những bóng âm thầm qua sông
Không đò dọc, không đò ngang
Chỉ có chăng là hình nhân lờ mờ

Với đầu đội chiếc ba lô
Với poncho làm chiếc bè chiếc phao
Súng nòng chĩa mũi lên cao
Thương cho ông thượng sĩ Nùng thoát y

Nước lên, ngày đã tàn rồi
Mặt trời đã ngủ sau đồi Kỳ Sơn
Chỉ có ta là dẫn con
Qua sông tìm mấy mả mồ viếng thăm

Nước lên, bờ tả đã mờ
Chỉ còn bờ hữu nắng vàng níu chân
Nước lên trời cũng tối dần
Quân qua bỏ lại một giòng quạnh hiu

## THIẾU ÚY QUA SÔNG

Chiều chiều thiếu úy qua sông
Theo Kinh Kha qua đất Tần giết ma
Bây giờ chẳng có dân đưa
Ba nghìn tân khách chỉ là sậy lau
Ngày xưa cả xứ đàng sau
Bây giờ tháp cổ cúi đầu đìu hiu

## KHI TĂNG PHÁI CHIẾN TRƯỜNG TÂY NGUYÊN

1.
Ở đây đèo ải chắn đường
Mây và sương cứ mịt mùng đùn nhau
Mây thì trắng, sương thì mù
Mây sương lớp lớp ùn ùn dàn quân
Mây sương trắng cả núi rừng
Lòng tôi cũng trắng một vùng khói sương

2.
Bây giờ tôi rất bình an
Đang ôm những đám mây gòn trắng bông
Hãy mang tôi thoát cõi trần
Tôi ghê sợ lắm làm người Việt Nam...

3.
Bởi đây không có từ tâm
Bởi mỗi chiếc lá ngụy trang hận thù
Lá rừng che mặt trời mù
Làm sao đoán được cái nòng nhắm ta?
Lá rừng lớp lớp gần xa
Làm sao thấy được quỷ ma nhập tràng?

Tổ cha cái bọn trong rừng
Bắt ông phải ướt cả quần, teo chim...

## QUA ĐÈO TỬ THẦN

Giã từ ba ngọn tháp Chàm
Theo đoàn xe lên thăm rừng Tam Biên
Sợi dây ba chạc đeo lưng
Nịt dây đạn, với súng trường dao găm
Cám ơn khói lửa đao binh
Cho ta xuống biển lên rừng triền miên

Người ta lấy tiền mua tiên
Ta đây lấy mạng làm tiền thế chân

## THÁNG GIÊNG QUA ĐÈO

Anh từ dưới biển lên non
Chim cũng từ biển vào thăm núi rừng
Chim sà xuống, chim vút lên
Chim nô giỡn, phơi ngực mềm trên không
Xem chừng hoa lá hồi sinh
Xem chừng cây nhựa trở mình với xuân

Xem chừng trời đất bao dung
Lòng anh ấm lại, gọi thầm tên em...

## BUỔI SÁNG NGỦ NÁN DƯỚI HIÊN CHÙA NGUYÊN THIỀU

Xin thêm một giấc ngủ bù
Thầy ơi, bể khổ, thầy cầu giùm con
Để con chân cứng đế mòn
Tiếp tục xuống hòn tìm giết quỷ ma
Thưa thầy, không giết mà tha
Ngày mai nó xách AK trở về
Thưa thầy, chỉ dạy con đi
Ngón tay con bóp lẫy cò cứ run

## ĐÊM NẰM NGHĨA ĐỊA LUẬT CHÁNH – BÌNH ĐỊNH

Nơi này khách sạn ngàn sao
Nghe đêm mở nhạc đón vào âm ty
Âm ty chín cửa a tì
Chuẩn úy trình diện
Phòng nhì (1) Diêm Vương

Bây giờ bầu bạn âm dương
Kẻ sống kẻ chết chung giường với nhau
Bây giờ lựu đạn mìn râu
Chia canh nhau thức đón chàng bên kia
Bây giờ dư dật mộ bia
Khỏi cần sách vở khắc đề sử xanh

*(1) Phòng Nhì đặc trách về tình báo, quân báo, thám báo. Đơn vị thám kích được đặt dưới sự điều động của Phòng Nhì*

## NHỮNG BỮA ĂN TRONG MẬT KHU

Mục tiêu 1

Hạt cơm, hạt ngọc của trời
Tôi nhai, mòn cả, hai hàm răng tôi
Tôi nhai, gian khổ ngọt bùi
Chia năm xẻ bảy dưới trời chiến tranh
Tôi nhai, nước mắt hòa canh
Mồ hôi hòa với ba ngày lương khô
Tôi nhai, gió tạt khó mồi
Ba thằng ba phía che nồi cơm quân
Mưa mất trí, gió nổi khùng
Củi thanh quá ướt sao làm chín cơm
Khói bay, cay mắt, xốn cườm
Phùng mang, trợn mắt, miệng làm ống tre

Phải rồi, cơm sống, cơm khê
Phải rồi, khói tạt não nề đội trung
Phải rồi, cơm nhão, sượng sùng
Tôi nhai, nghiền dập nỗi buồn lính Nam

Ba người sao đủ vách phên
Thơ tôi sao đủ làm khiên che trời
Tháng tư chiến trận tan rồi
Nồi cơm khê sống cả đời chẳng quên

Mục tiêu 2

Làng hoang địch bỏ từ lâu
Bí bầu rau cải tha hồ tự do
Thiếu chăng thiếu vịt thiếu gà
Thiếu thêm tí đế mừng ngày bình yên

Mục tiêu 3

Mục tiêu vừa chiếm xong rồi
Thầy trò đi kiếm cái nồi chị nuôi

Đỡ công nấu nướng lôi thôi
Cám ơn "đồng chí" bỏ nồi thoát thân
Nồi cơm nóng, cá với canh
Thầy trò vét trọn ăn mừng chiến công...

Mục tiêu 4

Mời ông thầy vào xơi cơm
Có gà có vịt tha hồ lai rai
Hôm nay mình bắn kinh tài
Tịch thu một bịch tiền còn máu loang

Hắn núp dưới ao trong làng
Thở bằng ống sậy bọt lăn tăn trồi
Bọn này tưởng cá ném chơi
Không ngờ máu thịt tả tơi lềnh bềnh
Kìa, ông thầy có sao không
Sao ông lại mửa, mặt xanh thế này?

Em kêu y tá đến ngay...

Mục tiêu 5

Bữa cơm đã dọn ra rồi
Người Ô-đô nói ngậm ngùi bên tai:
"Hôm nay lại thiếu thằng Tài

Em bới một chén mời về ăn chung..."
Trời ui ui đã lập đông
Hàng cây gẫy ngọn đưa xương lên trời
Khẩu súng cắm giữa gò bồi
Hai hàng quân đứng ngậm ngùi tiễn đưa...

## MA BÌNH ĐỊNH

1.
Không phi pháo, không dọn đường
Có chăng là chiếc la bàn trên tay
Kim dạ quang chỉ hướng này
Trong đêm thăm thẳm chỗ nào có ma?

2.
Này ông tiền sát Ê-đê
Sao ông lại xuống xứ này tìm ma
Xứ ông ma cái đòi gà
Bình Định ma cái có tài xẻo cu

3.
Ai về Bình Định mà coi
Con ma Bình Định chuyên chơi mãng cầu
Mãng cầu có sợi dây câu
Ngụy trang cùng khắp trên đầu dưới chân

4.
Ma Bình Định độc vô cùng
Hết ông lão đến bà già trẻ con
Bề ngoài dạ bẩm thưa quan
Bên trong là cả một thùng dao phay

5.
Ma Hời này rất dữ dằn
Tay thì bóp cổ, miệng cười hả hê
Ta ú ớ, nàng cứ đè
Cứ đưa cái lưỡi mà thè liếm ta

Ta vùng vẫy, nàng chẳng tha
Chửi ta sao lại coi thường thần linh
Tháp Chàm là của dân Chiêm
Dân mi còn lạy rạp mình cầu xin
Còn mi, không nể không vì...
Nằm trong tháp ngủ, trưa hè, tỉnh bơ

6.
Ma Bình Định là chúng tôi
Đêm đêm bôi lọ xuống đồi làm ăn
Đêm nằm ẩn dưới hồ mương
Tinh sương được lệnh đội mồ xung phong
Ma bấy giờ, ma hiện hồn
Khiến cho "đồng chí" phải kinh hoàng, đứng tim

## ĐÊM XUỐNG ĐỒI

1.
nửa đêm kẻng giục liên hồi
Đồi khuya kinh động bóng người bóng ma
Bóng người: súng đạn ba lô
Bóng ma: từ những huyệt mồ Thành Chiêm

2.
Đoàn xe đậu sẵn trên sân
Chó què chân, bỗng tru lên từng hồi (1)
Kẻng càng khua, thốc đỉnh đồi
Vầng trăng cũng hoảng lặn rồi bặt tăm

3.
Rì rầm, bánh chậm xe lăn
Dốc quanh co quét hai lần đèn pha
Cầm cơn lạnh, điếu Basto
Cầm thêm một chút âu lo trong lòng

4.
Xe qua trại lính gia đình
Thấy người vợ lính một mình bồng con
Chị ơi, gắng sắt gắng son
Nước mình đá cũng bảo tồn sử xanh

5.
Đoàn xe đậu ở đường quan
Lính xuống xe, chia đội hàng di quân
Đường khô đường ráo không ham
Lại ham lội nước băng đồng giữa khuya

6.
Trên trời chẳng thấy vì sao
Dưới đất nước ngập chỗ nào hố bom
Xung quanh mờ mịt đen ngòm
Chỉ có chăng, tiếng mất còn truyền tin

*(1) con chó của hạ sĩ Y Brep, bị cưa một chân vì trúng đạn pháo kích. Hạ sĩ Y Brep bị mù một mắt khi cố lấy thân che đại đội trưởng Hồ văn Hòa, nên được làm ở hậu cứ đại đội.*

## TRĂNG ĐỎ

*(Để trả lời một thắc mắc tại sao trăng lại đỏ)*

Trong một đêm mùa hạ
Tại một điểm Trường Sơn
Có một người thanh niên
Cùng vầng trăng lặng lẽ
Dưới ánh trăng mờ tỏ
Người bạn nằm bên anh
Hắn đã ngủ đầu canh
Chỉ mình anh là thức
Người bạn cùng sống chết
Không nỡ bỏ anh đi

Hắn cõng anh trên vai
Cố thoát vùng tử địa!
Địch trên cao trực xạ
Trúng đạn, bạn ngã nhào
Chiếc lon cơm văng theo
Nằm lẻ loi bên cạnh

Chiếc lon nhôm cơm lạnh
Chỉ có một thẻ đường
(Bởi hôm nay ngày rằm
Thầy ăn chay nhớ Phật)
Càng khuya sương càng ngập
Càng buốt tận vết thương
Anh đau đớn vô cùng
Kêu con ơi ba chết
Mắt anh giờ trào máu
Máu che cả võng mô
Trên cao là vầng trăng
Nhìn như là nia máu
Thế rồi anh lại ngất
Bên anh chiếc lon nhôm
Trên cao là vầng trăng
Vầng trăng rằm đỏ máu!...

## TIỀN THÁM

Gai rừng che bít lối
Đá tiếp đá chất chồng
Phân người bốc thinh không
Cỏ tranh che tầm mắt

Người lính Thượng tiền sát
Ngần ngừ không dám lên
Trên gương mặt sạm đen
Mồ hôi vàng lóng lánh

Tức mình, kê họng súng
Sau lưng thằng Ê Đê
Ra lệnh mày không lên
Tao bóp cò đừng hối

Nói mà lòng muốn mếu
Muốn nói thêm một câu
Tao cũng són đái đây
Mày làm sao biết được

## NHẢY TRỰC THĂNG Ở PHƯỚC LÝ

Thì ta ra trận, ta ra trận
Trăm lần, thì cũng chuyện rong chơi
Vẫn chuyến bốc quân vào buổi sớm
Vẫn chuyến trở về không buồn vui

Ráng giữ ống chân cho khỏi gãy
Ráng ôm khẩu súng như tình nhân
Cầu cho cặp kính dày không vỡ
Nhớ cột dây thun cho chắc ăn

Thằng Mỹ lái tàu chơi mất dạy
Hai càng chưa hạ đã bay cao
Ta nhìn xuống thấp, run không nhảy
Mày đạp ông, ông phải té nhào (1)

Ta té lăn cù, rơi xuống vực
Kính ta đã rớt, ta mù đui
Mù đui, ta đứng, vai như gánh
Một cỗ quan buồn quá hắt hiu

Lính cũ chỉ đường ta đánh trận
Quân bò, ta lại chạy khơi khơi
Phen này còn sống về thăm phố
Ghé lại em nuôi. Thưởng cuộc đời

*(1) Phía ngoài hai bên hông trực thăng, mỗi bên ba người lính. Trung đội trưởng ngồi phía trong, giữa trực thăng. Khi tàu sà xuống, lính hai bên nhảy ra... Nhưng đến phiên trung đội trưởng nhảy, thì tàu đã bốc lên cao...*

## ĐÊM ĐỘT KÍCH Ở NHO LÂM

Đồng nước mênh mông, quân ngoi ngóp
Đêm đặc lòng như thủy mộ quan
Òa lên trái sáng run hơi thở
Nghiến chặt hàm răng về Nho Lâm

Ai dẫn đường đi sao khựng lại
Trời đen không thấy một vì sao
Bốn bề thăm thẳm lau cùng sậy
Những rặng tre mờ in bóng cao

Hàng quân rạp xuống trên đồng lụt
Che đi hình tượng những hồn âm
Hỏa châu hối hả đồng minh bắn
Tiếng nổ cầm canh buồn mênh mông

## ĐỒI XƯA

Trở về đây. Tôi trở về đây
Đồi xưa tôi gọi đồi không hay
Ai đi, bỏ lại hoàng hôn lạnh
Đỏ ối đồi xưa ôm lấy mây

Tôi qua Phù Cũ, qua cầu sắt
Miếng vỉ cầu rên nghiến bánh lăn
Những chuyến xe đi về mặt trận
Ngủ ngồi đợi một chuyến ra quân

Tôi qua đèo xám, mây mờ núi
Thương về đâu, một lũ sáo rừng
Hôm qua đồi ngập hàng trăm xác
Đạn pháo đào sâu bãi chiến trường

Có ai như thể thằng bạn cũ
Gọi máy về nhắc chuyện chị em
Chửi thề mấy tiếng trong tầm pháo
Thế hệ sinh lầm thuở rối ren

Có ai như thể người binh Thượng
Ngồi khom trên bờ đá thổi khèn
Hôm qua có những hồn ma lẻ
Lạc tìm về buôn bản cao nguyên

Có ai dưới lớp mồ hoang dã
Nằm xuôi chân mắt mở trợn trừng
Chiều nay sao mọc về phương Bắc
Sao ruột lòng vắt đỏ phương Nam

Cỏ tranh lớp lớp che đường dốc
Phòng tuyến buồn hiu nhuộm nắng chiều
Trận đánh cũng đi vào quên lãng
Sao còn rờn rợn những hồn xiêu...

## ANH Ở TRÊN RỪNG

Anh ở trên rừng với Thượng, với Kinh
Với những đại ngàn mặt trời mất tích
Những người chung quanh màu da đen nám
Nên cuộc đời anh cũng phải nám đen

Anh ở trên rừng, mưa ngày mưa đêm
Không cần cùm chân, mà chân khó bước
Bước một cất lên, bùn già chân trước
Bước hai cất lên, bùn non chân sau

Anh ở trên rừng, măng trúc măng tre
Bãi bom, bãi mìn đường mòn sạn đạo
Ngó lên trên trời, đỉnh trời cao ngạo
Ngó xung quanh mình, núi dọa thần linh

Anh ở trên rừng, thương em, nhớ con
Không biết làm sao để về dưới nớ
Ăn trái ớt rừng, cay nhung cay nhớ
Cay cả cuộc đời lính thú cao nguyên

## CON ĐƯỜNG TRĂNG

Tháng giêng qua làng em
Dừng quân bên hiên nhà nhỏ
Trăng lung linh trên tàn vú sữa
Xôn xao gió gọi thì thầm
Em nhìn lên bầu trời vô tận mênh mông
Tôi kể em nghe về chùm Hạc Trắng
Tháng giêng bầu trời đầy sao lấp lánh
Con hạc bay về thăm lại quê hương
Em thấy gì không, đuôi nó dị thường
Vì sao sáng giữa hằng hà tinh tú
Vì sao sáng đang cùng nhau nhảy múa
Như cả bầu trời mở hội hoa đăng
Em nhìn lên, đôi mắt long lanh
Tôi bắt gặp thêm hai vì sao yêu dấu
Em mười lăm, hết giêng mười sáu
Tôi hứa trăng tròn trở lại thăm em

Bây giờ tôi bỏ làng cũ lưu vong
Bỏ những đêm qua vườn xưa hương cau hương bưởi
Bỏ ngọn gió thì thầm trên tàn vú sữa
Bỏ con hạc trời trở lại hằng năm
May mà tôi còn có hai vì sao xa xăm...

## THÁM BÁO

Tiến lên lại sợ phục
Rút xuống sợ lột lon
Hét hoài, cổ họng khan
Chỉ mình ta lãnh đủ

Đi lên, dao mở lối
Gai móc rách thịt da
Đau quá, chửi mồ cha
Những thằng già hiếu chiến

## LÍNH RỪNG

*Tặng Trang Luân*

Gái đẹp chê lính khổ
Tiểu thư mơ người hùng
Anh mang mấy chiến thương
Lên rừng xem gái Thượng

Cái chồng em hãy bắt
Anh không cần bò trâu
Những thằng lên Trường Sơn
Thường những thằng ế vợ...

## KHI QUA TRẠI GIA BINH

Đèn xe chọc thủng màn đêm đặc.
Bà Gi chào nhé ta lên đường
Qua trại gia binh đèn còn thắp
Bóng ai như người vợ bồng con

Chị ạ, hãy dỗ con, gắng ngủ
Xứ mình lịch sử chỉ tương tàn

Xin chị đừng chờ hoài, hóa đá
Kẻo buồn lòng thế hệ cháu con...

## ĐÊM TRÊN ĐỒI BÁNH ÍT

Sông chảy dưới chân đồi
Nhớ hoài đêm không ngủ
Ra bờ sông gọi mãi
Chỉ vầng trăng lắng nghe

## BÌNH ĐỊNH TA VỀ

Đứng trên đỉnh đồi Bà Gi
Sừng sững ba ngọn tháp trời
Đêm giật mình ngỡ hồn ma Hời...

Ngày đầu ra quân, con tim sôi nổi
Đại đội đổ xuống cầu Bình Khê
Xuất phát từ đền vua Tây Sơn
Thọc sâu Bình Thạnh
Lục soát những ngôi làng chân đèo
Người bạn ngậm ngùi trở lại quê nhà
Buổi trưa im lìm trên tàu lá chuối
Tiếng gà lạc loài côi cút
Hoang mang người bạn bỗng khóc mùi

Bình Định ta về
Bỗng dưng ba ngọn tháp trời
bao bọc thằng con luân lạc
Ôi những đêm đợi giặc
Người lính trùm poncho ngồi bên bờ
ruộng nước
Một tiếng đồng hồ sao quá dài
Biết anh nghĩ gì đêm nay
Về vợ con, người yêu hay hòa bình ngưng bắn, chẳng hạn
Bình Định ta về

Những hạt cát vướng trong gót giày khi lội qua sông Gò Bồi
Những vết cào nhức cuồng của loại gai rừng trên đồi Phù Mỹ
Triền đá sắc nào từ Phước Lý
Đàn quạ rừng nào kinh động của Tam Quan
Những đêm nước ngập đầu Tân Dân, An Cửu, Nho Lâm
Giọt máu hồng đã thấm lòng đường phố Qui Nhơn
hay trên ngọn đồi Kỳ Sơn, Tuy Phước
Từ tuyến xuất phát đền vua Tây Sơn
Những niềm vui cũng chạy theo từng cây số
Khi về thấy lại tháp bình yên
Những niềm vui không rõ tuổi tên
Bình Thạnh, ta nằm đường cho dân trở về gặt lúa
Chú gà buổi trưa bỗng dưng cục tác
Dặn lính coi chừng, làng này của ta
Ôi những ngôi làng của ta
Tại sao hạt cát xưa không đau
cứ thốn hoài tim óc

## HOA ĐỒNG

Ngày đầu tiên gặp em
si tình mà không dám ngỏ
Em đứng giữa vườn,
        tưới cà tưới cải
Anh ngẩn ngơ nhìn như phải chiêm bao
Sân nhà em lấm tấm hoa ngâu
Khế cũng trổ hoa
Rụng bên bờ giếng nước
Chiều chậm xuống
        nhả lên trời khói trắng
mất... mất... dần trong ánh nắng hoàng hôn...

Em xinh vô cùng giữa vườn xanh trổ bông
Khiến bướm ong quên buổi chiều sắp ngủ

Bướm trắng bướm vàng tham lam nhụy nở
Để si tình càng nẩy nở hồn anh

Đừng nói gì tôi,
Hỡi người truyền tin
Anh có biết là tim tôi đang ca hát
Anh không biết, khi nàng xách thùng tưới nước
Là bụi ớt bụi cà hớn hở mừng vui
Là hồn tôi cũng  được tắm mát lắm anh ơi...

Từ đấy mỗi lần trước khi vượt sông
Chàng lính vẫn dừng lại bên nhà
Để nhìn người em gái nhỏ
Áo bà ba giữa khóm cà khóm cải
Xinh xinh cỏ nội hoa đồng...
Cau mới trổ buồng, trái nhỏ còn non
Khi cau lớn em nhớ để dành cho anh, em nhé...
Rồi anh sẽ đứng bên người yêu nhỏ bé
Sẽ dâng cau
dâng trầu
dâng rượu đến khắp bà con
Cha mẹ anh xa, chỉ còn đám bạn lột lon
Mượn chiếc Dodge cũ mèm
không mui làm xe đám cưới
Và súng nổ liên thanh mừng cô dâu mới
Để mọi người vui giùm những thằng thám báo chịu chơi...

Nhưng cuối cùng sông núi vẫn chia phôi
Có ai biết một ngày anh phải bỏ
Phải đành đoạn xa lìa người em nhỏ
Phải tha phương nơi xứ lạ quê người
Đã bao năm rồi nước vẫn cứ trôi
Chắc những mùa cau vẫn trổ buồng trổ trái
Không biết có buồng nào em dành cho anh
ngày anh về lại
Để anh còn tưởng nhớ lại người thương
của hoa đồng cỏ nội quê hương...?

## ĐÁM CƯỚI

Anh đã về, em thấy đó, em yêu
Lành lặn cả đầu mình và thân thể
Trong thời buổi sậy lau còn nghi kỵ
Thì huống chi là lòng dạ của con người
Khi mà lá rừng thì lấp ló ma trơi
Khi mà bụi lùm là kẻ thù mai phục
Khi mà bước trái cất lên là dẫm vào lòng địa ngục
Khi mà bước phải cất lên là lấp ló cửa thiên đàng
Vậy mà anh về, anh về thật bình an
Để kịp ra mắt họ hàng trong ngày đám cưới

Xin cám ơn em đã phủ xuống đời anh bóng mát
Khi đời anh đã khô kiệt thanh xuân
Cám ơn em, đã tắt giùm tiếng nói Dạ Lan
Đã kê dưới đầu anh bằng chiếc gối bông gòn êm ái
Ôi, từ lâu, rất lâu kể từ khi làm lính núi
Anh có bao giờ được may mắn này đâu
Chỉ có chăng là một chiếc mũ trùm đầu
Lót thêm chiếc poncho giữa mả gò ngút ngàn tử khí
Cám ơn em, đã động lòng cảm lệ
Đã dọn chiếu làm giường
Chia sẻ một nửa vầng trăng
Soi lên phận đời người lính thú lênh đênh...

Xin cám ơn những đồng đội anh em
Chuyền ly để mừng ông thầy về Nam cưới vợ
"Những thằng lính núi rừng thường là những thằng ế vợ
Ai chịu ưng lính rừng để chuốc lấy phòng không".

Xin cám ơn những người bạn Thượng Nùng Kinh
Đã chịu khó mở đường cho ta về phép
Ôi ước gì phép thần thông để khắc
Những tên người lính ấy trên vách Cù Mông

Xin cám ơn người bạn lính phi công
Bất chấp trời gió mưa cuồng nộ

Cho ta quá giang một chỗ
Trong khi phi trường dân sự đóng cửa tỏa quan
Trong khi mây vần vũ diễn hàng
Trong khi phi đạo không thấy một con tàu nào lên xuống
Thì bỗng nhiên một con tàu ló bóng
Một con tàu cứu rỗi
Một con tàu ân nhân
Cám ơn lần nữa người bạn phi công
Lính mình ngoài cái gan
Vẫn còn có trái tim bồ tát

Ngày hợp hôn
Hôn lễ ở Saigon mà như ngoài mặt trận
Không có đèn hoa
Không có ban nhạc linh đình
Không nhà hàng không yến tiệc
Anh trong bộ đồ nhà binh
Em trong chiếc áo dài màu hồng tha thướt
Cặp môi hồng, và mặt như vầng trăng sáng
Căn phòng nhỏ mà thật tình thân
Cám ơn ba em đã nói giùm anh
"Nó có nhiều bạn bè, nhưng họ giờ này đang ở ngoài mặt trận
"Nó có mái nhà nhưng mái nhà nó ở tận tiền đồn
"Nó không có tiền để làm lễ cưới ở nhà hàng sang trọng nhưng nó rất giàu ở tình núi tình sông
"Tôi rất hãnh diện xem đây là đám cưới ngoài mặt trận."

Phải rồi em ơi
Đám cưới của chúng ta tủi thân lắm phải không em
Nhưng mà em xem
Không có một đám cưới nào vĩ đại như đám cưới mình
Bởi quà tặng của bạn bè anh, đồng đội anh
giúp anh sống sót bình an
Để về kịp ngày hôn lễ...

# THƠ
# TRẦN HOÀI THƯ
## SAU 1975

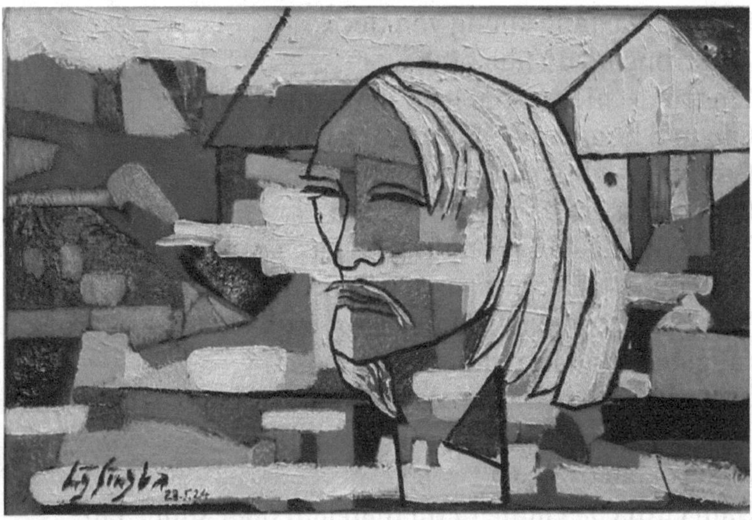

*Chân dung Trần Hoài Thư (Tranh Nguyễn Sông Ba)*

## NGÓI

*tặng Lê Văn Trung*

Ai bảo tuổi già, ngựa nản chân bon
Soi tháng ngày giữa nhân gian hiu hắt?
Không phải thế, già chỉ ở bên ngoài, râu tóc
Nhưng hồn thì vẫn trẻ: hai mươi!

Khi ta gọi chiếc xe đến để lấy nợ đời
Có nghĩa là ta muốn quét đi những lá vàng đã mục
Này chiếc veston, này giày da thuộc
Này son này phấn này lọ nước hoa
Hãy lấy hết giùm tôi, bởi chúng đã già
Chúng cô độc, chúng không còn ai màng đụng đến
Hãy lấy hết cho lòng tôi được trắng
Để tôi ghi một dòng "Trích Thơ Của Ngói" ở đầu trang

*New Jersey, 19.12.2017*

## TÌNH XƯA

Có một người lính cũ
Có một người yêu xưa
Gặp nhau mà bỡ ngỡ
Gặp nhau mà chiêm bao

Muốn gọi lại tên quen
Mà sao không dám thốt
Hôm qua thì hôm qua
Thôi thì đành vĩnh biệt

Vĩnh biệt anh và em
Vĩnh biệt giòng mực tím
Vĩnh biệt những hẹn hò
Những vui buồn hạnh phúc

Vĩnh biệt bài thơ nhỏ
Mang mang một nỗi buồn
Chở một thời tuổi trẻ
Chiến tranh và từ ly

Em bây giờ nội ngoại
Anh bây giờ lính già
Sông thì chia trăm ngả
Đời thì mây phù vân

Thôi thì xem hoa niệm
Của một thời chiến chinh

## MỪNG BẠN TA VỀ NHÀ MỚI

*tặng Phạm Cao Hoàng & Cúc Hoa*

Đọc trên Blog Phạm Cao Hoàng
bài thơ của Đinh Cường về buổi họp mặt tại ngôi nhà bạn mới dọn về
Xin chia vui từ New Jersey
từ hai tài xế đường trường xa nay phải đành thúc thủ
Nhớ lần bạn còn ở ngôi nhà cũ
chúng tôi xuống thăm
Cháu Thiên Kim lái xe hướng dẫn đường
Xa lộ 5 lanes ào ào tốc độ
từ đường trong ra xa lộ đã khó rồi
còn phải tìm cách sang từ lane trong cùng ra lane ngoài cùng để vào xa lộ chính
lần đầu nhớ lại vẫn còn run
Vậy mà anh em bạn bè từ xa vạn dặm vẫn tìm cách đến thăm căn nhà khu Ngựa Ô
Vậy mà anh em bạn bè vẫn vui lái xe rà rà để tìm chỗ đậu xe trong chung cư

Vậy mà mỗi lần nghe PCH mời là vợ chồng tôi lại náo nức
Năm giờ sáng khởi hành
11 giờ trưa mới đến
Hai thân già mệt lả vì đường trường xa vì những đoạn đường 95 sửa đường kẹt xe đến khiếp đảm
Vậy mà khi bước vào nhà
Cúc Hoa lăng xăng rối rít
PCH bảo có chỗ đậu xe cho bạn rồi
Mỗi căn nhà một chỗ mà bạn dành cho chúng tôi quả là cảm động biết bao
Rồi bạn bè thăm hỏi bắt tay
dù mắt mờ, tóc đổi màu, lưng mang chút gánh nặng vô hình trên vai, sao bàn tay bắt vẫn ấm và chặt lạ lùng
Đó là những hình ảnh và cảm xúc khó quên
Để tôi và Y. cứ mong một ngày trở lại

Bây giờ bạn dọn sang nhà mới
Tôi thấy rộng và quá khang trang
Tôi biết là bãi đậu xe thì tha hồ
Tôi biết nhà cũng có nhiều phòng dành cho bằng hữu
Tôi biết là nhiều cửa sổ
Và tiếng chim lọt vào và mây đà lạt, duồng, tuy hòa cứ bềnh bồng
Tôi biết những bậc thềm sẽ phủ thêm welcome home
Chắc mùa thu sắp cận kề nên đằng sau nhà bạn đẹp lắm

Tôi đọc tên đường
Lần này gần hơn lần trước nhiều
Không còn cảnh sang lane đầy nguy hiểm để vào xa lộ chính
Không còn cháu Thiên Kim dẫn đường

Vậy mà chúng tôi vẫn không thể đến
Thôi thì đành mượn những dòng chữ này
gõ từ trái tim
từ New Jersey
Chúc mừng vợ chồng bạn

*9.10.2013*

## TIẾNG CHUÔNG

Dạo này Blog Phạm Cao Hoàng, Trần Thị Nguyệt Mai hay đăng thơ Đinh Cường
Thỉnh thoảng lại thêm thơ của Lữ Quỳnh...
Vui ơi là vui, tuổi già mà thơ lai láng hơn cả thời thanh xuân
Mà bờ bến chữ nghĩa trôi dài mênh mông từ trái tim ra hai tay đến tận cõi ảo
Tôi cũng xôn xao lòng
Làm thơ mà chưa có đề tài
Thơ mà có đề tài là thơ học trò
Thầy ra đề bắt học trò phải vâng lời
Đề tài của tôi nếu có là niềm vui
Vui như những tiếng chuông ngày xưa bán cà rem từ Cần Thơ qua Bến Bắc, qua Bình Minh qua Phụng Hiệp
Vừa lắc chuông đồng, vừa nhìn mây in trên sông nước
vừa nhớ đến những câu thơ của Huy Cận *sóng gợn tràng giang buồn điệp điệp/ Con thuyền khua mái nước song song....*
Bây giờ thì chuông cũng reng reng
nhưng thay vì chuông đồng là chuông wireless
Ta đặt khắp nhà
để Y. bấm kêu để ta chạy cho kịp dù ở dưới hầm nhà hay trong nhà tắm
Ôi tiếng chuông...
Tôi đợi em khi hồi chuông lễ nhất
Lễ hai rồi đợi mãi em không ra
Tôi thất tình đứng đợi trên cầu xưa
Con cá chép cũng buồn không quẫy sóng
Tôi đợi hồi chuông, chuông ngân buổi sớm
Chuông ngân buổi chiều, em vẫn bặt tăm...
Nay chuông mất rồi, mà tôi thì lưu vong...
Vậy đó, tiếng chuông của một thời... Đời tôi đã mấy lần chuông mà sao giờ này những âm thanh đang nhã nhạc
Tiếng chuông không còn réo rắt, ngân nga
Tiếng chuông không còn làm em nhắm mắt làm dấu thánh
Tiếng chuông bây giờ, Y. ơi
Em nằm không cục cựa trên giường

Chân tay em liệt rồi, những ngón tay co quắp rồi
Tay phải chân phải bắt đầu run rồi
Đù mẹ cái tay cái chân sao mày không chịu vâng lời tao...
Nhưng mà, còn tiếng chuông
Em cứ bấm nút
Là tôi sẽ có mặt ngay
Tôi sẽ thay tã cho em, thay quần cho em, thay áo cho em
Tôi sẽ lau thân thể em thật sạch,
Bởi tiếng chuông
Cứu nạn em cứu nạn tôi cứu nạn chúng ta
Phải,
Chùa cũng dùng chuông
Nhà thờ cũng đổ chuông
Bây giờ, tôi mới hiểu tại sao lại có tiếng chuông như niềm cứu rỗi...
Tè te, tè te...
Tôi có mặt đây, bà ngủ được không?

*Valentine's Day – February 14, 2015*

## ĐÊM TRỪ TỊCH NGHE TIẾNG CÒI TÀU

Xa nhà mấy mươi năm
Tình hoài hương đông cứng
Tết theo bông tuyết trắng
Lả tả bay đầy hồn

Chợt nghe tiếng còi tàu
Vọng trong đêm trừ tịch
Tiếng còi tàu quen thuộc
Sao đêm nay giật mình?

*18.2.2015*
*(30 tháng chạp)*

## LỜI CHÚC ĐẦU NĂM

Thương bạn hữu mà tay không thể bắt
Mà tình không thể nói hết trang thư
Cám ơn đời, còn lại dăm vần thơ
Rải những trang lòng qua những phường xóm ảo
Thơ tôi đấy, lòng tôi đây, chút quà lấy thảo
Nhận giùm tôi cho tôi được vui mà
Bởi bây giờ, tôi sống như hồn ma
Cứ thấy bóng mình chập chờn trên vách
Đừng tội nghiệp tôi, tôi đang hạnh phúc
Đang lúc này, được gõ một bài thơ

Hãy mừng giùm tôi, tôi vẫn vào ra
Có lúc đứng nhìn trời, nhìn gì chẳng biết
Không phải đâu, có một vầng mây cuối trời ẩn hiện
Như tóc tôi, trắng toát cả một rừng
Có lúc buồn, nước mắt lạnh như băng
Không phải đâu: giọt thơ thành lệ mặn
Tôi đang gõ đây, lòng tôi cảm động
Chỉ trái tim này, là giữ chặt tình thân
Xin gởi về như lời chúc đầu năm...

*Mồng hai Tết Âm Lịch Ất Mùi 2015*

## HOA BẰNG HỮU

*tặng Phạm Văn Nhàn, Cái Trọng Ty, Phạm Cao Hoàng, Lãm Thúy, Tô Thẩm Huy*

Cuối cùng, ai nấy đều giã từ
Chiếc tắc xi đã bốc bạn bè ra phi trường
Phạm Cao Hoàng, Phạm văn Nhàn, Cái Trọng Ty, Tô Thẩm Huy
Lãm Thúy đã chia tay lái xe một mình trong đêm trường khuya khoắt
Và ta còn lại
trên sân cỏ mọc hoang vu

Lâu rồi chưa cắt

Chỉ có những chùm hoa tím dại
là cùng nỗi buồn với ta
Hoa ơi hoa ơi
xin lỗi mi ta không biết tên
Sao lại tìm nhà ta đâm chồi nở nhụy
Sao lại tìm cái bảng số nhà 719 này mà nẩy mầm
Những cuống thân mảnh mai
Những chùm bông tím tím
Như những bông búp tai
Sao lại nở vào lúc bạn bè từ xa đến viếng
Sao lại hoa màu tím như màu áo Lãm Thúy và thơ Lãm Thúy
Ôi cả trần gian này thiếu gì chỗ mọc
Mà hoa lại tìm đến nhà ta
Người qua đường nhìn hoa tấm tắc khen hoa đẹp
hỏi ta mua ở đâu
Ta nói trời đất cho ta
Chim muông cho ta
Gió cho ta
Một hôm có một cái hạt giống từ trời
rớt xuống
lựa đúng vào bảng số nhà 719
Để cùng ta đón mừng bè bạn

*New Jersey, 20.5.2017*

## CHIẾC SCHOOLBAG VÀ NGƯỜI LÍNH GIÀ

*Viết cho tôi: người cựu chiến binh miền Nam,*
*nhân ngày Veterans của Hoa Kỳ*

Ta trở lại trường khi tuổi vào trung niên
Sách vở học trò đôi khi nỗi buồn phủ kín
Lớp học người đông, mắt xanh da trắng
Chỉ lẻ loi một gã tị nạn già

Chỉ lẻ loi một chiếc bóng mình ta
Soi trên vách tường trong phòng trong lớp
Trong những đêm khuya một mình phòng Lab
Trong nhà ăn, giữa những bàn ghế trơ câm
Chữ nghĩa mở ra sao nặng trĩu tâm hồn
Tiếng nói là nhịp cầu
sao miệng đành câm nín!

Đồng hành với ta là người tài xế già xe bus
Đêm đưa ta về lại một chỗ gọi: slum
Slum có nghĩa là khu xóm tối tăm
Slum có nghĩa là nơi có nhiều tội ác

Chiếc xe chạy qua những ngôi lầu cửa đóng
Tuyết bên ngoài, trắng xóa, tuyết trong ta
Người sinh viên già, lòng lạnh lắm, bước ra
Có khi tập vở cũng ướt nhòa bông tuyết trắng

Chiếc schoolbag giờ ngủ yên trên lưng người cựu lính
Mà ngày xưa là chỗ của ba lô
Mà ngày xưa bảy ngày gạo với lương khô
Một tấm poncho thêm tấm hình đứa con chưa đầy 6 tháng

Thay vào đó là những bó tràm bó tranh bó lát
Trên lưng người thất trận "ngụy" quân
Ôi! Chiếc lưng ngày xưa thật tội quá chừng
Mấy chục đốt xương mà phải gánh bao nhiêu tấn hàng lịch sử!

Bây giờ chiếc lưng của ta không còn oằn xuống nữa
Bởi vì chiếc schoolbag thì quá nhẹ tênh
Ta đi đến trường với chiếc lưng thẳng lên
Để chứng tỏ người lính miền Nam vẫn còn đứng thẳng!
*11.11.2017*

## NGÀY ĐẦU NĂM Ở MỘT NURSING HOME

Ngày đầu năm đúng vào ngày chủ nhật
Ba nhà thờ bên đường Terrill ngập đầy con chiên
Chỉ có nursing home này là vắng người
Các nhân viên phần lớn nghỉ lễ

Ngày đầu năm tôi muốn chúc tụng mọi người
Nhưng ở đây, không ai cần nhận
Chẳng một ai nở nụ cười khi tôi nói happy new year

Ngày đầu năm tôi vào phòng mình nói happy new year
Mình vui mừng, mắt sáng khoe với tôi
Là mình được bốn ngàn người nói mình phải sống không được tự vẫn
Để mừng mình, bà lão phòng bên lại bắt đầu rống bài hát bằng tiếng Ba Lan
không biết chừng nào bà tàn hơi hết hát
Ngày đầu năm tôi vào nhà ăn lãnh khẩu phần
Đi qua những hàng xe lăn
Đi qua những chiến sĩ xe lăn can trường
hằng bao năm chỉ biết ngồi và gục đầu hay đăm đăm nhìn vào khoảng không nào đó
Để nói chuyện với Thượng Đế hay Sa Tăng hay cõi u minh có 4000 người biểu tình không cho phép một người tự vẫn

Tôi đứng sau một con bé Mỹ đen khoảng 13 tuổi
Nó cũng lãnh khẩu phần
giúp cho những ông cụ bà cụ đang ngồi trên xe lăn
có thể là cốc nước cam hay cốc nước bom hay nước suối
Đôi mắt con bé sáng ngời rực rỡ niềm vui
Cả nụ cười cũng thật tươi
Thương đôi bàn tay nhỏ cầm chiếc khay lớn đến từng bàn
mở giùm chai nước, rót giùm ly cam...
Tôi đứng đằng sau con bé thầm thì:
You are an angel... Happy New Year!
Nó quay lại cám ơn tôi:
You too!
*New Jersey, 2 January 2018*

# TIẾNG GÀ GÁY

Đấy là bài đồng ca sau một đêm trường
Bản hợp xướng trời cho loài người miễn phí
Một tiếng gáy khởi đầu lẻ loi cất dậy
Rồi trăm ngàn tiếng gáy khác nổi lên
Tiếng gáy vang lừng xóm dưới làng trên
Như chiếc đồng hồ không kim đúng giờ báo thức

Hãy dậy đi, dậy những thằng con ăn sương nằm đất
Và hân hoan, vì đêm sắp hết rồi
Thêm một ngày, một ngày có mặt trời
Điếu thuốc đầu ngày được quyền đốt lên chia mừng bình an vô sự
Cám ơn những chú gà vô danh ở các làng ta về gìn giữ
Cám ơn bài hợp ca không nhạc trưởng nhạc công
Không hòa âm hòa tấu dàn trống kèn đồng
Không ca sĩ không đèn màu tiếng vỗ tay vang dội

Chỉ tiếng gáy ò ó o  lan truyền trong thinh không cóng lạnh
Sao ấm vô cùng như hơi thuốc đầu tiên
Tay chuyền nhau chiếc hộp lửa que diêm
Lửa sáng lên thấy bạn mình cười qua ánh mắt

Rồi poncho chăn mền lại xếp vào ba lô chặt cứng
Rồi súng trên vai, những người lính trong sương
Sương bốc từ đồng nước ngập mông mênh
Sương trắng mịt, che mờ bóng người lính chiến

Không cần đội hình, không cần khinh binh tiền sát
Giờ họ chỉ cần về sớm với vợ con
Trong lúc tiếng gà rộn rã làng thôn
Lòng chúng tôi cũng rộn ràng không kém

Đối với người đời tiếng gà chẳng có gì mà tha thiết
Bởi đời này còn có nhiều thứ để nghe
Ví dụ đêm vũ trường tiếng nhạc lời ca
Đèn đỏ đèn xanh và những thân người ôm nhau khắng

khít
Nhưng với tôi tiếng gà là tin mừng buổi sớm
Để chúng tôi biết rằng chúng tôi vẫn còn sống sót bình yên
Để chúng tôi hiểu rằng, nhờ chúng tôi mà phòng trà nhà nhảy đêm đêm
Tiếng nhạc lời ca đưa người ta vào cõi thiên đàng hạ giới

*April 6, 2018*

## CON XA TRỞ VỀ THĂM MẸ

Thì ai cũng về cõi ấy
Phòng này, bao người bỏ đi
Và, có bao người đã đến
Nằm đây như mẹ hôm nay?

Này con, con là bác sĩ
Viết toa mẹ uống thuốc đi
Còn ba, ba là thi sĩ
Cài lên tóc mẹ hoa thi

Này con, với cái ống nghe
Con nghe giùm me hơi thở
Còn ba, với trái tim già
Mang ra cho đời chia sẻ

Con xa trở về thăm mẹ
Căn phòng tường vách vui mừng
Chẳng cần bông hồng cài áo
Nhưng bông nở thắm chiếu giường

Cha con bạn bè y trợ
Cùng nhau làm đẹp căn phòng
Căn phòng vang vang tiếng mẹ
Khay ăn càng lúc vơi dần...
*Tháng 3.2019*

# CUỐI NĂM TRONG QUÁN CÀ PHÊ MỸ

Ghé lại Dunkin gọi cốc cà phê
Cô hàng mắt xanh nhìn ra ngoài cửa
Ngày cuối năm bầu trời thiếp ngủ
Những nhánh cây gầy chở lạnh mùa đông

Cô hàng ơi, đôi mắt quá trong
Sao không thấy lòng tôi quay quắt
Sao không thấy mắt tôi mờ trên chiếc cốc
Nhìn nỗi buồn đặc sệt chưa tan

Vâng người con gái nào cũng mắt tô than
Cũng bí mật như lòng kim tự tháp
Tôi cũng muốn đùa, con chim xứ tuyết
Ngày cuối năm, em lại buồn xo
Bắt tôi tội tình lòng dạ để đâu

Ghé lại Dunkin gọi cốc cà phê
Nhớ bạn, ra ngoài đường đốt thuốc
Một chút cay cay xé nồng con mắt
Như khói mù buổi sớm Việt Nam

Cốc xây chừng để lại Qui Nhơn
Chắc sẽ nguội và đọng thành lệ đá
Trang giấy nợ ta có lần ghi sổ
Còn chừa ta, một kẻ chạy làng

Thì xin cô hàng một cốc tang thương
Đời cũng đôi lần bỗng thèm chất đắng
Cũng có khi muốn hòa nước mắt
Nhấp theo từng hớp nhỏ héo hon
Của một người bỏ xứ lưu vong...

# CĂN PHÒNG

Căn phòng của Y. trước đây là cái chái nhà phía sau
Tôi kêu nhà thầu bảo họ tôi cần một cái phòng thật rộng
có thể đủ chỗ cho 50 chỗ ngồi
Bởi chúng tôi rất thích những buổi họp mặt thân hữu
Từ đó đến nay đã mấy lần
Ghế ngồi san sát
Cười nói rộn ràng
Bia lên bia xuống liên miên
và những đêm không ngủ
Bây giờ căn phòng rộng thênh thang được kê cái giường
sắt dành cho bệnh nhân khó khăn trong việc di chuyển
Có nút điện bấm điều khiển lên xuống thấp cao
Tôi đóng xung quanh tường những thanh gỗ dài để Y. tập
đi hay vịn khi cần đứng một mình
Tôi bắt dây cable, đặt cái TV với những đài VN
Tôi kêu thợ sửa lại phòng tắm đủ chỗ cho xe lăn vào
Tôi trang bị những chuông wireless đặt khắp nhà
Khi cần tôi, Y chỉ cần bấm nút
Dù ở bất cứ nơi nào
Căn phòng nhiều cửa sổ
Sáng nào Y. cũng kêu tôi mở cửa sổ để thấy sân sau, với
cây hồng, cây lê, sồi dẻ
Sáng nào tôi theo Y. giữ gìn bước chân khỏi ngã,
khi qua cửa sổ đều dừng lại, nhìn ra vườn sau một vài
phút để Y. nhìn ra ngoài vườn
Màu xanh của lá, màu nắng đầu ngày, vàng thắm, màu
vàng của hoa dại, con cardinal từ đâu bay đến,
Đôi vợ chồng blue jay mấy năm rồi cứ tìm về.
Cỏ cao rồi đó ông tìm người tới cắt thì vừa
Đêm qua tôi nghe tiếng dế gáy rất dễ thương lọt vào
phòng ông à

Nghe bạn sẽ ghé thăm trên đường trở lại Boston
Bọn này vui lắm
Y. nằm trên giường bệnh
dặn tôi nhớ tặng bạn mỗi người hai xấp bánh tráng đặc

biệt do chị Quyền ở NY làm tại nhà
bảo đảm sạch và ngon không đâu bằng
Thỉnh thoảng Y. giục tôi ra cửa xem bạn đến chưa
nhớ thay cho tôi bộ áo quần
Đưa cái lược để tôi chải đầu
Để tôi vào xe cho tôi ngồi
Đừng bận tâm bà à.
Anh em đều văn nghệ cả

Bây giờ những cánh cửa sổ lại thêm một lần cửa mở tung lồng ngực ra
Thêm màu sáng ngời của tình thân bằng hữu rọi vào
Cho căn phòng của Y.
Làm tăng thêm sức mạnh của bước chân đi
khi Y. một mực đòi chống chiếc gậy 4 chân
thay vì ngồi xe lăn
ra ngoài cửa nhà tiễn đưa bạn ra về
Các bạn chia vui
Tôi cũng vui
Y. cũng vui
Và cái chân cái tay khổ nạn cũng rất hớn hở trước niềm vui của mọi người...
Để bước mạnh thêm
Để ngón tay cục cựa thêm
Để những cơ bắp tế bào đường dây thần kinh được dịp diễn hành

trong ngày bạn đến

*September 12, 2013*

## VIẾT VÀO GIAO THỪA SINH NHẬT THỨ BẢY MƯƠI MỐT

12:30 AM bật dậy
Nghe ngóng trong đêm có tiếng gì trở mình, ho chẳng hạn
Không nghe. Chỉ nghe tiếng nói TV

Chắc Y. đang ngủ
Vội xuống hầm.
A, giao thừa của ta!
Ta đã thêm một tuổi.
Happy birthday to you!

Ta chúc cho ta niềm vui
Ta chúc cho ta hạnh phúc
Ta chúc cho ta bình an
Ta chúc cho ta những lời chúc tốt đẹp
Để còn chạy lên chạy xuống thang lầu hàng chục lần khi nghe Y. bấm chuông
Để còn biết cách chiên chả giò, nấu cơm gạo brown làm sao cho đừng khô đừng khét
Để còn cắn răng nuốt lệ mặn
Khi cố đỡ người bệnh lên giường hay xuống giường, vào xe lăn hay xuống xe lăn
Để còn đếm, đếm hoài một hai ba bốn năm sáu bảy tám khi tập Y. đạp xe nhớ đạp mạnh thêm nghe bà

Để còn sửa lại ngay ngắn vị trí chỗ ngồi trước bàn ăn cho người bệnh
Để còn làm cho thật nhanh, đánh cho thật lẹ khi Y. muốn vào nhà vệ sinh...

Và nhất là làm sao khỏi rưng rưng để khóc thầm mặt quay vào vách,

ngày mai, chỉ còn một mình ta trong căn nhà này

căn phòng sẽ trống trơn như cả một bầu trời chẳng sao chẳng trăng chỉ là những khối mây chì nặng những vách bủa vây

căn phòng sẽ đi lọt từ cửa này sang cửa khác chẳng tiếng chuông tiếng ho tiếng nói tiếng động

Ta chúc ta sẽ mạnh như trâu nhưng mạnh làm gì khi con trâu không còn người để mà mình ve vẩy đuôi kéo theo cái bừa yêu dấu

Giao thừa tháng chạp của ta ngồi một mình trước máy, tay gõ theo từng nốt nhạc từ trái tim.
Đọc bài thơ mới nhất của Đinh Cường trên Blog Phạm Cao Hoàng, có đoạn viết về Thư Ấn Quán.
Ấm lòng lắm Y. ơi. Ấm lòng lắm bạn bè ơi.
Ấm lòng lắm để chuẩn bị thêm một năm trên vai, trong đầu, trên tay chân, trong đôi mắt già hom hem mờ ảo.
A, chuông lại kêu rồi.
Chuông làm ta sực tỉnh cơn mộng du.
Lại lên lầu
Ông ngủ được không?
Bà ngủ được không?
Happy birthday to you!
Nhanh lên, nhanh lên ông!

*December 16, 2013*

## VẦNG TRĂNG

Anh không bao giờ thích ăn chay
Bởi em đã thay anh ngày đêm sám hối
Lòng em trăng rằm soi đời anh bóng tối
Thì ít nhiều bóng tối cũng lung linh

Anh như con thằn lằn tội nghiệp nghe kinh
Lời em tụng thương cuộc đời quá khổ
Cũng biết vậy, sao nỗi buồn không nhỏ
Tụng tụng hoài, chừng nào hết buồn đây

Giờ cả năm, em bỏ tụng bỏ thầy
Bỏ cửa bỏ nhà vào nhà thương dưỡng lão
Bỏ lại căn buồng thờ với nhang đèn ảo não
Bật đèn lên anh bỗng khóc òa

Em bỏ Ông Thiên Tam Bảo Ông Bà
Còn lại mấy cái ly trà đen cắn tận đáy
Giống như đời em bây giờ cũng vậy
Tận đáy rồi còn lại cuống hoa khô

Từ mấy hôm nay em cứ bảo rằng no
Anh không còn biết món ăn nào em thích
Năn nỉ mãi nhưng làm sao mà ép
Khi một người không biết đói - em ơi!

Đời anh tối thui nên chẳng có chị Hằng
Làm sao mang trăng về bên này giường bệnh
Thôi thì chiếc bánh-xèo-trăng này
anh làm rất vụng
Em ăn giùm một chút để anh vui...
*July 1, 2016*

## VẦNG TRĂNG GÌN GIỮ

Ngày hợp hôn chúng ta
Saigon có cơn mưa nhỏ
Không vầng trăng đến bên khung cửa
để vui cùng
Anh trong bộ đồ lính rừng
Ngực áo thêu con diều hâu vồ mồi vuốt sắc
Em trong chiếc áo dài màu hồng đẹp nhất
Vương miện cài đầu. Đôi bông quỳ vàng thắm cài tai
Và má em phấn hồng cùng đôi mắt tô than
Cùng đôi môi thoa son hồng như nàng công chúa
Gương mặt như một vầng trăng pha màu vàng lụa
óng ả chảy khắp trên đồng cỏ tranh đêm mênh mông
Hay như vầng trăng lạc lõng giữa con suối đen ngòm
Khiến anh điếng hồn nhìn hoài trong đêm thám báo
Trăng dát bạc vàng đường qua làng buông như màu bánh tráng
Bóng người bóng trăng bóng lá chen nhau
Nhưng em ơi, anh làm sao giữ nó qua cầu
Đêm sẽ hết và trăng sẽ bỏ về nơi trăng ở

Chỉ có hôm nay anh được vầng trăng để giữ
Mãi tận bây giờ trên giường bệnh em ơi...

*Ashbrook nursing home, July 13, 2016*

## LẠI BÃO TUYẾT

*1.*

Thấy hình ta không?
Chân dung của thằng ngụy
Chân dung của thằng bụi đời
Chân dung của thằng trung đội trưởng thám kích
Chân dung của thằng quán quân thất tình, con gái chê vì sợ làm góa phụ
Chân dung của thằng giữ gìn từng tấc đất nhưng không có một chỗ để cắm dùi
cuối cùng Mỹ thương cho một căn nhà rộng mênh mông bốn phòng ngủ

Thấy hình ta không?
Quá thảm không?
Râu trắng tóc trắng tuyết trắng dính mũ dính áo quần
Mấy sợi dây điện trời cắt ngang nền mây xám đục
Dưới đất trên trời trắng và trắng
Vậy mà trái tim hắn thì đỏ thắm làm sao
Hắn hát hắn ca hắn đóng vai thằng hề Charlot
Hắn dỗ dành bà ơi món canh này có bạc hà rau húng cá salmon
Có cả giò thủ bánh chưng do một nữ bác sĩ ở Cali gởi tặng
Ráng ăn nghe bà
Để tôi rót cho bà cốc nước
Để tôi lấy kéo cắt những cọng bún dài
Bà biết là tôi thương bà biết bao nhiêu không?
Bà biết là mỗi ngày đầu óc tôi chỉ quanh quẩn với mấy món ăn để bà được thưởng thức không?
Tôi thương bà vì bà chọn tôi trong khi con gái nhà lành chê tôi là thằng lính dữ dằn

trong khi em gái Dạ Lan thì suốt ngày anh là chiến sĩ của lòng em
Tôi thương bà vì tôi chẳng còn ai nữa
Bà thấy không?
Tôi ra parking dưới trận bão tuyết mịt mùng
Và đứng yên
Đứng thật yên
Tóc tôi trắng phau như tuyết
Râu tôi cũng vậy
Tôi đứng thật yên
Một snowman Việt Nam

*2.*

Thế nào tôi cũng phải cầm xẻng
để dọn driveway
dù tuyết phủ cao quá đầu gối đi nữa
Thế nào tôi cũng dọn cũng xúc cũng rồ máy xe
và sẽ thăm mình
Dù tôi sẽ thở hồng hộc
tim sẽ đập thình thịch như trống dồn
Dù đôi chân sẽ quỵ
mắt sẽ mờ
môi miệng bị đông cứng...
Tôi sẽ làm
để mà đến thăm mình
sẽ ngồi lại bên chiếc giường tự động
sẽ kê lại chiếc gối để mình nằm thoải mái trên giường
Sẽ mở lại bài Chùa Hương của Nguyễn Nhược Pháp
để mình nghe
để chúng ta cùng nghe
Nhưng mà hôm nay tôi xin đầu hàng
Tôi không thể làm gì hơn
Khi cả cái cây to tướng nằm ngang chắn đường

Tha lỗi cho tôi
Tôi không còn biết cách gì hơn
Ngoại trừ tháo lui, mình ạ

Nếu mà ngày xưa, tôi sẽ tìm cách vượt qua
Tôi sẽ vui mừng vì mật khu không cần tay người mà lại bị tàn phá vì bão
Nhưng bây giờ
Dù tôi là kẻ tiền thám có mặt đầu tiên
Không có ai, kể cả cảnh sát
chỉ có tôi
Tôi thấy nó đổ qua màn tuyết

Nhà dưỡng lão bên kia không phải là mật khu để tôi phải lo
Nó chính là gia đình tôi lúc này
Nó có mình, có những cựu chiến binh VN, có những người già bất hạnh không hề thấy thân nhân
Nó có cái bắt tay và đôi mắt sáng của ông lão mỗi lần nhìn tôi
Nó có câu chào captain để tôi phải chào tay lại
Nó có hơi ấm khi tôi gài mấy cái khuy cúc áo cho mình
Nó có nỗi rộn ràng hạnh phúc khi tôi đẩy chiếc xe lăn trên những dãy hành lang
Khi tiếng đàn dương cầm bay theo, bay theo
vỗ vào hồn tôi như lời dòng sông ca hát
Nó làm đôi chân tôi như đi trên một chiếc thảm trời
Người tôi bay, bay cùng tiếng nhạc valse
dội vào vách tường, trần nhà
theo cả hành lang dài hun hút
Và tôi đã ngừng đẩy.
Mình có nghe niềm hạnh phúc của tôi không?

Như vậy, tôi sẽ không đến thăm nuôi mình chiều nay
Hãy ráng ăn hot dog, pizza, pasta, hamburger nghe mình
Hãy ráng tập khi tôi không có mặt nghe mình
Chúng ta hãy chuẩn bị
Bởi vì cái ngày đó trước sau gì cũng đến

*New Jersey, 9 March 2018*

## Ở MỘT NƠI KHÔNG QUEN MÀ RẤT QUEN

Nơi có những người xa lạ mà như đã quen thân
Nơi có những người chưa gặp nhau mà ngỡ gặp nhau từ tiền kiếp
Nơi có một sợi dây vô hình nhưng vững bền nối kết
Từ thời thanh xuân mãi đến lúc tuổi già
Nơi mà chúng ta xem đó là mái nhà
Để những kẻ từng có mặt cùng nhau bồi hồi nhớ lại
Nơi mà thời gian không sao cướp đoạt
Nơi mà vạn dặm thành tấc thành gang
Nơi mà nỗi vui buồn được sẻ chung nhau
Điếu thuốc cơ hàn nhả ra khói tình tri kỷ
Nơi đó là nơi nào, ở đâu, bạn nhỉ
Có phải là miền Nam, ở cõi văn chương!?

*2018*

## SÀI GÒN TRONG TRÍ NHỚ

Sài Gòn có mùa hạ dài hơn mùa đông
Nên Sài Gòn có mắt em xanh như da trời tháng sáu
Sài Gòn có thật nhiều quán cà phê quán cóc
Nên bàn ghế Sài Gòn đầy ắp tình thân
Sài Gòn có ngày cuối tuần Thủ Đức về thăm
Để những xe lam dập dìu Bến Thành Chợ Cũ
Để anh trở về thăm em, người em gái nhỏ
Khi ngọn đèn Sài Gòn đã thắp sáng Bùng Binh
Sài Gòn buổi chiều trời hay nổi dông
Nên những hiên nhà là những hiên tình hò hẹn
Sài Gòn có những con bồ câu cúc cù trên hàng dây điện
Nên Saigon vẫn là nơi hò hẹn của hai kẻ yêu nhau
Sài Gòn ít khi thấy được ánh hỏa châu
Nên đêm đêm Sài Gòn bình yên giấc ngủ
Để em đến trường như con sáo nhỏ
Để người lính trở về, có chỗ dừng chân

Để mãi mãi Sài Gòn là những bâng khuâng
Trong con tim của những người viễn xứ

*2016*

## VÀO GIÊNG

Tôi ở bên ni trời viễn biệt
Em xa. Xa ngái tận phương trời
Ở đây tuyết trắng giăng mờ ngõ
Tháng giêng em và tôi hai nơi

Nơi quê nhà trời đã vào xuân
Em nơi nào, Sài Gòn, Qui Nhơn?
Tôi qua Nữu Ước trời không độ
Khuấy cốc cà phê đặc nỗi buồn

Em nơi nào, nắng có vàng không?
Cho tôi về thăm lại Ban Đông
Những đồi hoa tím, đồi sim tím
Tím theo từng cây số nhớ nhung

Em nơi nào, chim én về không?
Trời quê hương lúa trổ đòng đòng
Cho tôi nhớ lại mùa xuân cũ
Em đã theo đời tôi ruổi rong

Em nơi nào, hương sứ còn vương?
Tôi có người yêu đẹp lạ thường
Đêm tối miền cao trời thấp lại
Muôn sao trời cũng chụm yêu thương

Em nơi nào, rừng có lao xao?
Trời mù sương, bóng em gầy hao
Tôi đi để lại người em nhỏ
Giữa rừng hoa quỳ vàng chiêm bao

Xin em hãy lại căn nhà cũ
Giúp mẹ tôi lau màng nhện giăng
Cố thử xem giùm trong một xó
Đôi giày há mõm thuở thanh xuân

Xem thử trong giày còn hạt cát
Của những ngày tôi lội thăm em
Xem thử đế giày còn bẹt gót
Của những ngày gian khổ lênh đênh

Em nơi nào, ở nơi nào nhỉ
Trời đã giêng rồi, em biết không
Tôi qua Nữu Ước trời không độ
Gọi cốc cà phê, sưởi nỗi lòng

Sưởi thêm nỗi nhớ trùng trùng
Tìm đâu hương cũ giữa giòng viễn khơi

*2016*

## THƠ CỦA LÃO GIÀ SỐNG MỘT MÌNH

Ngày bắt đầu bằng niềm tri ân
Khi thức dậy
thấy bàn chân không bị Gout hành phạt
Khi thấp khớp không còn bắt ta nhăn mặt
Ôm chân mình, la đau quá trời ơi...
Để hôm nay ta quá đỗi tri ân
Thêm một cuốn sách ra đời dưới hầm nhà 719

Xin tặng đời, một món quà hèn mọn
Tôi không biết lấy gì đền đáp chỉ thơ
Tôi đang ở tận cùng những mất mát tuổi già
Xin rộng lượng để bàn tay tôi khỏi vuột
Kim dù nhọn, mắt tôi dù không rõ
Keo dù lên hàng trăm độ phỏng thịt da
Nhưng lòng tôi thì chan chứa thiết tha

Trên từng trang, từng trang lòng tôi đó
Xin tặng em, bông búp tai, thơ tôi đã nở
Tím như màu giấy tím in thơ
Giấy *classic laid writing royal Mauve*

Xin tặng người, vì người đoái thương ta quá thảm
Ta đâu có cần những giọt nước mắt xót thương
Bởi đời ta, ta không cần gặp lá diêu bông
Ta chỉ muốn chửi thề và thèm nghe mùi đất vương trên tóc...

Thơ ta:

*"Mở hàng. Súng gác vào phên vách*
*Đôi giày bùn ướt còn bám đầy*
*Cô hàng ơi, xin ly xí nại*
*Mới ở mật khu về,*
*thèm quá cà phê*
*Quán chật, mấy thằng ngồi khum lại*
*Bỏ qua đêm trắng mắt băng đồng*
*Nghe như mùi đất còn vương tóc*
*Lính bụi mà, em có thương không?*

*2018*

## VỚI PHẠM VĂN NHÀN

Tôi bạn xứ lạ người dưng
Bỗng nhiên lại chọn trạm dừng Qui Nhơn
Mậu Thân bạn nằm hướng Nam
Tôi hướng Bắc cùng kéo quân tiến về
Tôi bị thương ở Ông Tề
Bạn mang quân thế vào phòng tuyến tôi
Ngày đói rách thế mà vui
Trong gian khổ thấy ít nhiều tình thân

## VỚI LÊ VĂN TRUNG

Em nào hiểu giữa cơn say
Ta chiêm bao thấy một ngày rất xa (1)
Khỏi cần khắc đá lời thơ
Câu thơ Khu Sáu cũng là thiên thu

*(1) Thơ Lê văn Trung viết trên vách tường của căn phòng Khu Sáu. Sau này bài thơ được đăng trên Bách Khoa dưới nhan đề "Ngày Xa".*

## VỚI PHẠM CAO HOÀNG

Bạn tôi trẻ tuổi tài danh
Làm sao quên được bài Hành Phương Đông (*)
Người ta hô hào chiến chinh
Còn bạn, đi giữa chiến tranh (*) để buồn!
Câu thơ năm cũ vẫn còn
Trái tim Khu Sáu vẫn đỏ hồng trong tôi

*(*) Tựa hai bài thơ rất quen thuộc trước 1975 của Phạm Cao Hoàng.*

## VỚI NGUYỄN PHƯƠNG LOAN (*)

*(*) Nhà thơ. Cùng với Hoàng Đình Huy Quan chủ trương tạp chí SÓNG ở Tuy Hòa. Tử trận ở vùng núi rừng Tam Biên. Trong lá thư gởi bạn bè từ căn cứ hỏa lực 6, trước khi chết, anh cho biết là anh sắp khùng đến nơi vì những trận bom, những lần tấn công, và những lần thất thủ. Anh nói báo chí khi tường thuật về căn cứ hỏa lực 6 này, họ chỉ viết 1/10 so với những người trong cuộc. Anh hay ghé Khu Sáu thăm anh em mỗi lần có dịp về Qui Nhơn.*

Bạn về từ núi từ rừng
Thân như đá núi khắc vùng cốt xương

Đôi mắt kia thật quá buồn
Đôi vai kia nặng - nặng trĩu hồn tử vong
Nguyễn Phương Loan, hãy thoát thân!
Hãy thoát thân, hãy ở đây đừng về!
Thấy như thập tự cửa ngoài
Con ma thắt cổ tru lời nỉ non

## ĐẾN THĂM PHẠM VĂN NHÀN Ở AMARILLO

Thì giang hồ ngứa đôi chân
Lên máy bay để đến thăm bạn vàng
Kêu taxi ở phi trường
Muốn dành cho bạn một lần ngạc nhiên
Nhưng đến nơi, nhà cài then
Bấm chuông, chuông vọng (mà) bạn hiền bặt tăm
Thôi thì, sẵn bãi xanh um
Ta xin được một chỗ nằm nghỉ trưa
Tình không không cửa không nhà
Lòng như mây trắng bay qua biển chiều (1)

*(1) Thơ Lê văn Trung*

## QUA ĐÊM TẠI NHÀ PHẠM CAO HOÀNG (*)

Khuya rồi lấp lửng cơn say
Tôi và bạn chỉ còn hai, cuối cùng
Basement, hai chỗ nằm
Kẻ sofa, người tấm màn đặt lưng
Đêm thanh vắng, đêm vô cùng
Bỗng dưng Khu Sáu như chừng ở đây
Hình như ngoài đêm Virginia
Còn nghe âm vọng Qui Hòa Qui Nhơn

*(*) Đêm 12.1.2016. Hôm sau là ngày tiễn đưa anh Đinh Cường.*

## NHỚ MỘT THỜI KHU SÁU

Bây giờ nội ngoại lên lon
Bây giờ con cháu cháu con yên phần
Nói gì, thì cũng nỗi buồn
Trong hiu quạnh bốn bức tường chung thân
Nói gì vợ bệnh trầm luân
Nói gì: thì cũng đất gần trời xa
May đời còn có Qui Nhơn
Còn khu Sáu, quán âm hồn lưu thân
Bỗng dưng nhắc Phạm Cao Hoàng
Trưa nằm lửa đốt hoảng hồn cứu tôi

## DÒNG SÔNG

*gửi Phạm Văn Nhàn để nhớ về một thời ở Tháp Chàm*

Bây giờ tôi thật sự trở lại dòng sông
Một dòng sông không có họng súng từ những hàng tre bên kia
bờ có thể nhắm vào
đám lính đang ngóp ngoi giữa dòng
Một dòng sông không lềnh bềnh những xác chết
và những con quạ núi kêu inh ỏi trên thân dừa cụt đầu
Trận đánh cả tuần chưa ngã ngũ Bồng Sơn

Một dòng sông không người đưa tiễn
như Kinh Kha qua đất Tần
mà lau lách đìu hiu
và chúng tôi mang theo bộ áo quần dầm nước
chịu lạnh cả đêm

Đó là dòng sông của tuổi trẻ tôi
của thanh niên sinh năm 1942 là Trần Quí Sách

Bây giờ thanh niên Trần Quí Sách tôi đã làm tròn bổn phận
Giờ thì dành cho Trần Hoài Thư
Một Trần Hoài Thư không có chứng chỉ tại ngũ, căn cước quân

nhân
một Trần Hoài Thư do tôi tự tạo

Tôi trả lại hết xem như Trần Quí Sách đã tử trận
Chỉ mang trên mình lớp da non sắp thay vào những mảng da cháy bỏng vì bom napalm thả rất gần

Tôi là Siddhartha của Hermann Hesse
Thay vì cái am tịnh cốc tôi ở nhờ căn phòng Nhàn thuê ở Tháp Chàm
vách mái lợp tôn
kế cận là nhà chứa
Xung quanh là bãi xương rồng
Một con đường rầy xe lửa chạy ngang qua
tiếng còi và những cơn mơ không bao giờ có thật

Đó là am miếu của tôi
Ngày thì bị nướng thiêu trong hỏa lò
Đêm thì bị đánh thức bởi cuộc bố ráp cảnh sát
vang động tiếng la của những cô gái ăn sương và tiếng còi tu huýt

Nhưng may mắn tôi có dòng sông
Không phải là dòng sông tư tưởng của Siddhartha
mà là dòng sông thực
Tôi thấy nó mỗi ngày
Tôi đến với nó mỗi ngày
Và dưới bóng mát của cây mù u bên bờ sông
Tôi viết
Trần Hoài Thư viết
truyện dài của chiến tranh
Viết mà không lo
Viết mà không sợ
Viết mà không xem nó như trang chúc thư
Viết xong rồi xuống sông ngâm mình
rồi lên bờ tiếp tục viết

Bây giờ tôi là Trần Hoài Thư
Chứ không phải là Trần Quí Sách
Hãy cho Trần Hoài Thư một thời gian

để hắn không còn hệ lụy với chiến tranh
với súng đạn với giết người
Xin ban ân phước cho hắn
Rồi sau đó hắn sẽ trở lại nhận án hèn nhát bỏ ngũ không chí trai hào kiệt
A Di Đà Phật. Amen

Thỉnh thoảng Nhàn ra sông tắm chung
Tội nghiệp hắn
Hắn muốn Trần Hoài Thư sống
Hắn là bóng đại bàng che lấy những ngày lầm than của tôi
Nhưng hắn quá nghèo
Chỉ đủ tiền thuê một căn phòng tôn trong một khu nhà chứa

Lưng tôi bị bom lửa thả rát trên đồi
Sức nóng làm bỏng da
lâu ngày thay da non
Lại thêm những lần ngâm mình phơi nắng
tróc da
để lại những mảng vá dị hợm

Nhàn giúp tôi bóc ra khỏi lưng
Ôi những lớp buồn
như mảnh bánh tráng vỡ
lầm than
nhưng thấm tràn tình nghĩa
của bạn bè
Không bao giờ quên được

Cũng như con sông Dinh
chảy qua bãi xương rồng khô hạn
không mênh mông như sông Tiền sông Hậu
không đẹp không thơ như sông Hương
Với chiếc cầu sắt đen đúa bắc ngang
dội ầm ầm con tàu xe lửa
Sông cạn chơ vơ những hòn đá tảng
lặng lẽ cùng thời gian
không mang một ý niệm tư tưởng triết lý nào
như trong CÂU CHUYỆN DÒNG SÔNG của Hermann Hesse

Nhưng nó giúp tôi dựng lại một Trần Hoài Thư
sau một thời gian bị mất
Nó giúp tôi bóng mát
trong hỏa lò nóng thiêu
Nó giúp tôi tình yêu
Khi cô đơn vô tận
Nó giúp tôi tình bạn
Ra tay gỡ mảng da
thấm đầy màu khổ nạn

*New Jersey, July 25, 2020*

## TÔI ĐẾN THĂM EM VÀO MÙA LỄ

Tôi đến thăm em vào mùa Lễ
Tôi kể về một người quen
năm nay 90 tuổi
vừa lấy chồng
đám cưới mang đồ đầm
nhảy cha cha cha
em che miệng cười khúc khích
tôi kể ba sống lại rồi
hỏi con Y. ở đâu tao đi thăm
Mình gạt nước mắt ba ơi
Tôi hỏi em còn nhớ bài hát nào không
ca cho tôi nghe đi
Giọng em cất lên
"Mùa đông đan áo"
Lời hát không còn lên bổng xuống trầm mà đều đều,
May mắn nó vẫn còn nằm trong bộ nhớ

Bây giờ lại thêm một mùa lễ lại về
Em đã hồi phục
Má trở lại tươi hồng
Trán không nhăn
Bây giờ em trở thành con búp bê
"Oh my darling, oh my darling

Oh my darling, Clementine
You are lost and gone forever"
Em à có nghe tôi hát không
Con búp bê nhắm mắt mở mắt của tôi
Con búp bê có mái tóc cột đuôi gà mun đen vì gội đầu bằng nồi bồ kết trầm luân khổ nạn của tôi
Để tôi được yêu dấu chải đầu
Xoa bóp bờ vai
Để tôi đẩy xe búp bê đi
khi nàng Clementine của tôi trở lại

Đứa bé khi ôm con búp bê vào lòng
hát à ơi
Nó đang tập một ngày làm hiền mẫu
Còn tôi đẩy búp bê em đi
Hành lang vọng về tiếng dương cầm
Chúc mừng
tôi là người hạnh phúc nhất
Và con tim tôi cũng trỗi dậy làm "Thơ Tình Tuổi Tám Mươi"
Bài thơ "Một Chữ":
*Khi thời gian cướp của tôi gần hết*
*Mỗi ngày tôi vẫn đẩy xe tình*
*Mắt tôi lòa, ừ, thì tôi zoom in*
*100 chữ đánh sai, tôi chỉ cần một chữ*
*Một chữ mà tôi mang vào hơi thở*
*Khi tôi buồn, khi quá đỗi cô đơn*
*Một chữ nằm lòng, giữa nhớ nhớ quên quên*
*Một chữ viết đầy trên trang nhật ký*
*Tôi đi đứng khó khăn, xiêu xiêu đổ đổ*
*Nhưng những ngón tay tôi còn nắm chặt tay em*
*Và khi em phát ra từ hai bờ môi câm*
*một tiếng là tôi như hồi sinh trở lại*
*Tôi cũng vậy, bên em, tôi thầm thì một chữ*
*Từ lúc quen em đến lúc xế chiều*
*Nghe máu thanh xuân đang chảy lại trong người*

*2022*

## BÀI THƠ LÀM KHI CON NGỰA GIÀ SẮP 80

Buổi tối tiếng hí rùng rợn cất lên từ chuồng ngựa sau nhà
Báo tin cho ngày ra đời
một con ngựa chứng
đội lốt con người
Mẹ mừng sinh một thằng con trai
Nhưng phải khóc trăm lần vì bầy ngựa kéo xe từng con
từng con giãy chết
Mùa đông tháng chạp
mùa ôn dịch
Mẹ chôn cuống nhau ở vườn sau
Con cáo con chồn đào
tha mất
Mẹ hay tát vào lỗ mũi của con
Khiến máu cam tràn ra cả cốc
Con áp lỗ mũi máu tuôn đỏ lòm vào thành bể nước xi
măng sau nhà
Hay nhét lỗ mũi bằng lá trầu...
Con biết thoát hiểm mưu sinh từ dạo ấy...
Để rồi trong đêm
Khi chỉ còn bóng đêm với mẹ con mình
Mẹ vạch mùng lấy muối xoa những vết roi bầm tím trên
lưng con
rồi khóc
con người ta là con vàng con ngọc
Đánh con mẹ cũng đau lòng lắm
Lúc ấy con cũng khóc theo
Bể nước xi măng và lá trầu
đã nhen nhúm ngọn lửa trong trí não con sau này
Những bài học về mưu sinh thoát hiểm không phải ở quân
trường
mà từ cuộc đời khốn nạn
khi lạc lõng trong rừng già
Khi đói lả trong trại khổ sai
Và bây giờ,
Khi đời coi như đã khánh tận

Chiếc walker nương một ông già phế thải
Sống bằng những gói thực phẩm đông lạnh
Có những ngày căn phòng là một hí trường
Ca sĩ ôm chân bò càng hát opera
Toàn là âm thanh rên la đau đớn
Hết gout rồi chuột rút
Như tiếng hí của con ngựa người bị lão xà ích định mệnh quất roi tơi tả...
Bây giờ tôi chỉ nhờ vào chiếc xe tình của em
để mưu sinh thoát hiểm
Mặt tôi áp lên đầu tóc mun đen của em
Bao nhiêu sợi tóc đen là bấy nhiêu trầm luân khổ nạn
Làm tôi rơi nước mắt
Hai chân tôi tập bước
mạnh thêm
Tim tôi đập
nhanh thêm
Tôi đẩy xe đi, chầm chậm, bao dung
Ông bác sĩ Trời chắc thương tặng tôi chiếc xe tình tuyệt diệu
Hơn cả những xe đắt giá nhất thế gian này
Có cái bể nước trên xe tình
Một thời tôi biết dùng nó để mưu sinh và thoát hiểm...

*2022*

# TRUYỆN NGẮN TRẦN HOÀI THƯ

## TRƯỚC 1975

*Trần Hoài Thư (Ký họa Đinh Trường Chinh)*

# NGƯỜI CHA

Bên trời. Ai đã gọi bên trời, lời thất thanh, đêm bật rách ròng ròng lệ đỏ. Ai đã gọi bên trời, ngựa đã nản chân bon, hí lên tiếng hí cuối cùng, và mây ngũ vồng đưa ngựa già về miền tịch lặng. Bên trời, thời đại này, người có thể thấy mặt nhau từ xa vạn dặm, địa cầu gần gũi vô cùng, thư từ đến với nhau trong tích tắc, nhưng cũng có tín hiệu đến quá chậm quá tức tưởi, quá đau. Tuần qua, lúc con ở bên này ung dung lái xe trên xa lộ, ngày 8 tiếng trong hãng miệt mài, đêm ngủ yên lành trên nệm dày, trong chăn dạ, thì bên kia Ba lại bỏ đi Ba nhắm mắt. Ba không còn đợi thằng con, đứa cháu trở về. Và chấm hết.

Bên trời. Buổi sáng đến sở. Ngồi yên. Ba ơi, chưa bao giờ con lại cảm thấy cô đơn như bây giờ. Muốn bỏ mà đi. Muốn thèm một lần mếu máo. Muốn gọi một tiếng ba từ lâu chưa một lần được gọi. Đi đâu bây giờ để khỏi đập đầu, khỏi đau quặn lồng ngực, để khỏi cắn miệng, cắn môi, mà nuốt dòng lệ mặn. Thì ra, bây giờ con mới hiểu thế nào là một nỗi mất mát của một đời người. Cái mất mát sẽ chẳng bao giờ được đền bù hay có thể được tìm trở lại. Dù là một hạt bụi đi nữa. Dù là một sợi tóc đi nữa. Cái mất mát mà ai cũng có một lần chấp nhận. Nhưng mà, thưa ba, chiến tranh giờ đã tàn lụi, đâu còn nỗi mất mát nào như những nỗi mất mát ngày xưa. Người chết giờ đây, dù sao cũng còn được an ủi. Có nghĩa là, trước khi nhắm mắt vẫn còn nhìn lại một lần những người thân yêu. Trừ ba. Thưa ba, bài này, con viết cho ba.

Trang giấy này con khóc cho ba. Một hai ngày, hay trăm ngàn ngày, con sẽ nói với ba, thầm thì với ba, kể lể với ba. Cái đau này con xin giữ lấy, cho riêng con. Không ai trong nhóm biết cái

mất mát này. Con sẽ giấu, như chẳng bao giờ xin cái ngày phép tang chế thường lệ. Bởi vì, với con, ba không chết. Ba sống mãi. Ở mãi trong đời con.
Từ Quảng Bình, mồ mả ông bà ba bỏ lại. Bỏ lại, như lần đầu theo con tàu sắt ra khơi xuôi về Nam. Ba đã lựa chọn đời sống và tương lai cho con cháu. Nhưng vào ngày ấy, ba vẫn còn có một chỗ để mà đến. Dù những ngày đầu tiên lam lũ. Dù chiếc áo lương đen của ba càng lúc càng mờ phai giữa một thành nội đóng cửa. Dù nghề thầy thuốc của ba càng lúc càng khó khăn tội tình giữa một thế giới Tây y. Ba đã chọn lựa. Đau đớn mà chọn lựa. Bỏ Quảng Bình, bỏ Đồng Hới, bỏ mồ mả ông bà, ba lạy ba lạy. Bỏ cơ nghiệp, nhưng cơ nghiệp có gì ở cõi này, trừ tiếng gọi thầm lặng của một kiếp đời: Tự do yêu và ghét. Ngày ấy con còn quá nhỏ để hiểu tại sao người ta dám bỏ cả một phần đời quý báu nhất của con người. Tại sao người ta lại dám chấp nhận đến một nơi vô định, chấp nhận một phần đất lạ lẫm của miền xa. Tại sao người ta lại dám phủi tay, bỏ sạch của cải mồ hôi nước mắt, công lao mà mình đã cố tạo dựng, và cả một nơi chốn yêu dấu nhất của một con người gọi quê hương. Đêm nay, mấy mươi năm trở lại một thời gian, một không gian cũ, để lại càng hiểu hơn về nỗi đau bầm của một người bỏ quê nhà. Ba chưa một ngày dính líu với bộ máy. Ba cũng chưa một ngày tung hô đả đảo. Ba đứng bên lề: giản dị như chiếc áo lương đen ba mặc suốt năm suốt tháng. Cao quý như nghề thầy thuốc mà ba đã giúp đời, giúp bà con, lân láng. Và khổ hạnh như một nhà tu. Và ung dung như một vị đồ nho. Và cô độc như người còn lại cuối cùng của một thế giới. Như vậy tại sao ba lại mang thân gà trống tục tục bầy con xuống con tàu há mồm. Thì ra, ba đã tiên tri được sự thật. Một sự thật mà ngay cả thế hệ của con sau này cũng chẳng bao giờ biết nổi. Và chao ơi, đến khi biết được thì đã quá muộn màng.

Những ngày đầu tiên ở Huế thì quá lam lũ. Huế có những ngày mưa dầm, có những buổi trời lạnh căm căm, và gió thì cắt bầm da thịt. Và ba đã đứng ở giữa Huế, đi ở giữa Huế, chống đỡ cùng đời sống ở Huế. Vẫn chiếc áo lương đen bạc màu. Vẫn chiếc áo tơi nylon màu sậm rêu đã rách. Và vẫn chiếc dù đen. Ba đã không những chống cự cùng cơm áo mà còn chống cự cùng cái nền văn minh đang mỗi ngày một lấn áp xã hội. Nhưng nếu cơm áo đã làm ba lao đao lận đận, thì cái nền văn minh kia đã làm ba cô độc hàng vạn lần. Ở đâu người ta cũng quay mặt. Ở đâu, khói bụi, và sản phẩm của những luồng gió từ phương Tây vẫn cuốn lốc, vẫn vần vũ. Ba đã đi tìm lại những người thân chủ cũ. Mong đợi họ để ba bấm tay xem lại kinh mạch, để ba kê toa thuốc, và cuối cùng là ít tiền công. Ba cũng đã đi qua những phòng mạch bác sĩ chen chúc người. Ba nhìn người ta đang bị đầu độc bởi khói xe, dầu mỡ, nước đá, trụ sinh. Và càng đau hơn nữa, ba phải nhìn những trang giấy kinh điển, những dòng chữ hiền nhân, những suy nghĩ vạn đại từ từ bay cuốn hay bị vùi dập dưới bước chân người không thương tiếc. Khi ấy ba chỉ biết cúi đầu, lưng khom xuống, và lượm và nhặt. Khi ấy ba buồn bã nhìn về phía Đại Nội, trường Quốc Tử Giám, nơi mà ngày xưa ba đã từng học những dòng chữ của thánh hiền. Huế vào những ngày đầu tiên, mây thì màu chì, và sũng nước. Những con quạ đen in bóng trên thành quách cũ, từ Thượng Tứ qua Đông Ba. Huế vào những ngày đầu tiên, đêm thấp thoáng những ngọn đèn lu mờ giữa dòng sông Hương, và tiếng hò Nam Ai thỉnh thoảng cất lên ủ dột. Huế, học trò Đồng Khánh, Quốc Học, bãi học qua cầu như cả một đàn bướm. Huế có đài phát thanh bên cầu, còn nghe âm vang tiếng đôi song ca Ngọc Cẩm và Nguyễn Hữu Thiết. Huế có tiếng rao hàng rong não nuột trong bóng tối âm u từ đường Trương Định về Hàng Đoát. Và Huế có một mình ba, đứng lại, còn lại một mình.

Nhưng ba không bao giờ chịu làm kẻ thua cuộc. Ba vẫn mặc chiếc áo lương đen, mang chiếc dù đen, chiếc áo tơi màu rêu sậm, và đi bộ, đi mãi, đi miết. Từ Morin về Đập Đá. Từ Morin lên Phủ Cam. Từ Morin qua cầu Trường Tiền, qua Đông Ba, Thượng Tứ, vào Hồ Tịnh Tâm, ngược lên Bến Ngự. Dáng ba nhỏ, gầy. Hai chân ba khẳng khiu, vai hơi khom xuống. Đôi khi một chiếc xe phóng qua vũng nước, và cả người ba bị nước bắn tung tóe. Đôi khi những con chó hung dữ sẵn sàng nhảy bổ vào người ba, nếu không nhờ cây dù bên người, chắc ba sẽ phải bỏ cuộc. Rồi ba trở về cùng con. Mái nhà tôn nào bên đường Trương Định, nền nhà đất thịt, chiếc giường tre nương tựa cơ hàn. Những đêm mùa đông năm ấy, Huế trở trời, lạnh căm căm da thịt. Vì lạ lẫm, và vì hơi lạnh buốt bốc lên từ nền đất, thấm qua tấm chiếu, qua cả chiếc mền dạ nhà binh, khiến con không thể nào ngủ được. Và ba cũng vậy, nằm bên con, mắt mở. Chúng ta đã không thể tưởng tượng có một ngày chúng ta phải nương thân tại nhà của một người khác, trong khi ở quê nhà, chúng ta có cả ngôi nhà gạch khang trang, có nền xi măng, giường rộng, chiếu hoa. Chúng ta không thể tưởng tượng một ngày ba dẫn con đi tìm quán ăn nghèo nàn bên chợ Đông Ba, để nghe mệ chủ quán bĩu môi nói trắng trợn: Quán tôi dơ bẩn, ông nên tìm chỗ khác, chỉ vì ba cẩn thận lấy tờ giấy mang trong mình lau đôi đũa, cái chén. Mắt ba đã mở trong đêm, nhìn lên chiếc mùng, hay đang trở về cùng quá khứ. Với ba, con biết, lệ thầm ấy là quá khứ. Và với con, lệ thầm ấy là mền không đủ ấm, là khoảng đêm dày dặc, là gió bên ngoài hú từng cơn, đập vào mái tôn kêu âm ỉ, là cả thân thể co rúm lại trước cái lạnh bốc xuống từ mái tôn, bốc lên từ đất... Phải, với ba, lệ thầm ấy là quá khứ. Con người ba đã nặng trĩu quá khứ. Ngay ở hiện tại này, ba cũng là ngọn đèn của quá khứ. Ngày xưa, mỗi lần ba ngủ không được, ba vẫn trở dậy pha trà và đọc sách thánh hiền, hay ngâm những vần thơ cổ. Bây giờ không ai cho phép ba trở dậy, để ngồi độc ẩm cùng bóng đêm. Người ta đang ngủ. Nếu có thức chăng là những hồn ma từ những thành quách rêu rong.

Chúng thức để mà khóc cho một thời đại. Nhưng dù sao, chúng vẫn là hồn ma. Còn ba, ba lại là con người thật. So với chúng, ai khổ hơn ai?

Vâng, ai khổ hơn ai? Dù sao những hồn ma kia cũng vẫn còn bầu bạn. Còn ba, một người còn sót lại cuối cùng, quá chừng lẻ loi, và cô độc. Nếu có bạn chăng là con quạ đen trên nhánh cây phượng gầy bên Thành Nội hay tiếng dế khóc than dưới mấy tầng gạch cổ. Từ một xóm nghèo bên Morin, ba lại dẫn con đi nương nhờ tại Đập

Đá, rồi qua Bến Ngự, rồi về Phủ Cam, rồi qua Thành Nội... Cơm áo cuối cùng cũng xong. Những bà chủ nhà nghiệt ngã cuối cùng cũng xong. Những dốc lên dốc xuống cuối cùng cũng xong. Những ngày hừng hực nóng và những đêm buốt tận xương tủy cuối cùng cũng xong. Dòng sông Hương vẫn xanh lơ. Đêm Nam Ai, Nam Bình vẫn bềnh bồng trên những chuyến đò côi cút. Người di cư bắt đầu hòa nhập vào cuộc sống mới. Ông Bá đã trở thành một người thân tín của chế độ, và được giao một nhiệm vụ cao cấp của đảng chính quyền. Anh Trinh được lên Trung sĩ nhất. Bác Cấn được phong trung sĩ nhất hậu cần. Ông Phán lên làm Phó Tỉnh trưởng hành chánh. Bây giờ những người di cư mới tìm lại ba như ngày xưa họ đã tìm đến. Thân chủ của ba đã không còn bao gồm trong thành phố Huế mà đã được bung ra đến Đà Nẵng, Hội An. Người ta cuối cùng đã tìm đến một vị thầy sau bao năm ngoảnh mặt. Và trong lòng chiếc xe hàng Phi Long, Tiến Lực màu vàng da cam ấy, ba vượt đèo Hải Vân, xuống bến xe, và lại đi bộ, đi hoài đi mãi. Áo lương đen, chiếc mũ dạ, chiếc dù đen. Và cái túi áo mỗi lúc mỗi đầy những trang giấy thánh hiền. Phố lầu cao che mái ra bờ lề, bóng ba lẻ loi giữa chợ người. Ngày mưa cũng như ngày nắng. Ngày lạnh căm căm cũng như ngày lửa oi nồng, một mình đông tây nam bắc, bước tới, đi tới. Để làm gì. Hai trăm đồng học phí một tháng cho lớp Đệ Ngũ của trường Việt Hương. Ba trăm đồng học phí cho lớp Đệ Tứ của trường Bán Công, để con tiếp tục đến trường. Và đêm đêm, ba ngồi viết hàng trăm *verbe* quy tắc hay bất quy tắc, những *demander à* hay *demander pour*, thành ngữ, văn phạm trên cuốn sổ tay bìa đỏ. Ba hãnh diện nhắc lại ngày ba cứu dân làng thoát khỏi lần bố ráp của Tây bởi vì ba là người nói và viết được tiếng Pháp. "Ông quan ba đọc xong thơ của ba, bèn kêu ba tới và bắt tay kêu ba là *monsieur*". Ba nói về cuốn tự điển Larousse dày cả ngàn trang mà ba thuộc lòng. Người ta thường nói về một người mẹ như một hình ảnh yêu quý nhất, tôn thờ nhất, dịu hiền nhất, nhưng với ba, cho con được ngừng lại một giây, một phút, để cho nước mắt cứ tuôn, để đôi mắt con mờ nhạt, để hiểu rằng con được tự hào có một người cha còn tuyệt vời hơn cả một người mẹ nữa. Có lần con thấy con gà trống dẫn đàn con đi kiếm mồi, con vật sao cô đơn quá. Nó có mồng, cựa, bộ lông sặc sỡ, uy dũng hiên ngang làm sao, thế mà cứ mỗi lần tìm được mồi, nó lại kêu tục tục, gọi đàn con đến... Cũng như ba. Tục tục hoài. Hết tay này quạt lại đến tay kia quạt trong những đêm mùa hè dưới mái nhà tôn. Chiếc mền đắp lại trên người con, trong đêm giá buốt. Và đôi khi, giữa đêm, con còn nghe tiếng ba nằm mớ. Ú ớ. Một ác mộng cũng nên. Tại sao ba không bao giờ kể cho con nghe về cái ác mộng ấy để con hiểu thế nào là lịch sử, những biến cố của đất nước hay cái thảm kịch của chính ba? Phải, ba đã giấu con. Ba đã giấu về một người đàn bà mà ba đã cưới về làm vợ, về một người nào mà lẽ ra con còn được gọi cái tiếng mẹ như mọi người. Ba đã giấu, chẳng bao giờ nhắc nhở, hờn giận. Nhưng ba không thể giấu nổi những tiếng mớ u uẩn trong đêm. Rằng, nỗi buồn câm nín mà ba mang theo trên hai vai gầy guộc của một ông đồ, một người đàn ông, một người cha hẩm hiu đã trở thành tiếng ú ớ buồn thảm.

Cuối cùng, ba vẫn là người để người ta tìm đến, sau khi bệnh tình của họ, và người thân, bác sĩ đã bó tay. Vợ họ hiếm muộn con cái. Con trai họ mộng tinh di tinh trầm trọng. Có người bị mất ngủ kinh niên. Và mỗi lần kê toa thuốc xong, ba không bao giờ quên một câu dặn dò: Nhớ là đừng bao giờ dùng nước đá. Nước đá hàn, uống vào sẽ hại không ít thì nhiều. Ba đã dặn bệnh nhân của ba như vậy là vì lương tâm của vị thầy thuốc hay là vì cái nền văn minh kỹ thuật đang cuốn lốc mọi thứ cổ truyền mà ba tìm cách chối bỏ? Với con, cả hai. Ba vui mừng khi thấy con bệnh mà ba chữa trị đã bình phục, nhưng ba đau khổ không ít khi nhìn cốc nước đá lạnh mà người ta đã mời ba. Ba đã cố giải thích với họ về một nền văn minh chết người, đang tìm cách làm hủy diệt loài người. Tại sao những người xưa sống lâu cả trăm tuổi? Tại sao người ta mắc bệnh tâm thần ngày càng nhiều? Thuốc trụ sinh là gì chẳng qua là nấm? Và cả bao nhiêu loại thuốc men khác cũng bắt nguồn từ cây cỏ? Đôi khi gặp một vài người tri kỷ, ba lại nói về cái độc hại và phá sản của một nền văn hóa ngoại lai. Nó làm băng hoại gia đình và xã hội. Ba trách thế hệ trẻ tuổi sa đọa, quên hết cội nguồn, thương mây khóc gió, không còn biết trọng thánh hiền. Nhưng ba không biết, con đang ở trong thế hệ trẻ tuổi mà ba đã kết án. Ba không biết tuổi trẻ của con đang nổi loạn. Tuổi trẻ của con đầy những xâu xé, giành giựt, bị hành hạ bởi ý thức. Qua sách vở con đọc, qua lịch sử mà con đã sống và lớn lên để thừa hưởng, qua xứ Huế mà con đã cô đơn, qua cha mẹ phân ly, qua tình yêu mà con đã vấp phải, qua mấy bức tường thành mà con bị giam hãm. Ý thức đẩy con xa ba, và càng xa, ba càng buồn vì con hơn ai hết. Ba muốn con lập thân, có nghĩa là đậu bằng cấp, có chức vụ để người đời trọng nể. Nhưng con thì lại khác, ngồi trong thư viện, đọc trang sách của Sartre mà lạc loài, mà hư vô, mà nôn mửa. Đời là gì. Chiến tranh ở đâu đó, trên những trang nhật báo mỗi ngày. Con đọc *Tội ác và Hình Phạt* mà tìm hình bóng con qua người trẻ tuổi. Tại sao? Đầu óc con muốn nổ bùng. Con lê dép Nhật, để tóc dài, như thách đố cùng Huế, cùng xã hội. Con bỏ lại sách vở, bằng cấp ở phía sau, để coi đời là áng mây trắng. Con đuổi theo áng mây ảo tưởng. Con coi đời là cuộc chơi. Chẳng cần thắc mắc. Khi người ta bắn con, viên đạn phá toạc da thịt con, những mảnh lựu đạn cắm sâu trong thịt con, con vẫn nhìn lên bầu trời, không oán trách, giận hờn hay đổ tội. Rồi ở đâu, trong cõi này, những áng mây sẽ dịu dàng đậu lại, nương nhờ nhau, che chở nhau. Rồi ở đâu, cũng có ngày người Nam ôm kẻ Bắc, người Bắc ôm kẻ Nam... Nhưng cuối cùng, con đã hiểu. Người thật thà không thể sống chung với ma quỷ.

Thôi thì đành ra đi. Ở Việt Nam đâu còn gì nữa để mà nói về con người, về tình tự, về mây trắng. Nhưng khi bỏ đi, thì phải bỏ những gì yêu dấu nhất trong đời. Bao nhiêu năm trong nước con cứ hẹn lần hồi một ngày về phép thăm ba, thăm Huế, để nói với ba rằng con vẫn còn bình an, và để nhìn lên lư nhang đầy ngập tro và trăm ngàn que nhang tàn chen chúc, nhưng cuối cùng chỉ là một lời vỗ về hoang tưởng. Cháu nội của ba vẫn chưa được thấy mặt nội. Giấc mơ nào về quê, để ba nhìn cháu nội đã vỡ vụn tan tành. Và giờ đây, con lại xa ba thêm một nửa vòng trái đất. Lại còn phải thêm một lần nếm mùi bỏ xứ ra đi. Lại thêm một lần, bóp còi cho tiếng còi lạc vào chốn mịt mùng. Lại thêm một lần, những bánh xe cứ lăn hoài không biết ngày nào trở về cố hương. Ba thì lại xa. Nói gì về một lời tiên tri cũ để chợt giật mình. Thì ra tóc con cũng đã nhuốm bạc rồi. Tin nhà cuối cùng cũng phải đến như quy luật của vũ trụ nhân sinh. Con đang nhắm mắt đây, bởi vì, con biết Đất Trời Tiên Phật đang bao bọc ba, dìu dẫn ba, và chưa chắc, ba đang có mặt tại chốn này. Con nhắm mắt, dòng lệ nóng tuôn trào, không ai biết, mà chẳng cần ai biết. Bởi vì chỉ có ba biết con và con biết ba là đủ. Con biết có một người can đảm nhất trên đời, đạo hạnh nhất trên đời, và cũng buồn bã nhất trên đời. Tháng ba hay tháng chạp, năm này hay năm khác, đêm xứ Mỹ hay ngày xứ Mỹ, qua thị trấn này hay về thị trấn khác, những con đường hun hút mênh mông rồi cũng cuối cùng về lại một điểm. Cái điểm đó, có ba mái tóc bạc phơ, bộ áo lụa trắng, đôi mắt mù lòa, hun hút trong dòng thiên cổ.

**Trần Hoài Thư**

# MỘT VÙNG SƯƠNG KHÓI

Những người lính đã lội qua dòng sông, bây giờ phải trở lại. Một người nói lớn: Thiếu úy, nước sâu quá, qua không được. Tiếng một người khác phụ họa theo. Sông gì mà ác ôn. Chỉ còn một gang tấc thì đến bờ, lại sâu như một cái giếng. Tao tưởng chết đuối rồi.

Người sĩ quan đứng bên này bờ, đã bỏ dây nịt đạn xuống đất cỏ. Anh nhìn dòng sông xanh lơ chảy dài dưới nắng chiều. Mặt sông bị lóa ở khúc giữa, nhưng hầu như đen thẫm ở hai bên bờ. Hàng cây cổ thụ, lẫn hàng tre cao nghệu, đan dày đặc, che hẳn khung cảnh bên kia bờ. Nhưng anh có thể đoán biết bên đó, tình hình bắt đầu an ninh, khả quan vì anh đã nhận ra những cuộn khói bốc lên, cuống quít trong thinh không, hầu như hòa lẫn vào đám mây trắng sữa. Mặt trời đỏ lòm ở phía tây, thấp thoáng sau khoảng trống của đám lá. Anh cứ ngỡ mình bị thôi miên dưới màu sắc rực rỡ nhưng đầy buồn bã của một ngày. Bàn tay anh vuốt trên quần, táy máy phủi những cọng cỏ, cọng gai. Anh lại ngồi xuống, dựa lưng vào một gốc cây to, sần sùi nhưng đã chết cứng. Anh hỏi thằng lính truyền tin. Này Trí, báo tin Sơn Ca chưa... Này Trí, nói lại với ổng, khúc sông này nguy hiểm lắm. Hiện các đứa con của mình đang tìm cách vượt qua. Trí không đáp, ngẩng mặt nhìn lên bầu trời, theo dõi chiếc bà già đang lượn vòng. Hắn vẫn lắng nghe trong ống liên hợp, những mẩu âm thoại ngắn, cộc lốc từ các trung đội khác gởi về ban chỉ huy. Hắn bỏ mẩu thuốc xuống đế giày, dí mạnh.

Hắn nói: Thiếu-úy, Đại-úy sắp đến rồi đó. Ổng bảo chờ đó. Anh gật đầu, nói lớn cho đám lính ở dưới sông nghe: Tìm được chỗ cạn chưa... Lội vào bờ đi... Coi chừng bọn nó bắn tỉa... Lội vào bờ đi. Ở dưới sông, đám lính vẫn tiếp tục hò hét, tát nước, cười rộn rã.

Anh nghe tiếng binh nhất Hà vang lên: Đ.m., ướt em tôi rồi. Hắn nhái theo giọng cải lương, em ơi, ứ... ứ... ư... rồi... Đằng sau, tiếng nói của hạ sĩ Hổ: Làng này ngày xưa giàu lắm. Ôi chao, nội cái tiền bán lúa cũng đủ mua nhà lầu rồi. Tiếng nói của Hổ lẫn lộn một chút tiếc thương buồn rầu. Anh vẫn cúi mặt xuống, nhìn bản đồ bọc nhựa. Nhưng anh biết anh đang bùi ngùi trong một giây phút. Trên mặt giấy này, những xóm làng, những sông hồ, đồng ruộng trải dài chen chúc. Bây giờ, quê hương yêu dấu đó. Những nơi anh đi qua, anh đã dừng quân, đã lục soát, đã nghỉ ngơi trong một thời gian ngắn ngủi, những nơi đó, bây giờ còn gì nữa? Buổi trưa, anh đã vô tình nghe tiếng gà gáy khi anh nằm dưới một gốc dừa, chợt anh cảm thấy xúc động lạ lùng. Giữa vùng đất chết, chỉ toàn những nền nhà vụn, những vách phèn lở lói, những bụi cỏ cao quá đầu người, những trái ớt dại đỏ thắm bên những giàn bầu giàn bí, trái bụ bẫm đến no lành, thì tiếng gà chợt gáy lên, trơ trọi, hun hút khiến anh phải đứng dậy, ngơ ngác, đánh hơi, gọi là một chút tiếc thương đầy nước mắt.

Hổ vẫn kể với mấy người bạn đang ngồi dựa lưng vào bờ đất đầy cỏ lau. Này, tao ở xóm trên, khi nãy bọn mày đi qua, chỗ có cái giếng tối thui đó... Chu cha, tao thề với bọn mày, nếu không có chiến tranh, thì nhà tao xếp hạng đầu trong làng này.

Dóc tổ hoài, cái mặt mày đi ăn mày không ai thèm cho, mà đòi làm giàu.

Anh chợt mỉm cười. Anh đứng dậy, cầm khẩu súng và dây nịt đạn khoác lên vai. Mùi cỏ ướt lẫn mùi đất phảng phất. Qua đám lau cao đen thẫm, chạy dài theo bờ sông, anh nhìn được ngôi trường làng dưới những nhánh hoa giấy đỏ. Một phần mái bị trốc, sụp đổ. Những cột bằng xi-măng bị đạn phá loang lổ... Anh nói với Trí: Sơn Ca đến chưa? Rồi anh quay lại, nói vọng: Coi đại úy đến chưa... bọn bây... Tiếng trung sĩ Nuôi át cả tiếng gió: Đến rồi, thiếu úy. Có cả trung đội hai nữa.

Anh nói to: "Sửa soạn poncho, bây. Làm phao..."

Trời bỗng đỏ rói. Mặt trời đã nằm trên đỉnh núi, tròn vo, sừng sững. Trung sĩ Tướng vừa lội vào bờ, lắc đầu: "Sâu lắm, thiếu úy. Cái kiểu này, tối mới về." Quần áo của ông Tướng bị dầm dề nước sông. Ông phủi phành phạch bùn đất đã dính trên quần. Anh nói: "Ông Tướng, coi anh em làm phao đi... kẻo nó ngu, thì chết đuối, khổ mình lắm." Anh gọi Tròn lại, này Tròn lấy poncho làm phao. Ráng cột cho chặt. Súng đạn bỏ vào cho cẩn thận. Tròn đáp dạ, rồi mở ba-lô lấy poncho. Hắn chửi thề: Đ.m. gần về rồi mà cũng mệt. Anh nhìn dáng nó như đứa em nuôi của anh. Cha mẹ nó đã chết. Hiện giờ nó chỉ có bà chị theo chồng sống ở một góc trời nào đó. Những lần nhìn hắn lủi thủi một mình trong trại, anh nghĩ đến mình mà tủi thân. Mỗi lần anh cho nó đi phép, nó cầm tờ giấy, lắc đầu tội nghiệp, em không biết đi đâu nữa. Nhà cửa thì bị phá tan rồi. Làng lại mất an ninh. Nghĩ đến đó, anh muốn ứa nước mắt. Anh bỗng gọi: Này Tròn.

Tròn quay đầu lại:

– Dạ, thiếu úy gọi em.

Anh cười:

– Cột được không, để tao cột cho.

– Được, thiếu úy.

Rồi Tròn lại tiếp tục loay hoay với công việc. Anh phì cười khi nhớ lại buổi trưa trong ấp vừa chiếm. Những trái ổi Tròn hái cho anh đã làm cho bụng anh sôi lên sùng sục. Anh vừa rên vừa ôm bụng. Những viên thuốc cũng không đủ làm cơn đau của anh lắng dịu. Hạ sĩ Tín, y tá trung đội, nói: Tại thiếu úy uống nước sông, lại ăn ổi sống. Anh vừa rên, thì Tròn lại nhảy lên cây ổi. Anh hét lên: "Xuống không. Cấm bọn bây hái. Nghe không." Có lẽ tại vì cơn đau dữ dội đã làm anh nóng giận. Tròn nhảy xuống. Một chốc, nó lại trèo lên, cố gắng hái những trái ổi lớn. Anh mở mắt, hét: "Tròn, mày không nghe tao nói hả. Xuống đây..." Anh vùng đứng dậy, giận run cả người... Xuống đây. Anh vớ thanh tre la lên. Và khi Tròn sợ hãi đến bên, anh quất ba roi vào mông thằng xì dầu của anh. Cơn đau bụng của anh cũng tự nhiên bay đi mất... Nó hết một cách lạ lùng và kỳ diệu. Anh cười khan. Tròn nghe anh cười cũng cười. Anh hỏi:

- Sao con nhỏ đó mày cua được chưa?

- Ngán lắm, thiếu úy. Nó đòi đi theo em.

Anh bật cười:

- Mày thật là tài. Còn tao, gặp đàn bà như gặp bà chúa. Không tài như mày đâu.

- Trời, em mà trổ tài, thì nó bán ruộng bán vườn theo em.

Anh lại cười:

- Bán ruộng, bán vườn theo mày để chết đói hả?

Bây giờ, dòng sông trở nên náo loạn đến cực độ. Những tiếng hét hò rộn rã lan khắp mặt sông rộng. Những người lính biết lội đang trổ tài dìu những người không biết lội qua khúc sông sâu. Vài người lính của một đại đội bạn đã đánh rơi súng xuống sông, khiến quang cảnh đã náo loạn càng náo loạn hơn. Buổi chiều đã sắp dứt chỉ còn những ánh nắng tàn tạ thoi thóp trên mặt sông. Con sông nhìn đến tít mắt. Càng xa, nó chẳng khác một dải lụa đen mượt, hiền từ. Phía trên, thấp thoáng một đồn lính đồng minh. Những hàng rào mập mờ bò từ dưới chân lên tận đỉnh. Vài người lính hét lên mừng rỡ. Đến phi trường rồi. Bọn bây ơi. Riêng anh, anh muốn nao nao. Niềm sung sướng rộn ràng trong cõi sâu của tâm hồn anh. Anh đứng dậy, bàn tay vẫy đồn binh. Trên cao, chiếc bà già thả trái khói vàng rồi vụt bay lên. Anh cười, nghĩ đến tên Vũ, đang ngồi trong phi cơ. Ngày mai chủ nhật, phải đón đường hắn, bắt đi nhậu rồi lột cái gương đen cao bồi của hắn cho bõ ghét. Ngày mai, anh tự mỉm cười. Những nàng con gái Sư-phạm từ nội trú tung cửa lồng, dập dìu trên các đường phố, trên các xe lam, trong các quán ăn. Những tà áo lụa thướt tha như những cánh bướm. Anh sẽ ngồi giấu trong một góc ở tiệm cà-phê, ngồi một mình, nhìn ra khung cửa kính có giăng màn mỏng. Đó là những hình bóng xa vời nhưng thật đẹp. Anh chỉ muốn như thế. Mỗi năm, một mùa con gái lại về trong thành phố, như mùa hoa muôn sắc từ bốn phương trời trở lại. Anh đứng dậy, tiến về thằng mang máy cho Sơn Ca: Yên, cho tao liên lạc với chiếc bà già. Danh hiệu nó là gì nhỉ, Bạch Tuyết hả?

*

Những bóng người mập mờ trên con đường đê nhỏ. Màu đất sẫm tối chạy dài và hòa lẫn trong một màu tối ở đồng ruộng xa xa. Mau lên, tiếng gọi giục giã trong máy, trời tối rồi. Anh cố gắng đuổi theo những người lính của mình. Họ vội vã; họ cuống quít. Họ đua nhau chạy trên con đường, như hy vọng được thấy lại mái nhà cũ, vợ con yêu dấu của họ sau bốn ngày lội. Họ làm anh luống cuống. Đôi chân của anh hình như tách rời ra khỏi thân thể, kéo lê dằng dặc, sền sệt trên đất. Bàn chân trở nên nhức nhối. Những hạt cát vô tình rớt trong giày trận khi anh lội qua suối cạn, đâm vào lòng bàn chân, tê điếng. Anh đi khấp khểnh. Anh cố gắng đi mau. Mau lên. Anh thở dốc. Những hạt cát vẫn đâm vào, hành hạ anh. Anh muốn ngồi xuống, từ từ tháo giày, trút những hạt cát chó đẻ. Khi anh vừa ngồi xuống, thì đám lính vượt qua, bỏ lại anh một khoảng cách xa. Anh chửi thề, rồi đứng dậy, tiếp tục nhón gót chạy theo. Mau lên. Tiếng súng từ một đồn canh vang lên rộn rã. Tròn quay lại, chờ: Mệt, thiếu úy? Anh lắc đầu: Ăn thua gì. Đ.m., mấy hột cát trời đánh thánh vật. Tròn nói: Thiếu úy đưa dây đạn cho em mang… Anh lắc đầu, chợt nhận ra mặt trăng đã lên từ lúc nào rồi. Màu sáng lấp loáng ở một nóc nhà lợp tôn. Chắc còn xa, phải không thiếu úy. Tròn hỏi. Ờ, còn xa… Anh trả lời thật khổ sở.

Mau lên… Những chòm lá cao rủ xuống ở hai bên đường. Đồng mía chạy dài, xạc xào trong gió. Có những con dơi vụt bay lên. Anh thấy những đàn đom đóm lấp lánh trên hàng rào dâm bụt. Nhà đã đóng cửa. Anh bước qua, thất thểu, lạnh run. Anh chỉ mong đợi một điều. Đó là một ánh đèn. Một nguồn sáng nhỏ nhoi bên khung cửa. Một sự trìu mến mời gọi. Nó bơ vơ giữa cõi đêm, không, nó ở trong tận hồn của anh. Anh chỉ mong một ánh đèn… Những người lính cũng vậy. Mau lên, mau lên. Hỡi Hà, hỡi Trí, hỡi Hổ, Tròn, hỡi Y Sik, Nay Wang, Y Sim, ông Tướng, Dâng? Nó ở đâu, anh không biết. Hay đời anh là vậy. Anh tự dưng thèm một mái tóc đen bên khung cửa kính. Trong ánh điện vàng, em không biết anh ở ngoài bờ thành, nép vào dưới giàn hoa giấy, để nhìn trộm em. Em đang chải tóc. Mái tóc in trên khung kính mập mờ, bàn tay em dịu dàng vuốt từng sợi. Ánh đèn đó, em đã cất đi rồi. Em tắt vội vàng vì em có một giấc mộng vàng đêm nay.

*

Nơi dừng quân cuối cùng là bãi đất trước ngọn tháp Chàm. Sơn Ca đang liên lạc trong máy xin xe chở đại đội về hậu cứ. Anh ra lệnh trung đội, ba-lô súng đạn sắp thứ tự, rồi nghỉ ngơi... Còn anh, vất dây nịt đạn, khẩu M.16 xuống đất, vội vã cởi dây giày, tháo bít-tất, để tìm những hạt cát chó chết, nếu là một sinh vật, thì anh phải bầm ra từng khúc. Những hạt cát nhỏ nhắn, đang nằm trong lòng bàn tay, thật nghênh ngang, thách thức cùng anh. Anh vắt nước đôi bít-tất, rồi đưa lên mũi ngửi. Hình như đó là một thói quen của anh từ ngày vào lính. Anh cảm thấy quen thuộc với mùi vị nồng nặc của chúng. Rồi anh nằm xuống đất cỏ, duỗi hai chân từ từ, nghe gân cốt giãn ra, và cơn đau bí ẩn đang hành hạ nhẹ nhàng trong bắp thịt. Gió về đêm vi vu, lướt thướt trên mặt anh, tóc anh. Những người lính đã nhen một đống lửa, thắp bằng củi khô và giấy bìa cứng. Họ đứng quây quần xung quanh ngọn lửa. Những gương mặt bừng sáng. Những nụ cười tiếp tục vang lên. Hai tay họ phủ trên ngọn lửa và mỗi lúc, họ càng xáp vào gần hơn. Anh bỗng thấy vui lây. Dù sao bốn ngày hành quân, đơn vị cũng được vô sự. Nếu chẳng may, một vài kẻ nằm xuống, chắc ngọn lửa này là ngọn lửa tưởng niệm rồi. Ngọn tháp buồn bã ở trên gò cao. Màu gạch vàng sậm, mốc meo, đang chứng kiến một đoàn quân trở về, mà anh cứ ngỡ đôi mắt của mẹ anh đang đọng buồn trên đó.

Anh đứng lặng lẽ, hai bàn tay co ro sưởi ấm. Trung sĩ Dâng nói: "Ông biết tháp này là tháp gì không?" Anh lắc đầu. Hắn nói nhỏ đi: "Mình đang đứng trước thành Đồ-bàn đấy, thiếu úy."

Có những đốm sao hiện lung linh trên nóc tháp và anh nghe được tiếng gió hú não nùng lê thê.

**Trần Hoài Thư**

# TRONG ĐÔI MẮT CHÚA

Trường Thế, Nho Lâm, An Cửu, Tân Dân, người lính trở về đứng dưới gốc cây sứ trổ bông, nhìn đám lửa bốc lên từ hướng núi. Trong gió nam lồng lộng thổi, cuốn theo đám bụi khô nồng, xoáy cả lưng trời, thinh không một cơn nắng rát, có tiếng chim tu hú nổi lên ở bờ lau dại. Trường Thế, nhìn sang Nho Lâm, ai mỏi mòn trông một ngày về để nhìn đám ruộng, đám mía khô cằn xơ xác. Trường Thế nhìn sang Nho Lâm, một đỉnh giáo đường đen sậm, bơ vơ giữa lưng trời xanh, để thấy những nhánh phượng đỏ thắm tội nghiệp trên một nóc giáo đường không ai thăm viếng. Những nhánh hoa phượng phất phơ đầy quyến rũ ở một chân trời nổi bật giữa một màu xanh ngàn bạt, giữa một màu vàng hiu hắt của đám lau khô, giữa sự bí mật não nề, đầy những đôi mắt. Người lính bỏ súng xuống, thở hổn hển. Mồ hôi ri rỉ trên vầng trán đen sậm. Gió nam vẫn thổi, lùa những chóp tre quằn quại, làm rên rỉ miếng vải căng ngoài hiên nhà thờ, và thỉnh thoảng một vài con chim nhỏ, vụt bay lên trong lòng nhà thờ u tối, thăm thẳm. Anh ngồi xuống bậc tam cấp, hai vai nghe nặng nề. Chút nắng lọt qua khung cửa vòng cung, cũng không đủ để anh nhìn thấy những gì ở đằng sau hàng ghế giảng đạo. Có gì ở đằng sau đó. Hay là bức tượng Chúa, đóng đinh trên thập tự giá, hay là những ngọn nến lung linh trên điện thờ, hay là bức tranh ngày Chúa về pháp trường, giữa đoàn quỷ sứ. Đằng sau đó, bên trong lòng tịch mịch của một ngôi giáo đường làng, anh như nghe được tiếng cầu kinh thảm thiết, anh còn như thấy được bóng cha xứ, áo đen rộng, tóc bạc, đôi kính trắng đang giơ hai tay lên cao, đang cúi xuống, trong ánh nến lung linh của một ngày lễ đạo. Và ở dưới bậc thềm giảng đạo, mẹ anh đang quỳ xuống, đôi mắt nhắm lại, lộ gương mặt già nua tội nghiệp. Tất cả như sống lại trong lòng anh, chẳng khác một cuốn phim dĩ vãng. Thằng bé quần đùi áo cánh, theo mẹ, băng qua con đường nhỏ, dưới những bóng cây mù u, sầu đông. Thằng bé đi lên chiếc cầu đá, nhìn xuống dòng nước xanh, chảy luồn dưới hàng tre rậm, để trí não mơ mộng một chuyến đi. Người mẹ hiền từ, quỳ xuống bậc thềm tam cấp, hôn vào bàn tay cha xứ. Chim đã ríu rít trên nóc giáo đường, trên hàng sứ bông trắng, trên hàng phượng đỏ thắm, trên những hàng sầu đông mới lớn. Thằng bé vẫn còn say mê ở một chuyến đi. Chuyến đi của những người anh về miền biên khu thăm thẳm. Chuyến đi khi xóm đạo bắt đầu rung chuyển. Tây đổ bộ xuống bờ biển Qui Nhơn, Tây đổ bộ về Phước Lý, Tây theo tàu xuống cửa bể Đề-gi, Tây nhảy dù lên Gò Bồi, Tuy Phước. Xóm đạo trở nên rung động. Nhà thờ Tường Thế, buổi hoàng hôn, giục tiếng chuông. Nhà thờ Gò Bồi, giục tiếp. Tiếng chuông đổ dồn dập từ nhà thờ Nho Lâm, đến nhà thờ An Cửu, Tân Dân. Con sông Gò Bồi, chảy từ cửa biển Phước Lý về xóm đạo, đã đầy rẫy ghe thuyền. Ban đêm, những ngọn đèn bão bập bùng như ma trơi. Ban ngày, tiếng khu trục gào thét. Xóm Đạo trở mình, xóm đạo bừng bừng ngày kháng chiến. Xóm Đạo đã trở thành một căn cứ. Những phòng tuyến được mọc lên. Tiếng chuông giáo đường không còn là tiếng chuông lễ, nhưng đã trở thành những tiếng chuông báo động. Tiếng chuông Trường Thế, khẩn cấp báo sang Nho Lâm. Thằng bé cũng theo mẹ, vội vã xuống hầm, bịt đôi tay kín bưng, mỗi khi đoàn khu trục bay qua, sà xuống thấp.

Bây giờ, thằng bé năm xưa đã trở lại. Chiến đoàn đã được lệnh hành quân suốt vùng dài mười mấy cây số. Ngày đặt chân xuống phần đất quê hương, người lính bỗng rưng rưng nước mắt. Anh đã trở lại, thằng con lưu lạc, năm nào mơ tưởng đến một chuyến đi, khi nó đứng trên chiếc cầu đá, nhìn xuống dòng sông xanh. Người mẹ đang quỳ trong giáo đường, làm sao biết được cái ngày con mình sẽ trở nên một tên lãng tử. Người mẹ, khi cúi đầu, quỳ gối xuống trước mặt Chúa, làm sao gọi vòng tay Chúa bao bọc che chở đàn con. Người con lớn đã về biên khu, núi rừng trùng điệp, và đã ở bên kia xứ sở của mùa đông. Thằng hai, đã rời xóm đạo, như một cánh chim biệt tích. Mười năm sau, thằng sáu lại ra đi biền biệt, anh em cũng bỏ xóm đạo mà đi, làm sao mẹ biết, anh em đã trở thành kẻ thù như ngày hôm nay.

Buổi sáng, người lính qua chiếc cầu đầu tiên, đã đổ nát. Cuộc hành quân bắt đầu giờ N. Lệnh mỗi người mang bảy ngày gạo và hai lần cấp số đạn. Đại Hàn đã án ngữ ở hướng núi. Chiếc cầu như một tuyến xuất phát. Và khi bước qua, lòng cầu, rung rung quẫn quại, thì anh thấy như in cả quê hương buồn bã của anh chập chờn dưới làn nước. Anh đã thấy rõ, những mái nhà đổ nát, những vách tường loang lổ, những chiếc nền trống vắng quạnh hiu, những ngọn dừa khẳng khiu không có một chiếc lá. Tất cả hình ảnh đang chập chờn dưới ánh nắng mùa hạ. Con sông buổi sáng đã lên cơn thủy triều, chảy triền miên về biển. Anh mỏi mệt đổi thế súng, cúi chiếc đầu nặng nề mũ sắt, và dừng lại giây lát.

- Ê, bồ đi chớ! Sao như kẻ mất hồn thế?

Tiếng thằng bạn đằng sau giục.

Người lính không trả lời. Anh bước đi trong khi tiếng một thằng bạn khác nổi lên:

- Nó đang làm thơ đấy. Đánh giặc mà thơ với thẩn.

- Chắc nó đói bụng rồi.

Những tiếng lao xao bỗng nhiên tắt lịm, khi tiếng người đại đội trưởng la lên:

- Làm gì mà dồn cục, ồn ào thế. Lại cái thằng thi sĩ này nữa.

Người lính vẫn cúi đầu bước. Anh muốn khóc. Anh không biết tại sao con tim của anh lại xôn xao, xúc động như thế này. Anh muốn làm một bài thơ nói về sự trở về của một đứa con lưu lạc. Anh nghe nhịp giày của mình đang rên rỉ, anh thấy dòng nước xanh đang chảy trong hồn như một dòng kỷ niệm. Khi bước qua con đường đất, gồ ghề đất thịt, anh lại bất chợt nhận ra nóc giáo đường quạnh quẽ dưới hàng cây cổ thụ cằn khô. Ave Maria, hàng chữ đắp lên bức tường vôi trước lầu chuông đã nhạt màu xanh. Một pháo đài đã

mọc lên từ lâu trong sâu, lộ những dấu tích đẫm đầy nước mắt. Trong nắng mai, vài khóm hoa sứ trắng ẩn hiện bên cạnh lầu chuông. Tiếng người bạn anh, vô tình thốt lên:
- Ở đây ngày xưa chắc là xóm đạo. Sao mà nhiều nhà thờ thế.
Tiếng một người lính khác phụ họa.
- Buồn nhỉ. Nhà thờ gì mà không có lấy một con chiên.
- Thằng này sao ngu vậy. Ai dám đặt chân đến chỗ này.
- Tao nghe nói chỗ này ngày xưa vui lắm. Dân giàu, ruộng lúa cũng nhiều. Mày xem nhà cửa toàn là gạch ngói không.
Buổi trưa, đại đội anh dừng quân trong ấp ven con đường đất đỏ. Cơm nước trước một giờ. Các bạn anh đang sửa soạn nấu cơm dưới những tàn cây lớn. Khói bốc lên đến nhức mắt. Anh bảo những người bạn trong tổ: tôi không ăn. Các anh ăn đi. Rồi anh khoác vội cây súng, lững thững bước ra sân nhà. Trước mắt anh những đồng ruộng khô cằn, nứt nẻ. Tiếng đại bác câu từ căn cứ pháo binh vẫn còn nghe rõ ở hướng Nho Lâm. anh nhìn thấy những mái ngói mờ nhạt trong đám lá xanh trước mặt. Nho Lâm, Nho Lâm, nơi anh đã sống trong những ngày thơ ấy, nơi những con dế mùa hè phá giấc ngủ trưa, và những con sáo trên nóc giáo đường trở về khi chiều sắp chết. Nho Lâm đang nhìn anh, như một người mẹ đáng thương, ủ rũ chờ đợi con về. Nho Lâm, như ngôi tháp chuông quạnh quẽ, và chiếc cầu đá, mà thằng bé ước mơ một chuyến đi xa. Người mẹ đang quỳ trước mặt Chúa hài đồng, cầu nguyện cho đàn con lưu lạc. Anh ngắt một nhánh hoa sứ, chậm chạp bước đến. Dễ chừng nỗi hồi hộp theo từng bước chân hơn lúc nào hết. Anh nghe từng ngọn cỏ thầm thì, từng phiến lá khô trăn trở. Anh nghe tiếng tu hú buồn bã từ một bờ tre, và như thể cõi thinh không đang vang động tiếng cầu kinh tội nghiệp. Anh đã trở về, thằng con của mẹ đã trở về mà hồn thì ngập tràn nước mắt.

Anh đã bước vào trong ngôi nhà thờ đạo ấy. Rõ ràng anh nghe tiếng động thật khẽ. Anh thối lui, hướng mũi súng về phía khả nghi. Nhưng không, anh chỉ thấy lũ dơi đang tung cánh loạn xạ, lũ chuột chạy vụt dưới góc tối, đầy mùi mốc ẩm. Hơi lạnh bỗng toát ra làm anh phải rùng mình. Anh đứng lại trước điện thờ. Đây là chiếc thập tự giá vẫn còn treo giữa vách trắng, đầy mạng nhện. Đây là những lọ, những khúc đèn sáp la liệt trên điện. Chúa vẫn nhìn xuống, đôi mắt hiền lành, sầu khổ. Chúa vẫn dang hai tay, gầy ốm như một người bất hạnh nhất của thế gian. Anh đứng lặng đi, nghe ở khóe mắt nóng. Thì ra đôi mắt của anh đã ràn rụa. Một cơn gió nam mạnh bạo lùa vào, khiến da thịt của anh lạnh run. Anh trở ra, bước về phía nhà sau. Trong mái tranh che tạm, anh bắt gặp một ông già đang cúi đầu chào anh. Ông già cô độc nhất đang còn lại giữa vùng lửa đạn. Ông già đang còn lại trong quê hương anh. Anh nhìn trân trối một lúc và ngập ngừng hỏi:

- Ông có phải là ông Tám không?

Ông già, đưa đôi mắt mệt nhọc, vầng trán nhăn giữa một gương mặt ốm gầy:

- Phải.

Anh cầm tay ông già, nói như khóc.

- Cháu là Sáu đây. Cháu con bà Năm đó ông.

Đôi mắt ông già mở lớn, có vẻ sững sờ:

- Cháu là con bà Năm?

- Dạ

Anh ngồi bệt trên nền đất, hỏi tiếp:

- Sao ông không tản cư. Ông ở đây một mình sao?

- Tôi già rồi. Tôi ở lại để trông cái nhà thờ của ông cha mình.

- Ông già và ốm quá. Cháu không nhìn ra nữa.

- Cháu cũng lớn quá đi. Nếu cháu không nhắc đến bà Năm thì tôi đâu có biết.

Ông nắm bàn tay anh. Bàn tay kia của ông già run rẩy đặt trên vai người trở về.

- Sao cháu về đây?

- Cháu đi hành quân.

- Ừ nhỉ. Hèn gì mấy bữa nay, súng đạn cứ nổ hoài.

- Ông không sợ sao?

Ông già cười, nụ cười đầy mếu máo:

- Tôi sắp xuống lỗ rồi. Mọi sự có Chúa che chở. Mà đi đâu bây giờ?

Anh không trả lời, nhìn ra sân. Hàng cây sầu đông rạp mình trên bờ thành đen sạm, mốc rêu. Những chiếc lá ngâu li ti rụng, lăn trên nền gạch cũ. Và đằng xa, ruộng đồng nhức nhối dưới nắng. Phải, anh đang trở về, đang nhìn lại nơi anh sinh ra, lớn lên, nơi một phần cuộc đời của anh gói trọn. Anh nghe lòng mình quặn thắt. Ông Tám, người lão bộc của một đền thờ. Ông Tám mà những buổi lễ sớm, ông trèo lên tháp chuông, giựt những hồi chuông rộn rã. Ông Tám mà những buổi trưa, ra đứng sau giáo đường, đuổi lũ trẻ hoang nghịch, bắn ná vào lũ chim se sẻ trên hàng cây cổ thụ. Ông Tám mà cuộc sống như gửi trọn dưới chân Chúa, đêm ngày sống cô độc giữa xóm đạo năm nào. Anh nhìn vào trong căn nhà nhỏ. Một chiếc giường tre, khuất trong bóng tối. Một bồ lúa, những chai lọ, chiếc võng căng ngang. Đó là sự nghiệp của ông già cô độc. Anh hỏi về những người thân thuộc, bà con. Anh hỏi về những gương mặt bất chợt nhớ ra, như là một kỷ niệm của tuổi nhỏ. Ông Tám thì buồn bã nói về một Xóm Đạo tang tóc, đìu hiu. Đôi mắt ông già mệt mỏi, dễ chừng cả bầu trời đen tối, đè nặng trên đầu ông. Đó là những ngày Đại Hàn trở về, theo sau những chiếc xe bọc sắt. Đó là những đêm nẫu về, đóng trong nhà thờ, sửa soạn cơm nước. Đó là những lần ông Tám nằm chui dưới giường, nghe đạn trái phá rít bên ngoài. Đó là những lần một người trở về, bịt mắt, ngang qua cổng nhà thờ, bị tròng dây vào cổ, và tiếng kêu như tiếng heo bị chọc tiết. Đó là những người áo đen, chân không trở lại tụ họp trên nền gạch, dưới ánh trăng xanh, cùng nhảy cùng hát cùng hội thảo học tập. Ông già Tám vẫn chậm rãi kể. Điếu thuốc rê đã tiếp tục đốt cho những dòng lệ một người con của Chúa. Chúa đã được một người ở lại, bảo bọc che chở. Trong làn khói thuốc, anh thấy gương mặt ông già lung linh mờ ảo. Dễ chừng, một ngày nào đó, anh còn ngồi bên cạnh ông già, trên thềm nhà thờ, để nghe ông già kể lại chuyện Đức Chúa Trời ở một phương trời Jérusalem, về Đức Mẹ Maria nhỏ nước mắt bên thành La Mã, về những con sáo từ cánh đồng xa, mang theo tin buồn một kẻ đã chết. Anh ngồi sát lại hơn.

Nắng càng đổ xiên, chói vào lòng giáo đường. Chiếc cầu đá, vẫn bắc ngang dòng sông cô quạnh. Một vài ngôi mộ trắng nổi lên, trơ chiếc thập tự giá dưới bóng cây mù u. Ông già vẫn ngồi bất động. Chợt ông nhớ ra điều gì, nói lớn:

- Có một đêm cách đây không lâu, anh Hai của mày có về đây, gặp tao. Nó hỏi mày, đó Sáu. Nó đội mũ cối, mang dép Bình Trị Thiên, mang súng báng ngắn.

Anh chụp vai ông già, hỏi lại:

- Thiệt không bác?

- Thiệt chớ. Ban đầu tao không tin, nhưng về sau nó có kể bà Năm nó kể mày. Tao mới biết.

Người lính đứng dậy, như kẻ mất hồn. Bóng anh in lên nền gạch, hòa lẫn bóng cây sầu đông. Anh bước ra sân, đến chiếc cầu đá. Rồi anh cúi đầu xuống nhìn dòng nước xanh. Tiếng đại bác vẫn ầm ì nổ. Cuộc hành quân vẫn còn tiếp tục kéo dài. Đoàn trực thăng đã rền vang trên bầu trời chói chang. Anh như người sực tỉnh. Anh vội vàng cầm súng chạy về chỗ đóng quân. Nhưng đại đội anh đã di chuyển từ lúc nào rồi. Anh vội vàng chụp mũ sắt, vội vàng chạy như một kẻ mất hồn. Anh vừa thở vừa chạy. Đằng sau anh, đoàn xe bọc sắt đang rầm rầm vượt qua cánh đồng bát ngát.

**Trần Hoài Thư**

*Trần Hoài Thư lúc còn trẻ*

# TRUYỆN NGẮN TRẦN HOÀI THƯ

SAU 1975

*Chân dung Trần Hoài Thư (tranh Nguyễn Quang Chơn)*

# RA BIỂN GỌI THẦM

Tôi lại trở về cùng biển. Tôi lại trở về để nghe lời gọi mời của chân trời xa, của sóng, và mặt trời. Tôi lại về bên này để nhớ về bên kia. Cũng vẫn một bầu trời xanh, cũng vẫn những đám mây trắng nõn như đàn cừu trên triền đồi xanh cỏ, cũng muôn lời ru trên mênh mông âm thanh của sóng và gió. Một chỗ đứng ở đây, ghềnh đá dựng, bãi cát mềm, lũ còng bé nhỏ, nước lên rồi lại nước rút.

Mười tám năm, hay là mới hôm qua. Một chỗ ngồi ở đây hay một chỗ ngồi từ cõi nào, ngày nào. Thuyền ơi thuyền ơi, thuyền trôi biền biệt. Mấy mươi năm chẳng biết mô tìm. Tôi nói hoài. Tôi cứ gọi hoài. Con thuyền ở đâu giữa biển cả mịt mùng. Sao nó chẳng hiện lên, chấm đen cuối trời, để tôi còn thấy nàng. Gió trở lạnh, hay người tôi không được khỏe, hay tại vì khí hậu của vùng Đại Tây Dương. Tôi mang lại chiếc áo ấm xưa. Mấy mươi năm chẳng biết mô tìm. Áo này em đã thức bao đêm để gởi lên đường len thương nhớ. Tên này em quyện cả hơi thở, ràn rụa nụ hôn. Còn nữa. Còn con sông chảy về Kiên Lương, nhánh chia về Kinh Một, nhánh chảy về Hà Tiên, trước khi ra cửa biển. Con sông bên nhà em, để tôi yêu vô cùng câu thơ cổ: Quân tại tương giang đầu. Thiếp tại tương giang vĩ... Em yêu dấu vô cùng, và bao dung vô cùng. Con người là một loài lau sậy, nhưng là loài lau sậy biết nương nhờ. Chúng biết suy nghĩ, dĩ nhiên, nhưng chúng biết suy nghĩ để làm gì khi xã hội này không cho chúng suy nghĩ. Chúng chỉ muốn quên, như dòng chữ bằng than người tù binh đã viết vội vàng trên tường:

Ước gì mắt ta được mù tai ta được điếc...

Cái kiêu hãnh của một sinh vật đứng bằng hai chân phải bị nhường lại trước cái kiêu hãnh của sa tăng. May mà chúng biết nương tựa lẫn nhau, dìu dắt cho nhau. Như trăm ngàn bóng ma ở trong rừng tràm Kinh Một, Tám Ngàn. Như em và tôi. Em và tôi. Nhớ gì con thuyền nhỏ xuất hiện trên dòng kinh vào mùa nước lũ. Nhớ gì màu nước đục ngầu, nước chảy xiết, mang trên dòng những đoàn quân lục bình, tràm củi. Nhớ gì về một bầu trời xám chì, và những khu rừng lau trắng bạt ngàn rợp mình dưới những trận gió hung bạo. Nhớ gì về một tấm thân cha mẹ nưng niu không may sinh lầm thế kỷ, để biết con người còn thua con vật. Con người kỳ lạ. Nó biết kéo cái ách bằng cách nào hay nhất. Nó sáng tạo những dao những búa thay vì người ta bắt nó dùng hai bàn tay không. Nó lại biết dùng vải bao cát để che thân, dùng rơm cỏ để làm nệm, dùng dây điện thoại để làm dây đàn, để hát lại những bài tình ca. Nó cũng thâm độc hơn bất cứ một sinh vật nào. Nó đái lên những con cá lóc cá trê nó câu được trước khi nạp phần cho cán bộ quản giáo. Nó thầm lén phạt đứt cọng mạ non thay vì làm cỏ. Nó chửi thề khi ngồi nghe chính trị viên lên lớp. Nhưng nó lại chịu thua trước thiên nhiên. Bởi nước thì quá sâu, và chảy quá mạnh. Bởi bó tràm thì quá ngỗ nghịch, cứng đầu. Nó ngoi ngóp. Nó vùng vẫy. Hai chân vừa đạp, hai tay vừa kéo. Mưa lạnh làm châu thân nó run như lên cơn sốt rét. Hàm răng nó đánh cầm cập. Nó lại đói. Cái đói ghê gớm. Cái đói tàn bạo quật ngã nó khiến nó cứ thở dốc, thở rống từng hồi từ lồng ngực ngỡ khô cạn. Nó lảo đảo. Nó đang ở bên trời. Nó hay là tôi. Và tôi hay là nó. Tôi cũng chẳng cần biết nữa.

Chỉ biết có con thuyền nhỏ người con gái hôm nào đã dừng lại. Chiếc áo bà ba vải trắng. Chiếc khăn sọc rằn quấn cả gương mặt như che bớt cái cam khổ mưa nắng rừng tràm. Em hỏi tôi. Anh à, hay anh cột bè tràm này vào đò, để em chống về trại giùm. Tôi nhìn em, lòng như bật khóc. Em như bà tiên, bà thánh nữ, Mẹ Maria, Phật Bà Quan Âm. Em từ đâu hiện đến cứu vớt tay Tôn Hành Giả ở tận đường cùng. Tôi nói cô không sợ sao? Em trả lời thách thức có gì mà em lại sợ. Giúp người đâu phải là cái tội, phải không anh? Tôi thú thật với nàng tôi quá đói. Em trao tôi gói cơm nếp, mấy con cá rô kho mặn trái dưa leo. Hai tay tôi run. Tôi nhận ơn cứu độ. Phía xa ở cuối bờ là ngọn đồi Sọ, có cây Thập Tự giá mờ nhạt in trên nền trời xám. Tôi nghĩ Đất Trời Vô Lượng đang cúi đầu nhìn xuống tôi. Như đôi mắt dịu dàng đang nhìn tôi, lúc này. Sau đó, tôi cột bè tràm vào sau chiếc đò tam bản.

Người con gái chống sào vượt dòng nước ngược. Thân hình em mảnh mai và đôi bàn tay mềm mại cầm chiếc sào. Gương mặt trắng và đẹp có vẻ thị thành để tôi biết em là cánh chim đến từ đất lạ. Tôi cũng vậy, cũng đến từ đất lạ. Chúng ta cả miền Nam bây giờ cũng đến từ đất lạ. Bởi vì người ta đã đoạt quyền làm chủ. Tôi bước theo trên bờ kinh. Mong thời gian ngừng lại. Mong người con gái sẽ đứng đấy ngàn năm. Phía cuối chân trời là núi Sọ. Tượng Thập Tự Giá vẫn trơ trọi dưới màn mây cuối ngày sắp khóc. Chợt em nói: Anh ơi, đêm nay là đêm Giáng Sinh. Tôi bàng hoàng: Ồ thế sao. Tôi không hề biết. Cổ tôi lại khô. Tôi nuốt nước miếng. Núi Sọ Ngài lên Thập Tự Giá. Núi Sọ đánh dấu cái tàn bạo của con người. Nhưng Núi Sọ vẫn nẩy nở những nụ hoa bất diệt như người con gái ở Kinh Nhà Chung này. Đến gốc xoài cách trại tù khoảng 500 thước, tôi kêu nàng dừng lại: "Cô ơi, đến đây được rồi. Tôi có thể bè một mình..." Nhưng em vẫn còn muốn giúp kéo thêm một đoạn. Em nói: "Còn xa lắm. Để em chống thêm một lát không sao đâu anh."

Tôi khẩn khoản: "Cô hiểu giùm tôi. Người ta biết được chắc tối nay tôi phải nằm ngoài chuồng kẽm gai, muỗi hút tôi không còn giọt máu."

Em nghe lời. Em trả lại bè tràm. Tôi cám ơn em, và nhủ lòng trong suốt quãng đời còn lại, tôi sẽ không bao giờ quên được một người con gái. Và em từ giã. Chiếc xuồng tam bản mỗi lúc mỗi mờ nhạt, và thân hình mảnh mai của em càng lúc càng mất hút giữa một rừng lau trắng bạt. Đó là đêm Noël đầu tiên để tôi biết được thế nào là sự bao dung của Thượng Đế. Hình như tôi nhớ đến một đoạn nào trong Thánh Kinh. Hãy nhìn những con chim sẻ ngoài đồng nội, ta còn cho chúng chiếc áo... Nếu quả vậy thì Thượng Đế đã rủ lòng thương của Ngài xuống khắp trần gian. Tôi là một kẻ không đạo, nhưng tôi tin có đôi mắt Ngài. Đôi mắt từ núi Sọ, dù đêm ở đây đen tối quá chừng. Ai đã kể lại lịch sử của Kinh Nhà Chung. Ngày xưa, vua Minh Mạng bài đạo, sát đạo cùng khắp. Có nhóm người trốn ra hòn đảo nhỏ sau đó quay lại đất liền, phá rừng tràm lập lại nhà thờ và dựng nên một thập tự giá trên ngọn đồi thấp, tức Núi Sọ bây giờ. Ai lại nói về những đêm xưa. Những đêm những xuồng ghe từ mọi nơi đổ về hành hương dưới chân Núi Sọ. Bây giờ cảnh cũ không còn nữa. Tất cả là đất lạ, ngay trên nơi chôn nhau cắt rún của mình.

Đêm ấy, những người tù mừng Giáng sinh bằng ấm nước nhãn lồng và hát cho nhau nghe những bài Giáng sinh. Hải lấy cây đàn mà anh tự chế với ván thùng đạn và sợi dây điện truyền tin. Anh dạo lại bài Ave Maria, khiến con tim chúng tôi muốn nghẹt thở. Chúng tôi ngồi xít lại nhau vừa nghe vừa chuyền điếu thuốc lào trong khi đêm ngoài lán đen và dày xôn xao lời dạ trùng và lời ru của gió. Riêng tôi, cảm động quá chừng. Không có giáo đường và máng cỏ. Không có cây thông và tiệc nửa đêm. Không còn người con gái dịu dàng bước qua cửa thánh. Những điều đó có ý nghĩa gì khi cả miền Nam rưng rưng nước mắt. Dù vết cứa cứ hành người trong cuộc nhưng đôi khi ta phải thương hại kẻ đã cứa ta. Đầu óc chỉ biết đến bùn, đến máu. Họ thức trong khi ta mệt ta ngủ. Họ canh trong khi ta mơ. Họ rình rập trong khi ta ung dung. Có phải vậy không, hay là tôi đã tạo ra một triết lý để an ủi. Không, tôi không an ủi. Chúng tôi không an ủi bằng nỗi bất lực. Hải vẫn đàn từ bản này qua bản khác.

Hùng vẫn ngâm những bài thơ hay dạo nào. Tự vẫn tha thiết bài hát. Lửa vẫn ấm từ những anh chàng chuẩn úy, thiếu úy, trung úy, những tú tài cử nhân cao học tiến sĩ bác sĩ kỹ sư từ Kinh Một về Nhà Chung về Tám Ngàn. Để rồi họ phải ào vào, lên cò đạn, rọi đèn pin khắp lán. "Các anh giờ này còn tụ tập để hát nhạc phản động ấy hả?" Tội nghiệp cho họ. Họ chưa biết đời là gì. Họ sống như thể một con trâu ngoài đồng nội, bị xỏ mỏ bởi những tay phù thủy. Họ đã không còn làm chủ lấy chính con người của họ nữa.

Từ đấy tôi có một người đến với dòng lênh đênh. Mỗi lần ra chợ Tròn để đào trùn về nuôi bầy vịt của đám quản giáo, tôi lại được cơ hội gặp người con gái. Nàng cùng đứa em trai chăn bầy vịt trên bờ hồ. Người lính canh gốc miền Nam thường bỏ một mình tôi cùng với những đống rác bẩn thỉu để la cà tán tỉnh các cô hàng nước trong chợ. Tôi mang thùng đựng trùn về bờ hồ. Mặt hồ phẳng và nước hồ xanh lơ. Nàng cầm chiếc gậy tre đuổi theo đám vịt, và mái tóc nàng xõa tung bay trước gió. Nắng làm má nàng đỏ hồng. Mắt nàng sáng lên khi gặp tôi. Rồi nàng ngồi xuống bờ hồ, quẹt mồ hôi trán. Tôi nhìn nàng, ước gì có phép lạ. Phải, tôi sẽ lau giùm những giọt đời bất hạnh gian khổ. Tôi sẽ che nắng lửa khỏi làm nám màu da trắng nuột của em. Nàng vẫn tinh nghịch như người con gái Saigon. "Anh ơi, anh nhìn kia kìa. Đám vịt con không dám xuống hồ cùng mẹ. Chúng sợ nước rồi." Nàng quả ngây thơ để lòng tôi phải nẩy nở một niềm hạnh phúc thật tinh khiết. Tôi có lần hỏi nàng, "Cô bé, em không sợ anh là ngụy sao?" Nàng trả lời: "Em thấy các anh tội nghiệp quá. Tại sao người ta lại ác với các anh như vậy? Em nhìn các anh vác gạo, bè tràm, em lại nhớ đến người anh của em. Ảnh bị bắt ở Xuân Lộc. Bây giờ không biết bị tù ở đâu?" Tù ở đâu? Ở đâu cũng là nhà tù. Và ai ai cũng chui vào cửa ngục. Cả em nữa. Bởi vậy chúng ta mới ở cùng một hàng ngũ. Tôi muốn nói với nàng như thế. Nhưng tôi phải từ biệt nàng. Chiếc thùng trùn này, với những con trùn hổ, trùn đất, trùn trâu. Chúng là căn phần của cặn bã, nhưng cũng có những kẻ cần chúng, như những thùng phân mà người dân miền Bắc đã giành giựt trong bao nhiêu năm.

Rồi một ngày người con gái chợ Tròn gặp tôi, giọng thì thào như thể có điều gì nghiêm trọng. "Anh hãy đến đầu đống rác dưới gốc cây xoài, có cái lon sữa bò." Rồi nàng vội bỏ đi, đuổi theo bầy vịt trên bờ hồ. Tôi xách thùng giả vờ lui cui đào bới. Người cảnh vệ đã bỏ đi về phía khu nhà chợ. Tôi mở nắp lon sữa bò, thấy tờ giấy cuộn trong lon. "Anh Hai của em đã vượt ngục về đây. Mười hai giờ trưa nay có người đưa về chỗ trú. Đêm nay tàu sẽ vượt biển. Họ cần một người biết lái tàu. Em biết anh là sĩ quan hải quân nên em đã giới thiệu. Đừng chần chờ nữa. Anh nhớ đến bến đò... Thương yêu anh. Em."

Bây giờ tôi đang ở tại đất người. Bao năm chờ đợi một tin người yêu cũ để rồi cuối cùng người anh của nàng một đêm gọi điện thoại về để báo tin trong tiếng nấc. Chiếc tàu mang nàng đi đã bị tàu hải tặc ủi chìm sau khi chúng thi nhau hãm hiếp từng người đàn bà con gái trên tàu. Mày có thương nàng thì lấy cái ngày tàu nó đi làm ngày giỗ, để nó còn yên ổn dưới lòng biển cả.

**Trần Hoài Thư**

# ĐÊM MƠ

Buổi học đầu của lớp Toán Cao học. Người thiếu nữ đã đến lớp từ lâu, và người đàn ông, ngồi đằng sau, biết mình sắp chết đuối về bờ vai mềm và cái dáng dấp nhỏ bé rất Đông phương ấy. Ông giáo sư già vào lớp, ngồi trên chiếc ghế và rảo mắt nhìn đám sinh viên. Sáu người học trò. Ông trao tờ giấy điểm danh xuống người ngồi hàng đầu. Tên tuổi. ID. Nhan thi Nguyen. Đến phiên người đàn ông Việt Nam. Niềm vui nho nhỏ dấy lên. Nguyễn thị Nhàn hay Nguyễn thị Nhân. Nhàn hay Nhân. Nhàn. Tôi thầm thì. Tên của một người xưa. Tên mà tôi viết cả ngàn lần trong những đêm ngày nhớ nhung chất ngất. Tên tôi gọi khi tôi quằn quại cùng vết thương, khi tôi đứng trên cao để nhớ đồi Nam Ô, và nhìn xuống thấp để nhớ về biển xanh dưới chân đèo Hải Vân. Tên trên phong bì, trên trang thơ, trên những giờ, những phút trải trong lòng nhật ký từ một nơi nào của thành phố Đà Nẵng. Tôi nhắm mắt lại. Con tim già nua hôm nay bỗng nhiên rạo rực lại rồi. Tôi nhìn lên, gặp đôi bờ vai nhỏ. Ngày xưa, em cũng gầy guộc, em cũng dịu dàng, em cũng mong manh. Ngày xưa, Nhàn ơi, anh về phép, đội mưa ngoài cổng, để em phải bối rối tội tình trong chiếc áo mưa màu tím hoa cà. Ngày xưa cổng trường Phan Châu Trinh, học trò con gái khúc khích cười trước một cây si cổ thụ. Ngày xưa người về một ngày rồi lại bỏ đi, người đợi một ngày rồi lại ôm mặt khóc. *Một người về đỉnh cao. Một người về vực sâu. Để cuộc tình chìm mau...* Ông giáo sư bắt đầu giảng bài. Ông dùng vụ án O J để chứng minh về vai trò quan trọng của Toán học. Ông đùa: "*Bọn mày xem, bây giờ ai ai cũng trở thành toán gia. Luật sư, bác sĩ, ông quan tòa, bồi thẩm đoàn, những tên không bao giờ thích Toán học bây giờ luôn luôn nói về xác suất probability trong việc thử máu, và dùng toán thống kê để chứng minh... Sự thật là tuyệt đối. Cho dù xác suất sai là 1 phần tỉ tỉ đi nữa, kết quả vẫn không phải là sự thật. Có nghĩa là không thể chứng minh O J phạm tội. Phải nhờ Toán học O J mới thắng. Còn nữa, Unabomber, cái ông toán gia làm điên đầu FBI cả hai mươi năm qua..."* Ông già nói liên tu bất tận. Có lẽ ông muốn trút hết nỗi hẩm hiu của một lớp quá chừng ít ỏi cũng như cái kiếp toán gia bạc bẽo của ông. Thật vậy, trong khi các lớp cao học khác, học trò chen lấn, đông đúc, thì mỗi lớp Toán, vỏn vẹn vài sinh viên. Cái thê thảm của một xã hội kim tiền. Có phải vậy không?

Cuối giờ, ông giáo sư đọc một mạch những bài homework cho kỳ đến. Tôi thấy Nhàn bối rối, chừng như không bắt kịp câu nói của vị thầy. Rồi lớp học tan. Bọn sinh viên mấy người hối hả đứng dậy. Chỉ còn Nhàn. Em ngồi lại. Như một con nai nhỏ tội tình. Vâng, tôi biết, ngày xưa, tôi cũng đã từng có những giờ phút khốn khổ như em hôm nay. Giờ đầu tiên tôi cũng đã từng tuyệt vọng nghĩ đến một cuộc đầu hàng. Tôi đến bên người con gái đồng hương, thăm hỏi. Nỗi buồn đến tội nghiệp. Và em đã bấu víu vào tôi.

Người đã gọi bên trời. Con sáo đã sổ lồng. Con sáo qua sông. Tôi như thằng bé nào cầm chiếc lồng trống trơn buồn xo bên dòng sông đỏ máu. Hai tòa lầu Twin Towers. Tòa Empire State Building. Chinatown. Holland Tunnel. Tượng Nữ thần Tự Do. Cầu Pulaski Skyway. Những ngày hôm qua, tôi và người và Nữu Ước. Hôm nào trời Nữu Ước mưa bụi. Mưa làm dòng Hudson mờ đi, để buổi học đêm, bên kia bờ, triệu triệu ánh đèn phải trở thành những con mắt ràn rụa lệ. Để giờ break time, người và tôi, đứng trên lầu cao, nhìn qua thành phố. Tôi kể những gì tôi biết về Nữu Ước. Tôi kể về một đêm đứng trên chóp đỉnh của tòa Twin Towers mà nhìn xuống những con đường ngang dọc đan kết những chuỗi kim cương ngọc ngà, ngời sáng hầu như bất tận. "*Nhàn biết không? Đó là những đoàn tắc xi Nữu Ước*". Tôi kể về quả cầu được thả xuống tại khu

Times Square vào lúc giao thừa dương lịch với hàng trăm ngàn người từ khắp nơi đổ xô về. Trai gái hôn nhau. Những chiếc hôn dài của mùa hạnh phúc. Và tiếng còi xe, tiếng kèn giấy, tiếng phong cầm, và rượu chát, rượu mạnh, nút chai bật tung như pháo nổ. Và người ta nắm tay nhau khiêu vũ... Em thốt lên: *"Vui quá hả ông? Ông có bao giờ đến đấy tham dự chưa?"* *"Chưa cô à. Nếu cô muốn, tôi sẵn sàng làm người hướng dẫn". "Vâng, thế nào em cũng nhờ ông".* Nhàn ơi, tôi nhắm mắt lại đây. Cám ơn em, cho tuổi trẻ của tôi một lần trở dậy. Đêm nào như đêm hôm qua, khi tuyết trắng xóa phủ xuống Nữu Ước, khi muôn triệu ánh đèn kinh thành càng làm màu tuyết lung linh hơn, và rực rỡ hơn. Đêm cuối năm, em xa nhà, và tôi cũng xa quê hương. Xe chờ em ngoài khu nội trú. Em khoác chiếc áo dạ đen. Mưa tuyết dập dìu trên đầu. Mưa tuyết óng ánh dưới ánh điện nhiều nến. Khu nội trú nhiều cửa sổ đèn tắt. Chắc hầu hết sinh viên đã trở lại nhà. Tôi mở cửa xe. Mở thêm quạt tuyết. Xe theo con đường chánh của quê hương Frank Sinatra. *"Nhàn ơi, Nhàn có bao giờ nghe Frank Sinatra hát chưa?" "Frank Sinatra là ai hở ông?" "Là một danh ca nổi tiếng của Mỹ. Ông ta có giọng hát thật ấm. Nơi đây là nơi ông lớn lên. Cả thành phố đều hãnh diện vì ông. Các quán cà phê, nhà hàng đều treo hình có cả chữ ký của ông nữa." "Thế thì được làm ca sĩ hạnh phúc quá ông nhỉ?" "Vâng, bởi vì ít ra ông cũng mang hạnh phúc cho một số người."* FM106.7. Âm hưởng của một bản nhạc Giáng sinh Holy Night. Vâng, Đêm Thánh Vô cùng. Đêm ngày xưa hay là đêm nay. Cửa xe mở ra và em ngồi thu mình như con mèo nhỏ. Trời lạnh, nhưng hồn tôi ấm lắm. Xe chạy dưới mưa tuyết. Chiều cuối năm, khác với quê nhà, không có cảnh hối hả bồi hồi cho một cuộc trở về. Hay là tại lòng tôi, quá quen đến dửng dưng. Hơn mười năm xa quê hương, thời gian quá dài để làm chai sạn những nỗi nhớ nhung quay quắt. Con tim ngỡ đã ngủ yên. Bây giờ tự dưng em làm con tim tôi thức dậy. Em hay Nhàn xa xôi vời vợi ngàn trùng. Em hay Nhàn một thời để yêu và một thời để chết. Em làm tôi cứ nghĩ đến một người.

Xe đã ra ngoài xa lộ. Nhàn co ro. Đôi mắt mở lớn nhìn đêm. Đêm sáng lòa như tấm thảm kim cương mờ nhạt lệ mềm. Đêm đẩy đưa hai kẻ không quen bỗng nhiên gặp. Em có biết là tôi quá hạnh phúc không. *"Nhàn muốn nghe nhạc không?" "Ông có nhạc Bảo Yến không?" "Không. Tôi chỉ biết Lệ Thu, Khánh Ly, Mai Hương, Thái Thanh." "Họ hát ở bên này, phải không ông?" "Không. Họ là những ca sĩ nổi tiếng tại miền Nam trước 1975." "Thế ư?"* Rồi tiếng hát cất lên. *Nhắm mắt. Cho tôi tìm một thoáng hương xưa*. Nhàn có vẻ thờ ơ, lơ đãng nhìn ra ngoài đêm. Mưa tuyết rơi để đua tranh cùng cây quạt nước. Hàng xe đang chờ đợi nối đuôi. Dưới cầu phía nam là phi trường Newark. *"Nhàn thấy gì không, phi trường quốc tế Newark, đèn đuốc sáng trưng, cứ năm phút là mỗi chuyến bay đáp xuống hay cất cánh"*. Tôi nói. *"Quả thật vậy, thưa ông?" "Vâng. Như vậy làm sao đủ thì giờ để người ta từ biệt, phải không ông?" "Vâng, đời sống ở xứ sở này đều hối hả, gấp rút, ngay cả nỗi chia ly. Không còn cảnh người đứng trên ngôi nhà gió nhìn ra phi đạo, thấy bóng người thân yêu của mình lẩn khuất vào lòng tàu." "Ông ơi. Chắc ông có nhiều người để ông phải đưa tiễn." "Tại sao Nhàn lại hỏi thế?" "Vâng, thì trong đời của bất cứ một ai đều có một lần từ ly. Thế ông đã có lần từ ly nào để mà ghi nhớ?"* Tại sao Nhàn lại hỏi như thế. Vâng, tôi đang nhớ đây. Nhớ một người tên Nhàn. Nhớ một người mong manh như sương như khói. Nhớ người nào luống cuống bên tôi, má au hồng, đêm đêm viết về tôi bao nhiêu dòng nhật ký... Nhớ để mà hiểu rằng, có nhiều chuyện không thể ngờ nổi, tưởng tượng nổi. Như Nhàn của một thời bây giờ lại trở lại bão bùng...

Rồi tiếng hỏi bên tai.

*"Ông ơi, có phải hai tòa lầu chọc trời kia là Twin Towers?*
*"Vâng."*
*"Tại sao gọi là Twin?"*

*"Tại vì chúng giống nhau như đúc. Chúng sinh đôi. Tại vì người ta không muốn thấy chúng lẻ loi. Nếu lẻ loi, chắc chúng buồn lắm..."*

Người con gái không nói. Em làm sao hiểu được thế nào là nỗi lẻ loi của một đời người. Muốn đọc lại câu thơ của Thanh Tâm Tuyền: *ôi những người khóc lẻ loi một mình*, nhưng không dám. Tuổi em không phải là tuổi tôi. Không thể mang nỗi buồn rầu của thế hệ tôi về thế hệ em.

Xe vào khu Chinatown lúc hơn 8 giờ tối. Giờ này hầu như khu phố Tàu trở nên vắng vẻ. Chúng tôi tìm một quán ăn Việt Nam. Nhàn ăn rất ngon miệng. Tôi vừa uống bia vừa nhìn nàng. Cảm tạ Đất Trời đã cho tôi được gặp lại một bóng hình. Cảm tạ gương mặt thanh tú, mái tóc cắt ngắn, đôi vai gầy mảnh mai, để đêm nay, tâm hồn tôi phải ấm áp. Đêm cuối năm, tôi thèm phà khói thuốc để mờ đi gương mặt của người bạn học. Để bóng hình như hình sương và bóng khói. Như niềm hạnh phúc mà tôi bắt gặp đêm nay.

Sau đó chúng tôi lái xe đến Twin Towers. Trời đã bớt tuyết, nhưng gió từ sông Hudson thổi về lồng lộng giữa hai dãy lầu cao khiến chúng tôi phải co rúm lại trước những cơn gió thốc. Hơi thở thành khói. Dưới hàng hiên, một người homeless đang nằm ngủ. Không hiểu sao y lại ngủ được giữa cái giá rét cũng như náo nhiệt của một đêm cuối năm. Trong một quán cà phê, những mái đầu chạm nhau. Xe cộ vẫn tấp nập. Không khí của đêm giao thừa ở đây khác với quê nhà - đây hình như người ta đổ xô ra đường. Còn ở quê nhà, người ta về bên trong cánh cửa của đoàn tụ, của giây phút gần gũi giữa người sống và người khuất - đây niềm vui mở ra trên những vỉa hè tấp nập người, trên những con đường tấp nập xe cộ, trên những tiếng cười nói rộn ràng và tiếng nhạc vui mừng rộn ràng cả lòng phố. Nhất là ở khu vực World Trade Center này. Hình như người ta từ các nơi khác dùng xe bus, xe điện ngầm để về đây, rồi chuyển xe để về Times Square. Và trước khi đến Times Square họ muốn nhìn cả một New York về đêm. Bởi vậy, chúng tôi phải vất vả lắm mới tìm một bãi đậu xe. Sau đó chúng tôi hướng về Twin Towers. Hai bên đường, hầu hết các cửa tiệm đã đóng cửa. Những đoàn tắc xi vàng tiếp tục nối đuôi trên đường Church, Broadway, Chambers. Từ dưới chân tòa lầu chọc trời, nhìn lên muốn chóng mặt. Rồi mua vé. Rồi thang máy mở ra. Người phụ trách bấm nút. Thang máy vụt phóng lên, đưa người chạm với tầng không. Rồi cửa mở. Hơi lạnh ùa vào. Hai tai đã nghe hơi ù và một cảm giác hụt hẫng như ta đang ở trong vùng không trọng lực. Mắt người bạn gái chợt sáng lên như bắt gặp một niềm kinh ngạc thích thú. Tầng cuối cùng 110 như chạm lấy trời. Trên cao, một chấm sáng rất mờ nhạt giữa cõi. Không biết là ngọn đèn của chuyến bay đêm hay là một tinh cầu lạc lõng. Nhìn xuống, nhìn quanh, cả Nữu Ước như ngập cả một biển kim cương lộng lẫy xen kẽ những mái nhà tuyết trắng như tấm thảm óng ánh bạc. Dưới nữa là những con đường xen kẽ dày đặc, với hằng hà ngọn đèn sáng rực như đuổi nhau không bao giờ dứt. Nhàn reo lên: *"New York. Đẹp quá ông ơi..."* Tôi chỉ nàng tượng Nữ Thần Tự Do nằm bên sông Hudson. Tôi chỉ nàng hướng cửa biển, kể với nàng về những con tàu mang người di dân đến Nữu Ước đầu tiên. Tôi chỉ cho nàng cầu treo Brooklyn, với những sợi cable khổng lồ. *"Nhàn biết không, đêm nay New York không ngủ. New York làm cả một nước Mỹ cũng không ngủ luôn". "Tại sao vậy, thưa ông". "Tại vì mọi người đang hướng về New York trong đêm giao thừa. Có lẽ mọi người đều mở máy truyền hình để nhìn quả cầu khổng lồ ở Times Square được thả xuống đúng vào lúc đêm bước sang năm mới... Nhàn có thấy dưới đường kia không. Đại lộ American và đường số 5, rộng đến 6 lanes. Nhàn thấy cả đoàn xe đứng yên". "Sao ông biết?" "Bởi vì chúng ta không thấy những ngọn đèn kia di động nữa." "Đúng rồi. Ông hay quá. Chắc ông yêu New York lắm phải không?" "Vâng. Nó làm tôi tìm lại một Sài Gòn xưa. Nó cũng có phố Tàu, cũng có những quán cà phê lộ thiên, những vỉa hè đông như hội. Khi mình bước đi, mình không còn là mình nữa. Mình hòa nhập vào đám đông như dự phần vào một cuộc đại khiêu vũ..." "Chao ơi, ông kể làm Nhàn muốn chảy cả nước miếng..." "Nhàn ơi." "Dạ. Thưa ông." "Nhàn hãy tìm giùm tôi hướng nào là Việt Nam của mình."* Tôi hỏi Nhàn. Nhàn nhìn vào cõi đêm. *"Thưa ông, hướng nào là Việt Nam. Em tìm không ra. Còn ông?"* Tôi im lặng. Muốn nhìn thẳng vào đôi mắt để nói: *"Tôi tìm được rồi. Qua đôi mắt của em, qua giọng nói Việt Nam của em".*

Nhàn nhìn xuống thành phố. Người bạn gái nhỏ bé chắc buồn. Đôi mắt nàng long lanh. Hay là màu rực rỡ của New York phản chiếu. Nhàn hãy đứng yên để tôi chụp một tấm hình. Tôi nói. Nhàn nghe lời. Tôi điều chỉnh ống kính. Phía sau nàng, là cả một thành phố với muôn triệu ức ngọn nến đêm lung linh trang điểm như một bức tranh vĩ đại. Nhàn ơi, em biết không, tay tôi đang run đây. Tim tôi đang đập đây. Lòng tôi đang bồi hồi đây. Hãy cười. Hãy lung linh đôi mắt. Hãy co ro trong chiếc áo lạnh. Để tôi không bao giờ quên có một cơn mơ, một giấc chiêm bao trên tận cùng của chóp đỉnh Twin Towers, đêm cuối năm huyền nhiệm này.

Đêm còn lại, hai người đã hòa mình vào dòng thác người đông như kiến cỏ. Hầu như người mọi nơi đều đổ xô về Times Square. Đêm lạnh căm căm cùng những cơn gió lồng lộng thổi về từ sông Hudson. Trái cầu khổng lồ vẫn chờ đợi ở trên giàn. Đường Broadway, đường số 5, 6, 7 không còn di chuyển xe cộ được nữa. Nhạc Giáng Sinh tiếp tục lướt thướt từ những khu shopping gần đấy. Trời không tuyết nhưng trời lạnh xuống dưới độ đông. Hai người cầm tay nhau để khỏi lạc. Không ngượng ngùng. Không có cả một áng mây vẩn đục che xám cõi lòng. Đêm nay. Đêm của điều ao ước. Đêm của rượu nồng hạnh phúc cho cả năm và cả đời. Đêm của resolution. Dù phương tây hay phương đông. Thì ra ở đâu, nhân loại vẫn có những giây phút hướng về hy vọng. Dẹp nỗi buồn sang một bên. U uẩn mãi có ích gì. Nhàn ơi, cám ơn cô bạn nhỏ, cám ơn tuổi trẻ, cám ơn cái giây phút mầu nhiệm, để mọi điều chân thiện mỹ, hạnh phúc, tốt đẹp, bình an, len nhập vào trái tim của mỗi con người. Cám ơn Nữu Ước, thành phố không phải là quả táo mà là trái tim... Rồi quả bóng khổng lồ đã được thả xuống thật chậm. Chiếc kim đồng hồ to lớn trên khu Times Square vẫn tiếp tục nhích từng giây, cùng theo tiếng đếm vang rền: ten, nine, eight, seven, six, five, four, three, two, và one. Rồi một tiếng pháo nổ lớn cùng cả muôn ngàn tia pháo bông rực rỡ in trên bầu trời đen đặc, tiếp theo là cả một tràng sấm động của mừng vui, của muôn lời chúc tụng, của bài hát Auld Lang Syne: *Should auld acquaintance be forgot and never brought to mind. Should auld acquaintance be forgot and auld lang syne*. Và trong giây phút ngất ngây kỳ diệu, tôi và Nhàn đã ôm choàng lấy nhau. Rõ ràng chúng tôi đã không thể cưỡng chống lại cùng niềm kích ngất này. Có chất rượu nào say hơn. Tôi nhìn vào đôi mắt của người con gái: "*Nhàn có ước ao gì cho năm mới không*?" Người con gái nhắm mắt lại. Ánh sáng từ những tia pháo bông làm gương mặt nàng sáng lung linh. "*Em ao ước...*" Nàng ngừng nói. Tôi hiểu. Rất hiểu. Ai cũng có một người rất thân yêu được cất giữ trong con tim. Và Nhàn cũng vậy. Tôi cũng vậy. Cũng có một người nữ, đến với tôi bằng tất cả linh hồn và thể xác. Nàng đã ngửng mặt, ngửng đầu vì tình yêu, không bao giờ đặt những câu hỏi. Tôi nói với người bạn học: "*Vâng, tôi xin tôn trọng niềm ao ước của Nhàn. Này, Nhàn hãy đặt một bàn tay lên tim và ao ước đi... Cả những gì Nhàn muốn thực hiện... Đêm nay linh thiêng lắm. Dường như mọi lời ao ước của chúng ta đều được các thiên thần lắng nghe...". "Thật như vậy, phải không ông?" "Vâng. Nhàn thấy cả trăm ngàn người Mỹ đổ về đây đêm nay." "Vâng, thì em sẽ ước. Ông đừng nhìn, em mắc cỡ lắm đó."* Rồi Nhàn nhắm mắt lại. Thành khẩn. Dịu dàng. Như một người nào. Xa xưa lắm. Mênh mông lắm. Vô lượng lắm. Phải. Em đã lay động con tim ngỡ một lần chai sạn. Ngày ấy, anh đã nằm trên giường bệnh xá, để quằn quại với vết thương, để đau đớn với những cơn đau nhức, để cắn môi bụm miệng mà giữ chặt nỗi cô đơn cho khỏi trào ra, biến thành nỗi hẩm hiu chai cứng. Mùi ê-te hăng hắc. Chai nước biển bên cạnh đầu giường càng lúc càng vơi dần. Người y tá gốc thiểu số mỗi ngày đẩy chiếc xe dụng cụ y tế đến giường, thay băng. Viên bác sĩ với cặp kính cận thị đầy soi mói, lục tìm dưới gối những viên thuốc ngủ... Vâng, qua em, tôi thấy lại một người. Tội cho tôi, sương thì sương, sương che tầm mắt, nhưng người thì hiện bên trời. Dịu dàng như người nữ tu bước vào cửa thánh. Mềm yếu như áng mây trời, loãng đi, loãng dần trong vùng sương và khói. Mong manh như chút hạt sương. Người đã gọi tôi bên trời. Ai nói với tôi một câu: *"Nhàn vẫn đẹp như dạo nào, vẫn thánh thiện như dạo nào."* Trời ơi, tại sao tôi lại tàn bạo đến như vậy. Đến gần cuối cuộc đời, cả lòng tôi vẫn còn sân si. Tôi nhắm mắt trong một giây một phút. Cái kiêu hãnh của một tên đàn ông nay đã tàn lụi. Tôi phải làm gì để tạ tình, để hết gọi kêu giữa trùng thẳm, để thôi chạy đông chạy tây bắt chụp lấy hình. Tôi phải làm gì để trải con tim của tôi cho một lần, rồi thôi rồi hết. Tôi phải làm gì để một lần nào đó, khi tôi nhắm mắt, khi tôi khép lại cánh cửa thế gian, thì lòng tôi sẽ phải bình thản, vì có người sẽ tha thứ cho tôi, từ bi từ độ vì tôi. Vâng. Tôi đã biết lỗi rồi. Con ma ám chướng đã quy hàng ngã quỵ rồi. Vết thương lòng từ lâu ngỡ đã được vá lành giờ đây lại thêm một lần bị vỡ nhọt. Vâng, Nhàn ơi, anh hiểu rồi. Và đêm nay, anh cũng xin ao ước như mọi người. Không tiền bạc. Không sang giàu. Không nhà nhiều phòng, xe tốt. Chỉ có một điều. Duy nhất. ***Cầu chúc những người gặp nhau sẽ không bao giờ chia xa...***

Bây giờ lại thêm một ngày cuối năm nữa lại về trên đất khách. Trở lại dòng sông này mấy bận. Bên kia thành phố đã lên đèn. Cơn mưa nhòa nhạt hoàng hôn lạnh. Chiều cuối năm trời mau tối thêm. Đàn chim biển trên bến phà gọi nhau náo loạn. Những con tàu nằm bất động bên bờ xa. Đằng sau tôi, dãy building nội trú im lìm. Vài ô cửa thấy thấp thoáng ánh đèn. Tôi biết hầu hết sinh viên đều trở lại nhà trong mùa Season greetings này. Tôi tìm trên ấy một ô cửa. Ô cửa đã không còn ánh đèn. Ô cửa đã đóng lại, bởi vì người bạn học nhỏ bé ấy đã bỏ trường bỏ lớp để trở lại cùng quê hương. Tôi đang thấy lại người. Người đứng ở bên này sông, sông mờ theo mây thấp, và tóc người bay cuống quít, và những ngón tay người giữ lấy những sợi mây mềm. Tôi đang nghe tiếng nói của người. Tôi thấy dáng dấp của người. Trong phòng lớp. Từ chiếc ghế đầu bàn. Trong thư viện. Bên này, bên kia, bàn xanh, và hồn sách vở. Trong nhà ăn, trưa đói cồn cào, mệt lả sau giờ lab, và những cọng french fries vàng ngậy giữa hai bờ môi xinh. Trong câu lạc bộ sinh viên người lạc lõng không bạn bè, đứng áp mình vào khung cửa kính, nhìn dòng Hudson. Dưới ánh đèn đường vàng vọt của con đường Sinatra, dẫn xuống phố. Gió sông thổi lạnh người, tôi thấy hai vì sao, và bờ vai gầy run rẩy. Và một đêm trên Twin Towers. Một Twin Towers đã bị bức tử trước cái thù hận ác độc của một lũ người man di mọi rợ. Một Twin Towers chỉ còn là giấc chiêm bao mà em đứng đó như cả trăm năm trong đời tôi. Và một đêm giao thừa trên Times Square. Và cái giây phút vĩnh cửu khi chúng tôi cùng chúc tụng cho nhau những lời chúc thành thật nhất, yêu dấu nhất. Chắc là những gì mà người con gái ao ước khi nàng nhắm mắt lại, giờ đã được toại nguyện. Còn tôi, cuối cùng, vẫn là một giấc mơ. Cánh chim đã bay về miền Nam, tìm nơi có nắng ấm. Chỉ còn lại một mình tôi. Chờ đợi ai. Chờ đợi điều gì trên bờ sông Hudson của ngày cuối năm này.

**Trần Hoài Thư**
6/12/1996 - 10/2001

## CHI MING WANG

Tôi trở lại trường với cặp mắt mờ và một trí nhớ hao mòn qua năm tháng. Tìm lại một chỗ ngồi, nhìn lại chiếc bảng xanh, và nghe lại những lời giảng của giáo sư, sống lại cùng một thế giới đã mất. Điều đó khiến tôi bồi hồi cảm động. Nhưng cớ sao tôi lại cảm thấy bơ vơ lạc lõng vô cùng. Hình như mắt tôi cay. Tôi cũng không hiểu nổi. Hay bởi cặp mắt yếu của tôi đã điều tiết quá nhiều. Không đâu. Thế giới vẫn là thế giới xưa. Những trang giấy vừa lật ra. Thêm một chương mới vừa bắt đầu, và thêm một ngày nữa cho một cuộc hành trình không bao giờ ngưng nghỉ. Cũng lớp học ở lầu hai. Cũng những bàn những ghế. Cũng lò sưởi bên khung cửa sổ. Cũng một hoàng hôn trên dòng Hudson. Cũng vài gương mặt của khóa học trước. Phải rồi. Tôi biết. Một người nào đã bỏ đi. Và thêm một thân thiết nhất vừa vuột mất. Như thể một cơn mơ. Như thể một làn hương quý. Như một giây mà cả trăm năm.

Làm sao tôi có thể quên được cơn mơ ấy. Như thể hôm qua, cũng những hàng dẻ, hàng sồi mùa thu lá vàng phủ ngập sân trường. Cũng vẫn một dòng sông vào hoàng hôn, với những đàn chim biển đậu dưới bến cảng. Cũng vẫn thành phố Nữu Ước bên kia bờ, với chập chùng mái lầu, và muôn con mắt điện màu rực rỡ. Từ phía Manhattan, Chinatown, Broadway, Queen. Cũng vẫn hai tòa lầu chọc trời Twin Towers ở phía phải, và tòa Empire State Building chót vót ở trung tâm thành phố.

Năm nào cũng vậy. Mùa thu về đúng hẹn. Đám mây trên sông bàng bạc như mong manh cho một hơi thở của ngày. Và xa hơn, sườn cầu Pulaski mờ sẫm. Và sông nước còn gượng chút ráng chiều. Chim biển trắng phau gọi nhau náo loạn. Mây mời gọi. Sông cũng mời gọi. Mây và sông chở lại một kinh thành. Huế. Người sinh viên cũ năm nào đã từng đứng yên trên hành lang văn khoa, để nhìn con sông vào hoàng hôn. Người con gái ở phía cạnh cũng nhìn xuống con đường Lê Lợi. Mái tóc chảy lai láng bờ vai. Dáng dấp thì hao gầy. Không ngờ, nơi ấy đã trở thành một hoài niệm. Sau mấy mươi năm giờ đây tôi gặp lại một lần. Một thời. Bỏ quên những mệt lả của miếng cơm manh áo. Những bánh xe lăn của thời gian. Những cuống cuồng trong một thế giới kỹ thuật và máy móc. Bỏ quên tôi với đôi mắt yếu mờ, vầng trán nhăn, mái tóc sắp bạc cả đầu. Bỏ quên tay sinh viên già đang đến trường tranh đua cùng tuổi trẻ. Người sinh viên già cô đơn giữa lớp học. Sách vở làm sao xóa đi nỗi buồn. Bạn bè, đồng đội, người thân yêu, những vết cần của chiến tranh, tù tội, vượt biển. Sách vở mở mang kiến thức nhưng sách vở càng mệt mỏi giữa chốn hồng trần. Con tính đã trở thành khó khăn. Những beta, gamma, những limit, Markov chains sao mà nhớ cho hết. Lời giảng của vị thầy đã rơi vào một bộ óc quá đầy, quá cặn. Người sinh viên già cố trừng con mắt, căng thẳng chiếc tai còn sót lại. Người sinh viên không cười không nói, không ai hàn huyên thăm hỏi. Dòng chữ viết trên trang giấy run rẩy hơn, vì tuổi đời hay vì sợi gân tay đã liệt. Gắng lên con hỡi! Học phí này hãng đài thọ một trăm phần trăm. Một môn học trên dưới hai ngàn đô la. Gắng lên con. Mày chưa phải là già. Con tim mày vẫn xôn xao, con mắt mày vẫn còn tham lam ham hố. Gắng lên con! Cái việc, cái nhà, chiếc xe, học phí cho con. Gắng, để tên sinh viên già đến trường mỗi tuần hai buổi, vượt xa lộ, qua đồi núi, gần hai tiếng đồng hồ. Ngày tuyết cũng như ngày mưa. Ngày đoàn xe kẹt không sao nhúc nhích trước khi vào hầm Holland hay êm ả lăn những vòng xe, qua phi trường Newark, nhớ về phi trường Qui Nhơn. Ngày tìm gì cho tâm hồn thôi bâng khuâng xào xạc khi mùa thu lá cứ tiếp tục rụng đầy trên sân trường.

Mùa học vẫn như thường lệ. Giờ đầu tiên, ông giáo sư viết trên bản vài hàng về chương trình, thi cử. Lớp học khoảng mười lăm người. Hai da vàng. Ba bốn Ấn Độ. Và còn lại là da trắng. Ông giáo sư trẻ, phát âm giọng Anh, áo quần xốc xếch, đầu tóc rối bù. Hay ông ta lập dị. Ông muốn chứng tỏ ông là một nhà toán học đúng điệu. Hay toán học đã làm thay đổi bản chất con người. Ông cũng chẳng cần giới thiệu ông cho đám sinh viên. Ông bắt đầu ngay bài giảng. Lại bắt đầu một cuộc chạy đua. Tai căng. Mắt điều tiết. Những hàng chữ nhỏ mờ trên giấy trên bảng. Câu hỏi. Câu trả lời. Chiều đã nhường cho bóng đêm. Lúc này không còn thao thức, nhớ nhung, dằn vặt, âu lo, tính toán. Lúc này, biến số trở thành lời giải. Giả thiết trở thành kết luận. Lúc này những ký hiệu trở thành linh động, dẫn đưa đến bến bờ kiến thức. Rồi mười phút nghỉ. Xếp qua sự đuổi bắt. Người sinh viên già đứng dậy, tựa vào cửa sổ. Dòng Hudson lấp lánh những ánh đèn từ những chiếc tàu đêm. Trên bờ xa, là cả một Nữu Ước rực rỡ như một khối đá kim cương vĩ đại của địa cầu. Tôi đã nhìn thành phố biết bao lần, nhưng mỗi lần đôi mắt tôi càng thêm no nê trước triệu ức ánh đèn đan kết phản ánh trên đáy nước, hay mờ ẩn trong sương mù. Cả một Nữu Ước ban ngày cuống cuồng hối hả bây giờ đã biến thành một hòn đảo linh động bừng rộ hoa đăng...

Nàng đến bên cạnh tôi, cùng nhìn xuống dòng Hudson. Mái tóc nàng hớt ngắn. Gương mặt nàng thanh tú. Đôi mắt sáng đầy thông minh. Nàng chào tôi, và tôi chào lại. Nàng hỏi tôi:

- Ông là sinh viên du học?
- Không, tôi ở Mỹ, mười năm.
- Ông đến từ nước nào?
- Việt Nam.
- Ô, Việt Nam. Tôi nghe nói nhiều về Việt Nam. Bắc hay Nam Việt Nam hở ông?
- Thì ra cô biết Việt Nam có hai miền.

- Vâng. Tôi biết Việt Nam có chiến tranh. Rồi Bắc Việt Nam chiếm đóng Nam Việt Nam. Rồi cả triệu người vượt biển. Như vậy ông cũng là một người vượt biển.

Tôi cảm động. Thì ra nàng hiểu một phần nào lịch sử của đất nước tôi, về một cuộc chiến tranh tương tàn trong mấy mươi năm.

- Tôi đến từ miền Nam. Còn cô? Xin lỗi, Đài Loan hay Hoa Lục?
- Tôi đến từ Hoa Lục.
- Cô là sinh viên du học?
- Vâng.

Tôi ngần ngại. Hình như có một khoảng cách vô hình ngăn chia giữa tôi và nàng. Có lẽ đầu óc tôi vẫn còn bị ám ảnh bởi lịch sử. Nhưng nàng đã nói một câu mà tôi không thể tin nổi:

- Việt Nam và Trung Quốc đều có nỗi bất hạnh chung.

Tôi thật sự xúc động. Thì ra chúng tôi cũng vẫn có cùng chung cảnh ngộ. Việt Nam, Trung Quốc, Liên Xô, Cao Miên, Cuba, và các nước Đông Âu.

Tôi nhìn thẳng mắt nàng rồi nói:

- Vâng. Cả hai.

Lớp học tiếp tục trở lại. Lại những lời giảng khô khan. Lại những gương mặt đăm đăm nhìn lên bảng. Gió từ sông thổi vào phòng, gây gây lạnh. Lòng tôi nao nao. Ước gì tóc còn xanh và mắt còn no nê tuổi trẻ. Gương mặt của người thiếu nữ Trung Quốc vẫn còn chập chờn. Ánh đèn neon làm gương mặt nàng sáng láng. Ở đấy tôi tìm ra cả một tuổi thanh xuân cùng sự say đắm lẫn cả sự thao thức của tuổi trẻ. Tôi cũng từng là một người trẻ như nàng mấy mươi năm về trước.

Từ đấy, tình bạn giữa tôi và nàng trở nên thân thiết. Tôi biết rõ hơn về nàng. Nàng nguyên là giáo sư phụ khảo về Toán học ở Đại học Thượng Hải. Vì vậy, tôi không ngạc nhiên khi thấy trình độ về toán học của nàng vượt hẳn lên mọi người. Bên cạnh tôi, nàng chỉ nhìn lên bảng, ít khi ghi chép. Đôi khi nàng nhắc giáo sư về một công thức thiếu sót hay về một lời giải không được hoàn chỉnh, để ông thầy phải cám ơn rối rít. Còn tôi thì sao? Bài giảng buồn đến muốn khóc. Đến chừng này tuổi đời, sách vở đâu có ích gì, trong khi bạn bè hiểu lầm tôi bị sa vào cái vòng cơm áo. Trí óc tôi chỉ lênh đênh những áng mây hoài niệm. Cơm áo. Ngày xưa tôi bất cần, từng ngủ trên mui xe đò ở bến An Đông, hay dùng lau cỏ làm nệm trong những ngày tù tội. Ngày xưa tôi cũng đã từng ăn cơm chỉ xì dầu nước tương trong quán cơm chay tại đường Phan Thanh Giản. Nhưng bây giờ, guồng máy bóp tôi, bắt tôi nghẹt thở. Cơm áo, áo cơm, bằng cấp, học lực. Nghề nghiệp phải luôn luôn trau giồi. Dừng lại có nghĩa là đầu hàng. Ngày xưa tôi viết văn. Bây giờ tôi làm toán. May mà tôi còn có một người bạn gái. Người thiếu nữ mà tôi gọi là Rose de Chine. Nàng bắt tôi phải đến lớp sớm và nấn ná khi lớp học tan. Nàng làm tôi phải lái xe mất hai tiếng đồng hồ, mỗi tuần hai buổi, mà không còn nghĩ đến những dặm dài hay những đoàn xe bị kẹt trên cầu Pulaski nữa. Tôi như thể một tên tình si. Mong được đến lớp, để được ngồi cạnh nhau, để trao ngỏ vu vơ, hay để cùng nhau nhìn ra bóng đêm, xuống dòng Hudson và cả thành phố Nữu Ước. Chúng tôi đã nói về Amy Tan, nhà văn nữ người Mỹ gốc Trung Hoa, về lối hành văn giản dị, nhẹ nhàng nhưng cay đắng của bà. Chúng tôi cũng kể về đời sống Mỹ, với những thực tế bi thảm mà người di dân gặp phải. Từ văn hóa đến tập quán. Từ truyền thống đến di sản. Từ sự xung đột giữa thế hệ già và thế hệ trẻ. Vợ và chồng. Cha mẹ và con cái. Có những người già mang nỗi buồn héo hắt trong bốn bức tường. Họ là người tù chung thân không hơn không kém. Tại sao? Chi Ming Wang rất thông minh để giải thích:

- Tất cả đều bắt nguồn từ truyền thống tự do. Chính vì truyền thống ấy mà đất Mỹ mới hiện diện trên quả địa cầu. Tự do đã biến nước Mỹ thành một nước hùng mạnh. Nhưng tự do một khi không kèm với luân lý, đạo đức thì quả rất nguy hiểm...

Tôi đồng ý với những nhận xét của người bạn gái Trung Hoa. Và chúng tôi kể về những ước mơ. Về Trung Quốc. Về Việt Nam. Chỉ có tự do trên căn bản đạo đức mới không tiếp tục bánh xe băng hoại của Tây phương, mới mang Trung Quốc và Việt Nam hùng mạnh cùng năm châu thế giới. Với tôi, một ngày Việt Nam không còn sống trong hãi sợ; ngu dốt, kiêu căng không còn thống trị; một ngày nhân phẩm con người được tôn trọng. Với nàng, một ngày người dân Trung Quốc vùng dậy đòi lại quyền làm người. Nàng lạc quan, đôi mắt ngời sáng.

- Ông Trần à, bây giờ Trung Quốc đã ý thức thế nào là dân chủ, và quyền được làm người. Khắp nơi, từ đại học đến nhà máy, các phong trào đòi lại quyền tự do và dân chủ đã bành trướng và lớn mạnh.

Tôi thì bi quan:

- Nhưng những người cộng sản sẽ không từ bỏ bất cứ một hành động nào để duy trì chế độ. Họ đã đổ bao nhiêu công sức để tạo dựng chế độ, tất nhiên họ sẽ cố mà bảo vệ. Cho dù họ có giết hàng triệu người.

Nàng không đồng ý:

- Trung Quốc sẽ dũng cảm để đứng dậy. Rồi ông Trần sẽ thấy. Có những chuyển biến mà lịch sử sẽ phải ghi đậm.

Chúng tôi đã nói với nhau bao đề tài. Có khi vu vơ như một ngày mưa ngày nắng. Có khi sôi nổi như đề tài chính trị. Có khi trẻ con như hai đứa học trò tiểu học, lười biếng nhìn thời gian trôi qua mà ngỡ như cả thế kỷ. Đôi khi chúng tôi cùng ngồi trong thư viện, cùng nhau giải chung một bài toán khó. Mái tóc ngắn và đen mượt tựa mun của nàng choáng ngợp lấy đôi mắt mệt mỏi của tôi. Nàng quả là một sinh viên ưu tú, cộng thêm cái kinh nghiệm dạy học của

nàng. Trung Quốc vẫn được tiếng đứng nhất nhì thế giới về toán học. Có lần tôi hỏi nàng:
- Chi Ming Wang, toán học quá khô khan, tại sao cô lại chọn toán?

Nàng ngừng suy nghĩ, trán hơi nhăn, và đôi mắt ngời sáng như đôi mắt sóc:
- Như vậy toán học chỉ dành cho đàn ông hay sao, hở ông?
- Nhưng toán chỉ là những lý luận cứng ngắc, không một chút gì tình cảm. Với một người có con tim như cô, tôi thật ngạc nhiên.
- Vậy tôi có nhiều tình cảm lắm sao? Ông lầm rồi, ông Trần. Tim tôi là một khối sắt.

Tôi cười chịu thua. Dễ vào cái tuổi sắp bước vào năm mươi như tôi, được một người bạn gái Đông phương, vừa tinh nghịch, vừa say đắm, vừa dạt dào tình cảm, và nhiệt thành tuổi trẻ, thì quả là hạnh phúc lắm rồi. Chúng tôi tìm đến nhau không một mảy may xác thịt. Chúng tôi như hai người lớn, cùng trở lại kiếp học trò đã mất từ lâu.

Cuối cùng, ngày thi cuối khóa lại đến. Mùa thu đã sắp tàn. Khuôn viên trường đầy ngập lá vàng. Hôm nào, những nhánh cây che ngang khung cửa lớp còn màu xanh, bây giờ đã trơ trụi in trên nền trời bàng bạc màu xám trắng. Dòng Hudson chìm trong một vùng trời hắt hiu xa vắng, ít còn thấy ráng đỏ. Trong khuôn viên, bức tượng bằng đồng vẫn nhìn xuống dòng sông, nhưng màu hình như sẫm tối hơn mọi ngày. Hôm nào, những cơn gió gây gây chớm thu nay đã nghe hơi rét lạnh. Bãi sân trường đã không còn thấy những trận thể thao. Sinh viên bắt đầu vào thư viện, bên những chồng sách vở. Giờ thư viện cũng được thay đổi. 24 trên 24.

Tôi và Chi Ming Wang cũng là những người trong đám sinh viên ấy. Nàng là sinh viên full-time (toàn phần), lấy đến bốn môn cho cả khóa học. Vì thế, nàng phải bù đầu vào sách vở hơn tôi nhiều. Tuy vậy chúng tôi vẫn còn có thì giờ để gặp nhau, cùng kéo nhau xuống phố, để tìm một nhà hàng. Đây là Hoboken, quê hương của Frank Sinatra, một thành phố nghệ sĩ như cái tên của người ca sĩ Mỹ. Từ những con đường hai bên xe đậu nghẹt lối. Từ những quán cà phê lộ thiên. Từ những dãy lầu mái ngói đỏ sẫm. Từ những đàn bồ câu không sợ bóng người. Chúng tôi theo đường Sinatra, xuống đường Broad. Chúng tôi tìm một quán Pizza. Chúng tôi gọi và ăn hối hả. Tôi nghe mãi tiếng cười khúc khích của nàng khi nàng nhìn những cọng bánh còn vướng trên miệng tôi. Tôi vẫn còn nhớ đến hàm răng đều và trắng khi nàng cắn lấy miếng pizza vàng ngậy. Sau đó, chúng tôi trở lại con đường Sinatra. Tôi đi cạnh nàng. Nàng trở nên bé nhỏ trong chiếc áo dạ đen. Mái tóc nàng còn đọng những hạt mưa còn sót lại trên cành cây. Tôi nhắm mắt ước con đường dài vô tận.

Nhưng thời gian đã không bao giờ dừng lại. Con đường mang tên Sinatra cũng không dài vô tận. Buổi chiều trước giờ thi cuối khóa, tôi gặp lại nàng trên hành lang. Nàng trao tôi cái résumé của nàng:

- Ông Trần. Ông có thể giúp tôi tìm một công việc tại hãng ông được không? Tôi muốn ở lại Mỹ, ít ra ở đây vẫn có cơ hội để tôi tiến lên. Đây là cái résumé của tôi. Ông có thể tùy nghi thay đổi.

Tôi gật đầu. Tôi nhìn đăm đăm vào gương mặt thanh tú. Tôi nghĩ tôi sẽ cố gắng hết mình để còn được gần gũi với nàng. Tôi mong có phép lạ để cứu lấy nàng. Trăm người sinh viên du học, chắc trăm người đều muốn ở lại. Tôi cố gắng an ủi nàng:

- Tôi tin rằng hãng tôi rất cần những chuyên gia toán học. Bởi toán gia bây giờ rất khan hiếm.

Nàng nói, một lần nữa, đầy khẩn cầu:

- Nhờ ông cố gắng giúp đỡ tôi. Tôi muốn ở lại Mỹ. Tôi sợ phải trở lại cùng Trung quốc.

Giờ thi xong, tôi và nàng thả bộ xuống bờ sông. Đêm đầy sao chi chít. Thành phố bên kia sông bừng lên với muôn ngàn ánh đèn rực rỡ. Quên đi hai tiếng đồng hồ cho một bài thi ác nghiệt. Quên đi cái gương mặt như thám tử của ông thầy. Hãy sống cùng giờ phút vĩnh cửu. Đừng nghĩ đến hôm qua, cũng đừng nghĩ đến ngày mai. Như dòng sông này, cứ ngàn đời yên lặng, bên sự thay đổi của con người, của Nữu Ước, của nền văn minh kỹ thuật. Gió lùa ngọn tóc của người con gái. Ánh điện neon nhiều nến làm đôi mắt nàng lung linh. *Rose de Chine.* Bản nhạc xa vắng nào nghe vọng lại, như từ kiếp nào. Nàng Trung Hoa xinh... Nàng không nói gì. Và tôi cũng vậy. Bởi chúng tôi có thật nhiều điều đáng gìn giữ hơn là những lời vu vơ. Bởi lúc này con tim tôi đang nói nhiều quá. Làm sao tôi có thể có một phép lạ để giữ nàng bên tôi mãi mãi.

Trở lại hãng, tôi giúp nàng sửa lại tờ résumé. Tôi nắn nót từng hàng, từng chữ. Chưa bao giờ tôi lại để tâm vào một việc làm như lúc này. Rồi in ra, rồi đọc lại, rồi không bằng lòng, rồi viết lại. Chi Ming Wang ơi, tôi run sợ để nghĩ về một lần sa ngã. Tôi đang mềm yếu để nghĩ đến một nụ hôn, một lần gục đầu, một lần cắn bầm da thịt. Tại sao gặp mặt rồi lại chia tay? Tại sao gót chân ai một hôm nào đạp lên khu vườn già nua cũ mục? Sau đó, tôi in thành nhiều bản, một mặt gởi về địa chỉ của nàng, một mặt gởi đến một vài người quen. Và chờ đợi.

Một người nguyên là cựu nhóm trưởng trong những năm đầu tôi làm việc, đồng ý phỏng vấn nàng. Tôi quá đỗi vui mừng, gọi điện thoại cho nàng. Nhưng điện thoại đã bị cắt. Tôi lái xe tìm đến căn phòng tạm trú của nàng nhưng nàng không còn ở đấy nữa. Người ở phòng bên cạnh cho tôi biết nàng đã trở lại Trung Quốc.

Một tháng sau, tôi nhận được tờ thư đầu tiên của người bạn gái. Trong thơ, nàng viết về một Trung Quốc mới, về phong trào nổi dậy đòi hỏi tự do và dân chủ của sinh viên, thợ thuyền, trí thức.

Nàng còn chép gởi tặng cho tôi bài thơ của nàng, được dịch sang tiếng Anh: *Từ những con đường hầm không thấy ánh sáng mặt trời. Từ những tường thành ngàn năm cản tiếng nấc. Từ những quảng trường chỉ biết những lời tung hô lên không trung. Từ những đám mây chưa bao giờ được bay về biển. Chúng ta tụ hội về quảng trường. Thiên An Môn. Thiên An Môn của tương lai hy vọng. Thiên An Môn của tuổi trẻ lên đường... Hầm sẽ gặp lại ánh sáng! Tường thành sẽ được phá đập cho sự thật phơi bày! Gió sẽ góp lại thành bão! Thiên An Môn!*

Tôi muốn rưng rưng nước mắt. Thì ra tôi đã hiểu tại sao nàng lại chọn con đường trở về. Tôi đã hiểu tại sao có người lại dám bỏ tất cả, giàu sang, địa vị, danh vọng để sống cho lý tưởng của mình.

Và cuối cùng, tôi đã ngồi bao ngày bao đêm trước màn ảnh truyền hình. Nhịp tim Trung Quốc chính là nhịp tim của tôi. Nhịp tim ấy đang chuyển động khắp lục địa và chuyển thức cả địa cầu. Tôi ngưỡng mộ những rừng người tuổi trẻ đang ngồi trên quảng trường, đang ùn ùn đổ về thành lũy của đảng. Cuối cùng sự thật cũng phơi bày. Như bài thơ của người bạn gái của tôi.

Nhưng âm binh đã biến cả quảng trường thành một biển máu. Thiên An Môn. Thế giới òa khóc vì Thiên An Môn. Thế giới kinh hoàng vì Thiên An Môn. Đêm ma trơi quỷ rú. Đêm man rợ âm hồn. Đêm xé tan tấm thân mềm mại của những người con gái. Đêm xe tăng nghiến những xác người thanh niên.

Bây giờ, lâu lắm tôi chưa nhận được một lá thư của Chi Ming Wang. Một khóa học nữa lại bắt đầu. Và một lần nữa tôi lại trở về cùng ngôi trường bên dòng sông Hudson. Dòng sông vẫn muôn đời như thế. Vẫn những đám mây trắng bàng bạc. Vẫn những con chim biển gọi chiều về. Vẫn hàng cây lá bắt đầu nhuộm vàng. Vẫn một hoàng hôn trên thành phố Nữu Ước. Nhưng người xưa, bây giờ ở đâu? Chỉ còn lại tôi với nỗi chờ đợi ở bến sông này.

**Trần Hoài Thư**

*Trần Hoài Thư lúc về già*

# ĐỜI ĐẦY CHUYỆN BẤT NGỜ

Mùa hạ, thường thường vào giờ ăn trưa, ông Nguyễn vẫn quen lái xe ra bờ kênh, cách hãng khoảng một dặm đường. Trưa nay, ông cũng có thói quen như thế. Ông khóa cửa phòng làm việc. Rồi xuống thang máy. Ngoài kia nắng tháng bảy nhìn đến lóa mắt. Những bụi hoa huệ trắng, hoa hồng đỏ khoe sắc. Hàng cây trên bãi đậu xe đứng im bất động. Ông rồ máy. Và mở lại một bản nhạc yêu thích. Xe lăn bánh trên đường. Tiếng hát cũng lăn theo chở ông về một cõi nào của dĩ vãng. Nơi đó là quê nhà. Nơi đó là tình tự. Nơi đó là tuổi trẻ của ông.

Ông tìm lại chỗ ngồi cũ bên dòng kênh đào. Ông tự dành cho mình một niềm vui thầm kín. Trên đầu là chim chóc hót vui. Dưới kia, là một mặt nước êm đềm. Và bóng mát tỏa xuống cùng với một vài mảng nắng đậu trên bàn. Và gió mát cũng hây hây thổi. Những đóa hoa hôm qua còn nụ bây giờ đã hé nở. Búp hoa vàng dại bên cạnh những đóa dâm bụt vươn lên trên mặt nước. Ông chậm rãi sửa soạn buổi ăn. Vẫn là những món ăn quen, quá quen. Nhưng hôm nay, đặc biệt vợ ông còn giúi thêm một bịch nho tươi. Tự nhiên ông nói thầm: Cám ơn má nó.

Buổi trưa chói chang trên con đường nhựa chạy dọc theo kênh đào. Người ta chỉ thấy bóng một chàng thanh niên Á Châu đang thả bộ cùng với dòng xe cộ dập dìu. Lối dành cho bộ hành quá hẹp nên mỗi khi xe chạy qua là cậu phải ép sát vào trong gần những lùm bụi rậm ven kênh. Ông đoán cậu là người rất xa lạ với vùng này. Cứ nhìn cách cậu lê bước chân mệt nhọc thì biết. Nếu quen thuộc, không ai lại khờ dại phải lội bộ cả một con đường dài đến hai dặm không có một trạm xe bus dừng như thế.

Nhưng ông không cần bận tâm. Mặc thiên hạ làm gì thì làm. Ông đang cố tận hưởng những giây phút êm đềm của một buổi trưa hè. Hãy bỏ qua một buổi sáng liên hồi chuông điện thoại. Hãy bỏ qua những tiếng đồng hồ như thể phát sốt hay những ưu tư về một tương lai không chắc chắn khi thấy giá cổ phần của công ty mỗi ngày mỗi sụt xuống đến mức thê thảm. Đời là của riêng mình. Niềm vui này đâu phải tìm ở đâu xa. Ông muốn nằm ngay trên băng ghế để nhắm mắt một lát. Thiên nhiên cây cối vây phủ, những đám mây trắng thấp thoáng qua kẽ lá, và nghe đâu đây tiếng dội ầm ầm của thác nước khi chảy xuống đập. Ông thích thú nhìn đám vịt con lông vàng mượt đang bơi theo mẹ ở giữa dòng. Ông lắng nghe tiếng chim nào đó đang hót như khuyến dụ cô bạn mái.

Ông bỗng chú ý đến một chùm bông súng đang nở e ấp giữa mặt nước. Kỳ lạ. Ở xứ Mỹ này, lại có bông súng sao. Bông dâm bụt chưa hết ngẩn ngơ bây giờ lại bông súng dại. Thì ra thiên nhiên ở bất cứ nơi nào cũng giống nhau. Quê hương xa cách ngàn trùng bỗng nhiên thu hẹp vào trong một đám bông lạc loài giữa con kênh xứ người. Những búp bông màu hồng nhạt nở trên cọng thon thon vươn lên từ đám lá phủ một khoảnh nhỏ giữa mặt nước đầy bèo. Có bông nở rộ. Có bông vẫn còn e ấp búp. Những cánh mềm mại nằm hứng lấy mây trời giữa màu xanh trong của nước và màu xanh đậm của bèo lục bình. Ông ngạc nhiên không biết chúng có mặt từ lúc nào. Chúng có lẽ cũng như ông, tự nhiên trôi giạt đến một phương trời lạ lẫm. Nào ai biết đôi khi chỉ cần một bụi chuối con, hay nghe lại tiếng gà gáy vào sáng sớm, hay thấy lại nụ bông súng lạc loài, là cả một tiếng gọi kỳ bí nhưng òa vỡ cả con tim mình. Ông nhớ lại một lần trong năm đầu tiên ở Mỹ, hai vợ chồng ông đang chạy xe trong một khu lạ. Khi qua một ngôi nhà bên đường thấy bụi chuối bên hè. Chuối con nép bên chuối mẹ. Không hiểu sao, ông phải dừng xe lại. Vợ ông mở cửa xe, bước về phía bụi chuối và khóc đến nỗi người đàn bà Mỹ phải ra hỏi và ngỏ ý tặng bụi chuối con.

Giờ đây, lại thêm một lần quê hương trở lại. Có phải là buổi sáng nước rút và buổi chiều nước dâng mà một vùng bông súng đã trang điểm cõi đầm lầy. Loài bông hoa đồng nội. Loài bông ít ai nhắc đến. Nhưng là loài bông tỏa ra lòng từ tâm bốn cõi. Mùi hăng hắc của phèn chua lẫn mùi ngây ngây của cọng súng hay chất ngọt dịu thanh thanh của cánh bông mềm. Khi ông đói khát, ông đã ngắt cọng súng để lót lòng. Khi ông bắt được con cá rô cá sặt trong vũng bom đào, ông lội ra đầm tìm bông, tìm cọng súng mang về nấu canh, kho mặn. Có khi bè cả bè tràm trở về trại từ rừng, ông lội giữa vùng bông súng. Bông không tỏa hương thơm như bông sen, nhưng bông mềm như môi người đàn bà, mịn như da thịt của người thiếu phụ trẻ, để ông phải áp bông vào môi vào miệng mình. Có khi ông lội vào sâu trong rừng, ông thấy cả một vùng mênh mông súng và súng. Lá súng phủ ngập đầm không thấy đâu là mặt nước. Và trên vùng lá xanh che mặt là những búp bông vươn cao, vươn cao như cả một vườn tiên cảnh không ai biết đến. Ôi, những thân súng thon dài, mềm mại, giữ gìn những chiếc lá xanh kỳ lạ không gai sắc, không nham nhở, mà ngược lại như lụa là, thỉnh thoảng là chỗ tựa của con ếch, con nhái, để từ đó bông hoa nở rộ hồng cả một vùng. Có khi trong buổi hoàng hôn, màu lá đã trở nên thẫm tối, còn lại là một rừng bông màu hồng nhạt, hay màu trắng bạch, không lay động. Trong khi ven đầm là vùng cỏ tranh vàng như kim loại. Lúc ấy, trên bầu trời quá đỗi hiu quạnh, những cánh chim chiều chậm rãi bay qua, và thỉnh thoảng nghe vọng lại từ đâu đó tiếng bìm bịp kêu rời rạc.

Cám ơn đời đã cho ông còn có con tim mà rung động trước cảnh đẹp, để ông nương tựa mà sống. Và cám ơn một loài hoa đầm lầy hoang dã. Chúng cho ông suy nghĩ về triết lý nhân sinh. Rằng càng trong tăm tối, càng thấy nở lên mầu nhiệm những bông hoa quý. Như trong cõi đói rách lầm than, miếng đường chia nhau. Vị ngọt sẽ phải lịm hoài đầu lưỡi. Hay ống điếu thuốc lào chuyền nhau. Khói thuốc sẽ phải ngây ngất cả đời. Hay như người học trò đưa lưng gánh giùm bó tràm cho vị thầy cũ của mình trong trại cải tạo. Tình nghĩa thầy trò đến đó là cùng, làm sao có thể tìm được ở chợ đời. Hay như viên thuốc hiếm quý mà người bạn tù biếu tặng. Và cả một người con gái áo vá vai, khăn sọc vằn che cả mặt vì sợ nắng, nhưng ông cũng có thể nhận ra đôi mắt đẹp và hiền khi nàng chống chiếc xuồng củi trên dòng Kênh Một. Đôi mắt ấy phản ánh nỗi xót xa khi thấy ông khốn khổ bè cả bè tràm to lớn ngược dòng. Tại sao em lại xót thương tôi, giúi cho tôi vắt cơm và miếng thịt quý giá vô cùng. Tôi thấy lòng em qua đôi mắt ấy rồi. Ràn rụa. Đỏ hoe. Em nói nhanh: Ông nhận giùm em đi. Mau lên. Xem chừng họ thấy...

Rồi nàng chống xuồng đi giữa vùng hoa súng đỏ và trắng. Hai vai áo vá lớp. Ông nhìn theo tự dưng nước mắt như chảy. Bóng ấy càng lúc càng mất dần. Nhưng rõ ràng cái bóng ấy sẽ không bao giờ mất trong tâm trí ông.

Và giờ đây ở xứ Mỹ này ông nhớ đến một bóng hình xưa. Ông ngắt một búp bông chưa nở trọn vẹn bên bờ và dịu dàng áp vào miệng như hôn lên một hình bóng yêu dấu cũ.

Giữa lúc ông chìm đắm trong hoài niệm thì bỗng nhiên có tiếng nói ở đằng sau làm ông phải giật mình quay lại. Người bộ hành Á Châu hỏi thăm đường bằng tiếng Anh:
"Thưa ông, lối nào đến đại học X?"

Ông Nguyễn nhíu vầng trán, cố suy nghĩ. Nhưng ông biết rất khó để mà chỉ dẫn đường đi:
"Xa lắm. Ít nhất là ba bốn dặm nữa. Phải tìm exit 10 vào xa lộ, qua cầu rồi tìm exit 11... Cậu không có xe à?" Ông trả lời, dĩ nhiên bằng tiếng Anh.
"Tôi không có xe. Tôi mới đến đây hôm qua."
"Cậu đến từ đâu?"
"Từ Việt Nam."
Bây giờ ông Nguyễn mới buột miệng reo, bằng chính ngôn ngữ mẹ đẻ.
"Thế à? Tôi cũng là người Việt Nam."

Rõ ràng ông không thể tự kiềm chế được nỗi vui mừng đến độ phải bật lên thành tiếng. Thì ra tình đồng hương đồng bào là một thứ tình đã trữ sẵn trong tim trong máu huyết của loài người. Hình như cái lưỡi của con người chỉ quen mỗi một thứ tiếng. Dù là giọng Bắc của cậu và giọng Nam của ông.

Ông sốt sắng:

"Nếu cậu thích, tôi sẵn sàng chở cậu đến đấy. Xa lắm, đi bộ không nổi đâu."

"Cám ơn bác. Cháu nghĩ cháu thật may mắn được gặp bác."

"Cậu không có ai quen ở đây sao?"

"Dạ không."

Sau đó chàng thanh niên giải thích thêm:

"Cháu mới từ Buffalo đến ngày hôm qua."

"Cậu là sinh viên du học?"

"Dạ phải."

Qua những lời trao đổi, ông biết một phần nào về người bạn trẻ mà ông gặp giữa đường. Cậu được một đại học địa phương tại đây cấp cho một học bổng. Như mọi sinh viên VN du học khác, cậu phải trải qua một khóa huấn luyện ngắn hạn để làm quen hơn về đời sống xứ Mỹ tại trung tâm ở Buffalo New York trước khi thật sự vào trường tại tiểu bang này. Giấy tờ ghi rõ đường đi nước bước, nhưng khi đến phi trường thì chẳng có một ai đón giùm. Cậu đành phải trả một số tiền lớn để thuê chiếc tắc xi về khu đại học. Tới nơi, đại học đóng cửa nghỉ hè. Cậu bơ vơ không còn biết ai để cầu cứu đành thuê tắc xi đi tìm khách sạn. Tên tắc xi bỏ cậu xuống một khách sạn cách trường khoảng ba dặm. Hắn nói, nơi này gần trường lắm. Quả thật hắn cũng nói đúng. Tuy nhiên gần campus của trường chứ không phải gần khu hành chánh hay sinh viên vụ. Cậu mới hiểu về những cái máy chém tiền không thương xót. "Cả đêm cháu ngủ không được... Cháu không dám gọi tắc xi. Tắc xi chém tiền hết chỗ nói..."

Hoàn cảnh của người sinh viên du học đã làm ông xúc động. Ông không cần thắc mắc về nguồn gốc lai lịch của người mà ông gặp gỡ giữa đường. Ông nhớ lại sáng nay một người quen vừa từ Việt Nam trở lại Mỹ, nói về những chuyện bực mình trong đó có chuyện anh chàng hướng dẫn trẻ tuổi thay vì hướng dẫn du lịch lại hướng dẫn chính trị. Không biết cậu này thuộc thành phần này không. Hay là con của một cựu binh đánh Mỹ cút Ngụy nhào. Đối với ông bây giờ là một người Việt Nam đang gặp hoạn nạn. Đang gặp bơ vơ. Tình người và tình đồng bào đã khiến ông không thể làm ngơ. Ông mang cậu về nhà. Vợ ông gọi điện thoại đến người quen để tìm giúp chỗ cư ngụ. Một người bạn gốc Xì làm việc chung giới thiệu một chỗ gần trường. Và ngay chiều hôm ấy, vợ chồng ông tự dưng trở thành kẻ bảo trợ. Cậu không có gì hết, nên ông bà phải giúp đỡ mọi thứ. Từ bàn ghế đến giường gối. Tặng cậu một thùng mì Đại Hàn. Thêm cái tủ lạnh nhỏ. Rồi chất tất cả lên xe, mở đèn emergency mà chạy... Thấy hai bên nhà treo đầy cờ Mỹ, cậu hỏi:

- Thưa bác, hôm nay lễ hay sao mà có treo cờ?
- Lễ Độc Lập đó cháu. Vợ ông mau mắn trả lời.
- Bộ chính quyền bắt dân phải treo cờ hay sao?
- Không. Ai muốn treo thì treo. Chẳng ai bắt ai hết.

Lâu lắm, dễ chừng gần một năm, ông không nhận được tin tức gì của cậu sinh viên ấy. Có lẽ vì việc học hành quá bận rộn, hay cũng có lẽ vì cậu đã làm mất số điện thoại của ông. Ông cũng vậy. Chẳng hề thắc mắc hay bận tâm. Đời sống xứ Mỹ quá bận rộn. Càng ngày công việc càng đè đầu ngập cổ. Nhóm của ông 6 người giờ chỉ còn hai. Nhưng đến một hôm ông trở về nhà, thấy một bình bông súng ai để trước cửa. Có phong bì lá thư kèm theo. Lá thư viết như sau:

"Thưa hai bác. Hôm nay có một người bạn có xe nên cháu nhờ anh bạn chở giùm đến thăm hai bác.

Rất tiếc hai bác không có ở nhà. Cháu xin gởi về bác trai chậu hoa súng. Cháu biết là bác thích hoa này nên cháu nhờ người thân mang giùm từ VN qua. Mong bác trai nhận..."

Vợ ông hỏi ông: "Sao mà thằng Bình lại biết ông thích bông súng?"

Ông trả lời:

" Thì bà hỏi nó đi."

Ông giấu chuyện ông hôn lên cánh hoa. Cánh hoa của một người yêu dấu cũ.

**Trần Hoài Thư**

# THƠ
# TIỄN BIỆT
## TRẦN HOÀI THƯ

*Trần Hoài Thư – Tranh Đinh Cường (2014)*

## LÊ VĂN TRUNG
## NIỆM KHÚC

1.

Trần Hoài Thư! Trần Hoài Thư!
Rong chơi đi nhé cõi trời văn chương
Áo xưa đã sạch bụi đường
Rừng xưa mây trắng bay cùng hồn thơ
Em xưa cũng biệt sương mờ
Tình xưa bỏ lại đôi bờ nhân gian
Hoa xưa đôi cánh rụng vàng
Theo anh về giữa mênh mang đất trời

Anh về bỏ lại cuộc chơi
Là quên hết chuyện khóc cười bể dâu
Rũ buông phiền não thương đau
Anh đi là để bước vào vô biên
Đi tìm trong cõi lãng quên
Bỏ trăm năm những chuyện tình nhân gian

Có con chim khóc trên ngàn
Tiếc cho giấc mộng chưa tàn cơn mơ
Chữ trong
            Chữ đục
                        Chữ mờ
Tiễn anh mây trắng là thơ cuối ngày

Tôi còn vướng hạt bụi này
Xin như giọt lệ chia bày tiếc thương

2.

Anh đi bỏ lại bạn bè
Theo cánh chim Yến bay về trời cao
Hình như có một vì sao
Sáng lung linh gửi câu chào tiễn đưa

Rừng sâu lũng thấp bây giờ
Ngày anh bỏ lại còn chờ đợi anh
Bồng Sơn, Phù Mỹ, Tam Quan
Gió hiu hắt buổi tan hàng còn ru

Những người bạn cũ anh đây
Buồn không níu được bàn tay giã từ
Sóng trào trong những câu thơ
Anh đi dang dở cơn mơ cuối cùng

Nặng lòng hai chữ văn chương
Mà đau tận cả máu xương rã rời
Bay theo chim Yến về trời
Câu thơ là nén nhang lời tiễn đưa.

*(buồn cùng Phạm Văn Nhàn, Phạm Cao Hoàng)*
*Quê nhà, 28 tháng Năm, 2024*

## PHẠM CAO HOÀNG

## TRẦN HOÀI THƯ THEO EM

*kính tiễn anh Trần Hoài Thư*

và Trần Hoài Thư theo em [1]
ngàn thu một giấc êm đềm từ đây
anh nằm đó nhìn mưa bay
nghe giun dế hát cùng cây cỏ buồn
anh nằm đó nhớ và thương
một Cần Thơ đã muôn trùng xa xôi
một Qui Nhơn quá ngậm ngùi
một Bình Định của một thời chiến tranh
mộ nàng cỏ chưa kịp xanh
cây khô đã vội lìa cành theo em [2]

*(1) THEO EM là loạt bài tản mạn Trần Hoài Thư viết về nỗi buồn sau ngày người bạn đời Nguyễn Ngọc Yến bán thân bất toại vì tai biến vào cuối năm 2012.*
*(2) Chị Yến qua đời hôm 27/4/2024. Đúng một tháng sau, 27/5/2024, Trần Hoài Thư đi theo chị Yến.*

## NGUYỄN MINH NỮU

## GHÉ THĂM NHÀ TRẦN HOÀI THƯ LẦN CUỐI

Về đây đã thiếu bóng người.
Thiếu tay ôm thiếu tiếng cười đoàn viên.
Một mình đứng tựa mái hiên
Run tay khói thuốc chia miền tử sinh.

Nhớ sôi nổi lúc hàn huyên
Nhớ người xưa đất cao nguyên một thời.
Nhớ ly rượu rót trên đồi
Nhớ manh áo lính xanh đời chiến chinh.

Nhớ kiêu bạc, nhớ chân tình
Nhớ hào sảng suốt hành trình văn chương.
Bây giờ lớp lớp trầm hương.
Hành trình vĩnh biệt con đường thiên thu.

## PHẠM VĂN NHÀN
### TIỄN THƯ

Hôm nay, bạn bỏ tôi đi
Bỏ lại bạn bè
Bạn đã về cõi Trời Đâu Suất
Đâu còn ngồi nhìn trăng lên trên Gành Ráng
Những đêm về từ chiến trường xa
Quên đi những ngày gian khổ
Chiến đấu với tôi trên cùng mặt trận
Chết trong từng sát na
Thế mà vẫn cười, vẫn vui
Với hai người bạn Hoàng và Trung (*)
Khói thuốc bay làm mờ ánh trăng Gành Ráng

Hôm nay bạn đi
Về cõi Trời yên tĩnh
Còn lại mình tôi với Hoàng với Trung
Tôi nhớ đến căn nhà trong Khu Sáu
Ấm tiếng cười vui của bọn chúng mình

Bạn đi nhé
Bạn bè chúc bạn thảnh thơi
Trên cõi Trời
Với cây bút
Với những trang giấy là mây
Bạn viết
Bạn làm thơ
Như thuở nào
Bọn mình còn mặc áo lính
Ngồi đâu, viết đó
Chữ viết như con lăng quăng
Mà sao lạ
Với một Trần Hoài Thư
Ai cũng mến!

Làm ít câu thơ tiễn bạn
Để bạn cười
Đập tay xuống bàn mà vui
Thư nhé!

(*) *Phạm Cao Hoàng – Lê Văn Trung*

## LUÂN HOÁN

## NGŨ NGÔN
## SAU VÀ TRƯỚC MẤY NGÀY
## CỦA MỘT NGƯỜI BẠN

### 1. nhắn chừng đồng đội cũ

*gởi THT.*

bạn đồng đội cùng khóa
trong việc học cứu người
đôi khi cần phải giết
vóc dáng giống cái tôi

năm đó quân trường đó
bạn bị tôi bỏ rơi
trong di hành quanh trại
lần đầu cũng lần đuôi

sau đó thì mỗi đứa
trong số ngàn nam nhi
chúng ta chọn binh chủng
tự làm ngựa tự phi

và may bên cây súng
có cây viết nhiệm mầu
viết hoài không hết mực
điểm đến chắc còn lâu

*

thú vui già thèm bạn
gọi sao không trả lời?
nhớ đừng chơi bất tử
trò bạn bỏ rơi tôi

tin nhận không bi đát
nhưng xem chừng bi quan
bạn thua tôi mấy tháng
nhớ đó sống đàng hoàng

mấy đêm rồi khó thở
tôi hít ventolin
một cái rồi hai cái
đêm vẫn mị tành tành

nghe bạn đang dùng ống...
tôi đọc hơi dập dìu
tiếng tiêu hay tiếng sáo
đều một điệu buồn thiu

buồn thêm viết phải lách
mà không viết không an
vừa ngước nhìn mây trắng
đọng đống giữa nắng vàng

ngồi lên liền bạn nhé
tôi còn mấy tập thơ
bạn in giúp càng tốt
xong chuyện hãy giang hồ

*14h14 PM, 24-5-2024*

## 2. lời tiễn Trần Hoài Thư
## 1942-2024

biết tin, vội nhắn bạn
ngày 24 vừa qua
thơ thẩn dán trên mạng
bạn không đọc đến à?

hôm nay bạn hạ xuống
cánh cửa đời riêng rồi
tôi còn chưa in kịp
*"hạ cánh... ngộ cái tôi"*

thôi bạn cứ đi trước
vài năm hay nửa năm...
hẹn gặp ở cửa miếu
hoặc đâu đó mái am

*10h20 | 27-5-24*

## LUÂN HOÁN
### THAY KHÓI HƯƠNG

Viết về Trần Hoài Thư
thật nhiều điều nên viết
tiếc, đa số biết rồi
sót chăng điều khó viết

viết cho Trần Hoài Thư
còn ích chi để viết
đã bao lần ngần ngừ
thôi nhắm mắt để tiếc

đủ thân vừa đủ biết
đó là một con người
mọi thứ đều tha thiết
nếu làm đẹp cuộc đời

Quí Sách là Hoài Thư
khởi đi trọn vẹn đến
vài dòng này vốn dư
cũng cần có thay khói

vái lạy bạn chia tay
thật khó buồn hơn nữa
chữ rớt đầu ngón tay
trống rỗng không hồn chứa

## TRIỀU HOA ĐẠI
### MƯA ĐÔNG BẮC

*(kỷ niệm ngày đến thăm*
*vợ chồng Trần Hoài Thư ở New Jersey)*

đến thăm đông bắc
chiều mưa
sũng cơn phiền muộn
đong đưa thác ghềnh
tình xa
kề với ngày gần...
mưa quên phố lấp
quẩn quanh đợi chờ
mưa quên nhau. một
sớm chia
môi quen đã nhạt
người se phận đời

nhớ nhau gọi quẩn quanh rồi...
nhánh ra sông biển
nhánh vơi ngọn ngành
lơi tay vuốt lọn tóc gần
còn không ngày cũng
buồn quanh ngồi chờ
thôi thì
mai mốt tay che
mưa chiều đông bắc
người về nữa
không?

## CAO THOẠI CHÂU

## TIỄN BIỆT TRẦN HOÀI THƯ

Trần Hoài Thư! Thôi nhé Trần Hoài Thư!
Nghe tin bạn đã rời xa cõi tạm
Về nơi nào, có ổn không Thư?
Yên nghỉ nhé kiếp nhân sinh chỉ thế.

Ngồi tịch tĩnh lặng câm trong bóng tối
Nhớ bạn hiền châm điếu thuốc qua đêm
Rượu nửa ly, mời bạn nhé Hoài Thư
Ta thổn thức nhớ về ngày xưa ấy...

Thời tao loạn lên đường vào nghiệp lính
Để lại sân trường đàn chim nhỏ bơ vơ
Không làm thầy, ta làm lính cũng vui
Là học trò trường Bộ Binh Thủ Đức.

Bao kỷ niệm cùng Hoài Thư ngày cũ
Bạn hiền lành cũng áo lính như ta
Cũng thi sĩ tâm hồn hay bay bổng
Lính làm thơ, cũng rất tình rất lạ...

Về cõi nào cũng chúc bạn lạc an
Ta giờ cũng lênh đênh nơi cõi tạm
Nhắp cùng ta chút rượu rồi chia tay
Yên nghỉ nhé Trần Hoài Thư bạn mến...

*8 tháng 6 năm 2024*

## TRẦN VẤN LỆ

## VĨNH BIỆT TRẦN HOÀI THƯ

Trần Hoài Thư mất rồi,
sáng hôm qua, tại North Plainfield, New Jersey,
Tôi nhận được tin
lòng chết lặng!

Chị Yến mới mất đây mà!
Anh tôi ở vùng anh cũng mới mất đây mà.
Rồi anh, Trần Hoài Thư có tên rất đẹp: Trần Quí Sách!
Coi như "Vách có tai, dừng có mạch", tôi có thêm một tin buồn là vậy!

Những thân tình như hoa tuyết bay!
Những nhớ nhung còn cái bóng hao gầy...
Anh với tôi có hai lần tay bắt,
Dịp anh chị về Nam California cách nay mười lăm năm...

Một tấm bia đặt ở nghĩa trang không có,
Cái bình tro để ở Chùa có tồn tại hay không?
Tôi từng đi vòng vòng ở Chùa Bát Nhã Santa Ana,
thấy bình tro ông Cai Hương địa chỉ 31 Phan Đình Phùng Đà Lạt, lăn lóc...

Mùa Hè năm nay, 2024,
ông Trời cứ khóc..., sáng sáng mưa phùn bay.
Tôi không tin chị Yến mất,
không tin anh tôi mất,
không tin Trần Hoài Thư mất!

Tất cả ra đi không lật đật
Tuổi già thì hạnh phúc tựa như sương...
Nhưng tôi biết tôi buồn:
Anh với tôi một tuổi, một nghề Thầy Giáo, một thời Sinh Viên Võ Khoa...

Hai đứa mình đều sống ở rừng già
Hai đứa mình còn sống, chỉ có rừng tàn tạ.
Nay anh là một cánh rừng vỗ cánh...
Mai mốt thì tôi! Rừng ơi... rưng rưng anh nhỉ?

Rừng ơi
Rưng rưng gió rung...
Coi như xa nhau gió ít lạnh nhiều!
Sáng sáng mùa Hè ở California ảnh hưởng bão xa, lạnh ngắt. Mình xa nhau, là có thật!

*Chia tay... mây ở đầu non ấy,*
*nước cuối sông này một dải khăn!*

## LÊ HÂN

## NHỚ ANH TRẦN HOÀI THƯ

Không đơn giản chỉ giấy mực
Máy đóng máy cắt máy in
Chỗ anh ngồi linh tinh thứ
Đậm nhất vẫn là chân tình

Tình chữ tình người, cuộc sống
Tình sách hoài thư - văn chương
Từng khắc từng giờ linh động
Anh lưu anh giữ yêu thương

Trang báo trang văn sắp sửa
Có hồn đến từng bàn tay
Anh đọc anh dò anh chọn
Nâng niu liên tục đêm ngày

Trò chơi tuyệt vời chữ nghĩa
Riêng anh không giới hạn nào
Đam mê chỉ là thứ yếu
Giữ lại cho đời đỉnh cao

Một đời anh không buông bỏ
Dẫu cuối cùng cũng xuôi tay
Nụ cười trong đôi mắt khép
Đợi trong trang đựng chữ đầy

# THÀNH TÔN
## BẠN ĐI

Bạn đi, người quí sách
Đã bỏ công đi tìm
Máy in chừng ngơ ngác
Đợi keo dán độ nồng

Bạn đi, một khoảng trống
Biết ai người lấp đầy
Bài thơ làm nhung nhớ
Quyển sách chừng hao gầy
Chiếc bóng chao mờ ảo
Vách thư viện chập chờn
Bươi đống tro... đốt sách
Trang chữ vàng lộ ra

Bạn đi và để lại
Sách từng chồng mỏng, dày
Một dáng ngồi đẹp lão
Kim chỉ khâu trang... đời

Bạn đi và để lại
Đáng sống một cuộc đời
Có hào hùng súng đạn
Có ngọt ngào truyện, thơ
Có phút giây bi tráng
Có tình yêu chỉ... nhìn

Bạn đi còn để lại
Biết bao người hoài thư

# CAM LI NGUYỄN THỊ MỸ THANH

## GÁNH ĐỜI BUÔNG XUỐNG

*(Kính tiễn biệt Nhà Văn, Nhà Thơ Trần Hoài Thư)*

Bởi mang hồn Quí Sách
Nên nặng nghiệp Hoài Thư
Gánh quê hương ly loạn
Gánh chữ nghĩa mịt mù

Mang con tim Thám Kích
Vá khâu mảnh văn chương
Khi thở hơi thoi thóp
Đường kim còn vấn vương

Thõng tay, chừng sạch nợ
Đi vào cõi an bình
Gánh đời nay buông xuống
Vai vẫn nặng chữ Tình.

## NHƯ THƯƠNG

### TRẦN HOÀI THƯ: NỐT LẶNG MỘT NHÀ THƠ

Trăm năm rồi có một ngày
Hoài Thư, người hỡi... Trời bày biệt ly
Phù hư mây trắng mà chi
Giang hồ phiêu bạt vân vi cuộc đời
.
Người theo hạt bụi tà dương
Theo cánh chim Yến vẹn đường phu thê (*)
Văn Thơ một thuở đam mê
Sách thơm còn đấy. Đi. Về... chốn nao
.
Nhớ người mây tóc trắng phau
Bên Thư Ấn Quán đêm thao thức tình
Lật bao trang sách lung linh
Cổ thư để lại vạn nghìn cảo thơm
.
Nỗi buồn như thể vô âm
Thôi thì ngần ấy thăng trầm đã qua
Nghe như giọt lệ nhạt nhòa
Khẽ lăn... trong buổi chiều tà Di quan
.
Tháng 5 tiễn một dặm đường
Người đi để lại mười phương: Nụ cười
Có câu lục bát rã rời
Thất vần niêm luật viết lời Phân Ưu

*(Tháng 6, 2024)*

*(*) Người Bạn Đời của nhà văn Trần Hoài Thư là chị Nguyễn Ngọc Yến, mất ngày 27-4-2024*

## DUYÊN
## KẺ LẠ Ở THIÊN ĐƯỜNG

anh chị đi rồi
ai tiếp tục đi tìm di sản văn chương Việt, miền nam
có hơn hai mươi năm dài...
đã bị chôn vùi trong hận thù sau cuộc chiến.

hình ảnh đẹp, người thiếu phụ trẻ miền tây thời chinh
chiến:
*"em ngồi đan áo*
*em thương nhớ chàng"***
thế nhưng
buổi phân ly khi hòa bình, nhiều khổ đau hơn...
cuộc chia ly nào cũng đầy nước mắt...
vợ xa chồng, con nhỏ dại xa cha
chị thúc đẩy anh
đi tìm tương lai, tìm tự do
thoát ngục tù tăm tối.

một ngày kia may mắn
trên xứ người, đoàn tụ
hạnh phúc chan hòa
dù vất vả ngược xuôi.

khi đời sống yên, tương lai. khá rõ
nhìn lại quê hương
đã hòa bình, sao đổ nát điêu linh
di tích văn hóa thời cộng hòa dân chủ
bị chà đạp để chiến thắng được tôn vinh
nền văn chương hơn hai mươi năm tự do. dưới ánh mặt

trời
bị tàn sát dưới ngọn lửa bạo tàn cộng sản
sách báo khi cất giấu, phải đánh đổi bằng tù đày, bằng sinh mạng...
là một nhà văn, nhà thơ, nhà báo trong thời chiến
làm sao anh có thể dửng dưng. nhìn
với kiến thức học được nơi xứ người
với lòng yêu mến văn chương
của anh và của chị
những quyển sách xứng đáng được xuất bản, thiếu cơ hội in ra, anh chị tìm cách in ấn lại
như Cõi Đá Vàng tác giả Nguyễn Thị Thanh Sâm
Kẻ Lạ Ở Thiên Đường, Simone Weil, Phùng Thăng dịch
và còn nhiều nhiều nữa...
văn chương miền nam dần khôi phục
với tên anh: "Hoài Thư/ Quí Sách"
suốt cả đời...

khi khổ nạn tìm đến chị
thương  yêu vợ một đời hy sinh
yêu và quý những gì anh yêu quý
nặng lòng với văn chương và một quê hương đã mất lối về...
anh phấn đấu, anh cận kề săn sóc chị
cố giấu tình trạng mình, sức khỏe suy yếu hơn xưa.

ngày giỗ mẹ, chị cài bông hoa trắng
gài cho mẹ đóa hồng
giúp anh đỡ phiền hà, nhớ hai ngày giỗ
chị thong thả. qua sông.

một tháng sau 27.5.24 anh đi, ngày chiến sĩ trận vong
người lính già giũ bụi trần gian...
*theo em****, với đôi cánh thiên thần.

khâu vá di sản văn chương miền nam.
quên đi hư vỡ đời mình
hy sinh đến phút cuối cùng...
tên anh chị khắc nhũ vàng lấp lánh
hàn vá lại những mất mát của văn học miền nam
nhiều tác phẩm bị hủy diệt
được anh chị kiếm tìm, khôi phục lại
cho sau này...
hậu thế sẽ không quên.

**kẻ lạ ở thiên đường*, Simone Weil, bản dịch Phùng Thăng (*Bookmark*, thơ Trần Hoài Thư)
***buồn tàn thu*, nhạc Văn Cao.
****theo em,* thơ Trần Hoài Thư

# ĐẶNG TIẾN (THÁI NGUYÊN)

TRẦN HOÀI THƯ

Có cả ngàn lý do để tôi chưa kịp đọc Ông
Có cả ngàn lý do để tôi vĩnh viễn không bao giờ còn được gặp
Trên dải đất hình chữ S nhỏ bé
Trên địa cầu rộng lớn muôn trùng
Bên thắng cuộc
Và bên thua cuộc
Bên chúng nó
Và bên chúng ta
Một thời ngôn từ lạnh sắc
Một thời ngôn từ thuốc độc
Quốc nội và Hải ngoại
Những hàng rào cách chia
Hữu hình và vô hình
Những hàng rào rất có thể vây kín quanh tôi
Tự vây trong tôi, nhiều khi có thể
Không dễ gì giải độc ngôn từ
Không dễ gì thoát khỏi những sân hận âm u man mọi nơi đáy sâu lòng ta thầm kín
Không dễ gì ta có thể thoát khỏi những xích xiềng tự nguyện
Không dễ gì...

Tôi đọc rồi biết ông
Lặng lẽ
Âm thầm
Nhờ nối mạng Internet
Từ một danh ngôn nước Pháp
Muốn - luôn - là - có - thể!
Tôi tin ông không hề biết

Ở phía bên kia xa cách vạn dặm Thái Bình Dương nơi cố hương vời vợi
Có một độc giả vô danh
Biết và đọc ông rất đỗi muộn màng

Tôi vẫn tin
Ngày ông bỏ nước ra đi lòng trĩu nặng buồn đau
Kẻ thua cuộc hai bàn tay trắng!
Cố hương mịt mờ sau khói sau mây sau điệp điệp trùng trùng sóng thái bình dương thái bình dương
Nhất khứ hề
Bất phục phản
Mang mang cổ thi buồn não!
Ngọn gió quê người gợi nhắc
Đoạn trường
Dứt áo
Ra đi...

Tôi vẫn tin
Ngày ông bỏ nước ra đi
Đớn đau khắc khoải
Bãi biển nương dâu
Chữ nghĩa sách vở một thời hóa thành đồng nát chất đống vỉa hè
Hóa thành bột giấy
Hóa thành tro bụi
Hóa thành hư không
Tan vào mây khói
Não lòng...

Lụy phần dư
Văn chương
Vô mệnh
Chắp nhặt
Vá khâu
Nối lại những mảnh hồn
Chữ thành dòng
Dòng thành trang
Trang thành quyển
Âm thầm
Cặm cụi
Lặng lẽ
Ẩn mình
Những mong làm sống lại
Từ tro tàn
Bay lên những cánh chim
Ông đã làm với trọn vẹn yêu tin!
Những chồng bản thảo cao dần
Cao dần
Căn nhà nhỏ nơi ông trú ngụ
Quê người
Bỗng rưng rưng
Lệ rơi tình huynh đệ
Tiếng cười vui trong lặng lẽ hôn hoàng...

Biển đã lặng?
Đã sóng yên?
Những trang giấy cháy ngày nao đã lành trở lại?
Bên song khóc ông bằng một trang này.

# NGUYỄN ĐỨC NHÂN

## HAIKU. GỞI THIÊN NHIÊN HUYỀN NHIỆM

1.
Trần Hoài Thư. Trần Hoài Thư ơi
anh vừa bỏ thân mạng. sinh mạng anh mãi còn
trong sinh mạng văn học Việt Nam

2.
Cơn mưa khuya mùa hạ
chùm hoa nguyệt quế thanh tẩy bụi trần
vừa nở nụ cười bình minh

3.
Còn trong tổ
những quả trứng chim câu lặng thinh
sẽ một ngày sải cánh rạng đông mầu nhiệm

4.
Rạng đông. rạng đông
đỉnh núi ấy quàng lên vai
chiếc khăn lụa mù sương tuyệt đẹp

5.
Nắng mùa hạ
khu vườn trưa kín tiếng
chỉ để lộ tiếng chim cu rất trắng

6.
Không gian bao la
mọi vật đều chuyển động
không bao giờ. em. dẫm lên cái bóng của mình

7.
Tiếng chuông đã qua sông
nơi quả chuông đồng chùa ấy
vẫn còn in dấu tích

8.
Nụ hoa xưa đã tàn
cánh bướm nào đã chết
dòng sinh diệt chưa chấm hết đâu em

9.
Con gà trống ấy đã chết
tiếng gáy vẫn còn lưu lạc
trong bóng hoàng hôn

10.
Viên đạn nào đâm thủng trái tim tôi
sẽ có một ngày quay lại
đâm thủng nụ cười hân hoan của bạn

## HOÀNG XUÂN SƠN

### HẸN LẠI

Rồi thôi khép lại sách trần
Giở từng trang một còn ngân vọng dài
Chiếc én bay ngoài trần ai
Rủ chiều cùng đến phương hoài niệm thư

Không đâu. Không phải tạ từ
Chỉ là manh khởi cuộc như lai về
Đến đâu về đâu chẳng nề
Tóc đuôi gà buộc phu thê trọn tình

Ô kìa. Hương khói chung chinh
Kỳ nam trú niệm lữ trình ý nhi

## LÃM THÚY

## NÓI THAY NGƯỜI ĐI

*(thay lời anh Trần Hoài Thư, nói cùng chị Ngọc Yến)*

Quả là đời chẳng còn vui
Thì thôi nhanh bước theo người gối chăn
Hẹn nhau cuối nẻo đường trần
Yến bay về phía mây Tần mù xa

Biết đâu là chốn quê nhà
Hồn phiêu diêu với trăng tà, sao khuya
Chờ nhau đừng vội chia lìa
Chậm chân, nán lại cùng về với nhau

Không lo nữa chuyện xưa sau
Từ đây kiếp kiếp tròn câu đá vàng
Như chim liền cánh thênh thang
Cây liền cành với vô vàn thiết tha

Thiên thu trời đất giao hòa
Từ đây ta lại về ta đời đời
Không còn sợ cảnh chia phôi
Không lo cách biệt mỗi nơi một người

Từ đây vĩnh viễn chung đôi
Cùng nhau chắp cánh qua trời bình yên

## NGUYỄN XUÂN THIỆP

### LỜI GỞI TRẦN HOÀI THƯ

Ôi. bạn ta. trần hoài thư
tin cho biết
bạn vừa ra đi. một ngọn lửa vừa tắt
trong căn nhà tối mờ. còn nghe tiếng nói. sách và thơ
mới đây. họp mặt ngày chiến sĩ trận vong.
                    chúng tôi còn nhắc tới bạn
và chị yến
với con đường chữ nghĩa
la strada. tiếng cười của gã khùng the fool. và cô bé
gelsomina
từ quê xưa
tới new jersey. thư viện cornell
chập chùng gian khổ
nhưng rực thắm hoa poppy
tôi viết những dòng này
để tiễn đưa
người lính viết văn trần hoài thư
ngủ yên
xin bạn hãy ngủ yên
bên cánh đồng anh túc
trong lòng tưởng nhớ của mọi người
và văn học mai sau

## NGUYỄN THỊ THANH BÌNH
### KHÚC NIỆM CUỐI CHO TRẦN HOÀI THƯ

Tôi vẫn bảo chưa muốn làm thơ điếu
Cho anh Trần Hoài Thư và Chim Yến dấu yêu
Chàng nghe rồi mắt kính buồn tê dại
Nhưng lùng bùng: "Anh chưa chết đâu em"
À thì ra... chỉ buồn vì nỗi sợ mồ côi vợ
Lính thám sát có ngại chết bao giờ
Tình chung thủy nên đi "trùng" liền tháng
Chưa 49 ngày vẫn lảng vảng chờ nhau
Chờ nhau dắt tay nhau đến thiên đàng
Thiên đàng là đâu, nếu vào đó không gặp nhau chăng
Và như thế, khi Trần Hoài Thư tóc trắng vừa bay về
Nguyễn Ngọc Yến chị tôi chắc tóc bím vẫn đen tuyền đứng chờ sẵn ở cửa thiên đàng
Ơi thiên đàng như một hạnh ngộ diệu kỳ của những khúc tình sử thiên thu xán lạn
Ơi tình yêu ấy sao mà đẹp vô hạn!
Chả trách chàng vẫn mải miết dệt thơ tình cho nàng ở tuổi 80:
"... Tôi biết rằng em không thể chết
Mình phải sống, sống để giúp tôi được sống
Để ngợi ca sự linh hiển cuối cuộc đời"
Chả trách sau khi đặt nàng nằm xuống, chàng chỉ thu xếp vài tuần là mạnh dạn ra đi
Như để giã từ "Nỗi Bơ Vơ Của Bầy Ngựa Hoang" (tên tập truyện đầu tay)

Mặc cho những ngân ngấn nước mắt dội ngược vào lòng của
Thoại quý tử duy nhất, của anh Phiệt...
Thế nào chăng nữa, nỗi ly biệt trần thế vẫn quá lắm ngùi ngùi
Bạn bè thân thiết biết bao kỷ niệm nửa thế kỷ bỏ lại sau lưng: nào
Phạm Văn Nhàn, Phạm Cao Hoàng, Lê Văn Trung ở quê nhà...
Này anh Thư, thôi từ đây xa vắng
Bạn xưa bạn nay xin vẫy tay chào
Nhắc nhớ anh Thư là nhớ cái chí tình mộc mạc
Như xâu bánh tráng của chị Yến cùng những giọt lệ thương tâm
Viện dưỡng lão New Jersey của phận đời lưu lạc
Và căn nhà thiếu dưỡng khí đàn bà u mặc một lần ghé thăm
Cũng là nỗi tình cờ thấy anh tiếp khách phương xa
Là vợ chồng TNLT Cù Huy Hà Vũ & Dương Hà
Cùng cặp đôi Hạ Uyên & Hoàng Long thân quen của Boston rủ
nhau tìm gặp
Ơi sao hình ảnh một nhà văn/ nhà thơ lính chiến lão thành (kẻ
mệnh danh người gìn giữ di sản văn học MN) quá... đỉnh
Khi chàng hấp háy cặp kính cận dày cộm bắt tay niềm nở con trai
nhà thơ MB Huy Cận
Một cuộc tao ngộ hiếm thấy của tấm lòng văn chương Cù Huy Hà
Vũ
Ngưỡng mộ thật tình người khâu vá từng mảng, từng mảng văn
chương MN
Nơi mà cả hai đã thích thú ngắm nhìn từng trang sách, như những
trang đời đã ngụp lặn, đã nức nở sống và đã qua...
Dưới một căn hầm tràn ngập sách báo le lói chút ánh sáng phục
hồi trong thời đại mới công nghệ A Còng
Dù sao cũng cảm ơn cuộc chứng kiến bất ngờ thi vị, mà có lẽ nhờ
cuộc tha hương mới có ở đất khách (không phải sao?)
Và bây giờ khi nhạc đời đã tắt
Một trần gian lắm lúc ảm đạm đã không giữ ấm được chân người
lại
Thôi cũng đành nói lời chia tay với ngựa hoang bờm xờm kiêu
bạc phi nước đại
Trần Hoài Thư!
Vâng, người-đi-ừ-nhỉ-người-đi-thật
Hoài bão chí lớn và cuộc hành trình cũng vừa như chấm dứt...
một cuộc chơi

Nơi xa kia hẳn là một cuộc nhàn du bất định
Chỉ cuộc phù trần nơi đây vườn xin tiếp bước...
Văn chương chữ nghĩa xa lăng lắc quê nhà
Rồi cũng cầm bằng như lời trần tình thả bay của gió có phải
Ngọn lửa đam mê trên đầu những ngọn bút viết cuối cùng cũng xin trả lại
Ơi những cánh chim bạt xứ vẫn lảo đảo bên trời lận đận
Dù gì chúng ta cũng đã mặc cả đời mình trong cuộc lữ này như thế... như vẫn...
Giờ thì coi như
Trần Hoài Thư là hạt bụi lóng lánh nhất
Đã khiến trái đất tuồng như cay mắt nhiều nhất
Khi phải nói lời vĩnh biệt
Vĩnh biệt hay chỉ là tạm biệt...
Thôi thì cũng xin thắp vội nén hương lòng
Cầu mong "ngựa hoang" yên nghỉ đời đời
Nơi... ngàn cao!

## NHÃ MY
## VĨNH BIỆT TRẦN HOÀI THƯ

Một thời binh nghiệp lao đao
Thơ văn vẫn giữ biết bao chân tình
Cảo thơm góp nhặt một mình
Đem bao công sức giữ gìn văn chương

Cho dù lưu lạc tha hương
Mà hồn dân tộc còn vương nỗi niềm
Tiễn ông một nén hương lòng
Còn đây di sản của Trần Hoài Thư

## TRIỀU HẠNH

### VĨNH BIỆT TRẦN HOÀI THƯ

Tháng trước chị Yến mất
Giọt sầu chưa ráo mi
Đôi vai gầy hụt hẫng
Anh vội theo chị đi
Hơn nửa đời vất vả
Nặng nợ cùng văn chương
Mười hai năm ròng rã
Chăm sóc người tình chung
Thơ anh tuy đã thuộc
Tên anh dù rất quen
Nên một lần sơ ngộ
Xem như là tình thân

Xa nửa vòng trái đất
Ngưỡng mộ anh âm thầm
Xin đốt nén hương lòng
Tiễn biệt anh lần cuối

## ĐẶNG TOẢN
## NGƯỜI CHỌN TRÔI THEO DÒNG SÔNG

*Kính dâng hương hồn chú Trần Hoài Thư*

Người chọn trôi theo dòng sông
Để không còn trách nụ hồng đi hoang
Bước chân là vệt mây loang
Ưu tư thôi chất đầy khoang thuyền tình

Từ khi chim YẾN bỏ mình
Tai người tiếng sét thình lình ngàn cân
Hốt chùm ly biệt trong ngần
Giữa hoàng hôn ngỡ thiên ân nhạt nhòa

Cánh đồng thương tật trổ hoa
Tiền thân giọt lệ lăn qua nỗi buồn
Cúi khâu tập sách dày khuôn
Hạt ly hương rụng chạm nguồn thơ ca

Sĩ quan trinh sát tài ba
Kỹ sư vi tính thiết tha chăm làm
Bảo tồn di sản miền Nam
THƯ QUÁN BẢN THẢO lòng kham nhẫn bền

Bất ngờ địa phủ gọi tên
Ngày men gan chỉ số lên bần thần
Mưa buồn trút xuống căn phần
Nằm nghe định mệnh bắt tần số đau

Nhớ người mái tóc trắng phau
Dáng lênh khênh tựa cỏ lau phiêu bồng
Người chọn trôi theo dòng sông
Ngày Xuân thất lộc tin chồng chất dư

Chừng như ngọn gió nhàn cư
Đuổi theo tiếng gọi Hoài Thư trên đồng
Người chọn trôi theo dòng sông
Cầm tay mà thấy hư không chực tràn

*Houston ngày 14/6/2024*

*Đặng Toản & Trần Hoài Thư*

## THÁI TÚ HẠP

### Tiễn Bạn Trần Hoài Thư

Khi mặt trời chìm xuống biển đông
Là lúc Thư về thăm Quê Mẹ
Người vợ hiền thức giấc chờ mong
Bạn bè xưa gặp nhau thăm hỏi

Sông nước Cửu Long chiều nhỏ lệ
Sỏi đá ngàn năm cũng ngậm ngùi
Mối tình tuyệt đẹp tưởng như tranh
"Trăng nước Chương Đài "ai kết nghĩa

Đôi mắt nai của Yến hạc vàng
Văn chương quẳng  gánh trần gian
Cùng nhau rong ruổi Thiên Thai Cõi Trời

*Los Angeles 12/6/2024*

# ĐỨC PHỔ
## QUÍ Ở TRONG LÒNG

** gởi theo hương hồn nhà văn Trần Hoài Thư*

Cha yêu chữ. Đặt tên con Quí Sách (*)
Bố thích nói chuyện văn chương. Đặt con tên Quí Thoại (**)
Chồng yêu vợ hàng ngày bới xách
Không quản thân già chẳng ngại chân run!

Ngày hai buổi ra vào nhà dưỡng lão
Mớm cho vợ hiền những muỗng tình nhân
Giờ còn lại chui vào hầm sách
Đóng thơ văn bằng hữu gởi xa gần!

Thời trai trẻ bạn không thích chiến tranh
Vẫn ôm súng ngăn thù giữ nước
Là nhà văn biết suy điều sau trước
Bỏ nước đi rồi lòng nặng nghĩa non sông!

Sống ở xứ người tủi mặt với cha ông
Nên bạn cũ gặp nhau lòng mừng mở hội
Buổi giáp mặt chia nhau lời thăm hỏi
Để nhắc mình còn có một quê hương!

Bây giờ tóc bạn đã phai màu
Mà nghĩa phu thê ngày càng đậm sắc
Mới hiểu được. Sống trong trời đất
Món nợ ân tình khó trả cho xong!

Còn nhớ buổi bạn bè thù tạc
Bạn chẳng quản đường xa chín mười tiếng lái xe
Bây giờ có buổi vầy vui bạn bè thường nhắc
Bạn bận rồi vì chị Yến cần hơn!

Từ đó những chung rượu nồng đã nhạt
(bởi thiếu nụ cười xởi lởi Trần Hoài Thư!)...

*(*) Quí Sách là tên thật của nhà văn Trần Hoài Thư.*
*(**) Tên người con trai duy nhất của anh chị là Bs Trần Quí Thoại*

# HUỲNH LIỄU NGẠN
## TIỄN ANH TRẦN HOÀI THƯ

gởi anh chút gió mười phương
trên trang sách của tha hương kiếp này
quản chi núi dựng non bày
anh đi gom chữ nghĩa đầy trang thơ

hồn anh giấy mực chưa khô
trên di sản của điểm tô một thời
anh mang theo ước vọng đời
của miền nam sáng dội lời chứa chan

cuộc đời có hợp rồi tan
như nước chảy xuôi ra ngàn biển sâu
anh đi nối lại mùa ngâu
con chim yến đợi bên cầu cùng bay

những vần thơ của hôm nay
sẽ theo nhau đến chân mây cuối trời
lạy anh ơn nghĩa một đời
văn chương chữ nghĩa khóc cười nổi trôi

anh khâu vá những mảnh rời
cho mai sau khỏi rớt rơi dọc đường
tiễn anh đánh một hồi chuông
trần gian cõi tạm vô thường anh đi.

*7.6.2024*

## HÀ NGUYÊN DU

## CỤNG LY CÙNG ANH...

Trôi trôi nhanh như mây trổ bông...
trên trời cao bồng bềnh
Thời gian ơi cuốn hết về cõi pha phôi!!
Nhưng núi ký ức vẫn ngày một nhô cao nhô cao
Mặc khải bóng hình anh vẫn không là sương là mây.
Mà chẳng khác chi những con chữ lưu danh ghi trên bia đá!!
Trần Hoài Thư
Một Văn Nghệ Sĩ Quân Đội thời vàng son VNCH
Có anh có tôi cùng bằng hữu...
Nhớ như in ngày anh đến với Nhà văn Nguyễn Xuân Hoàng vào mấy mươi năm trước
Tôi và anh gặp nhau...
Sau cơn mưa vừa tạnh...
Anh đứng tựa vào cây ngã ngang bên lề đường
Tập "Đi Về Hướng Mặt Trời Lặn"
Chữ ký tặng tôi vẫn hằn rõ những nét đá phóng khoáng và phong lưu...
Nhưng giờ anh đã ra đi thật rồi!!
Anh về đoàn tụ nơi chín suối với hiền thê yêu quý của anh...
Ơi! Những cơn sấm chớp: *Thư Quán Bản Thảo* vẫn vang rền... vang rền...
Và dòng văn mạch thơ LÍNH của anh...
Tôi tưởng như nhưng loài ve sầu mãi râm ran rót vào tai mỗi người lính chúng ta khác chi những loài hoa phượng vĩ!!
Văn Nhân Thi sĩ Trần Hoài Thư...
Anh an lạc một cõi văn chương của chốn vĩnh hằng...
Chắc hẳn là một ngày nào chúng tôi sẽ ***cụng ly cùng anh.!!***

*Trước bình minh June 17, 2024 – 6h05 AM*

# VĂN
# TIỄN BIỆT
## TRẦN HOÀI THƯ

*Trần Hoài Thư (Tranh Hoàng Ngọc Biên)*

# PHẠM CAO HOÀNG
## NHỚ CĂN NHÀ KHU SÁU QUI NHƠN

*Đinh Cường Trần Hoài Thư Ngọc Yến Cúc Hoa*
*Phạm Cao Hoàng (Virginia, 10.2012)*

Căn nhà chúng tôi thuê nằm ở cuối đường Nguyễn Thái Học, gần Ghềnh Ráng, thuộc khu 6, Qui Nhơn. Đây là nơi gặp gỡ của nhóm bạn Trần Hoài Thư, Phạm Văn Nhàn, Phạm Cao Hoàng, Lê Văn Trung, Hoàng Ngọc Châu, Nguyễn Huy Hoàng, Nguyễn Phương Loan trong những năm 1968 và 1969.

Lê Văn Trung và tôi học ở trường Sư Phạm. Hoàng Ngọc Châu làm ở tiệm vàng. Các bạn còn lại đều ở trong quân đội.

Các anh Trần Hoài Thư, Phạm Văn Nhàn, Nguyễn Huy Hoàng, Nguyễn Phương Loan ở ngoài mặt trận, lâu lâu mới về. Hoàng Ngọc Châu có nhà ở dưới phố. Lê Văn Trung ở với anh chị dưới khu 2. Còn tôi là người thường xuyên cư ngụ trong căn nhà này.

Nói là một căn nhà nhưng thật ra chỉ là một căn phòng không lớn lắm, đủ chỗ ở cho dăm ba người; tuy nhiên khi cần thiết thì năm bảy người cũng không sao.

Mỗi khi gặp nhau chúng tôi thường kéo nhau ra quán cà phê và nơi chúng tôi thường đến là Cà phê Dung.

Phương tiện đi lại bấy giờ cũng không dễ dàng. Cần đi đâu chúng tôi phải đón xe lam. Vòng quanh thành phố Qui Nhơn có một beltway, nếu ngồi suốt trên xe lam thì khoảng 30 phút sau sẽ về chốn cũ.

Mỗi người một tính. Anh Nguyễn Huy Hoàng ân cần, chu đáo. Phạm Văn Nhàn vui vẻ cởi mở. Trần Hoài Thư khinh bạc, bất cần đời. Hoàng Ngọc Châu sôi nổi. Lê Văn Trung thâm trầm, ít nói, Nguyễn Phương Loan sống chí tình.

Cửa của căn phòng không bao giờ khóa vì chúng tôi chẳng có gì để mất. Bên trong chỉ có vài ba ký gạo và một ít quần áo. Bạn nào về trước cứ bước vào, có gì ăn nấy, nghỉ ngơi và viết lách. Nơi đây, Lê Văn Trung đã viết bài thơ NGÀY XA, một trong những bài thơ hay nhất của Trung. Lê Văn Trung đã trích hai câu trong bài thơ đó và ghi lên vách tường:

*Tình không, không cửa không nhà.*
*Lòng như mây trắng bay qua biển chiều.*

Trong mấy anh em chúng tôi, người viết khỏe nhất là Trần Hoài Thư. Anh viết rất dễ dàng, viết bất kỳ ở đâu, kể cả khi chúng tôi đang trò chuyện ồn ào.

Chiến tranh và chết chóc là nỗi ám ảnh và sợ hãi thường trực đối với chúng tôi. Mô tả cảnh sống của chúng tôi hồi ấy, Trần Hoài Thư có làm mấy câu thơ vui:

*Anh no ngày nào em không biết*
*Anh đói ngày nào em không hay*
*Hôm nay đi về mưa bay bay*

Chúng tôi quý mến nhau vô cùng. Gặp nhau lúc nào là vui lúc ấy, và năm mươi lăm năm qua chưa bao giờ chúng tôi có điều gì xích mích. Năm 1968, chiến tranh trở nên khốc liệt hơn. May mà tất cả đều bình yên trở về, trừ Nguyễn Phương Loan vĩnh viễn nằm lại với núi rừng Pleime.

Cuối năm 1969 chúng tôi mỗi người một ngả. Tôi vào Phan Thiết. Lê Văn Trung ra Quảng Ngãi. Hoàng Ngọc Châu lên Bảo Lộc. Nguyễn Huy Hoàng, Phạm Văn Nhàn, Trần Hoài Thư trôi giạt hết chiến trường này đến chiến trường nọ. Hồi đó không có điện thoại như bây giờ nên có một thời gian dài chúng tôi thất lạc nhau. Sau 1975, anh Nguyễn Huy Hoàng bệnh nặng và qua đời. Trần Hoài Thư, Phạm Văn Nhàn ở tù rồi sang Mỹ. Hoàng Ngọc Châu vẫn tiếp tục trụ lại ở Bảo Lộc. Lê Văn Trung làm công nhân xây dựng. Còn tôi tiếp tục với nghề dạy học.

Năm 1999, trước khi đi Mỹ định cư, tôi về Qui Nhơn thăm người chị; nhân dịp đó tôi tìm đến căn nhà văn nghệ năm xưa. Người chủ nhà không còn nữa. Tất cả đã đổi thay.

*"Lối xưa xe ngựa hồn thu thảo.*
*Nền cũ lâu đài bóng tịch dương"* (*)

Lưu lạc mỗi người một phương rồi cuối cùng chúng tôi cũng liên lạc được với nhau vào năm 2000. Cuộc mưu sinh ở vùng đất mới không dễ dàng chút nào. Khi tôi tìm được việc làm đầu tiên ở Mỹ thì cũng vừa lúc Trần Hoài Thư nghỉ hưu sớm, dành hết thời gian cho việc thực hiện Tạp chí Thư Quán Bản Thảo và Nhà xuất bản Thư Ấn Quán. Mới chân ướt chân ráo nơi đất lạ quê người, tôi phải làm việc cật lực để có tiền trang trải cho cuộc sống nên chưa sắp xếp để gặp lại lại bạn bè được. Mãi đến năm 2012 tôi mới gặp Trần Hoài Thư khi anh sang Virginia và năm 2017 tôi mới gặp lại Phạm Văn Nhàn. Đó là ngày 7 tháng 5 năm 2017. Phạm Văn Nhàn từ Texas và tôi từ Virginia bay sang New Jersey ở lại nhà Trần Hoài Thư. Lần đầu tiên từ khi sang Mỹ ba chúng tôi mới có dịp nâng ly chúc mừng cuộc hội ngộ ở vùng đất xa xôi này. Tiếc là thiếu Lê Văn Trung vì Trung còn ở lại quê nhà. Hôm ấy, tôi đã viết bài thơ Ở NEW JERSEY GẶP LẠI PHẠM VĂN NHÀN. Trong bài thơ này, tôi có nhắc đến căn nhà Khu Sáu, có nhắc đến một người bạn mấy lần bị thương ở Bình Định Qui Nhơn. Người đó chính là Trần Hoài Thư.

Ở NEW JERSEY GẶP LẠI PHẠM VĂN NHÀN
*sau chiến tranh chúng ta là những người sống sót*
*còn gặp lại nhau là đủ vui rồi*
*đêm ở New Jersey*
*nhắc với nhau về những ngày tháng xa xôi*
*về người bạn đề thơ trên vách tường năm ấy*
*về người bạn lên Pleime rồi chẳng bao giờ trở lại*
*về người bạn mấy lần bị thương ở Bình Định Qui Nhơn*

*về cà phê quán sớm bên đường*
*về căn nhà cửa không bao giờ khóa*
*từ chiến trường*
*bạn trở về nơi đó*
*lặng lẽ ngồi nơi chiếc bàn bên cửa sổ*
*viết truyện thời chiến tranh*
*viết thật nhanh - mai còn đi hành quân*
*viết cho kịp - biết đâu không còn gặp lại bạn bè Khu Sáu*
*và bạn tôi như thuyền không bến đậu*
*ngày ở cao nguyên đêm xuống đồng bằng*
*ôi một thời đi giữa chiến tranh*
*sống và chết chỉ cách nhau trong tích tắc*
*sau chiến tranh chúng ta là những người sống sót*
*còn gặp lại nhau là đủ vui rồi*
*cụng ly nào! - mai mình lại chia tay...*

Riêng Trần Hoài Thư đã có 12 bài thơ viết về căn nhà này. Trong bài thứ ba, viết ngày 9 tháng 4 năm 2016, có 2 câu:

*Bỗng dưng nhắc Phạm Cao Hoàng.*
*Trưa nằm lửa đốt hoảng hồn cứu tôi.*

Khi đọc, tôi không hiểu hai câu thơ này. Sau này Phạm Văn Nhàn giải thích: Hôm ấy, trong căn nhà Khu Sáu, Phạm Cao Hoàng đang nghỉ trưa. Trần Hoài Thư và Phạm Văn Nhàn muốn đánh thức Phạm Cao Hoàng dậy xuống phố uống cà phê, bèn nghịch ngợm quấn một tờ giấy kẹp giữa hai ngón chân Phạm Cao Hoàng rồi châm lửa đốt. Nóng quá, Phạm Cao Hoàng hoảng hốt lăn xuống đất. Chuyện lâu rồi, bây giờ nhắc lại thấy nhớ và thương bạn mình hơn.

Bài thơ có tựa đề NHỚ MỘT THỜI KHU SÁU. Nguyên văn bài thơ như sau:

*Bây giờ nội ngoại lên lon*
*Bây giờ con cháu cháu con yên phần*
*Nói gì, thì cũng nỗi buồn*
*Trong hiu quạnh bốn bức tường chung thân*
*Nói gì vợ bệnh trầm luân*
*Nói gì: thì cũng đất gần trời xa*
*May đời còn có Qui Nhơn*
*Còn khu Sáu, quán âm hồn lưu thân*
*Bỗng dưng nhắc Phạm Cao Hoàng*
*Trưa nằm lửa đốt hoảng hồn cứu tôi*

Năm mươi lăm năm đã trôi qua nhưng những ngày xưa thân ái nơi căn nhà ấy lúc nào cũng còn ấm áp trong lòng chúng tôi. Nhóm bạn Khu Sáu ngày xưa bây giờ chỉ còn ba người ở ba phương trời thăm thẳm. Anh Trần Hoài Thư ơi, những ngày này chúng tôi nhớ anh nhiều lắm. Mong anh và chị Yến bình yên nơi cõi vĩnh hằng.

**Phạm Cao Hoàng**
*Virginia, June 8, 2024*

(*) Thơ Bà Huyện Thanh Quan

# SONG THAO
## Trần Hoài Thư, Trên Những Gian Nan

*Hình bên trái: Nhà văn Trần Hoài Thư*
*Hình bên phải: Tòa soạn từ nay vắng bóng anh Thư.*

Trần Quí Sách hay Trần Hoài Thư, tên nào cũng đổ nợ. Tên cúng cơm hay bút hiệu đều truân chuyên như nhau. Trần Hoài Thư cùng chị Ngọc Yến qua Montréal này ba lần. Lần nào cũng như cóc bỏ dĩa nhưng lần nào anh cũng gặp anh em cầm bút bên này. Anh quý bạn văn, đường từ New Jersey tới Montréal kể cũng xa, 9 giờ lái xe. Vậy mà khi chúng tôi động thớt động đĩa văn chương bằng những cuộc ra mắt sách anh chị cố gắng có mặt. Lần anh Luân Hoán tổ chức cưới cho con gái anh chị cũng qua chung vui. Chẳng gì Trần Hoài Thư và Luân Hoán cũng là bạn đồng ngũ tại trường Sĩ Quan Thủ Đức. Tình anh với bạn văn đầy đặn nhưng vất vả như vậy. Huống chi tình anh với thứ anh mang nợ là sách.

Khi anh qua Montréal với chúng tôi, sách vở chưa vướng chân anh nhiều. Kể từ khi anh lập nhà in và xuất bản Thư Ấn Quán cùng tạp chí bất định kỳ Thư Quán Bản Thảo anh mới hùng hục trả nợ sách. Bên cạnh Thư Quán Bản Thảo là những trang sách của miền Nam xưa bị anh lục tung, vực chúng sống dậy bằng những tuyển tập in lại những sáng tác của nhiều tác giả miền Nam Việt Nam trước 1975. Đình đám nhất là tủ sách "Di Sản Văn Chương Miền Nam" với hai tuyển tập "Thơ Miền Nam" gồm 5 tập dày 3500 trang và "Văn Miền Nam" gồm 4 tập dày khoảng 2400 trang là những công trình khó ai có đủ sự trì chí và tài năng để làm nổi. Trần Hoài thư bộc bạch với đài VOA: *"Tôi đăng truyện ngắn rất là nhiều trước năm 1975, hàng trăm truyện ngắn như vậy, nếu không tìm ra lại được thì uổng đi. Mình cũng biết rằng Cornell có nhiều sách vở báo chí. Từ đó mình nảy ra ý niệm rằng nếu như mình không làm cái này đưa ra cho anh em bạn bè cũng như mình thì uổng đi. Lúc đó thì cực lắm vì từ nhà đi Cornell năm tiếng đồng hồ một lần đi và thêm năm tiếng lần về. Mình khởi hành 4 giờ sáng, trời tuyết giá, đường đèo đường núi, có khi tai nạn. Cám ơn bà xã, khuyến khích mình, ngồi bên cạnh và lái giúp mình."*

Đường trường xa là nhờ tay lái của chị Ngọc Yến. Không biết bao nhiêu quãng đường anh chị đã khổ cực vượt qua. Cho tới khi bệnh tật ụp tới chụp xuống cả hai anh chị. Không biết có phải vì làm việc quá độ đã ảnh hưởng tới sức khỏe của anh chị không. Nếu đúng thì anh thần bệnh quá vô tâm. Thư viện Cornell không vô tâm như vậy. Biết sức khỏe của anh không được tốt sau cơn đột quỵ, thư viện Cornell đã gửi các tài liệu anh cần tới tận nhà. Anh khỏi phải tới thư viện như trước.

Đó là Trần Hoài Thư về sau. Khi anh chị qua Canada, không biết các anh Luân Hoán, Hoàng Xuân Sơn hay Trang Châu có biết quãng đời luôn chống đỡ với nghịch cảnh của anh trước đó không. Tôi hoàn toàn không biết cuộc sống ngoan cường của anh. Trông anh không có vẻ chì. Trái lại, còn có vẻ liễu yếu đào tơ! Sanh năm 1942 tại Đà Lạt, thất lạc cha, cùng mẹ sống khổ cực tại Nha Trang. Có một thời gian anh đã phải vào ở trong cô nhi viện Bethlehem. Khi đoàn tụ với cha, anh mới được đi học đều tại trường Quốc Học Huế và Đại học tại Sài Gòn. Ra trường anh dạy học tại trung học Trần Cao Vân, Quảng Tín. Nhập quân trường Thủ Đức năm 1967, khóa 24 SQTB. Tốt nghiệp anh phục vụ tại Đại đội Thám Kích 405 thuộc Sư đoàn 22 Bộ Binh, bị thương ba lần. Sau 1975, anh đi "cải tạo" hơn 4 năm. Trở về, anh làm đủ nghề trong đó có thời bán cà rem dạo. Không biết ông giáo Thư có lắc chuông trước cửa trường cũ không. Năm 1980 anh vượt biển, cắp sách tới trường lại, tốt nghiệp Cử Nhân Điện Toán và Cao Học Toán Ứng Dụng. Anh làm việc cho AT&T rồi IBM. Cứ suy ra đám bạn chúng tôi, trừ một số bạn theo ngành Y khoa, chuyện cắp sách tới trường lại khi tuổi đã cứng, trí óc đã mòn sau bao biến thiên của cuộc đời, thêm cơm áo cho gia đình thúc phọc sau lưng, là chuyện thiên nan vạn nan.

*Trường cách xa nhà hơn mười dặm*
*Đường đi Nữu Ước xe như rừng*
*Chàng đến trường sau giờ tan việc*
*Học trò già đến trường nàng ơi*
*Có khi lòng nặng như đá tảng*
*Ham làm gì cái bằng master*

Con người của toán học và kỹ thuật nhưng tâm hồn lại dành cho văn chương. Chính văn chương đã nâng anh dậy thành một nhà văn xứng với cái tên Trần Quí Sách tiền định. Từ năm 1964, anh đã có truyện và thơ trên Bách Khoa, Văn, Văn Học, Đời, Thời Tập, Vấn Đề, Khởi Hành và Ý Thức. Năm 2004, anh về hưu và dành tất cả thời gian cho văn học Việt Nam với Thư Ấn Quán và Thư Quán Bản Thảo. Anh đã biến căn nhà ở Plainfield, New Jersey, thành nhà in gồm toàn máy móc cũ mua rẻ trên eBay để "chế tạo" những cuốn sách từ A đến Z. Như một sắp đặt tình cờ, nghề kỹ thuật đã giúp cho đam mê văn chương của anh. Sách in ra để tặng. Mỗi lần có người xin sách là hai vợ chồng hí ha hí hửng như gặp quới nhân. Số máy cũ anh bỏ tiền ra mua về cải sửa, có cái dùng được, có cái không. Máy thì kềnh càng, người thì liêu xiêu, hai bên đánh vật với nhau, phần thua về ai chắc mọi người đều đoán được.

*Ham chi cái máy dán keo*
*Ham chi làm đẹp hardcover bìa ngoài*
*Lên eBay, 500 đồng*
*Order từ tận bên Tàu xa xăm*
*Ba năm rồi, máy nằm im*
*Keo thì phết, nhưng bìa thì thảm thê*
*Thôi đành ta phải return*
*Nhưng ai cũng hoảng khi đóng thùng gởi đi*
*Nặng hơn một cái đầu xe*
*Còn ta thì một lão già liêu xiêu*
*Thôi thì bỏ đó ba năm*
*Để rút kinh nghiệm mà chừa lần sau*
*Không ngờ ta có cái đầu*
*Chỉ 15 phút là khỏi cần máy glue*
*Thấy mình vui quá là vui*
*Hỏi ông Steinbeck "Của chuột và người" ai hơn.*

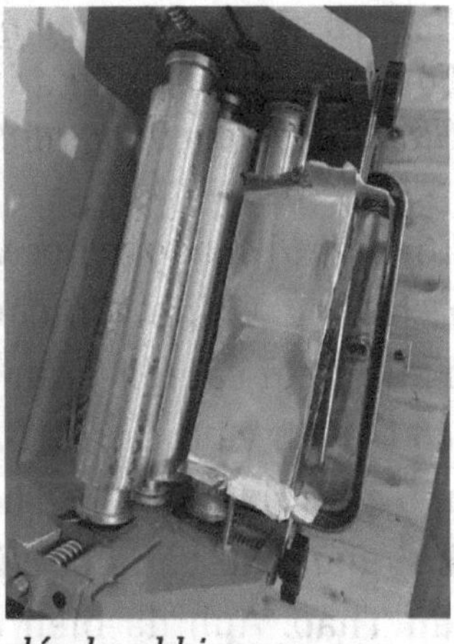

*Hình bên trái: Máy dán keo khi mua*
*Hình bên phải: Máy dán keo đã được chế lại*

Cái máy dán keo anh mua 444 đô nhưng không xài được vì đây là máy chỉ dùng trong kỹ nghệ. Máy phải dùng nhiều keo, khi dán keo tràn ra hai bên, rớt xuống dưới. Đành bỏ xó. Có thể trả lại được nhưng máy rất nặng, cần hai người khiêng và đóng thùng ván. Khi đó thân xác anh đau nhức nhưng đầu óc anh vẫn quay quắt với cái máy. Cuối cùng anh nghĩ ra được cách trị: lấy hai miếng tôn mỏng làm hai vách hai bên. Keo hết tràn lan ra hai bên! Cái đầu kỹ thuật đã giúp ông già thắng 1-0.

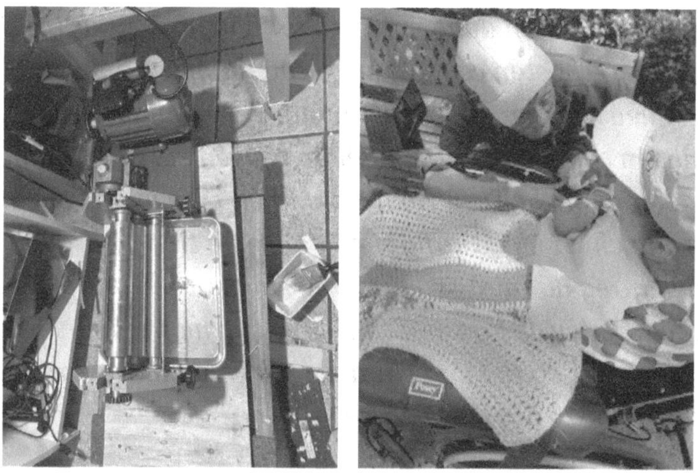

*Hình bên trái: Một góc nhà in*
*Hình bên phải: Anh thăm chị tại nursing home.*

Cô đơn trong căn nhà thiếu bàn tay của chị Yến nằm tại *nursing home*, ông chỉ lo cho cái *basement* nhà in. Còn bỏ phứa hết. Ung thư, đột quỵ đánh những đòn chí tử vào thân xác nhưng không đánh gục được ý chí sắt thép của ông. Ông coi mỗi lần hóa trị như một cuộc hành quân năm xưa.

*Một chiếc võng, một chỗ nằm*
*Tôi ru tôi qua những đầm lẫn truông*
*Bốn mùa hoan lạc tai ương*
*Ung thư đột quỵ tạp pí lù mỏi mê*
*Chừ tôi chuẩn bị đi về*
*Không có võng lấy gì à ơi.*

Chị Ngọc Yến ra đi ngày 27/4/2024 sau nhiều tháng nằm không còn quá khứ, đơn sơ như con trẻ. Nhà chính luận Trần Trung Đạo đã tới với anh tại căn nhà vắng chị này. *"Căn nhà vẫn còn đó nhưng không có bàn tay chị Yến chăm sóc nữa. Chị bệnh nặng. Chậu hoa sứ nằm nghiêng bên bậc tam cấp vào nhà, anh cũng không buồn dựng lên. Chất sống duy nhất còn chảy trong anh là tình yêu không màu dành cho chị. Mọi hình thức khác đều vô nghĩa. Tôi linh tính mùa mưa bão sắp thổi qua đây nên đề nghị anh ra vườn để bốn anh em chụp vài tấm hình kỷ niệm. Anh vui vẻ gật đầu. Khu vườn cỏ mọc đầy. Anh làm dáng, miệng cười hồn nhiên như trẻ thơ. Sinh hoạt văn nghệ Boston có một thời hưng thịnh và sầm uất. Chúng tôi có quá nhiều kỷ niệm, có thể viết thành một cuốn sách khá dày. Hôm qua anh em còn lại ở Boston ngồi ôn chuyện cũ. Nhớ và nhắc nhiều nhất vẫn là anh chị Trần Hoài Thư. Không chỉ vì anh chị vừa ra đi nhưng anh chị là biểu tượng sống động của tình yêu vợ chồng, tình yêu quê hương đất nước và lý tưởng của một đời người. Mỗi người chúng ta đến đây để làm một số việc và đến một thời điểm nào đó sẽ ra đi. Công việc có thể làm chưa xong nhưng không sao các thế hệ Việt Nam khác sẽ lớn lên và làm tiếp".*

Đúng một tháng sau khi chị Yến mất, Trần Hoài Thư cũng đi theo chị vào ngày 27/5/2024. Hai vợ chồng đã cùng nhau sống một cuộc sống với sách vở chữ nghĩa. Vắng chị, anh vẫn cặm cụi với sách vở. Nhưng thân xác còn đây, hồn anh đã vọng về chốn xa xăm, nơi có chị. Cho tới lúc anh cất bước đi tìm chị.

*Không đi mà bảo rằng đi*
*không về cứ bảo rằng về cõi tiên*
*xe tình chừ đã ngủ yên*
*còn chăng mùi tóc đen tuyền*
*tỏa hương*

Tôi chưa từng đặt chân tới căn nhà đong đầy tình anh nghĩa chị, đậm đặc hơi hướm sách vở của một thời xa xưa mà anh và chị đã vá víu giữ lại trong nhiều năm qua. Đây là một nhà in độc đáo nhất trên đất nước tạm dung của chúng ta. Không có cái thứ hai. Anh chị đã để lại một thánh địa của chữ nghĩa miền Nam Việt Nam trong dáng hình tuệch toạc vá víu. Nó xứng đáng được giữ lại nguyên trạng như một bảo tàng cho mọi con dân nước Việt tới chiêm ngưỡng. Mong thay!

**Song Thao**

*06/2024*

*Song Thao*

# TÔ THẨM HUY

## Trần Hoài Thư Một Cách Ra Đi
## Và Lời Ai Điếu – Vĩnh Biệt Trần Hoài Thư

*Trần Hoài Thư & Tô Thẩm Huy*
*(Ảnh Phạm Cao Hoàng – New Jersey, 7 tháng 5.2017)*

**TRẦN HOÀI THƯ MỘT CÁCH RA ĐI**

Thường thì cứ là 'Sống Gửi Thác Về'.
Về đâu? Nào ai biết.

'Về' hàm cái nghĩa là đi đến cái nơi ta đã từng ở, cái chỗ ta đã quen thuộc.

Có thực là quen thuộc không? Cái chốn ấy có ai đã từng đến chưa?

*Ta hỏi han hề Hiu Quạnh Lớn. Mà Hiu Quạnh Lớn vẫn làm ngơ.* (*TTY*)

Có chăng thì là đoàn lữ hành trên cái sa mạc trần gian đến từ đâu không ai biết, òa nối đuôi nhau tiến vào cái cõi bể dâu vạn vật chi nghịch lữ, bách đại chi quá khách này, rồi lại lũ lượt theo nhau bước ra khỏi cái cõi ấy mà mù tịt đi vào cái chốn vô định hoàn toàn không hay biết.

*Cuộc trăm năm phiên gác bước âm u. Từ cõi mộng mịt mù về cõi mị. (TTH)*

*... Life is a watch or a vision / Between a sleep and a sleep.* (*ACS*)

Lại còn hàm cái ý là chấm dứt, là ngừng lại, quy khứ lai hề, là 'về' thôi, không đi nữa.

Nhưng không phải thế. Với Kim Mao Trần Hoài Thư thì *'sinh'* có thể là ký gửi, nhưng *'tử'* không phải là trở về. Mà là đi. Là khởi đầu một cuộc lữ khác. Là ra đi.

Đi đâu?

Tôi ngờ là thám báo Trần Quí Sách đang đi tiền phong thám thính, đang cùng người bạn thiết Nguyễn Ngọc Yến rủ nhau đằng vân khắp sáu cõi trời Đâu Suất, Đao Lợi, sục sạo đi tìm các bí lục, các *'yến sách'* đầy giòng hư tự.

Trời gọi Trần Hoài Thư đã lâu. Nhưng anh bảo Trời khoan đã. Chờ anh ít lâu. Đã nhiều năm gan phổi anh vá chằng vá đụp, lục phủ ngũ tạng đã rã rượi, khí độc không thải ra được, khiến lắm phen hôn mê bất tỉnh. Thế mà anh lại cứ sinh tồn, cứ vẫn tiếp thủ săn sóc cái chùm tóc đuôi gà bồ kết của anh. Gan phổi cũng đã phải cung kính tuân mệnh. Chờ đó, ta chưa chết được. Thật bái phục cái năng lực lạ thường.

Nay chị đã đi. Hẹn nhau một tháng ở lại lo hậu sự. Xong xuôi rồi thì cái nhục thể này chẳng có lý cớ gì nấn ná thêm nữa. Thế là ra đi. Một cách ra đi hào hùng đầy ngạo nghễ.

*Ra đi như một bình minh lạ. Trên kỷ nguyên chưa kịp hiện hình.* (*TTY*)

Con người ấy có bao giờ chịu ngồi yên. Lái xe đi đến Cornell ở trên trời thì đã có Ngọc Yến đồng hành. Đã có cái nguồn năng lực phi phàm đang chờ sẵn, thì hẳn là phải hào hứng ra đi.

Anh Thư ơi, tôi đang ngồi đây nhớ đến anh, và nhớ đến chị Yến. Vừa buồn, lại vừa vui.

Chúc anh thượng lộ. Hẹn gặp nhau tuần tới. Thắp cho nhau nén hương.

*29/5/2024*

## LỜI AI ĐIẾU – VĨNH BIỆT TRẦN HOÀI THƯ

Thưa gia đình anh Trần Hoài Thư và bằng hữu xa gần,

Lời điếu văn bắt đầu bằng tiểu sử của người vừa ra đi. Nhưng ở đây, giữa chúng ta, những người đọc và viết tiếng Việt, điều ấy có lẽ không cần thiết, vì tên tuổi và sự cống hiến của Trần Hoài Thư vào kho tàng văn chương Việt Nam, cả trong hai lãnh vực sáng tác và gìn giữ gia tài của nền văn chương miền Nam, là điều không ai xa lạ. Sách vở và các bài viết trên báo chí và các văn đàn đã và đang cung cấp tràn đầy những tư liệu văn chương về anh. Thay vào đó, tôi chỉ xin vắn tắt đôi lời về những niên biểu chính trong cuộc đời của Thư.

Quả thật tên chính là người. Trần Hoài Thư tên thật là Trần Quí Sách, con Ông Trần Quí Bút. Anh sinh ngày 16 tháng 12 năm 1942 tại Đà Lạt và mất ngày 27 tháng 5 năm 2024 tại Plainfield, New Jersey. Anh lập gia đình cùng chị Nguyễn Ngọc Yến (ngày 18 tháng 6) năm 1971 tại Sài Gòn. Sau nhiều năm đi tù "cải tạo", anh đã một mình vượt biên sang Mỹ năm 1979. Ba tháng sau chị Yến và người con mới 7 tuổi là Trần Quí Thoại cũng đã vượt thoát và đoàn tụ cùng anh vào cuối năm ấy tại tiểu bang Maryland. Anh đi học lại tại tiểu bang Pennsylvania. Sau khi tốt nghiệp vợ chồng anh về định cư tại một tỉnh nhỏ ở New Jersey gần thành phố New York và học thêm, lấy mảnh bằng Cao học Toán. Anh chị đã sống ở đây cho đến cuối cuộc đời. Anh có mặt trên văn đàn miền Nam Việt Nam rất sớm, từ những năm đầu của thập niên 60, trên các tạp chí văn chương chính yếu thời bấy giờ như Bách Khoa, Văn, Văn Học v.v... Các trước tác của anh rất đa dạng, từ truyện ngắn đến thơ, đến nhận định, phê bình văn chương. Anh là tác giả của rất nhiều đầu sách. Sức sáng tác của anh hết sức sung mãn, vẫn cho ra đời liên tục nhiều tập thơ, bút ký cho mãi đến những ngày cuối đời. Tôi xin miễn kể ra đây vì văn khố Việt Nam đã liệt kê đầy đủ. Tôi chỉ xin nhấn mạnh đến hai điểm đặc biệt trong những năm tháng anh định cư ở nước Mỹ: một là tạp chí Thư Quán Bản Thảo mà tôi đã góp phần cùng anh thực hiện trên 100 số báo, và hai là nhà phát hành Thư Ấn Quán. Qua Thư Ấn Quán, cùng với người đồng hành mà đồng thời cũng là người bạn đời thân thiết, người tình muôn thủa Nguyễn Ngọc Yến, hai người đã dày công đi truy lùng các sách vở, tạp chí văn chương miền Nam trước 1975 để in lại và gửi tặng cho những ai muốn tìm hiểu, hòng bảo tồn nền văn chương ấy cho các thế hệ mai sau. Công trạng ấy thật to tát, đáng quý. Trần Hoài Thư và Nguyễn Ngọc Yến sẽ mãi mãi được tri ân trong lòng người Việt ở hải ngoại và quốc nội.

Thư ơi, anh đi trước. Đi bình an nhé. Biết có còn gặp nhau lại hay không? Nhưng đời sống của tôi, và của rất nhiều bạn bè, của rất nhiều người có thể chưa hề quen biết, gặp gỡ anh, đã trở nên đẹp đẽ và có ý nghĩa hơn vì anh đã một lần ghé đến cõi trần gian này.

Cảm ơn anh đã đến trong đời tôi. Ở đâu đó chúc anh tiếp tục vui chơi, tiếp tục cười giỡn, và tiếp tục cống hiến ở nơi chốn mới.

**Tô Thẩm Huy**

*8 tháng 6 năm 2024*

# TRƯƠNG VŨ

## SỐNG CHẾT CHO TÌNH YÊU

*Trương Vũ & Trần Hoài Thư*
*(Ảnh Phạm Cao Hoàng, Virginia, 10.2022)*

Tôi quen với Trần Hoài Thư lâu lắm rồi, cũng hơn bốn mươi năm, từ những ngày anh mới bước chân đến nước Mỹ sau một chuyến vượt biển đầy gian nan, nguy hiểm. Tôi có nhiều ấn tượng về anh, nhất là, ở cách anh đương đầu với những khó khăn của đời sống tỵ nạn. Vượt bao cam go để vươn mình lên. Không như một nhà văn mà như một chuyên viên kỹ thuật. Anh đi học trở lại, tốt nghiệp cử nhân về Điện Toán. Được nhận vào làm việc cho công ty AT&T rồi sau đó làm cho IBM. Tiếp tục học, lấy thạc sĩ về Toán Ứng

Dụng. Sự thành công này của anh, đằng sau lưng luôn có bóng dáng chị Nguyễn Ngọc Yến, người bạn đời.

"

"'

*Rồi mấy tiếng chàng ngồi trong lớp*
*Nàng bên ngoài mắt liếc vào trong*
*Chồng chăm chỉ nghe lời thầy giảng*
*Hồn nàng bỗng hạnh phúc mênh mông"*
(THT – Đưa Chồng Đi Học)

Dù làm việc, dù sống như thế nào sau này, cái quá khứ của những năm tháng trong quân ngũ vẫn luôn sâu đậm trong anh. THT vẫn tiếp tục viết. Đọc văn THT, ta thấy rõ điều đó. Nó là sức mạnh tinh thần, là động lực để THT, ở tuổi bốn mươi, làm lại cuộc đời và vượt qua mọi trở lực. Anh yêu những tháng ngày cũ khi còn trên quê hương, khi là một sĩ quan thám kích, khi cái sống cái chết luôn cận kề. Anh yêu đồng đội. Anh yêu cái đời sống có hy sinh, có trách nhiệm về sinh mạng mình cũng như sinh mạng của con người, nói chung. Anh viết nhiều về nó khi đang là người lính. Anh đưa nó trở về trong nhiều sáng tác sau này. Có đau đớn, có nhân bản. Tình yêu đó rất đặc biệt. Đặc biệt đến độ, người đọc thỉnh thoảng phân vân không biết anh viết như một người lính có văn tài hay như một nhà văn đã từng là lính.

*"... Từ tuyến xuất phát, chúng tôi được lệnh cùng một đơn vị bạn, tiếp tục lục soát một chiều dài non hai chục cây số. Chúng tôi phải chiếm lần lượt những ngôi làng bỏ hoang, và có thể, di tản một số dân còn lại về vùng an ninh. Chúng tôi đã vô sự. Điều này, chắc làm mấy ông sĩ quan cao cấp không bằng lòng tí nào. Nhưng đối với chúng tôi, chúng tôi chỉ mong như thế. Vô sự, hai chữ ấy như một sức hấp dẫn mãnh liệt. Đời chiến binh chỉ mong bấy nhiêu. Nhưng mấy ai thoát được trên trăm ngàn cuộc ra quân.*

*... Tôi hỏi bà lão: "Chắc ngoại có thân nhân chết và bị chôn dập dưới hố phải không?" Bà lão ú ớ. Tôi nói tiếp: "Cháu không làm khó dễ gì ngoại đâu. Bởi mẹ cháu cũng thế, hầu hết những người mẹ*

*có con chết trận đều như thế." Bà lão tự nhiên òa khóc: "Đêm nay rằm tôi không thể để nó lạnh lẽo dưới đất. Tôi mong nó lên hưởng chút hương đèn..." "Dạ, ngoại nói đúng. Khi chết rồi ai cũng như ai, không còn là ngụy cũng không còn là VC, không còn Bắc không còn Nam. Thưa ngoại, xin ngoại cho con một cây nhang, để con cùng cầu cho anh ấy, nghe ngoại."..."*
(THT - Đêm Chiêm Thành)

Có một tình yêu mãnh liệt hơn nữa. Đó là tình yêu dành cho văn học Miền Nam. Anh muốn truyền tình yêu này đến mọi người. Đó là gia sản của cả dân tộc và anh muốn mọi người đều có quyền, có cơ hội đọc. Để tiếp thu những giá trị đích thực của một nền văn học đang bị những gọng kềm của lịch sử cắn nát. Trong hoàn cảnh khó khăn ở hải ngoại, nỗ lực này gần như vô vọng nhưng THT đã làm được. Dù phương tiện nghèo nàn như thế nào, dù thể xác yếu đuối, mệt mỏi như thế nào, anh cũng đưa được tác phẩm đến người đọc. Các thư viện của Đại học Cornell và Quốc Hội Hoa Kỳ là những nơi anh thường xuyên tìm đến. Sau khi nghỉ hưu vào năm 2004, anh cùng Phạm Văn Nhàn sáng lập tạp chí Thư Quán Bản Thảo và nhà xuất bản Thư Ấn Quán. Mua máy in cũ, tự học in ấn, và tự phát hành. Tủ sách DI SẢN VĂN CHƯƠNG MIỀN NAM của nhà xuất bản Thư Ấn Quán đã sưu tầm và in lại hàng trăm tác phẩm giá trị, đáng kể nhất là bộ THƠ MIỀN NAM gồm 5 tập với tổng cộng khoảng 3500 trang và bộ VĂN MIỀN NAM 4 tập với tổng cộng khoảng 2400 trang. Tạp chí Thư Quán Bản Thảo đã phát hành tới số 105. Anh làm đều đặn những công trình này, không ngưng nghỉ, ngay cả khi thân thể bị hành hạ cùng cực bởi những cơn bệnh nan y. Phải gặp anh, nghe anh nói say sưa về văn chương Miền Nam, về cái cách anh đi tìm lại cho bằng được những tác phẩm cũ. Để chính mình in lại bằng những máy in tưởng chừng phải bỏ đi. Rồi tự mình gói từng cuốn gửi đến bạn đọc. Tôi thật sự xúc động. Thật sự xúc động khi đọc bài phản biện của THT về những nhận định bất công đối với nhà văn/dịch giả Phùng Thăng. Hay ngồi nghe chính THT kể lại chuyện đi tìm lại một truyện ngắn bị bỏ quên của nhà văn

Doãn Dân. Mới thấy, THT trân quý tác phẩm của nhà văn chân chính như thế nào. Mới thấy, THT yêu văn chương như thế nào.

*"... Vâng, hãy cho tôi trở về cùng những ngày tháng cũ. Chiếc bè đã đưa tôi vào dòng văn chương không phải đẹp và dịu dàng như một giấc mơ. Mà trái lại, văn chương bấy giờ là văn chương của lửa, lệ, và những gào thét, tra vấn, tử sinh. Văn chương bấy giờ là những ngày đêm trong lòng hỏa ngục, là những vết thương toé máu đớn đau..."*
(THT - Những Trang Sách Cũ)

*... Sáng nay xem như dứt điểm bài vở cho tạp chí Thư Quán Bản Thảo số chủ đề Hiện Tượng Nhà Văn Nữ Miền Nam. Kỳ báo này số trang tăng lên khủng khiếp. Từ số 60 với 260 trang nay số trang đã vọt lên 320 trang. Dĩ nhiên là cực, vất vả hơn bao giờ. Và cũng tốn tiền tốn sức hơn bao giờ. Nhưng mà, không sao. Nếu cứ nghĩ đến những trở ngại thì chẳng bao giờ xong việc. Bằng chứng là tạp chí TQBT đã bước vào năm thứ 14, và những số đầu chỉ 110-130 trang nay đã thành 320 trang. Bằng chứng là chỉ có một mình tôi – một lão già tóc bạc phơ, hai năm tóc tai dài tận ót, vẫn một mình một cõi tung hoành. Vẫn chọn bài, vẫn sưu tầm bài vở, vẫn layout, vẫn đóng, dán, cắt, và tự tay bỏ vào phong bì dán tem gởi đi... Nếu mà nghĩ đến những trở ngại vơ vẩn thì chắc tôi cũng phải bỏ cuộc từ lâu...*
(THT – Không Còn Là Giờ Giấc)

"...

*Tội cho tôi, tội cho tôi*
*Già trèo qua ải qua đồi ung thư*
*Qua khung cửa vạt nắng chiều*
*Lẻ loi tàn rụng trên tường nhà quan*
*Chừ tôi còn lại vài trang*
*Chúng từ sức sống trong ngày chờ đi*
..."
(THT - Những Ngày Làm Chemo)

Anh làm được những công trình to lớn này với sự hỗ trợ hết lòng của người tình trăm năm, chị Nguyễn Ngọc Yến. Chị thật sự là một nửa của anh. Họ lấy nhau trong thời tao loạn ở Miền Nam khi anh là một chiến binh. Một hình ảnh khá giống trong bài Đồi Tím Hoa Sim của Hữu Loan. Sau 1975, anh đi học tập cải tạo bốn năm. Sau đó, cả hai cùng vượt biển. Thành công. Sang Mỹ, họ sống như đôi chim. Mỗi lần gặp anh tôi đều thấy chị bên cạnh. Khi ngồi trao đổi với anh về văn chương, về chính trị, chị ngồi im lặng lắng nghe. Thỉnh thoảng nhỏ nhẹ góp ý. Anh đi học xa, chị đi theo. Anh lên Cornell để lục lọi tìm sách cũ của văn học Miền Nam, chị thay phiên lái xe. Những cuốn sách do Thư Ấn Quán ấn loát và phát hành, luôn có bàn tay chị trong đó. Cho đến khi chị đột quỵ, cách đây 12 năm. Rồi, vài năm sau đó, chị được đưa vào nursing home. Rồi, chị không còn biết gì nữa.

"...
*Ngày hợp hôn của chúng ta được tổ chức tại SG*
*Gần An Đông Ngã Bảy*
*Saigon giới nghiêm có cơn mưa nhỏ*
*không đèn hoa hôn lễ*
*Không chào bàn hai họ*
*Không rầm rang nhạc cưới tưng bừng*
*Anh trong bộ đồ lính rừng*
*Ngực áo thêu hình con diều hâu vồ mồi vuốt sắc*
*Em trong chiếc áo dài màu hồng thắm*
*Cặp môi hồng, và đôi mắt tô than*
*Gương mặt em sáng ngời như thấy cả vầng trăng*
..."
(THT – Hướng Cũ)

*"Trưa nay tôi đến thăm mình*
*Mây trên trời bắt nhịp tình ngưu lang*
*Ngoài trời lạnh, ấm lòng khoang*

*Quên đi thân thể dập bầm tấn tra*
*Căn phòng em có người xa*
*Em còn lưu luyến nên chờ chẳng đi*
*Bỗng nghe trời đất từ bi*
*Mừng em vẫn sống để chờ đợi tôi"*
*(THT – Trời Đất Từ Bi)*

*"Em ạ đầu giờ em nhắm mắt*
*Cuối giờ em nhắm mắt, bình yên*
*Nhắm có nghĩa là đã chết*
*Mà sao hơi thở động chăn mền*
*Tôi không gào đòi em phải thức*
*Thức làm gì, rồi chết, rồi xong*
*Tôi cần em, để ngày thứ sáu*
*Để nhìn phép lạ, chết, phục sinh"*
(THT – Khi Nhìn Em Ngủ)

Trần Hoài Thư vẫn tiếp tục công việc trong cái nhà in ngộ nghĩnh, tại gia. Gõ computer, in ấn, phát hành sách, của mình, của người. Anh nhiều bệnh, mổ gan, ung thư... nhưng, vẫn làm việc. Làm những công việc như trước đây, khi còn khỏe mạnh. Cho văn học Miền Nam trước 75, và văn học hải ngoại sau 75. Những lần gặp anh mới đây, tôi thấy anh yếu lắm rồi. Dù đôi mắt vẫn tinh anh, giọng nói tiếng cười vẫn rổn rảng, tôi có cảm giác số ngày còn lại của anh không còn bao nhiêu.

Bạn bè đều biết anh vẫn thường xuyên vào nursing home thăm chị Yến. Thường yêu cầu những người điều dưỡng đẩy giường bệnh đưa chị ra ngoài cho anh gặp. Anh chỉ nhìn chị, và tỉ tê như chị vẫn nghe, vẫn biết. Cho đến ngày chị thở hơi cuối cùng. Ngày 27 tháng 4 năm 2024. Trùng với ngày má chị ra đi, bao nhiêu năm trước. Đúng một tháng sau, ngày 27 tháng 5 năm 2024, Trần Hoài Thư cũng ra đi.

Tháng trước đây, khi nghe tin chị Yến mất tôi ngờ rằng sẽ không lâu đến lượt THT. Và, đúng vậy. Có vẻ như anh đã bằng một nghị lực phi thường, như luôn từng có, để kéo dài tàn lực chờ chị Yến. Nếu chị Yến đi trước một tháng, chắc THT cũng đã đi trước một tháng.

Trần Hoài Thư! Anh yêu đời lính và những ngày tháng cũ. Anh yêu văn chương Miền Nam và hải ngoại. Anh yêu người tình trăm năm. Anh đã sống đẹp và chết đẹp. Cho Tình Yêu.

**Trương Vũ**

*Ngày 19 tháng 6, 2024*

# TRẦN THỊ NGUYỆT MAI

## Mai Em

*Trần Hoài Thư & Trần Thị Nguyệt Mai*
*(Ảnh PCH, Virginia, tháng 1.2016)*

Tin anh Trần Hoài Thư mất đã được nhà thơ Phạm Cao Hoàng thông báo cùng bạn bè đúng một tháng sau ngày chị Nguyễn Ngọc Yến, người vợ dấu yêu của anh ra đi (27-4-2024), vào sáng ngày thứ Hai 27-5-2024 cũng là ngày lễ Chiến sĩ trận vong (Memorial Day) của Hoa Kỳ. Một trùng hợp thật ngẫu nhiên. Nhà văn nhà thơ Trần Hoài Thư là một sĩ quan thuộc QLVNCH ngày xưa và khi định cư ở Mỹ, anh cũng là một chiến sĩ trên mặt trận văn hóa, đã cùng anh Phạm Văn Nhàn, một đồng đội và bạn văn thời trước, xuất bản tạp chí Thư Quán Bản Thảo (TQBT) và thành lập nhà xuất bản Thư Ấn Quán với chủ trương khôi phục và vực dậy di sản văn chương miền Nam. Nay thì người *Chiến sĩ* ấy đã *trận vong*. Thật buồn!

Nhưng tôi không bất ngờ. Vì hôm dự tang lễ chị Yến, nhìn dáng anh liêu xiêu không gậy chống, tôi rất xót xa và như cảm thấy ngày ấy của anh đã gần kề. Anh vốn gầy, bây giờ gầy hơn, má hóp, da sậm hơn... Lại thêm, những lúc sau này, mỗi khi nói chuyện điện thoại, anh hay than bị *short breath* và mệt. Những câu chuyện không còn kéo dài như xưa.

Theo lời kể của anh Phạm Văn Nhàn, lẽ ra TQBT đã ngưng từ sau số 96 chủ đề Tạp Ghi Tiền Tuyến: Hòn đảo vàng Văn học miền Nam (tháng 12/2021) vì tình hình sức khỏe của anh THT. Nhớ lại ngày 11.11.2021, anh gửi text message cho tôi: "Anh ở bệnh viện 2 ngày. Tình trạng nguy kịch đã qua. Báo tin em hay. Hai ngày chỉ vào nước biển". Nhưng rồi hai tháng sau, anh lại cố gắng tiếp tục thực hiện giai phẩm TQBT 97: Ký giả Lô Răng Phan Lạc Phúc & Tạp ghi Văn nghệ (tháng 2/2022). Anh chia sẻ anh chuyển tạp chí TQBT sang hình thức giai phẩm vì hợp với sức khỏe của anh hơn, khi nào khỏe thì anh làm và không cần chờ những sáng tác mới của thân hữu. Tiếp đến giai phẩm TQBT 98 (tháng 5/2022) ra mắt với chủ đề truyện ngắn Sơn Nam trong tuần báo Tiểu Thuyết Thứ Năm. Anh bày tỏ trong Thư Tòa Soạn:

*Truyện của Sơn Nam rất nhiều, đăng rải rác trên các nhật báo hay tuần báo thủ đô.*

*Mặc dù có sự nỗ lực tìm tòi để cho ra đời ba tuyển tập truyện ngắn Sơn Nam, nhưng vẫn có một số nhiều truyện không tìm thấy trong các tuyển tập này.*

*Nhận thấy nếu không sưu tập là cả một thiệt thòi rất lớn cho nền văn học nước nhà, nên chúng tôi cố gắng cho ra đời giai phẩm 98 Thư Quán Bản Thảo để đăng lại một số truyện quý hiếm của nhà văn Sơn Nam mà chúng tôi tìm thấy trên tuần báo Tiểu Thuyết Thứ Năm.*

*Qua những truyện chúng tôi nghiền ngẫm, nhà văn Sơn Nam không những là nhà văn của Nam Bộ mà còn là nhà văn lớn của Việt Nam. Ông nghe, đọc, tìm hiểu, dùng kinh nghiệm bản thân để làm chất liệu. Bằng chứng Ma Bình Định hay Đẹp Xưa không dính dáng gì đến Nam Bộ của ông.*

Gout rồi stroke hành hạ không làm anh nản. Tháng 7/2022, anh lại cho ra đời giai phẩm TQBT 99: Giới thiệu tạp chí Chỉ Đạo & Tưởng nhớ bằng hữu khuất bóng với sự góp sức của anh Nhàn. Và cuối cùng tạp chí TQBT số 100 (tháng 9/2022) đã đạt thành như mong đợi của anh và bằng hữu, cũng là lúc anh bị chẩn đoán ung thư hạch bạch huyết (Lyphoma), tuy chưa biết lành hay ác tính, vì còn chờ khám nghiệm.

Anh tâm sự, lúc đó anh thật buồn. Nhưng khi xem trong youtube chương trình *America's Got Talent* có người thiếu nữ 31 tuổi bị ung thư ác tính với nghệ danh Nighbirde (tên thật Jane Marczewski) hát bài *It's OK* do chính cô sáng tác nói về trải nghiệm cá nhân trong việc duy trì cái nhìn tích cực về cuộc sống sau khi được chẩn đoán mắc bệnh ung thư, khiến người hâm mộ và ban giám khảo cảm động, nên được trao giải Golden Buzzer, anh đã thay đổi cách nhìn.

*Khi con số 100 đã thành một huyền thoại*
*Tôi chào mừng em, người em bất tử*
*Em dám thách thức tử thần*
*Không phải đánh bại tumor*

*Mà lấy tiếng hót của con chim nhốt trong lòng mà hát ca, thì thầm, an ủi*
*đừng sợ đừng sợ nghe chim*
*Đừng nao núng, nghe THT*
*Mình có thời gian ít ỏi*
*Hãy lấy niềm vui thay vì nước mắt*
*Thêm một email đến giữa lúc tôi bâng khuâng*
*Cháu chỉ còn thiếu số Văn Học 156, mà lại là số khá quan trọng ạ.*
*Mà tiếc quá vì chắc không ai còn.*
*Cháu hy vọng sau này vẫn có thể tìm được, và bổ sung cho việc nghiên cứu sau này của cháu ạ.*
*Hiện tại, cháu đang bổ sung và chỉnh sửa luận án tiến sĩ để bảo vệ vào tầm tháng 11 năm nay bác ạ.*
*Cháu cảm ơn bác rất nhiều vì đã giúp cháu ạ.*
....
*Tôi quyết định xé bìa*
*in lại con số 100 từ màu đen thành màu xanh.*
(Trần Hoài Thư – Con số 100)

Bằng ý chí, anh đã lấy lại sức mạnh. Liên tiếp những số TQBT ra đời chỉ cách nhau 1 hoặc 2 tháng:
- Giai phẩm TQBT tháng 10/2022: Những nhà văn nhà thơ sống và viết ở Phan Thiết, Bình Thuận, tuy không được đánh số nhưng được ngầm hiểu là số 101 với nội dung do anh Phạm Văn Nhàn sưu tập và biên soạn.
- Giai phẩm TQBT 102 (11/2022): Hành trình của dòng sông – Mừng sinh nhật thứ 100 của nhà văn Doãn Quốc Sỹ.
- Giai phẩm TQBT 103 (1/2023): Thơ văn những người cộng tác nữ giới & Viết về nhà văn Kinh Dương Vương.
- Giai phẩm TQBT 104 (3/2023): Giới thiệu nhà văn Vương Hồng Sển & Tạp chí Phổ Thông

- Giai phẩm TQBT 105 (4/2023): Chơn Hạnh - Trần Xuân Kiêm -- Phần phê bình Trần Thiện Đạo & Thụy Khuê về dịch phẩm *Những Ruồi* của Phùng Thăng.
- Giai phẩm TQBT 106 (5/2023): Thơ Cung Trầm Tưởng trước 1975.

Lúc này anh nhận được tin bác sĩ cho biết ung thư hạch không còn nữa nên anh vui lắm. Ngày 24.6.2023, từ New Jersey anh đi Houston (Texas) thăm anh Phạm Văn Nhàn và những thân hữu ở đó, mang theo Giai phẩm TQBT Thi văn hợp tuyển "Hương tình khổ nạn" của Trần Hoài Thư (6/2023) để làm quà tặng bạn bè với lời giới thiệu:

"*Cuốn sách này ra đời như là một chia sẻ nỗi vui buồn trùng trùng điệp điệp cũng như niềm hạnh phúc vô biên của một lão già 81 tuổi. Vẫn còn làm thơ viết văn, tự in, tự đóng, làm bìa cứng, hầu gởi tặng những người mà tác giả quý mến.* THT".

Khi trở về, nghĩ tới những dự án tương lai, anh khoe mới mua máy cắt, để từ nay anh in được những cuốn sách dày hơn mà không cần phải dùng nhiều sức...

Niềm vui không được bao lâu. Sau đó là những ngày anh không được khỏe, liên tiếp vào ra bệnh viện, vì bị xuất huyết. Do đó, bác sĩ Trần Quí Thoại (con anh) quyết định mổ cắt bỏ cuống gan để anh không còn lo bị xuất huyết và cả stroke. Anh chia sẻ: "*Cuộc mổ gan 10 ngày trước, những phản ứng sau khi một phần bộ phận trong cơ thể phải bị vất đi, đã làm tôi mất sức. Ba tuần trong bệnh viện chỉ là juice, liquid, và ống thông tiểu với những cơn đau xé trời khi nước tiểu phải bí, phải nhỏ ra từng giọt, và những sáng chiều với những mũi kim đâm lụi, như những máy dò mìn tìm chỗ an toàn... Tôi không còn biết ngày biết đêm khi nhìn ra khung cửa bệnh viện nữa. Tôi là con thuyền bị nước tràn vào, và bao quanh tôi là những y tá bên cửa kính chờ tát nước. Hai ngày hôn mê, mà cảm*

*thấy đau xé ở dương vật vì nước tiểu không thoát, do sự tước đoạt một phần lá gan... Rồi bỗng hai người phụ y tá tự nhiên mang dụng cụ thông tiểu, rồi hô 1, 2, 3, khi đút vào dương vật... Rồi ống cống bị chặn nay khai thông... Sau cả 15 phút, người trợ tá đưa cái bịch nylon lên để tôi hiểu tại sao. Cả một bịch chừng 2 lít nước vàng khè... Tôi nghe nhẹ nhõm. Cánh tay tìm lấy những ngón tay người y công siết mạnh, cám ơn em..."*
(trích từ giai phẩm TQBT 107)

Không còn "máy lọc" chất dơ trong máu, từ nay anh phải dùng thuốc xổ mỗi ngày để tống hết chất độc (cùng lúc với dưỡng chất), nên cơ thể anh chẳng còn giữ lại gì cả, trong khi anh vốn đã yếu, hàm răng không còn cái nào, đã từ lâu, chỉ ăn được những món thật mềm, uống nước súp, hay sữa Ensure... Nhưng anh đã chống chỏi được với lục phủ ngũ tạng hư hại thảm thương một thời gian dài, quả thật là một sự mầu nhiệm. Mọi người đều nói ý chí của anh rất mạnh khiến anh vượt qua những bệnh tật.

Anh lại tiếp tục cho ra đời những cuốn mới sau lần mổ gan:
- Biểu Nhất Lãm Văn Học Cận Đại của Thanh Lãng. Sách được chụp lại, chữ xấu, nhiều chỗ nhòa.
- Tiểu thuyết của Thanh Lãng. Bản in bằng ronéo, phổ biến trong sinh viên.
- Giai phẩm TQBT số 106 (10/2023) *[do anh Trần Hoài Thư đánh nhầm, nên có tới hai số 106]*, chủ đề Thanh Lãng. Nhiều trang giới thiệu luận án tiến sĩ của L.M Thanh Lãng.
- Giai phẩm TQBT 107 (11/2023): "Dấu Yêu", thơ văn hợp tuyển của Trần Hoài Thư.
- Giai phẩm TQBT: "Hạt Vàng Đã Mất" của Mai Thảo (12/2023).
- "Phao", tập thơ cuối cùng của Trần Hoài Thư (4/2024), với những dòng chữ đề tặng:

*Cho em và con – hai nguồn thơ vô tận, đồng thời cũng là chiếc phao giúp ta mưu sinh và thoát hiểm. Qua em, anh tập therapy về tình yêu. Qua con, với những viên thuốc mầu nhiệm.*

Ngày 22/1/2024, anh Trần Hoài Thư gửi cho tôi "Một bài thơ cũ mà mới" qua email.

**Mai Em**

Bây giờ là 3 AM.
Anh đang ngồi trước máy
Gõ những trang cuối cùng cho số chủ đề về Sáng Tạo
Anh mừng, thật là mừng
Đã 180 trang rồi Mai Em
Không biết kỳ này bỏ bài nào đi bài nào
Bài nào cũng giá trị
Anh em mình khi không mà lao vào con đường hệ lụy
Anh không biết làm cách gì để em đỡ lo
Ngày sang ngày chừng ấy văn thơ
Anh cảm thấy cuộc đời đen tối quá
Anh ao ước phải chi mình trúng số
Mướn thầy cò, sửa morasse thay em

Bây giờ là 3 AM
Sau khi lo giúp chị Y. làm vệ sinh cá nhân
Sau khi chúc chị Y. tiếp tục ngủ ngon
Anh xuống dưới hầm nhà
Mở lại cái máy
Mở lại trang đang viết lỡ dở
À, mừng quá đi thôi
Anh tìm thêm một vòng hoa để vinh danh Sáng Tạo ở trang đầu

Vòng hoa về nhóm
Vòng hoa về sự kết đoàn
Vòng hoa về tình bạn
Anh viết như thế này:

***Chưa bao giờ có một tạp chí mà nhóm lại kết đoàn, và mãi đến sau mấy mươi năm, những người trong nhóm lại xem như niềm hãnh diện.***

***Phải, chưa bao giờ có một nhóm đã ngồi lại với nhau, dù những dị biệt, mỗi người một ý, để thẳng thắn trao đổi, thảo luận và để lại cho lịch sử văn học miền Nam bốn cuộc thảo luận về văn học nghệ thuật.***

***Nhớ rằng lúc ấy là vào năm 1960, chứ không phải vào những năm mà talawas đã lợi dụng Internet như là một diễn đàn thảo luận cách đây khoảng 10 năm hơn. Dù sôi nổi, dù mỗi người một ý, nhưng những cuộc trao đổi trên "forum" không còn để lại dấu vết. Chỉ có Sáng Tạo. Sáng Tạo cách đây 50 năm hơn, đã làm một chuyện phi thường. Dù kẻ khen người chê. Dù người không thích, kẻ thích. Nhưng ít ra, nó cũng thực hiện một hiện tượng lịch sử.***

***Tại sao tôi nghĩ vậy. Bởi vì tôi cũng đã từng có mặt trong những cuộc thảo luận talawas. Bởi vì tôi có kinh nghiệm ngay trên tạp chí này. Nhóm Thư Quán Bản Thảo. Trước đây bốn người, nay chỉ còn hai. Bởi vì chúng tôi không thể dung nạp những ý kiến dị biệt lại với nhau, vì chủ trương của tờ tạp chí. Tôi rút từ kinh nghiệm của mình để nói lên một điều mà tôi cho là đẹp nhất của Sáng Tạo. Đó là sự kết đoàn. Kết đoàn từ số 1 đến số cuối cùng, và mãi đến bây giờ.***

***Khó có một tạp chí nào lại có một tập hợp*** **gắn bó keo sơn lại với nhau như vậy.**

**Và THƯ QUÁN BẢN THẢO cũng tiếp tục những gì mà Sáng Tạo**

**đã đi: Đoàn kết, Tình thân. Và Tình yêu văn chương vô bờ bến.**

Thưa anh Trần Hoài Thư rất kính mến,

Những gì anh mong mỏi đã thành tựu viên mãn. Tất cả mọi người đều như thấy có sự hiện diện của anh trong ngày tang lễ. Làm sao giải thích được lúc đi đến nhà quàn ở New Jersey ngày thứ Bảy (8/6), ba nhóm trong tiểu bang Virginia xuất phát từ ba ngả khác nhau lại cùng dừng chân và gặp nhau ở Delaware Rest Area. Những cái ôm thật chặt từ những người mới gặp nhau lần đầu mà tưởng như đã quen nhau từ lâu. Ngoài những chia sẻ về anh trong tang lễ từ các anh Phạm Cao Hoàng, Phạm Văn Nhàn, Nguyễn Minh Nữu, Tô Thẩm Huy, Trần Trung Đạo, ... làm mọi người rất xúc động; trong bữa tiệc thân mật tại nhà anh chị Phạm Cao Hoàng vào hôm sau (9/6), những chia sẻ từ các anh Phạm Văn Nhàn, Tô Thẩm Huy, Phạm Cao Hoàng, chị Lãm Thúy và bạn Thục Uyên, thêm một lần nữa, khẳng định điều này.

Bằng nghị lực, bằng tình yêu, anh cùng chị Yến đã làm hết sức mình cho văn học Việt Nam thời chiến (1954-1975), trả lại cho những người cầm bút ở miền Nam, nhất là những người Lính VNCH đã ngã xuống trên các trận tuyến, một vị trí xứng đáng, góp phần đập tan những luận điệu tuyên truyền của "bên thắng cuộc" gán ghép, nào là văn chương thực dân mới, nọc độc, đồi trụy, phản động, v.v...

Anh đã lo cho chị Yến, người yêu dấu nhất đời của anh, đến giây phút cuối cùng.

Giờ đây anh hãy an nghỉ.

Xin vĩnh biệt anh!

**Trần Thị Nguyệt Mai**

*Tháng 6/2024*

# TRẦN DOÃN NHO

## TƯỞNG NHỚ TRẦN HOÀI THƯ

*Từ trái: Trần Hoài Thư, Chân Phương, Nguyễn Trọng Khôi, Trần Doãn Nho* (Hình: Nguyễn Trọng Khôi - New Jersey, 2012)

Ngày 27/4/2024, chị Nguyễn Ngọc Yến ra đi. Sáng 28/4, tôi gọi điện thoại cho Trần Hoài Thư để chia buồn. Anh bắt phôn ngay. Tưởng là sẽ nghe một giọng nói buồn bã tuyệt vọng, hóa ra không. Giọng anh vẫn thế, vui vẻ chào hỏi bình thường. Tôi chia buồn. Anh bảo: "Nói thật với bạn, tôi vui là vì Yến đã được giải thoát. Bao năm nay, Yến sống đó mà cũng như Yến đã đi tự hồi nào." Anh cho biết, sau khi bị đột quỵ lần thứ 4 vào đầu năm 2021, Yến gần như mất hoàn toàn trí nhớ, không tự mình ăn uống được, phải dùng ống dẫn thức ăn, mất cả tiếng nói, chỉ thỉnh thoảng biểu tỏ đôi điều qua cử chỉ. Hỏi về tang lễ, anh cho biết là "Nursing Home Ashbrook", nơi chị Yến cư ngụ từ ngày bị tai biến, sẽ đảm trách từ A đến Z. Anh hứa là khi lo cho Yến xong, sẽ đi Houston thăm bạn bè. Nhưng rồi, đúng một tháng sau, ngày 27/5/2024, Trần Hoài Thư theo chân Nguyễn Ngọc Yến rời bỏ trần gian, đi vào cõi vĩnh hằng. Trong nỗi ngậm ngùi tiếc thương một người bạn, tôi đồng thời cũng mừng anh đã được giải thoát. Khổ nạn trần gian 12 năm của đôi uyên ương bây giờ đã tan biến vào hư không!

Tôi quen với Trần Hoài Thư từ trước năm 1975 qua con đường văn chương. Trước hết, đọc nhau qua các tạp chí Văn, Bách Khoa. Sau, gặp nhau ở Huế đôi lần, khi anh về phép, cùng ngồi cà phê, cà pháo, đấu láo chuyện nước chuyện nhà, chuyện văn nghệ văn gừng linh tinh. Rồi anh ra đi, trở lại chiến trường máu lửa, vừa đánh trận vừa viết văn. Văn chương của anh là văn chương chiến trận, của con người nằm giữa cái chết và cái sống để bảo vệ sự yên bình cho những người thành phố như tôi, được tiếp tục học hành và viết lách. Không có những người lính như anh, làm gì có thành phố và văn chương thành phố!

Hai mươi mấy năm sau, năm 1996, ba năm sau khi tôi sang Mỹ định cư, chúng tôi gặp lại nhau tại thành phố Boston, Hoa Kỳ, trong buổi ra mắt tập "Thơ Tuyển" của Tô Thùy Yên. Anh chị Trần Hoài Thư - Nguyễn Ngọc Yến đến từ New Jersey, cách Boston gần 5 tiếng lái xe; còn tôi, gần hơn, từ thành phố Worcester, cách một tiếng lái xe. Tình bạn và tình văn từ đó gắn liền chúng tôi cho đến ngày anh từ giã cõi đời. Hồi đó, tuy số lượng người Việt cũng như số lượng báo chí và văn nghệ sĩ ở vùng này không nhiều bằng các nơi khác như ở Quận Cam hay ở Washington DC, nhưng với nhiệt tình văn nghệ, Boston là một thành phố diễn ra nhiều sinh hoạt văn chương và văn nghệ, đón tiếp khá nhiều văn nghệ sĩ đủ loại từ các nơi đến thăm viếng và giới thiệu tác phẩm của mình. Tuy ở xa, nhưng Trần Hoài Thư xem Boston là nơi sinh hoạt của anh. Và anh chị em văn nghệ sĩ Boston cũng xem anh là nhà văn của Boston. Do đó mà hầu hết các sinh hoạt đều hiếm khi vắng mặt anh, đúng hơn, hiếm khi vắng mặt hai vợ chồng Trần Hoài Thư - Nguyễn Ngọc Yến. Hễ có sinh hoạt văn nghệ là đôi uyên ương Thư-Yến có mặt. Còn nhớ, trong hai lần ra mắt sách của tôi, anh chị đều lái xe từ New

Jersey đến tham dự, phát biểu và ở lại sinh hoạt cùng bạn bè cho đến cuối rồi mới lái xe về lại nhà.

Một trong những kỷ niệm đáng nhớ nhất là cuộc thuyết trình của ba cây bút họ Trần chúng tôi - Trần Hoài Thư, Trần Doãn Nho và Trần Trung Đạo - tại khóa hội thảo văn học mùa hè do "William Joiner Center for the Study of War and Social Consequences" tổ chức ở trường Đại học Massachusetts vào ngày 1/7/1998. Trước đó trung tâm này chỉ mời các văn nghệ sĩ trong nước tham gia hội thảo. Đây là lần đầu tiên, họ mời văn nghệ sĩ VNCH. Và cũng là lần đầu tiên, những nhà văn và nhà nghiên cứu văn học quốc tế biết đến văn học VNCH và văn học hải ngoại, một nền văn học hoàn toàn khác với nền văn học phản chiến của người Mỹ và nền văn học cộng sản ở trong nước. Nhờ những đóng góp tích cực, dứt khoát nhưng ôn hòa của chúng tôi, năm sau William Joiner Center lại mời lần nữa. Lần này, ngoài anh em chúng tôi, Tổ Chức Cộng Đồng Việt Nam Massachusetts còn mời thêm nhà văn Hoàng Ngọc Liên và nhà thơ Hà Thúc Sinh đến tham dự.

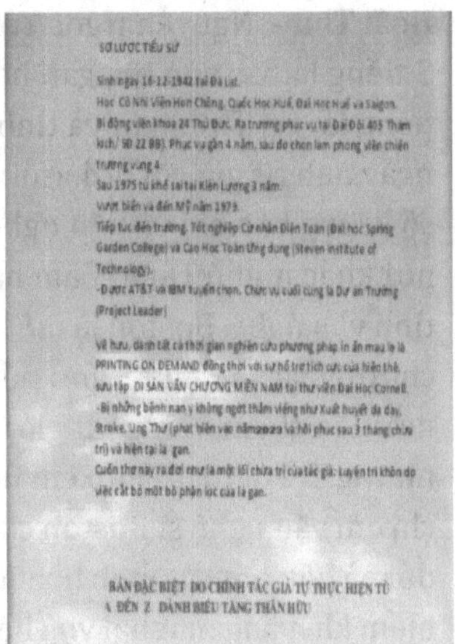


*Tác phẩm cuối cùng của Trần Hoài Thư:*
*thi phẩm "Phao" (4/2024) bìa trước và bìa sau* (Hình: TDN)

Năm 2001, Trần Hoài Thư cùng với Phạm Văn Nhàn, Trần Bang Thạch, và Cao Vị Khanh thành lập nhà xuất bản "Thư Ấn Quán". Bằng một đam mê cháy bỏng và bằng một sự bền bỉ vô bờ, trong suốt 23 năm liên tục, nhà xuất bản này đã xuất bản hàng chục tác phẩm mới của những nhà văn và nhà thơ bằng hữu trong nước, những người không có điều kiện để xuất bản; đồng thời, tái bản hàng chục tác phẩm khác của các tác giả miền Nam trong Tủ Sách Di Sản Văn Chương Miền Nam. Ngoài ra, Thư Ấn Quán còn in lại một số giai phẩm, mà mới nhất là "Hương Tình Khổ Nạn" của Trần Hoài Thư (6/2023) và "Hạt Vàng Đã Mất" của Mai Thảo (12/2023). Đi song song với "Thư Ấn Quán", con chim đầu đàn Trần Hoài Thư còn chủ trương tạp chí văn học nghệ thuật "Thư Quán Bản Thảo" (TQBT). Đây là một tạp chí đa dạng, vừa đăng lại những tác phẩm cũ của các tác giả văn học miền Nam sưu tập được, lại vừa đăng những bài vở mới sáng tác do thân hữu gởi về đóng góp. Đặc biệt nhất, TQBT còn thực hiện những số đặc biệt, giới thiệu các tạp chí văn học đã từng xuất hiện ở miền Nam giai đoạn 1954-1975 như Khởi Hành, Văn Nghệ, Hiện Đại, Bách Khoa, Trình Bầy, Mai, Văn Học, Vấn Đề, Văn, Ý Thức, Trước Mặt, Sáng Tạo, v.v...; đồng thời giới thiệu và in lại các tác phẩm của nhiều nhà văn miền Nam, trong đó, có nhiều người đã qua đời hay vẫn còn ở trong nước như: Linh Phương, Vũ Hữu Định, Hoài Khanh, Trần Dzạ Lữ, Nguyễn Bắc Sơn, Lê Văn Trung, Từ Thế Mộng, Doãn Dân, Khoa Hữu, Dương Nghiễm Mậu, Nguyễn Đức Sơn, Phùng Thăng, Lâm Vỵ Thủy, Võ Hồng, Khuất Đẩu, Phạm Ngọc Lư, Hoàng Hương Trang... TQBT cũng đứng ra xuất bản tác phẩm của những nhà văn đã định cư ở hải ngoại như Lữ Quỳnh, Kinh Dương Vương, Luân Hoán, Mai Thảo, Thảo Trường... Tán thành nỗ lực của anh và các bạn trong nhóm chủ trương, tôi cũng nhiều dịp cung cấp tài liệu và viết bài đóng góp cho TQBT. Cá nhân tôi cũng xin ghi nhận sự ưu ái của anh và nhà văn Phạm Văn Nhàn khi Thư Ấn Quán đã tái bản truyện dài "Dặm Trường", tập bút ký "Loanh Quanh Những Nẻo Đường", in tập thơ

"Thơ Trần Doãn Nho" và dành TQBT số 82 phát hành năm 2018, giới thiệu các tác phẩm của Trần Doãn Nho.

Để cho những người yêu văn chương hiểu rõ công việc của Trần Hoài Thư, tôi đã thực hiện một cuộc phỏng vấn khá dài với anh về Thư Ấn Quán và TQBT vào năm 2010, đi trên tạp chí mạng Da Màu:

https://damau.org/11834/tro-chuyen-cung-tran-hoai-thu-ve-thu-an-quan-thu-quan-ban-thao

*Thư Quán Bản Thảo số cuối cùng (không ghi số):*
*Giai phẩm "Hạt Vàng Đã Mất" của Mai Thảo* (Hình: TDN)

Anh chị em văn nghệ sĩ Boston chúng tôi – có khi là một "phái đoàn" gần cả chục người - nhiều lần ghé thăm anh chị ở thành phố Plainfield, bang New Jersey, cùng nhau đấu láo chuyện văn chương và hát hò văn nghệ suốt đêm. Tháng 12/2012, khi nghe tin chị Nguyễn Ngọc Yến bị đột quỵ, chúng tôi gồm Chân Phương, Nguyễn Trọng Khôi và Nguyễn Ngọc Phong ghé thăm chị tại bệnh viện "JFK University Medical Center" (trước đây là JFK Hospital) thành phố Edison, New Jersey. Vào tháng 6/2019, vợ chồng tôi cũng đã lái xe về thăm anh tại nhà và thăm chị Yến tại "Nursing Home Ashbrook". Hồi đó, anh Thư còn khá khỏe mạnh và chị Yến còn rất tỉnh táo. Gặp bà xã tôi, chị Yến nhớ ra ngay. Và hai bà nói chuyện với nhau suốt hai tiếng đồng hồ một cách thân tình, vui vẻ. Chả là, chị Yến và bà xã tôi rất muốn kết làm thông gia với nhau, nhưng rồi chuyện không thành, vì con trai duy nhất của chị và con gái đầu của tôi, cháu nào lúc đó cũng đã có người yêu rồi.

Nếu đời là bể khổ, thì mười hai năm cuối cuộc đời của đôi uyên ương Thư-Yến có lẽ còn khổ nhiều hơn cả bể khổ. Chị Yến thì một mình nằm ở "nursing home" với bốn lần đột quỵ, anh Thư thì một mình ở nhà với đủ thứ bệnh, kể cả ung thư. Ấy thế mà, càng khổ nạn, anh lại càng hăng hái làm văn chương, càng nỗ lực biến khổ nạn thành văn chương. Sự nghiệp văn chương của Trần Hoài Thư lớn và đa dạng, cả về sáng tác lẫn phục hồi, đáng được ghi một dấu mốc đặc biệt trong lịch sử văn học Việt Nam. Chỉ riêng về tạp chí Thư Quán Bản Thảo, anh đã phát hành tất cả 110 số, kể cả các Giai Phẩm. Từ tháng 9/2001 đến tháng 7/2022, có 99 số. Trong gần hai năm cuối cuộc đời, tính từ tháng 9/2022 cho đến tháng 4/2024, anh thực hiện thêm 11 số nữa, xin ghi lại như sau:
- TQBT 100 (9/2022): Giai phẩm đặc biệt kỷ niệm tạp chí TQBT đạt con số 100.
- TQBT 101 (không đánh số) (10/2022): Những Nhà Văn Nhà Thơ Sống và Viết ở Phan Thiết, Bình Thuận.
- TQBT 102 (11/2022): Hành trình của dòng sông – mừng sinh nhật thứ 100 của nhà văn Doãn Quốc Sỹ.
- TQBT 103 (1/2023): Thơ văn nữ giới & tưởng nhớ nhà văn Kinh Dương Vương.
- TQBT 104 (3/2023): Giới thiệu nhà văn Vương Hồng Sển & Tạp Chí Phổ Thông
- TQBT 105 (4/2023): Chơn Hạnh - Trần Xuân Kiêm: Phần phê bình Trần Thiện Đạo & Thụy Khuê về dịch phẩm *Những Ruồi* của Phùng Thăng.

- TQBT 106 (5/2023): Giới thiệu thơ Cung Trầm Tưởng trước 1975.
- Giai phẩm TQBT "Hương Tình Khổ Nạn" (6/2023) của Trần Hoài Thư.
- TQBT 106 (10/2023): Giới thiệu nhà nghiên cứu văn học Thanh Lãng. (xin lưu ý: Trần Hoài Thư đề lộn số, nên có tới hai số 106, một phát hành tháng 5/2023 và một phát hành tháng 10/2023).
- TQBT 107 (11/2023): Giới thiệu "Dấu Yêu", thi văn hợp tuyển của Trần Hoài Thư.
- Giai phẩm TQBT "Hạt Vàng Đã Mất" của Mai Thảo (12/2023).

Nếu điều chỉnh cho đúng, dựa theo con số những ấn bản đã phát hành, thì đây là TQBT số 110.

Ngoài ra, vào đầu tháng 4/2024, Trần Hoài Thư xuất bản thi phẩm "Phao", tác phẩm cuối cùng của anh. Đây là bài thơ cuối cùng (bài 91) trích từ "Phao":

*Tặng ta ánh nắng hoàng hôn lụa*
*Tràn ngập vào xe ấm chỗ ngồi*
*Tặng ta cái bóng thời si dại*
*Bờ vai gầy, đôi mắt sáng, bờ môi.*

Đọc bốn câu thơ chan chứa niềm vui như thế này, mấy ai dám nghĩ rằng, chỉ chưa tới hai tháng sau đó, nhà văn, nhà thơ, nhà xuất bản, chủ bút kiêm chủ nhiệm một tạp chí văn chương sống lâu nhất ở hải ngoại và là người khâu di sản văn chương miền Nam Trần Hoài Thư vĩnh viễn từ giã chúng ta!

**Trần Doãn Nho**
*1 tháng 6 năm 2024*

# TRẦN DOÃN THÚY KHANH

## Tưởng Nhớ Nhà Văn/Nhà Thơ Trần Hoài Thư

*Từ trái: Trần Hoài Thư Quỳnh Như Thúy Khanh Thúy Uyên Thúy Hạnh Thúy Hương Lê Văn Trạch Nguyễn Đình Hiếu (Ảnh Phạm Cao Hoàng - Virginia, 4.2022)*

### LẦN HỘI NGỘ CUỐI CÙNG

Thời tiết ở Virginia đầu tháng Năm thật u ám với những cơn mưa lâm râm, rả rích. Ngày 9 tháng 5, tôi từ San Antonio bay về lần này không dự tính trước. Đây cũng là chuyến đi Virginia ngắn hạn nhất của tôi từ trước đến nay. Nghe tin Cô Ngọc Yến, vợ Chú Trần Hoài Thư đã từ trần ngày 27 tháng Tư, và Tang Lễ sẽ cử hành sáng hôm nay, ngày 10 tháng Năm, năm 2024. Em Ân và Quỳnh Như chở tôi đến nhà Chú Phạm Cao Hoàng để đón Cô Hoa, vợ Chú, và

Cô Nguyệt Mai khoảng hơn 5 giờ sáng. Tất cả chúng tôi gồm năm người bắt đầu khởi hành đi New Jersey. Con lộ liên bang 95 khá kẹt xe. Bên ngoài, mây xám giăng đầy trời, nhưng trong xe thì không khí thật vui vẻ và thân mật. Lần đầu tiên tôi được gặp Cô Hoa là ở nhà Chú Trương Vũ mấy năm trước đây, nhưng lúc bấy giờ tôi chưa có dịp tiếp chuyện cùng Cô. Với dáng người nhỏ nhắn, phong cách nhẹ nhàng, cô thật chu đáo với một giỏ đầy thức ăn, nước uống chuẩn bị cho chuyến đi. Cái mà tôi thích nhất là mấy quả quýt, không biết cô mua ở đâu mà nó ngọt lịm như đường làm tôi ăn không biết ngượng. Cô Nguyệt Mai kể cho chúng tôi nghe về mối quan hệ thân thiết giữa Cô và Chú Trần Hoài Thư và Cô Ngọc Yến. Cô đã từng là biên tập viên cho Chú Trần Hoài Thư trong việc ấn loát sách báo mấy năm về trước và nghe Chú nói Cô đã giúp đỡ Chú rất nhiều.

Đường xa đi mãi rồi cũng tới. Tang lễ cử hành vào lúc 10 giờ sáng thì chúng tôi đã đến sớm hơn khoảng nửa giờ. Chúng tôi ngồi đợi trong xe vì bãi đậu xe vẫn còn khá trống trải, Ân và Như chưa thấy xe của Thoại, con của Chú THT ở đây, vả lại trời bên ngoài vẫn lất phất mưa và cũng còn hơi lạnh. Một lúc sau thì xe của Thoại cũng đã đến và đậu gần xe của Ân. Chúng tôi bắt đầu ra khỏi xe và tiến vào Nhà Quàn. Tôi dõi mắt tìm Chú THT, Chú đang đứng bên trong chào đón mọi người. Dáng Chú dong dỏng cao, gầy guộc thấy rõ. Tôi giật mình nhìn thấy sắc thái trên gương mặt Chú. Da Chú sậm hơn bình thường và dáng đi nghiêng ngả làm tôi vừa lo sợ, vừa xót xa... Đã bao nhiêu lần rồi, tôi đã nhìn thấy sắc thái này trên những gương mặt bệnh nhân của tôi. Tôi đã từng biết rằng sự sống của họ được tính bằng ngày, hoặc giờ. Tôi chợt nhận thấy rằng quyết định đi New Jersey của mình lần này thật là chính đáng.

Khi nhìn thấy chúng tôi, Chú THT bước đến chào hỏi Cô Hoa, Cô Nguyệt Mai, và chị em tôi. May làm sao em Ân đã ghi lại được khoảnh khắc này, một đoạn phim chỉ kéo dài hơn ba phút.

Trong đó, Chú còn nói rằng khi nào mọi việc xong xuôi Chú sẽ tìm thêm truyện của Bố tôi để đưa vào ấn bản mới TUYỂN TẬP DOÃN DÂN. Ấn bản mới sẽ có một số truyện vừa tìm được sau này. Chú nói là nếu Chú không đi tìm được có nghĩa là Chú đã "khụy" rồi! Có lẽ Chú cũng đã biết trước sức lực của mình!

Họ hàng, và bạn bè của gia đình tang quyến cũng đã đến đông đủ khoảng trên ba mươi người. Chú ngồi đó với một túi đựng đầy sách với tựa đề "Hạnh Phúc và Khổ Nạn" TQBT số 93 tháng 6/2021 với nét phác họa chân dung của Cô Ngọc Yến ngoài bìa. Những cuốn Thơ của Chú THT cũng được để trên bàn cho mọi người tùy tiện lấy như món quà tặng, có tựa đề "**Phao**". Tôi liếc qua những dòng thơ mà lòng không khỏi bùi ngùi:

*"Một con chim yến lạc trần*
*Một con chim yến nợ nần với tôi*
*Bây giờ chim đã ra khơi*
*Tôi làm sao giữ cõi trời yến bay..."* (Phao -THT)

Thật thương cảm khi nhìn thấy bóng dáng Chú cúi xuống gần quan tài cô Ngọc Yến, thì thầm lời vĩnh biệt với dòng lệ lã chã trên đôi mắt có lẽ đã gần cạn nước mắt. Với dáng mỏi mệt, Chú ngồi xuống chắp tay nghe lời kinh tụng, tiễn đưa hương linh của người vợ hiền về cõi Vĩnh Hằng. Dáng dấp đó, sẽ không bao giờ tôi quên được. Tôi thắp một nén hương cho Cô Ngọc Yến. Tôi đã nghe nhiều về Cô, quý mến Cô qua những câu chuyện Chú kể về Cô, một người đàn bà tuyệt vời, một người vợ bình dị, can đảm. Cô đã ủng hộ sự nghiệp của chồng và niềm đam mê văn chương của Ông trong một thời gian thật dài. Qua lời của Thoại, vì mắt Chú đã kém nên đôi mắt Cô, và bàn tay của Cô đã đóng góp rất nhiều trong những lần Cô lái xe đưa Chú đi tìm, sao chép, và khôi phục lại nhiều tác phẩm Văn Học miền Nam Việt Nam 1954-1975. Hôm nay, tôi đã được gặp Cô lần đầu, và cũng là lần cuối!

## TIN BUỒN LẠI ĐẾN

Nhóm TTDD của chúng tôi gồm có Chú Trần Hoài Thư, Chú Lê Văn Trạch, anh Nguyễn Đình Hiếu, chị Doãn Cẩm Liên, chị Phạm Kim Hương, năm chị em gái chúng tôi và chồng cô em út, Đỗ Hoàng Ân. Riêng mẹ tôi, sau khi bị ngã hai lần, việc đi đứng của Bà hơi khó khăn nên mặc dù nhóm đã dự tính sẽ đi thăm Chú Trần Hoài Thư vào tháng Sáu này, tôi nghĩ mẹ tôi không thể đi được như lần trước. Bàn tính với nhau là như vậy, nhưng mưu sự tại nhân, thành sự tại Thiên. Qua bao nhiêu cơn bệnh hiểm nghèo, Chú THT đã nhiều lần vượt qua nanh vuốt của tử thần. Nhóm chúng tôi nhất định với nhau là sẽ cùng đi New Jersey thăm Chú ngày 21 tháng Sáu này.

Mười hai ngày sau Tang Lễ của Cô Ngọc Yến, thì thứ Tư, ngày 22 tháng Năm, chúng tôi nhận được tin Chú THT đã vào nhà thương do bị viêm phổi và viêm túi mật. Hai ngày sau, sáng thứ Sáu, ngày 24 tháng Năm, lúc 10:15 sáng, tin báo cho biết là Chú đang bị hôn mê sâu, và đang hấp hối. Lúc 1:15 chiều cùng ngày, Thoại báo tin là Chú đang trong tình trạng nghiêm trọng vì bị chảy máu não, không phản hồi và cũng không mở mắt được. Tuy nhiên, qua đêm thứ Sáu, qua lời em Thoại thì bỗng nhiên Chú tỉnh lại. Em Ân, Như và Uyên vội vã lái xe đến thăm Chú ở bệnh viện HMH JFK University Medical Center vào khoảng 14:00 ngày thứ Bảy, 25 tháng Năm. Khi đến nơi, các em tường thuật lại là Chú hoàn toàn nhận diện được mọi người, tuy quá yếu không nói được, nhưng Chú thều thào cố gắng gọi tên em Quỳnh Như.

Vào chiều ngày Chủ nhật, 26 tháng Năm, chúng tôi nhận được tin Chú THT đã được đưa vào Hospice vì bệnh viện đã không còn giải pháp nào để cứu chữa. Thoại muốn nhìn thấy ba mình được ra đi một cách nhẹ nhàng, thanh thản.

Sáng sớm Thứ Hai, vào lúc 06:35 ngày 27 tháng Năm, năm 2024, chúng tôi nhận được tin Chú Trần Hoài Thư đã lìa trần trong sự bình an.

## LÒNG KÍNH TRỌNG VÀ NIỀM THƯƠNG TIẾC

Sự ra đi của Chú Trần Hoài Thư đã ảnh hưởng nhiều đến tinh thần của chị em chúng tôi. Tôi tự hỏi, tại sao, lý do gì đã làm cho chúng tôi buồn như vậy? Dù chúng tôi chỉ thực sự liên lạc được với Chú mới mấy năm nay. Hình như có một sợi dây vô hình nào đó đã trói buộc tình cảm của chị em chúng tôi vào với Chú như tình ruột thịt. Có phải là do tình thân hữu của Bố tôi với Chú từ năm 1968, khi chúng tôi còn bé, nghe tiếng cười vang xóm của Chú và Bố tôi trong Khu Gia Binh ở Bình Định, Qui Nhơn? Có phải là từ những hình ảnh Bố tôi vẫn ngồi uống trà, cà-phê với Chú, nói chuyện chính trị, văn chương, về những quyển truyện, những tập thơ mới mua từ hiệu sách trên thành phố? Tôi còn nhớ rất rõ những kỷ niệm ấy, nhớ mái tóc đen bồng bềnh nghệ sĩ của Chú, nhớ nụ cười rạng rỡ khi nói về văn thơ... Lúc nào Chú đến nhà tôi cũng mặc mỗi bộ quân phục màu xanh của lính. Nhìn thấy Chú, chúng tôi nhớ đến Bố và những kỷ niệm xa xưa chỉ còn lưu lại trong ký ức.

Những năm sau này, sau khi hiểu được cuộc đời gian khổ, sóng gió của Chú từ những năm thơ ấu, và những gian khổ đó lớn dần theo thời gian và trong từng hoàn cảnh từ những năm sau 75 cho đến khi vượt biên sang Mỹ để bắt đầu một cuộc sống mới. Khi hiểu được những tâm tư, tình cảm của Chú, được gói ghém trong những cuốn văn thơ, ôi, sao mà phong phú quá! Sao mà buồn thảm quá! Thương quá cái tình cảm mộc mạc nhưng thật sâu sắc, thủy chung! Cái tình yêu thơ văn của chính mình và của cả thế hệ của mình. Tình yêu đó quá mãnh liệt để Chú sẵn sàng hy sinh thời gian, tiền bạc, và sức khỏe của mình để khôi phục lại hàng loạt những sách báo quý giá cho những tác giả mà tưởng như họ không bao giờ tìm lại được, trong đó có cả những truyện ngắn của Bố tôi!

Chú ơi, vậy là tụi cháu mất Chú thật rồi sao? Cháu không muốn nói lời Vĩnh Biệt bởi vì một ngày nào đó rồi Chú cháu mình cũng sẽ gặp lại nhau ở một thế giới khác. Một thế giới không còn bệnh tật, lo âu và đau khổ. Giờ thì Chú đang cùng Cô ở một nơi thật bình yên, thật viên mãn.

Tạm biệt Chú nhé, Chú Trần Hoài Thư! Người mà chúng cháu vẫn hằng quí mến và kính trọng.

*Trần Quí Sách - Trần Hoài Thư*
*Xoay quanh nghĩa cũng không trừ thơ văn*
*Tối ngày cặm cụi basement*
*Tự tay đóng sách, in thư (thơ) một mình*
*Bao nhiêu tác phẩm nên hình*
*Cũng từ duyên định của Trần Hoài Thư!*

**Trần Doãn Thúy Khanh**
*30 tháng 5, 2024*
*San Antonio, Texas*

# HỒ ĐÌNH NGHIÊM

## CHÚT TÌNH CHẬM TRỄ

*Trần Hoài Thư & Hồ Đình Nghiêm*
*(Ảnh Phạm Cao Hoàng, Virginia, 1.2016)*

Thời còn là học sinh, bậc Trung học, đệ Lục đệ Ngũ, tôi đã sớm bị văn chương quyến rũ, làm mê mệt.

Đêm mưa ở Huế, không có gì thích thú cho bằng nằm đắp chăn, mở sáng ngọn đèn trên đầu giường để thức cùng những trang tạp chí luôn tay lật giở.

Dạo đó tôi thích tạp chí Văn, bởi Văn là tờ báo văn chương luôn giới thiệu những người viết trẻ, mới; đặc biệt những khuôn mặt nhà văn phát xuất từ miền Trung: Quảng Trị, Huế, Đà Nẵng, Hội An, Tam Kỳ, Quảng Ngãi, Quy Nhơn, Nha Trang, Phan Thiết... (gửi sáng tác vào Sài Gòn).

Còn nhớ một số Văn, phát hành ngày 15 tháng 6 năm 1968 mang chủ đề lôi cuốn: "Phượng Trong Thành Nội" quy tụ toàn các cây viết chủ lực ở Huế. Và không lâu sau đó, họ trở thành quân nhân, nhà văn quân đội (mà mãi về sau tôi mới có cơ duyên gặp mặt, chuyện trò): Hồ Minh Dũng, Mường Mán, Kinh Dương Vương và Trần Hoài Thư.

Bốn vị này cùng trang lứa, cùng một thế hệ lớn lên trong thời chiến tranh khốc liệt, do vậy thế giới văn chương họ dàn dựng nên, không tránh khỏi không khí súng đạn, chia lìa tang tóc chen vào. Họ bị thời cuộc lôi kéo đi, buộc phải chia tay người tình, và như thế đan cài vào tin chiến sự đầy tổn thất vẫn thắp sáng những mối tình thơ mộng đi gần về phía lãng mạn.

Lãng mạn theo cách của quân nhân Trần Hoài Thư :

*"Khi yêu tôi, em trở thành thua lỗ*
*Bắt chước ca dao, hái nụ khổ đau*
*Tôi bỏ em lặn lội miền cao...*
*Khi mái tóc chớm vai gầy bé nhỏ*
*Tôi biết em còn gội với nhớ nhung*
*Tôi bỏ em đi, theo những dặm trường*
*Những vinh nhục, những lầm than hạnh phúc*
*Ai mang cho em một chùm bông bưởi*
*Bỏ thêm vào nồi chùm kết cho thơm..."*

Tôi đồ rằng bốn tác giả trẻ góp mặt ở Văn với chủ đề "Phượng Trong Thành Nội" ấy, tiên khởi họ viết văn xuôi trước khi đổi thành nhà thơ.

Trần Hoài Thư đóng góp truyện ngắn mang tựa "Một Vùng Sương Khói" với cách diễn đạt nhuốm đầy khói sương của riêng Huế, vùng đất mãi gánh chịu những đổ vỡ thương đau (số báo Văn này phát hành sau Tết Mậu Thân).

Trần Hoài Thư làm thơ hay, thời gian nhà văn sĩ quan khoác chiến y đi từ Quảng Ngãi vào tới Quy Nhơn.

Mường Mán, Hồ Minh Dũng, Kinh Dương Vương cũng thế, họ giỏi môn "song thủ hổ bát", thi triển văn xuôi cùng lần với thơ. Và cả bốn vị đều có chỗ đứng riêng trên văn đàn của miền Nam, Việt Nam Cộng Hòa.

Nhớ thời gian cầm bút (và cầm súng) của họ, cũng đồng nghĩa với sự cảm thương và dậy lên niềm tri ân, các vị đàn anh tôi luôn mến mộ.

Khi lịch sử đã làm xong phần việc của nó, bày ra cuộc bể dâu với hoạt cảnh quen thuộc tan đàn sẩy nghé, người đi thất tán muôn phương. Mãi tới năm 1989 tôi mới "tay bắt mặt mừng" với nhà thơ nhà văn Trần Hoài Thư, khi Anh cùng phu nhân, Chị Nguyễn Ngọc Yến thay phiên lái xe từ New Jersey sang thăm những người cầm bút tại Montréal, nơi tôi định cư.

"...

*Đêm qua bọn này thức trắng*
*Nói cười hò hát huyên thuyên*
*Lâu lắm rồi kẻ Bắc người Nam*
*Những chuyến xe đời túa ra trăm ngả*

*Lâu lắm rồi ngựa què thúc thủ*
*Nhớ bờ xa đồng cỏ quê hương*
*...*
*Khi những người mới gặp hôm qua*
*Cụng ly uống mừng những người mới biết*
*Trời quá nửa đêm, xốn xang gió chớm*
*Thành phố hai giờ, cửa nẻo gài then*
*Thành phố này trước lạ sau quen*
*Cảm ơn những tấm lòng đỏ tình bạn hữu."*
(Khi Trở Lại Montréal)

Nghe Anh kể "chuyện đời" tôi càng ngưỡng mộ người có tên ghi trên giấy khai sanh: Trần Quí Sách.

Năm xưa, ở Cần Thơ nhà văn từng mưu sinh bằng cách bán cà-rem cây. Sang đất người, nhà thuê ở khu vực mất an ninh, cửa gắn bốn năm ổ khóa. Nhà văn đùa: "Không khác một pháo đài kiên cố".

Ở đó, ôm sách vở ghi danh đi học và đỗ đạt và lấy văn bằng Cử nhân Điện Toán và làm một ông chuyên viên phụ trách ngành Tin Học cho công ty IBM.

Dư thời gian phút nào, phút đó chạy xe đi vào các thư viện lớn, tìm lục và sao chép lại một nền văn chương thời cũ, bị thiêu hủy thôi còn nguyên vẹn sau 1975.

Quí Sách hay Trần Hoài Thư được mọi người cảm kích mang ơn, đặt thêm ngoại hiệu độc tôn, cao quý: "Người Khâu Vá Lại Văn Chương Miền Nam".

Chưa hết, Trần Quí Sách còn lập ra Thư Ấn Quán để tự tay layout, tự tay in ấn, tự tay đóng sách, cắt xén (thủ công) cho các bằng hữu muốn có tác phẩm trình diện với đời (lưu vong).

Tấm lòng ấy, lớn vô cùng, vô lượng. Và dĩ nhiên đã có lắm người viết về cuộc đời và sự nghiệp của nhà văn nhà thơ Trần Hoài Thư, súc tích và đủ đầy hơn tôi vạn lần.

Hình như Anh Trần Hoài Thư sang thăm Montréal tới bốn lần, điểm dừng chân đầu tiên là tư gia nhà thơ Luân Hoán, từ đó mới bắn tiếng đi. Những chiều hôm bất ngờ nọ tôi nhấc điện thoại lên, để qua điện đàm: "Nghe 5 trên 5 thưa thẩm quyền".
Khăn áo tề chỉnh để tới trình diện, rồi khi gom đủ "quân số cấp tiểu đội", chúng tôi tìm đến một hàng quán chuyện vãn "trông về quê mẹ ruột đau chín chiều".

Được Anh ghi tặng tập "Thơ Trần Hoài Thư" với dòng chữ viết lên trang đầu đầy ân tình "Quí tặng nhà văn Hồ Đình Nghiêm, để nhớ những sợi khói lãng đãng bên trời Thành nội". Ký tên. Tháng 10, 1998.

Lần sau cùng gặp lại Trần Hoài Thư là hôm bạn bè, thân hữu muôn nơi về Virginia để dự đám tang họa sĩ Đinh Cường.
Tôi nhìn những giọt nước mắt lặng lẽ thoát ra, từ một khuôn mặt khắc khổ mang nhiều sự đổi thay, giọng Trần Hoài Thư nhỏ, rời rạc:

"... Đó là Đinh Cường trong trái tim mình, khi chúng tôi bắt tay nhau hay ôm choàng lấy nhau, có nghĩa là chúng tôi đang chia buồn với nhau. Bởi lẽ mỗi người chúng tôi đều mất đi một Đinh Cường, và trái tim mỗi người đều đẫm lệ..."

Thế rồi "lịch sử" lại dửng dưng làm tiếp công việc của nó, người suốt đời quí sách mà chúng ta thương kính lại lặng lẽ rời đi để cho hồn ai đang đẫm lệ...

*"Đừng nhắc cùng ta những đồi sim*
*Ta buồn nhớ lại mùa đao binh*
*Những người mười tám hai mươi ấy*
*Cùng kéo theo về bến tử sinh*

*Chúng ta. Những đứa thời trai trẻ*
*Kẻ chết. Chưa yên ổn dưới mồ*
*Kẻ sống. Rủ nhau về héo rụi*
*Như rừng tràm trơ trụi thân khô."*

Anh Trần Hoài Thư quý mến, anh cũng đã rõ là thành phố tôi cư ngụ chỉ có sông dài vây chắn mà nào có biển rộng kề bên. Nếu được gần biển, tôi sẽ "Ra Biển Gọi Thầm" như một nhan truyện ngắn thật hay của Anh viết xuống ngày nào.

Bên triền sóng bủa, tôi sẽ gào to: Vĩnh biệt Anh. Một người anh trong gia đình văn chương đáng quý trọng mà chúng tôi mãi tri ân, tưởng tiếc.

**Hồ Đình Nghiêm**
*Montréal. 9 tháng 6 năm 2024.*

# ĐẶNG KIM CÔN

## TIỄN ANH TRẦN HOÀI THƯ

*Trần Hoài Thư & Đặng Kim Côn*

Là Quí Sách, sống cả đời cho sách,
Vẫn Hoài Thư, canh cánh mộ thư hoài...
Tám hai năm con đường như vẫn ngắn,
Để như còn sống mãi với ngày mai.

Anh bay đi theo mùa xuân chim Yến,
Bờ bên kia, đôi chim hóa trường sanh...
Đôi chim hót trên ngàn trang chữ nghĩa,
Để lại đời triệu nỗi nhớ thương anh.

Sống để viết nên chết không là hết,
Chỉ là... chỉ là anh bay lên cao!
Biết làm sao anh em còn gặp lại,
Bờ bên này chỉ còn hẹn chiêm bao!

Giữa năm 2009, Phạm Cao Hoàng gọi phone cho tôi. "Tôi thấy có bài thơ mang tên ông trong tập THƠ MIỀN NAM THỜI CHIẾN, do anh Trần Hoài Thư sưu tập, nếu ông muốn có một tập kỷ niệm, gọi số...", tôi vội gọi cho anh Trần Hoài Thư...

Nói biết thì tôi đã quá biết tên anh từ những ngày còn biết mê ôm và ngấu nghiến một tập nguyệt san VĂN, BÁCH KHOA, Ý THỨC... mỗi tháng, trong đó tháng nào cũng có bài anh. Đến sau này, 1970, tôi về Sư đoàn 22, biết anh từng ở đây, tôi hy vọng được gặp anh một lần nhưng tôi đã không được may mắn, anh Trần Hoài Thư cũng vừa mới giã từ Sư đoàn 22 về Vùng 4, cho đến khi có được số phone anh ở Mỹ và nhận được tập thơ anh gửi thì mới thật sự gọi là quen.

Cái nhịp cầu Phạm Cao Hoàng đã giúp tôi cái cơ hội quen anh, qua trao đổi biết anh chủ trương tạp chí Thư Quán Bản Thảo, chợt ấm lại trong tôi cái niềm vui viết lách, vốn đã nguội lạnh từ sau những ngày bước ra khỏi lò "cải tạo" rồi sang Mỹ, muộn màng, chơi vơi, vật lộn với áo cơm.

Chính sự "hoài thư" của anh, đã ân cần, khuyến khích một ngòi bút non nớt như tôi mạnh dạn hơn trên con đường chữ nghĩa, dù là trước 1975 tôi cũng đã có ít bài đăng khiêm tốn trên một số tạp chí thời VNCH (nhờ đó, có bài tôi tưởng như không còn nhớ tới đã được moi lên từ bàn tay của anh chị Trần Hoài Thư trong bộ sưu tập thơ thời chiến).

... Và bắt đầu từ đây, 2009, những bài viết cũ mới của tôi lần lượt được anh ưu ái, như một người anh dắt tay thằng em cùng sải bước trên Thư Quán Bản Thảo, đến 2010, trong bộ VĂN MIỀN NAM dày hơn 2000 trang do chính anh chị sưu tầm gom góp, một truyện ngắn có tên tôi cùng được góp mặt. Cũng trong năm này, THƯ ẤN QUÁN do anh chủ trương đã xuất bản cho tôi 2 tác phẩm (thơ + truyện ngắn) đầu tiên với những lời giới thiệu bay bổng của chính anh, là một đánh nhịp cho những sáng tác sau này của tôi.

Tình cảm anh em chúng tôi đã được bồi đắp thêm mỗi ngày và may mắn, tháng 4/2012, anh phone cho tôi, đại hội cựu học sinh Trường Quốc Học của anh được tổ chức tại San Jose, California, nơi tôi ở, cơ hội để tôi được gặp một nhà văn, nhà thơ mà tôi từng hâm mộ.

Vậy là, tại San Jose, những ngày đại hội ngắn ngủi của anh, tôi không bỏ lỡ một khoảnh khắc nào mà anh có thời gian rảnh gọi cho tôi. Hai anh em, có khi ngồi cả buổi ở quán cà-phê, có khi có cả chị Yến, hiền thê của anh, có khi cùng gặp bạn bè Quốc Học của anh như Trần Doãn Nho, Lữ Quỳnh, Trần Đình Sơn Cước, Nguyên Minh...

Rồi chị Yến ngã bệnh, phải vào viện dưỡng lão, một mình anh vật lộn với Thư Quán Bản Thảo thêm một thời gian rồi... dừng bánh, và tôi cũng bệnh nặng, bị suy thận giai đoạn cuối, hơn mười năm tới lui ra vào bệnh viện và bác sĩ, tôi như thu mình trong bóng tối, nhưng cũng thỉnh thoảng gọi thăm anh chị, nhưng anh nghe điện thoại không còn thoải mái như trước vì tai anh đã bị tuổi già ghé thăm và ở lì lại đó, khoảng cách hai anh em có phần giãn ra.

Tháng trước nghe tin Chị Yến mất, tôi vừa buồn vừa lo cho anh phải chống chọi với nỗi trống vắng cùng sự suy yếu của sức khỏe, nghe nói anh bị tim, tôi thêm lo vì tôi sau hơn 4 năm lọc thận, cũng từ thận chuyển biến sang tim, tôi phải liên tục ra vô phòng cấp cứu, đang ở bệnh viện thì được Phạm Cao Hoàng báo tin anh mất.

Có phần bất ngờ vì tôi không nghĩ anh vội chạy theo Chị Yến nhanh như vậy. Nói như một người bạn của tôi "ở tuổi này chuyện ra đi là điều phải đến, nếu tao phải chết đi thì cũng không lấy làm buồn, nhưng thà là mình, chứ nghe bạn bè đi trước mình thì sao... buồn quá!"

Buồn quá!

**Đặng Kim Côn**
*Texas, tháng 5/ 2024*

# LÊ THỊ HOÀI NIỆM

## NHỚ VỀ VĂN/THI SĨ TRẦN HOÀI THƯ

*Trần Hoài Thư và bằng hữu ở Houston, Texas ngày 3 tháng 9. 2022*
*Hàng trước: Lê Thị Hoài Niệm (Thứ hai, từ trái)*
*Trần Hoài Thư (Thứ hai, từ phải)*

"Anh Trần Hoài Thư đã mất hồi sáu giờ ba mươi phút sáng nay rồi nhen em!"

Giọng buồn buồn của anh Phạm Văn Nhàn khi cho tin, tôi sững người và lặng yên, ... cầu nguyện.

May mắn cho chúng tôi là được anh Phạm Văn Nhàn thường xuyên liên lạc và cho tin về bệnh trạng của anh Thư.

Nhớ hôm anh Nhàn sang nhà tôi, anh em đang ngồi nói chuyện thì có phone của anh Trần Hoài Thư gọi cho anh Nhàn: "Yến đi rồi ông ơi!..." rồi anh khóc huhuhu..., chúng tôi cũng khóc theo mà không thành tiếng, nhưng rồi giọng anh lại ráo hoảnh: "Thôi như vậy cũng khỏe cho bà ấy, nằm một chỗ đã mười hai năm rồi...". Vừa buồn cho anh mất đi người thân, nhưng thật lòng... an ủi anh Thư vì chị Yến đã được giải thoát, chị đi cho nhẹ thân xác chị và cho anh Thư còn có thì giờ chữa bệnh cho anh, hy vọng anh khỏe và sẽ có cơ hội đi thăm viếng bạn bè nhiều hơn. Nhưng... hết rồi!

Và tôi với anh Nhàn lại nhắc về anh Trần Hoài Thư. Anh kể về những ngày còn ở khu 6 Qui Nhơn, nơi có căn nhà anh thuê để những khi có phép các anh về trú ngụ, nơi đó có hai người Giáo Sinh Sư phạm Qui Nhơn khóa 6, là hai nhà thơ nổi tiếng: Lê Văn Trung và Phạm Cao Hoàng, và tôi là "đàn em" của họ vì học khóa 8 nên biết nhiều về những người... muôn năm cũ của trường SPQN...

Và anh cũng nhắc về những ngày quý anh ở Nha Trang, nơi có nhà sách Huy Hoàng, có "trung tâm nuôi dạy trẻ bụi đời" do anh Huy Hoàng đảm trách, có "căn gác xép" để mỗi khi về Nha Trang, anh Trần Hoài Thư và quý anh đến trú ngụ ở đó. Và chính tôi, lại là người tình nguyện phụ trách dạy chữ cho các em bụi đời ba buổi trong tuần... Căn gác xép của mấy ông lính trận lại lần nữa có duyên tôi biết đến, nhưng chuyện... quen biết với mấy ông thì lại... vô duyên.

Rồi anh hỏi về lý do làm sao tôi "biết" nhà văn Trần Hoài Thư?

Từ ngày rời xa Nha Trang, quê hương và nỗi nhớ luôn gắn chặt bên lòng, để rồi những người Nha Trang xưa quây quần lại với nhau thành lập hội, nhắc lại kỷ niệm xưa và đến với nhau qua Đặc san Khánh Hòa-Nha Trang. Cũng lại là tôi, được... giao nhiệm vụ phụ trách đặc san đó. Biết nhà văn Trần Hoài Thư, người có một thời sống ở Nha Trang, nên tôi đã mời anh góp bài, và anh đã đến với những bài tùy bút khắc ghi kỷ niệm khi còn ở "Rộc Rau muống

Nha Trang", để người Nha Trang cảm khái và đồng cảm với nỗi khó của nhà văn và niềm hãnh diện vì nơi đó đã góp phần "vun bồi" nên một nhân tài văn chương cho đất nước, chẳng hạn "Nỗi bơ vơ của bầy ngựa hoang" cũng được viết từ những ngày sống ở thành phố Nha Trang yêu dấu đó...

Để rồi một chiều mưa, mưa Houston không lê thê và rả rích như xứ Huế quê nhà, mưa Houston đổ ào ào như cơn giận của ông Trời mang nước đổ xuống, chỉ cần một giờ mưa là những con đường thấp biến thành... dòng sông cạn. Nhưng chúng tôi, những người đọc âm thầm đã có mặt trong buổi Ra Mắt Sách của nhà văn Trần Hoài Thư ở dưới phố, do những người Cần Thơ, quê hương của chị Yến tổ chức. Đến để nhận sách từ tay tác giả ký tặng, đến để nghe những lời tâm sự chân tình của người suốt đời sống vì chữ nghĩa, sách báo. Anh Trần Quí Sách. Lần đầu tiên tôi trực diện với nhà văn. Đến khi tờ Thư Quán Bản Thảo ra đời, thì tôi cũng nhận được tập sách đầu tiên, và nhiều sách báo nữa cũng được anh gửi tặng. Tôi cũng có cơ hội trao đổi với anh về chuyện những "lao công đào binh" ngày trước, khi tôi giữ một tiết mục hằng kỳ trên tờ báo "Con Ong" tại Houston.

Đã mấy lần anh chị về Houston, chúng tôi đều có gặp nhau chào hỏi. Nhưng mãi đến khi anh Phạm Văn Nhàn về định cư tại Houston, thì cơ hội chúng tôi gặp gỡ anh Trần Hoài Thư nhiều hơn trước.

Mỗi lần anh về, các anh chị quy tụ lại với nhau để đưa anh đi đến những nhà hàng Việt Nam, để anh còn tìm lại được bữa cơm gia đình với canh chua cá kho tộ mà anh thích, vì nơi anh ở thật khó tìm. Để khi anh sắp về lại nhà, chúng tôi lại đi mua những thực phẩm khô dự trữ để anh mang về... nấu ăn cho chị Yến. Thương quý tấm lòng của một "người chồng" ngày ngày săn sóc lo từng bữa cơm nuôi vợ bị bệnh nằm một chỗ. Tình nghĩa của vợ chồng nhà văn Trần Hoài Thư được anh nhắc đến từng trang trên tờ Thư Quán, khiến người đọc như chúng tôi không cầm được nước mắt mỗi lúc nghĩ về.

Nhưng bây giờ và mãi mãi không còn cơ hội gặp lại anh nữa rồi, "Tiên ông đạo cốt" anh rất thích mỗi lần nghe cô em gọi ông anh, đã chỉ còn là dĩ vãng.

Anh đi. Bạn bè của anh mất Trần Hoài Thư, người đọc sách mất Trần Quí Sách.

Cháu Thoại mất cả bố mẹ chỉ trong thời gian ngắn ngủi bốn tuần lễ, nỗi mất mát lớn quá, mong cháu có nhiều nghị lực để vượt qua.

Một nén nhang từ xa gửi về nơi anh ở. Nguyện cầu linh hồn anh sớm về chốn vĩnh hằng gặp lại Chị Yến. Từ nay không còn vướng lụy chuyện phiền não chốn bụi trần.

Nam Mô Tiếp Dẫn Đạo Sư A Di Đà Phật!

**Lê Thị Hoài Niệm**
*Houston, 27/5/2024.*

# QUAN DƯƠNG
## KỶ NIỆM VỚI ANH TRẦN HOÀI THƯ

Huynh trưởng Lê Hoàng Viện khóa 5/68 Thủ Đức tức nhà văn Lê Cần Thơ từ Houston nhắn tin cho biết là sau khi chị Nguyễn Ngọc Yến mất thì nhà văn Trần Hoài Thư ngã bệnh nặng lắm sợ không qua khỏi. Theo bác sĩ thì quỹ thời gian dành cho anh Trần Hoài Thư vài ngày nữa thôi là cạn kiệt. Dẫu biết là như thế nhưng tôi vẫn thầm hy vọng và cầu nguyện dù tia hy vọng vô cùng mỏng manh. Đó là những ngày trung tuần tháng 05/2024. Những lời cầu nguyện không được đáp ứng nên sáng nay nghe tin anh Trần Hoài Thư đã đi theo chị Yến rồi. Tôi bàng hoàng không tin là anh đã đi nhanh như thế nhưng sự thực vẫn là sự thực dù không muốn tin. Buồn ơi là buồn!

Nhớ đến anh thì không thể không nhớ đến lần đầu tôi gặp anh ngoài đời cách đây 53 năm tại Quân Y Viện Ban Mê Thuột trong thời chinh chiến. Năm 1971 tôi bị thương được đưa về đây điều trị. Giường bên cạnh là một trung úy của sư đoàn 23 với cặp kính cận dày cộm có sợi dây thun buộc phía sau. Đó là trung úy Trần Quí Sách tức nhà văn Trần Hoài Thư. Thế là hai người quen nhau. Thuở đó tôi không biết viết lách là gì mặc dù rất mê đọc sách. Tôi thích các câu chuyện tình nhẹ nhàng loại bông tím của Tuổi Hoa, các bài viết trên Văn, Văn Học, Bách Khoa v. v… và vì là lính nên tôi vô cũng tâm đắc với thơ văn của các nhà văn quân đội. Nhà văn Trần Hoài Thư là một trong số những nhà văn mà tôi mến mộ. Đâu nghĩ có một ngày tôi và anh lại nằm cạnh giường nhau.

Những buổi sáng sau khi chờ bác sĩ khám thương bệnh binh xong thì đám sĩ quan còn trẻ liền vội vã lột bộ đồ của bệnh viện đang mặc trên người và sau đó là màn chui rào ra thành phố Ban Mê Thuột để đi lòng vòng. Đời lính nhất là lính tác chiến ít khi có cơ hội đi bát phố ngoài những lúc bị thương nhẹ hoặc bị bệnh được nằm điều trị tại các quân y viện. Do đó trong những lần đi chơi với anh tôi thật là thích. Dù đã nửa thế kỷ trôi qua rồi nhưng tôi vẫn còn nhớ lời anh nói còn sống ngày nào thì cứ an nhiên ngày đó hơi đâu bận tâm chiến trường đang chờ. Thấy chiếc kính cận dày cui anh đeo có cột sợi dây thun khi tròng qua đầu tôi hỏi sao phải làm vậy thì anh trả lời nhờ sợi dây thun này mà mỗi lần nhảy trực thăng không bị rớt. Anh còn nói khi đụng trận mà hai con mắt không nhìn thấy địch quân thì làm sao mà đánh đấm. Hai anh em cười rất hồn nhiên và tôi không ngờ là các nhà văn sao gặp ngoài đời dễ gần gũi đến thế. Cơ duyên giữa tôi và anh Trần Hoài Thư chỉ có thế vì vài tuần sau thì xuất viện tôi trở về đơn vị của tôi và anh trở về đơn vị của anh. Cuộc hạnh ngộ đưa đẩy chỉ có bấy nhiêu và đời lính tôi chẳng bao giờ nghĩ rằng điều diệu kỳ đó xảy ra lần nữa. Nhất là tiếp theo biến cố tháng 04/75 những người lính tan đàn xẻ nghé không ai còn nghĩ sẽ có ngày gặp lại.

Thập niên 90 những năm đầu mới qua Mỹ tôi có mua một chiếc xe cũ để đi làm. Chiếc xe ì ạch và mỗi lần lăn bánh thật nặng nề chẳng khác chi cuộc hội nhập nơi xứ người. Những sáng thức dậy đi làm những tối lái xe về càng ngày càng thấm tôi mới gửi tâm sự này vào một bài thơ Chiếc Xe Cũ và gửi cho báo ở Boston do anh Việt Hùng và Hồ Công Tâm (anh Hồ Công Tâm cũng vừa mới mất cách đây hai tuần tại Houston) phụ trách. Hai tuần sau được anh Việt Hùng nhắn tin trên báo là có nhà văn Trần Hoài Thư thích bài thơ Chiếc xe cũ và gửi lời thăm tác giả. Qua phone tôi liên lạc lại với anh và lúc này anh mới phát giác ra tôi là người lính nằm chung quân y viện Ban Mê Thuột của 40 năm trước. Sau đó thì chúng tôi gặp lại ngoài đời. Anh nói viết là phản xạ của sự đau và khuyến khích tôi cầm viết để diễn tả sự đau đó cùng những gì nếm trải. Nhờ anh khuyến khích tôi bắt đầu mạnh dạn làm thơ và theo anh leo lên chiếc cầu văn thơ nơi hải ngoại. Anh ký tặng tôi tập truyện ngắn "Ra Biển Gọi Thầm" mà anh vừa xuất bản. Đó cũng là lần đầu tiên tôi được chính tác giả ký tặng sách trực tiếp.

Anh Trần Hoài Thư và chị Nguyễn Ngọc Yến là một cặp vô cùng dung dị hài hòa rất dễ gần gũi mến thương. Như anh Thư đã từng gửi gắm trong những bài văn bài thơ sau ngày 30/04/75 đầy kiếp nạn, anh đã hứa với chị Yến là sau này dù bất cứ em ở đâu thì anh cũng đều đi theo ở đó. Hôm nay anh đã thực hiện lời hứa của mình với chị. Chị Yến mất ngày 27/04/2024 và hôm nay 27/05/2024 vừa tròn một tháng anh Trần Hoài Thư đã đi theo chị. Hai người hẹn nhau cùng hội tụ ở thế giới bên kia nơi không còn đau thương khắc khoải bởi cái ác do con người gây ra. Trong giới viết lách nhà văn Nguyễn Xuân Hoàng ra đi thì chị Trương Gia Vy sau đó cũng đi theo. Tiếp đến là nhà thơ Tô Thùy Yên thì chị Trần

Diệu Bích cũng đi theo chồng. Bây giờ thì đến nhà văn Trần Hoài Thư đi theo chị Nguyễn Ngọc Yến. Nhớ những ngày rộn rã gặp nhau ở Boston trong những năm cuối thập niên 90 đều có mặt ba cặp tài danh này. Giờ thì họ đã lần lượt vẫy tay chào người ở lại.

Ngày vợ chồng tôi gả con gái đi lấy chồng, bạn bè trong giới viết lách từ các tiểu bang xa bay về đây tham dự dù lúc đó thành phố New Orleans vẫn chưa hoàn hồn sau cơn bão Katrina. Vài năm sau đó cháu Trần Quí Thoại con của anh chị Thư - Yến lấy vợ. Ngày đám cưới của cháu Thoại, hai vợ chồng nhà văn Nhật Nguyễn - Hữu Việt cùng vợ chồng tôi bay từ Louisiana lên tham dự, ở đây gặp lại gần như đông đủ bạn bè văn nghệ vùng Đông Bắc Mỹ từ Boston về. Những ngày ấy sao mà ấm áp thân tình đến thế. Mới đó mà gần hai mươi năm. Đầu tháng 06/2024 con gái cháu Thoại tức cháu nội anh chị Trần Hoài Thư - Ngọc Yến tốt nghiệp trung học nhưng không còn ông bà nội để chúc mừng. Cháu dành những bức tranh cháu vẽ để gửi tặng ông bà nội. Nhìn tấm hình cháu đưa lên Facebook mà bùi ngùi. Anh đã không còn kịp nhìn thấy mộng tưởng của thế hệ của mình những người lính bị gãy gánh sơn hà sau ngày miền Nam bị đoạt mạng đó là gầy dựng lại cho những thế hệ tiếp nối theo sau biết sự thật về lịch sử. Thế hệ con cháu của anh đã và đang thực hiện hoài bão đó nhưng anh và chị đã bỏ lại để ra đi. Bạn bè của anh không kịp nghe giọng nói cùng tiếng cười hào sảng mỗi khi anh đắc ý điều gì khi đưa cao ly lên để cụng.

Anh Trần Hoài Thư ơi! Chúc anh được bình an trong chuyến đi này. Anh mãi mãi luôn là một người lính cầm bút và luôn nặng lòng cùng chữ nghĩa cùng bạn bè. Mong anh sớm gặp lại chị để sum họp và để viết tiếp những trang tình sử và chúc anh chị được tiêu dao nơi cõi phiêu bồng.

**Quan Dương**

*New Orleans 27/05/2024*

# NGỌC BÚT

## Chút Kỷ Niệm Với Thư Quán Bản Thảo Và Nhà Văn Trần Hoài Thư

Tôi đến với Thư Quán Bản Thảo rất muộn, đâu khoảng cuối 2014 đầu 2015 qua sự giới thiệu của nhà văn Mang Viên Long, bằng một bài tùy bút trên TQBT số 63. Kể từ đó, thỉnh thoảng tôi có tùy bút và thơ trên TQBT. Nhưng chuyện đó không quan trọng với tôi bằng việc tôi được góp một phần rất nhỏ vào công việc lớn lao anh THT đang làm là "khâu vá lại di sản văn chương miền Nam 1954-1975"

Thú thật, từ sau 1975 tôi không quan tâm tới văn chương nữa vì bận lo cơm áo gạo tiền và cũng không muốn đọc muốn viết gì nữa. Suốt gần 40 năm, văn chương trong nước tôi không quan tâm, văn chương hải ngoại tôi càng không biết gì. Cho đến khi gặp Quán Văn và Thư Quán Bản Thảo. Nhưng Quán Văn là một câu chuyện khác.

Một bữa trong lúc xếp soạn mớ sách báo cũ còn sót lại, tôi tình cờ tìm thấy truyện ngắn Những Vì Sao Vĩnh Biệt của THT trên một tờ Bách Khoa cũ. Tôi đánh máy và gởi cho anh THT, và nghĩ một cách ngờ nghệch rằng chắc là ông ấy chưa có lại truyện này (sau này nghĩ lại mới thấy mình khù khờ, vì ông ấy đã từ lâu in lại tập truyện trong đó lấy tên truyện ngắn này làm tựa!). THT vui vẻ cám ơn tôi. Và kể từ đó là những ngày đánh máy và sửa lỗi chính tả các tác phẩm cũ của văn chương miền Nam sẽ xuất hiện trên TQBT. Tôi hào hứng làm việc ấy vì rất cảm kích những gì nhà văn THT làm cho 20 năm văn chương miền Nam. Tôi muốn góp một chút công sức nhỏ nhoi của mình vào công việc giữ gìn di sản đáng quý mà anh đang làm. Trước tôi đã có Nguyệt Mai làm việc này, giờ tôi giúp thêm một tay thì tốt cho anh THT thôi. Có những khi anh THT hay ai đó đánh máy bài viết rồi, và tôi chỉ sửa lỗi chính tả. Có khi tôi đánh máy và tự sửa lỗi luôn, cùng một lúc nhiều bài (như loạt bài của nhà văn Nguyễn Kim Phượng, ký giả Lô Răng, nhà văn hóa Nguyễn Nam Châu, cụ Vương Hồng Sển, v.v...) hoặc nhiều chương của một truyện dài (như truyện Nuôi Sẹo của Triều Sơn, Hồn Hương của Nguyễn Mạnh Côn, v.v...). Anh thường chụp các tài liệu rồi attach vào email gởi tôi, tôi download, đánh máy thành bản word rồi gởi lại anh cũng bằng cách attach vào email. Phải nói là tôi cũng đươc "lợi lộc" khi làm công việc này, vì được dịp thưởng thức những áng văn thơ hay mà trước kia tôi không được đọc vì tôi còn bé xíu khi các tác phẩm này ra đời. Công việc với tôi rất thú vị, nhưng nhiều khi đoán hoài đoán mãi không ra ý tác giả ở một câu hay một cụm từ nào đó, vì bản chụp của bản in ngày xưa nhòe mực hoặc bị thiếu mất một góc trang hoặc thợ xếp chữ thời đó xếp lung tung! Có lúc tôi cũng đoán mò và đánh tô màu vàng vào cụm từ đó rồi mở ngoặc nêu ý kiến hay ghi chú của mình bằng màu đỏ kế bên. Thơ Cung Trầm Tưởng thì còn đoán được dẫu có mờ hay lem luốc mực in, nhưng thơ Nh. Tay Ngàn thì thực sự là một thách thức. Nhưng cuối cùng thì cũng xong. Điều quan trọng và tuyệt vời nhất của tôi là được thưởng thức và thưởng thức...

Tôi đã làm công việc này một cách cẩn trọng và tỉ mỉ từ 2015 cho đến ngày Thư Quán Bản Thảo trở thành giai phẩm sau số 100, chỉ với một lý do duy nhất là mến mộ tấm lòng và việc làm của anh THT. Tôi thực sự yêu thích công việc này. Bây giờ đã già hơn chín năm trước, tôi nghĩ tôi vẫn còn có thể tiếp tục làm được những việc anh THT giao, nhưng anh đã đi theo chị Yến rồi...

Tôi chép lại đây đoạn cuối bài tùy bút tôi viết năm 2016 về tập thơ Xa Xứ của anh, như một lời chia tay, một lời tiễn biệt anh về miền xa thẳm.

Mai kia người sẽ trở về. Có thể người về với tay gậy chống. Có thể người về bằng tàn tro. Có thể người về chỉ bằng hương linh theo gió theo mây. Nhưng Hoài đoan chắc rằng người sẽ trở về. Bởi ngay khi chưa thực sự về được, người vẫn đêm đêm mơ thấy ngày về:

*Em có hỏi tại sao ta chưa về cố xứ*
*Ta trả lời: Ta về chứ đêm qua*
*Ta vẫn về, rất thầm lặng thiết tha* (THT)

Phải không, chắc chắn mai kia người sẽ trở về? Và xứ-xa nơi này sẽ đợi.

**Ngọc Bút**
*Saigon, 31.5.2024*

*Ngọc Bút*

# NGUYỄN AN BÌNH

## DẪU BIẾT TRĂM NĂM LÀ HỮU HẠN

Vài ngày sau chị Yến mất, anh Trần Hoài Thư có tin nhắn cho tôi: *Nguyễn An Bình - Anh nhớ có một ngôi chùa nữ (Sư Nữ) ở phía bên kia đường Phan Thanh Giản gần chợ, bờ sông bên đường ngày xưa có quán cà phê văn nghệ. Chị Yến hay đi chùa này. Em cho anh tin tức chùa này. Cám ơn em lắm lắm.*

Đọc dòng tin ngắn ngủi tôi ngầm biết mục đích anh hỏi thăm ngôi chùa nữ ngày xưa hồi còn ở Cần Thơ chị Yến hay viếng thăm cúng dường để làm gì nhưng với thông tin mơ hồ nên tôi hồi đáp: *Em về sống ở Sài Gòn 7 năm nay rồi anh ạ, không biết ngôi chùa nữ ấy có còn nữa hay không.* Anh hồi đáp – *Nhờ em hỏi giùm. Anh muốn mang bình đựng tro cốt của chị Yến gởi vào chùa ấy. Nếu khó thì thôi. Đừng bận tâm.* Tôi sợ anh hiểu lầm mình không nhiệt tình giúp nên viết cụ thể hơn: *Không phải khó mà thông tin anh gởi không rõ ràng nên nói với người thân còn ở Cần Thơ dò hỏi giúp chắc cũng không biết hay khó tìm lắm anh ạ.* Chắc anh Trần Hoài Thư cũng biết thế nên anh trả lời: *Vâng, gần nửa thế kỷ rồi. Cám ơn em một lần nữa. Chị Yến sinh ở An Bình, Cần Thơ...*

Thật tình tôi cũng rất áy náy vì không giúp được gì cho anh trong việc này vì thông tin anh nói quá mơ hồ. Thời gian ngắn sau nhà văn Phạm Văn Nhàn điện về cho tôi hay: Anh Trần Hoài Thư nhập viện hôn mê sâu rồi em ạ. Bác sĩ Ngô Thế Vinh vừa báo cho anh, tiên liệu chắc không qua khỏi. Anh Nhàn cũng nói với tôi biết anh Thư có ước nguyện đưa tro cốt của chị Yến về ngôi chùa mà ngày xưa chị Yến thường đi lễ, có nhờ tôi tìm giúp nhưng không được, anh có giải thích cho anh Thư: Mấy mươi năm rồi ngôi chùa ấy không có tên, biết còn tồn tại không sao Bình tìm được, hơn nữa sức khỏe ông thế này làm sao đem tro cốt cô ấy về Việt Nam cho được, nên gởi tro cốt ở một ngôi chùa nào bên này thuận tiện hơn, anh Thư cũng đã đồng ý rồi. Hôm sau anh Nhàn lại báo: Anh Trần Quí Phiệt (anh trai anh Thư) điện báo anh Thư đã tỉnh lại rồi, anh mừng quá. Tôi cũng vui trong nỗi vui của anh, thì chỉ một thời gian ngắn Quí Thoại con anh Thư báo tin anh Thư vĩnh viễn rời xa cõi tạm. Anh Nhàn lại điện báo tin cho mọi người tin đau buồn này. Nhà văn Trần Hoài Thư mất lúc 6:35 sáng ngày 27 tháng 5 năm 2024 (giờ bên Mỹ), Quí Thoại con anh Thư xác định trên trang fb của anh Thư như vậy.

"Dẫu biết trăm năm là hữu hạn", cuộc đời ai cũng một lần bước qua bờ sinh tử, Anh Thư giờ đã được gặp lại Chị Yến ở một bến bờ an lạc nào đó. Thời gian sẽ làm cho người ta lãng quên đi tất cả, bao niềm vui hạnh phúc, sự muộn phiền sẽ theo dòng thời gian cuốn về một nơi xa lắc không dễ ai tìm lại được nhưng lịch sử văn học Việt Nam không thể quên có một người – một nhà văn có tên TRẦN HOÀI THƯ – tự nguyện khâu vá di sản văn chương miền Nam đã bị khói phần thư đốt cháy.

Tôi có hai bài thơ viết tặng anh đã lâu giờ xin được đăng lại như một nén tâm hương gởi người đã khuất, một tình cảm chân thành người em văn nghệ luôn yêu quý tấm lòng của anh đối văn học miền Nam.

## KHI NGHE SÓNG TỪ TRƯỜNG

**tặng anh Trần Hoài Thư*

Từ khi bẻ súng bên trời
Cánh chim phiêu bạt một đời tha hương
Hỏa châu treo giữa chiến trường
Núi xương sông máu lạc đường chung thân.

Từ khi binh lửa lụi tàn
Chinh y trút xuống khoác thân tù đày
Góc rừng lam khí trùng vây
Gò hoang bãi vắng sương dày âm u.

Từ khi ngọn khói phần thư
Đốt tan kinh sử bụi mù tàn hương
Đi tìm di sản văn chương
Miền Nam, còn lại tiếng chuông gọi hồn.

Mười năm nước đã xa nguồn
Mười năm tro lạnh ăn luồng qua tim
Mười năm chao chát nỗi niềm
Mười năm dâu bể trôi chìm ngọc châu.

Mài gươm đã bạc mái đầu
Dưới trăng tiếng hạc bên cầu kêu sương
Còn nghe trong sóng từ trường
Máu tim người lính treo buồn thiên thu.

## MỘT LẦN ĐƯỢC VỊN TAY NHAU

Vịn thơ tôi đứng làm người
Lần walker bước reo vui lạ lùng
Sách báo người bạn thủy chung
Bàn tay lóng ngóng còng lưng in bài.

Vịn em tôi sống lại rồi
Khi nghe em hát bên đồi hoa sim
Em đừng làm tôi chết chìm
Vui như ngày đó con tim nồng nàn.

Vịn người làm cuộc hóa thân
Vịn vào lục bát gieo vần tự do
Yêu thương đâu phải tình cờ
Trăm năm duyên nợ hẹn hò đôi câu.

Một lần được vịn tay nhau
Nước cam lộ tưới nhiệm mầu niềm tin
Núi rừng mưa lũ nhục vinh
Đường xa chân cứng đá mềm mà đi.

**Nguyễn An Bình**

# NGUYỄN ĐÌNH HIẾU

## GIẤC MƠ VỚI TRẦN HOÀI THƯ

*Trần Hoài Thư & Nguyễn Đình Hiếu*
*(Ảnh Phạm Cao Hoàng, Virginia, 4.2027)*

Ba ngày trước khi biết tin Trần Hoài Thư qua đời, tôi có gọi điện thoại cho nhà văn Ngô Thế Vinh và nhà văn Phạm Văn Nhàn để nói về ý tưởng của (riêng) tôi là sẽ chọn những sáng tác văn, thơ của Trần Hoài Thư (đã đăng trên Tạp chí Thư Quán Bản Thảo [TQBT] từ tập 1 năm 2001 cho đến những tập giai phẩm đã phát hành vào cuối đời của ông) làm thành một cuốn sách. Hai nhà văn này không phản đối mà tôi còn nhận được tin nhắn: *"Nguyệt Mai có thể giúp Hiếu một tay trong công trình này. aVinh nghĩ vậy."*

Vì không có bản gốc của bộ TQBT, nên công việc "sưu tập" của tôi khá nặng nề. Đó là những việc làm gồm nhiều bước cần phải kiên nhẫn và cẩn thận:
- Vào blog *tranhoaithu42.com*
- Kiếm trang blog ghi *ngày 21 tháng 4, 2020* thông báo toàn bộ tạp chí TQBT được đưa lên online
- Click vô *"Số ... – Tuyển Tập Thơ Văn"*
- *"Screen-shot"* trang bìa và từng hai trang một của số tạp chí được làm thành cuốn sách lật điện tử *(digital flipbook)*
- Dùng Photoshop của Adobe hay Paint của Windows để chia ra từng trang chẵn, lẻ
- Dùng Google Focus để *copy text* trong file hình có chữ, sau đó *paste text* vô file Word
- *Copy text* trong file Word để dàn trang thành sách bằng Indesign của Adobe.
- Đọc kỹ lại từng câu, từng đoạn vì Google Focus đôi khi đoán lầm chữ hoặc làm sai thứ tự các đoạn văn, thơ
- Sửa các lỗi đánh máy, lỗi chính tả, lỗi kỹ thuật, v.v...

Và cho đến buổi tối thứ ba kể từ khi bắt đầu công việc này thì tôi chỉ mới dàn dựng được 174 trang (đã *edit text* đàng hoàng) của 10 tập TQBT đầu tiên.

Lạ lùng (hay không lạ lùng lắm!) là khi tôi tập trung trí lực để làm một *project* sách báo nào đó, tôi thường bị ám ảnh bởi những câu chuyện, những bài thơ của tác giả mà tôi đang đọc, hay đang sửa lỗi cho từng dòng, từng đoạn, từng bài. Nỗi ám ảnh đó (vô tình hay cố ý?) đã len lỏi vào những giấc mơ ngắn hay dài, có thật hay không tưởng của tôi khi tôi ngủ (mơ). Và trong đêm thứ ba làm sách về "Trần Hoài

Thư trên Thư Quán Bản Thảo" (tựa đề sách tạm đặt), tôi nằm mơ thấy Trần Hoài Thư và tôi, hai người thảo luận với nhau về cái bìa của cuốn sách. Bìa sẽ có hình đủ cả trăm cuốn TQBT? Hình chân dung của Trần Hoài Thư nhìn thẳng hay nhìn nghiêng? Hình chụp hay tranh vẽ? Hình tác giả sẽ nằm ẩn khuất dưới chồng sách hay lộ hẳn ở phía trên?... Dĩ nhiên giấc mơ đó của tôi với Trần Hoài Thư phải dang dở và kết thúc khi tôi... thức giấc! Đã thức dậy rồi thì phải làm vệ sinh cá nhân, dọn dẹp giường gối, tự pha ly cà phê sữa nóng, mặc thêm chiếc áo khoác, ra sân sau để vừa phì phèo điếu thuốc, vừa nhâm nhi cà phê, đồng thời mở cell phone để đọc *email, message* hoặc tin tức thời sự trên những trang *online* của AP, Reuters, Politico, ...

Và một trong những email và message mà tôi đọc được vào đầu buổi sáng hôm đó (27 tháng 5) ngay sau khi nằm mơ thấy Trần Hoài Thư trong đêm là một tin rất buồn: *"Trần Hoài Thư vừa mất lúc 6:35 am ngày 27 tháng 5, 2024."*

Cho đến khi gõ phím những dòng chữ này (một ngày sau khi Trần Hoài Thư mất) thì tôi cũng vừa làm xong mẩu Phân Ưu của nhóm "Tuyển Tập Doãn Dân" để đăng trên nhật báo Người Việt vào cuối tuần này; và cũng mới "dàn" thêm được tổng cộng 216 trang từ 13 tập Thư Quán Bản Thảo đầu tiên. Do thôi thúc bởi email của anh Phạm Cao Hoàng từ Virginia "khích lệ" (hay nhắc nhở) những người quen biết với Trần Hoài Thư kể lại những kỷ niệm với người vừa quá vãng, tôi đành phải tạm đóng *software* Indesign (dùng để layout sách báo) để tự nhắc nhớ lại với chính mình về những kỷ niệm với Trần Hoài Thư.

***

Trước 1975, khi còn là một đứa học trò biết làm báo (ronéo) và thích đọc sách, thỉnh thoảng cũng có dăm ba bài văn thơ "tuổi mới lớn" đăng trên Tuần báo Tuổi Ngọc của Duyên Anh, chắc chắn là tôi có đọc đâu đó trên các tạp chí Văn, Văn Học hay Khởi Hành hoặc Bách Khoa một số sáng tác của Trần Hoài Thư. Cho đến lúc đó, tôi chỉ biết ông là một người khá đặc biệt: vừa cầm súng và vừa cầm bút.

Sau 1975, khi còn ở lại quê nhà, tôi hầu đánh mất thú tiêu khiển là làm báo và đọc sách, nên tôi tưởng như mình đã quên bẵng cái tên Trần Hoài Thư trong ký ức.

Mãi cho tới khi chính thức định cư ở Hoa Kỳ, lần mò đọc sách tiếng Việt in ở hải ngoại, tôi đã tìm lại được niềm vui khi mua sách và đọc sách. Và khi "bán chính thức" bước vô nghề "layout" (trình bày) sách báo, vì công việc phải làm, tôi đã phải sưu tập sách báo (mua, được tặng, ...) và tài liệu văn học trên Internet. Công việc này giúp tôi được đọc sáng tác của những tác giả từng có "thương hiệu" (nhà văn hay nhà thơ) trước 75, còn ở trong nước hay đang sống ở hải ngoại, còn sống hay đã chết, ... và dĩ nhiên cũng được đọc thêm tác phẩm của những tác giả chỉ bắt đầu sáng tác khi sống cuộc đời tị nạn, tha hương sau biến cố 75.

Qua đây, gặp lại bạn cũ và quen thêm bạn mới. Anh Bùi Đường, một người bạn mới là kỹ sư đang làm cho hãng máy bay Boeing, đã cho tôi mượn hai cuốn sách dày cộm (mỗi tập dày hơn 800 trang) tựa đề "Thơ Miền Nam Trong Thời Chiến" tập I và tập II do Thư Ấn Quán xuất bản. Nhưng chỉ một, hai năm sau, anh "đòi lại" sách cho mượn, dĩ nhiên tôi phải "trả lại" hai tập sách ấy trong khi tôi vẫn cần có chúng để làm tài liệu. Thế là tôi phải mày mò hỏi người này, người kia. Có ai đó nói với tôi rằng: *"Tìm cách liên lạc với*

*Trần Hoài Thư là 'ra' sách, vì ông là người sáng lập ra tạp chí Thư Quán Bản Thảo và Thư Ấn Quán."* Tôi hỏi thăm nhà thơ Thành Tôn (vì ở gần nhà), nhà thơ cho tôi biết số điện thoại của Trần Hoài Thư, nhưng gọi hoài mà không kết nối được (về sau mới biết là tôi đã ghi sai số điện thoại đó). Cho đến khi liên lạc với nhà thơ nữ Như Thương – tên thật của Phạm Kim Hương, là đồng môn Trung Học Tổng Hợp Banmêthuột với tôi – mới hay cô nàng có mối quen biết thân tình với Trần Hoài Thư vì gọi ông là *"anh Cả"*. Nhờ vậy, tôi đã gọi được điện thoại cho Trần Hoài Thư để xin mua hai tập thơ tôi cần. Cẩm Liên, vợ tôi, trả tiền trước cho ông bằng PayPal (lúc đó chưa có dịch vụ Zelle), và khoảng một tuần sau tôi nhận được hai cuốn sách được gửi bằng đường Bưu Điện từ một thành phố thuộc tiểu bang New Jersey xa lắc. Từ đó, tôi mới "hân hạnh" quen biết Trần Hoài Thư, nhưng chỉ ở mức độ "cầm hơi": khi nào có chuyện cần thì mới gọi điện thoại hỏi han. Tôi quen miệng xưng *"em"* với Trần Hoài Thư, còn ông thì thoải mái xưng *"anh"* với tôi. Rõ là "tình bạn" không có giới hạn tuổi tác!

Mãi cho đến tháng 7 mùa hè năm 2021, nhóm thực hiện *project* "Tuyển Tập Doãn Dân" chúng tôi lần đầu tiên tụ họp tại Virginia để thảo luận về *project* nói trên. Và chúng tôi đã có một chuyến đi rất thú vị, nhiều kỷ niệm, đầy ắp tiếng cười sảng khoái với Trần Hoài Thư trong ba ngày và hai đêm lưu trú lại New Jersey. Ngoại trừ Như Thương đã quen biết với ông từ trước, chín người còn lại chúng tôi lần đầu tiên mới "giáp mặt" với Trần Hoài Thư sau 1975 (riêng gia đình nhà văn Doãn Dân đã quen biết với Trần Hoài Thư tại Qui Nhơn từ những năm trước 1972).

Khi "phái đoàn Doãn Dân" tái ngộ với Trần Hoài Thư, tôi thường đóng vai của một "kỹ thuật viên": chụp hình, thâu âm, quay phim. Buổi tối đầu tiên ở New Jersey, sau bữa cơm chiều, chúng tôi ngồi quây quần với nhau ở *patio* ngoài trời của khách sạn. Trong lúc mọi người cười nói, tôi lặng lẽ ký họa thật nhanh chân dung Trần Hoài Thư trong ánh lửa lập lòe của cây đèn sưởi.

Ngày thứ nhì ở New Jersey, tôi "được phép" ở lại một mình tại căn nhà của Trần Hoài Thư trong lúc mọi người về khách sạn nghỉ trưa. Tôi hỏi Trần Hoài Thư có đồng ý cho chúng tôi thực hiện một số báo chủ đề về ông không? Ông đồng ý. Tôi xin phép ông cho tôi được chụp lại những bức hình và tranh đang treo trên tường. Trần Hoài Thư chẳng những không từ chối mà còn lôi ra một chồng album của gia đình ông để tôi chụp lại những tấm mà tôi thấy cần thiết phải có để làm tài liệu.

Trong một lúc nào đó, tôi hỏi Trần Hoài Thư:
- Mơ ước cuối đời của anh là gì?
Ông trả lời:
- Anh muốn làm cuốn "Thơ Tuyển Toàn Tập" với bìa cứng, dày cỡ 800 trang, nhưng anh không còn đủ sức để làm.

Như người bắt được của rơi, tôi liền gợi ý:
- Vậy anh hãy để em làm cuốn đó cho anh. Anh chỉ việc gom sáng tác của anh lại, làm Mục Lục, rồi gửi file Word đến email của em. Em nghĩ, chỉ một tháng là em sẽ làm xong cuốn sách này cho anh.

Chẳng những khoái chí mà Trần Hoài Thư còn hứng khởi móc bóp đưa tôi một số tiền (tượng trưng) và nói muốn in 50 cuốn để tặng bạn bè. Tôi cũng "vui vẻ" cất tiền ông đưa vì mình đâu có giàu có gì để có thể đặt in một lúc 50 cuốn sách dày 800 trang với bìa cứng!

Buổi trưa hè ở New Jersey rất nóng, nhà Trần Hoài Thư có mở máy lạnh nhưng hình như máy lạnh nhà ông không ở tình trạng *"good"* lắm, hay hết *gas* không chừng, nên nhà vẫn nóng hầm hập. Không chịu nổi cái nóng, Trần Hoài Thư cởi trần, tôi bèn bắt chước cũng cởi trần theo. Thế là trong nhà Trần Hoài Thư có hai người đàn ông cởi trần: một "già" một "ít già hơn", một cao một thấp, nhưng cả hai đều ốm nhom ốm nhách. Tôi nói với Trần Hoài Thư là tôi muốn chụp hình ông đang cởi trần. Ông không ngại ngần mà còn vui vẻ đứng cạnh bức tranh treo tường có gắn thêm một dải lụa màu đậm. Khi tôi chụp, ông vừa nhìn bức tranh vừa hát *"Em như một dải lụa đào..."* (Về sau, một trong những tấm hình tôi chụp Trần Hoài Thư tóc bạc trắng mới được hớt gọn đang cởi trần được tôi chọn làm hình bìa trước cho cuốn "Trần Hoài Thư – Thơ Tuyển Toàn Tập"). Tôi còn hí hửng móc gói thuốc ra mời Trần Hoài Thư hút, ông cũng không ngần ngại cầm điếu thuốc và định châm thuốc trong nhà. Tôi không chịu, nói *"Không được hút thuốc trong nhà,"* và rủ ông mở cửa đi ra sân phía sau nhà... Đang phà khói thuốc thì trời bỗng đổ một trận mưa rào khá lớn, hai anh em phải bước vào bên nhà trong. Trời trở nên dịu mát. Một lát sau mọi người quay trở lại để cùng đi ăn tối.

***

Chưa tới một tháng sau đó, sau khi nhận files, dàn trang, sửa lỗi typo (Trần Hoài Thư làm thơ viết văn thì hay, nhưng sai nhiều lỗi chính tả), trình bày bìa, ... mà không hề cho tác giả xem trước bản layout, tôi đặt in tại lulu.com cuốn sách mẫu (proof-reading) gửi cho hai người nhận ở hai địa chỉ khác nhau: Trần Hoài Thư ở New Jersey và tôi ở California. Dĩ nhiên là tôi hoàn toàn không báo trước cho ông biết là sách đã làm xong, đang được in và sẽ được giao tận cửa nhà ông... Và đúng hai tuần sau, Trần Hoài Thư gọi cho tôi và la hét chí chóe trên điện thoại là vừa nhận được cuốn "Thơ Tuyển Toàn Tập" mà không phải ông là người trình bày tác phẩm này của ông. Dĩ nhiên niềm vui (hơi "to tiếng") của ông cũng là niềm vui của những người làm sách như tôi khi thấy tác giả hài lòng.

Sau đó, Trần Hoài Thư sửa chữa đôi chút từ cuốn sách in mẫu: thêm bài này bớt bài kia, đưa bài này xuống, đưa bài kia lên, ... Dĩ nhiên tôi đã "thi hành lệnh" của tác giả mà không một chút thắc mắc. Cuối cùng ông yêu cầu đặt in và gửi về nhà ông: 50 cuốn đóng bìa cứng, 01 cuốn đặc biệt in *premium*, đóng bìa loại "dust jacket" (bìa hai lớp: bìa trong bọc vải, bìa ngoài in màu có cánh gấp). Nhưng thật ra chưa phải là cuối cùng, vì sau đó Trần Hoài Thư còn nhờ tôi đặt in thêm để gửi cho bằng hữu của ông ở Mỹ, Canada, Pháp, Đức, ... và Việt Nam. Ngoài ra tôi còn layout thêm cái *bookmark* cho quyển sách rồi đặt in 100 cái để gửi đến ông.

Một hôm Trần Hoài Thư gợi ý với tôi chỉ cách cho ông tự *upload* và đặt in trên lulu.com để ông có thể đặt in và gửi sách cho thân hữu và độc giả mà không "làm phiền" tôi nữa. Với khả năng tiếng Anh của một người đã tốt nghiệp Master ngành IT, từng đi làm nhiều năm cho hãng Mỹ, cộng với trình độ kỹ thuật cao, Trần Hoài Thư đã dễ dàng tự đặt in sách của mình, của TQBT và Thư Ấn Quán, ... để gửi đi, đặc biệt là gửi sách ra ngoài nước Mỹ qua lulu.com thì chi phí rẻ hơn rất nhiều so với gửi sách bằng đường bưu điện.

Cho đến giờ thật tình tôi không biết Trần Hoài Thư đã đặt in những tác phẩm gì, bao nhiêu cuốn, gửi cho ai, ... qua lulu.com, vì tôi không bao giờ hỏi chuyện đó; nhưng tôi có biết thêm là thay vì đặt in sách bìa cứng mắc tiền, ông đã nghĩ ra đóng bìa cứng cho sách bằng phương pháp và phương tiện... của ông. Vừa có việc làm cho vui, và vừa tiết kiệm được khối tiền.

Đến cuối năm 2021, Nguyệt san KBC đã phát hành số báo tháng 12 với chủ đề "Trần Hoài Thư – Người Lính Cầm Bút". Báo có 4 bìa màu, dày 96 trang, trong đó có 78 trang trong viết về Trần Hoài Thư cũng như đăng một số sáng tác tiêu biểu của ông.

***

Tháng 4 năm 2022 chúng tôi lại gặp nhau để ra mắt tác phẩm "Tuyển Tập Doãn Dân" tại Virginia nhân 50 năm ngày giỗ nhà văn Doãn Dân (1938 – 1972). Trần Hoài Thư đã có mặt ở đó trước tôi. Đêm đầu tiên ở căn tầng hầm nhà của Quỳnh Như & Ân (con gái út ông bà Doãn Dân), Trần Hoài Thư và tôi được sắp xếp ngủ chung một phòng rộng có một cái giường to đùng. Với tôi thì không có trở ngại gì, nhưng với Trần Hoài Thư thì khác vì buổi tối hôm sau ông xách gối mền ra nằm ở bộ sofa trong phòng khách cũng ở tầng hầm, ông viện lý do *"Anh hay đi tiểu đêm, nên ra... ngủ riêng để khỏi làm phiền người khác!"* nhưng tôi không biết một đêm ông phải ra vô *restroom* mấy lần!

Gia đình Doãn Dân đã tiếp đãi chúng tôi rất, rất nồng hậu. Buổi chiều trong ngày giỗ (vào buổi sáng), chúng tôi được cho đi thuyền chạy trên dòng sông Potomac, vừa ngắm cảnh Virginia và Washington D.C. và vừa ăn hải đặc sản dọc đường sông. Ngồi cùng bàn với Trần Hoài Thư, tôi mới thấy: cho dù "bộ răng" không còn đủ, nhưng ông vẫn còn ăn rất khỏe như một người không hề mang mầm mống bệnh tật nào trong người. Tôi "tự đánh giá sức ăn uống" của tôi thua Trần Hoài Thư vài *"level"*...

Hai ngày hôm sau chúng tôi lại có buổi giới thiệu "Tuyển Tập Doãn Dân" tại studio của anh chị họa sĩ-nhà văn Trương Vũ. Hôm đó có rất đông khách mời trong giới văn học miền Đông; nhưng cuối buổi, khi mọi người ra về chỉ còn lại Trần Hoài Thư và tôi cùng lên Uber với anh chị Cúc Hoa – Phạm Cao Hoàng để đi về nhà anh chị. Nhà thơ và phu nhân tiếp đãi khách rất ân cần là điều khỏi phải bàn, nhưng tối hôm đó chúng tôi (hai người) lại được xếp ngủ chung một giường! Đúng là "chạy trời không khỏi nắng"!

Buổi sáng hôm sau, khi thức dậy đi ra ngoài, tôi đã thấy hai anh Trần Hoài Thư và Phạm Cao Hoàng đã ngồi sẵn ở bàn. Trong khi chị Cúc Hoa chuẩn bị bữa ăn sáng thì ba chúng tôi ra ngồi ở *patio* sân sau để uống cà phê (chủ nhà "tạo điều kiện" cho tôi ra ngoài nhà hút thuốc). Sau đó chúng tôi vô nhà để ăn sáng và chụp hình kỷ niệm: Trần Hoài Thư và Phạm Cao Hoàng, Trần Hoài Thư và tôi.

Khoảng giữa buổi sáng, thì Ân (con rể ông bà Doãn Dân) lái xe đến, đưa Trần Hoài Thư và tôi đi New Jersey để đưa Trần Hoài Thư về "cố quận" sau mấy ngày căn nhà vắng "độc chủ" (một người). Trước khi chia tay, chị Cúc Hoa còn tặng cho Trần Hoài Thư món bún bò Huế do chị nấu được vô mấy cái hộp nhựa để ông dùng dần khi trở lại New Jersey.

Đó là lần thứ hai và cũng là lần cuối cùng tôi gặp Trần Hoài Thư bằng xương bằng thịt. Sau đó thỉnh thoảng tôi cũng gọi điện thoại hỏi thăm ông và ngược lại. Nhưng tính tôi vốn không "nói nhiều", mà người không những vừa có "nhiều chuyện" để nói và có "năng khiếu nói nhiều" là Cẩm Liên: bà xã của tôi. Cẩm Liên dần dà trở thành "bạn văn" của Trần Hoài Thư vì ông hay gợi ý để Cẩm Liên viết và gửi bài cho mục "Sống và Viết" trên những số giai phẩm TQBT chuyên đề. Trần Hoài Thư thường nói chuyện với Cẩm Liên về đề tài văn chương, hỏi thăm sức khỏe, tình trạng ăn uống, v.v... Còn tôi thường là người "nghe ké" mỗi khi Trần Hoài Thư trò chuyện qua điện thoại với Cẩm Liên hay được Cẩm Liên kể lại câu chuyện trong bữa cơm...

***

Tôi, đương nhiên không cần làm công việc "phê bình văn học" về "văn chương chữ nghĩa" của Trần Hoài Thư. Nếu có muốn nói thêm thì ... nếu Trần Hoài Thư còn khỏe mạnh, tôi có thể xin phép để "chỉ" cho ông một số "chiêu" khi trình bày sách báo, nhất là sách báo làm theo tiêu chuẩn của Mỹ. Bất cứ lãnh vực nào thì "trình độ" của Trần Hoài Thư cũng cao hơn tôi mấy bậc, nhưng trong lãnh vực trình bày sách báo thì tôi nghĩ rằng tôi có thể giúp để ông có thể trình bày sách có bìa có ruột... được đẹp hơn và đúng kỹ thuật hơn.

Nhưng thật lòng mà nói, tôi muôn đời khâm phục tài năng, sức sáng tác và sự sáng tạo của Trần Hoài Thư. Trên đời này, tôi nghĩ, không có mấy người như Trần Hoài Thư. Do đó, sưu tập gom góp những bài viết của Trần Hoài Thư từ TQBT số 1: khi làm việc đó, tôi luôn thấy ông như đang ngồi bên cạnh, hay đứng trước màn hình để đọc từng truyện, từng bài thơ của ông cho tôi nghe qua những con chữ mà ông đã viết mà tôi đang gom chúng lại thành cuốn sách mà tôi đang thực hiện.

Và tôi cũng biết chắc là ông vẫn sẽ (không cần xin phép) để tiếp tục len lỏi vào trong những giấc mơ của tôi để "khích lệ" tôi làm cho xong tác phẩm mà tôi muốn làm và đang làm. Cho dù con đường kết thúc, đối với tôi, còn xa vời vợi với gần 100 số báo còn lại mà không có *file* gốc, nên không biết công việc này sẽ chiếm mất bao nhiêu giờ, bao nhiêu ngày hay tháng sắp tới của tôi. Tôi nghĩ, *"Cứ làm, cứ đi, riết rồi lối cỏ cũng sẽ thành đường mòn..."*

*Ba tháng trước đây, nhóm "Tuyển Tập Doãn Dân" chúng tôi hẹn gặp nhau tại Virginia vào tuần lễ cuối tháng 6 để cùng đi New Jersey thăm Trần Hoài Thư. Vì đã đặt vé bay đến Virginia vào ngày 19 tháng 6, nên chúng tôi không thể có mặt đầy đủ để dự Lễ Tang của chị Yến, chỉ mong sao Trần Hoài Thư còn đủ sức khỏe để chúng tôi gặp lại ông sau đó như dự tính. Nhưng rồi... ông đã "bay theo cánh chim Yến" sớm, nên chúng tôi cũng phải chuyển ngày đến Virginia sớm hơn để còn kịp chào Vĩnh Biệt Trần Hoài Thư vào ngày 8 tháng 6 năm 2024 sắp tới tại New Jersey.*

**Nguyễn Đình Hiếu**
*California, 29.5.2024*

# NGUYỄN QUANG CHƠN
## THƯ GỬI TRẦN HOÀI THƯ

Anh TRẦN HOÀI THƯ...

Tôi viết tên anh bằng chữ hoa để tỏ lòng kính trọng anh. Kính trọng hay là tôn kính? Có lẽ tôn kính thì đúng hơn, bởi những điều bình dị anh đã làm trong cuộc đời của anh thật đáng được tôn vinh và kính trọng!...

Tên thật của anh là Trần Quí Sách, tên cha mẹ đặt vận vào người anh, nên một trung úy thám báo, một nhà văn, nhà thơ ở miền Nam trước 1975, một kỹ sư điện toán tại New Jersey từ sau 1980 luôn là một người vô cùng "Quí Sách", và quí theo cách của anh khi giữa vận nước nổi trôi, giữa những con người muốn xóa sạch nền văn minh, tiên tiến, một văn hóa khai phóng lừng lẫy của kẻ bại trận bên kia chiến tuyến khiến anh miệt mài, lục lọi, tìm tòi, sưu tập, ... cặm cụi ngày đêm sắp xếp những "văn tàn" thời thế, dựng lên một "bảo tàng THƯ QUÁN BẢN THẢO" trên đất Mỹ xa xôi, lưu giữ nền văn học rực rỡ hẩm hiu của miền Nam Việt Nam, một di sản văn học nước nhà...

Anh, chứ không ai khác, cùng chị Yến hiền thê, cặm cụi lái xe trong sương tuyết, trong giá lạnh miền Đông Bắc Mỹ để đến thư viện đại học Cornell, Yale..., nơi lưu giữ rất nhiều tài liệu văn học quý miền Nam VN, copy, ghi chép, lặng lẽ đêm đêm nơi tầng hầm căn nhà nhỏ với máy in "second hand", tự sửa chữa phục hồi, để cho ra từng ấn phẩm tặng không cho những người yêu văn nghệ, những nhà nghiên cứu văn học tại hải ngoại, để, họ biết rằng "VIỆT NAM ĐÃ CÓ MỘT NỀN NGHỆ THUẬT, VĂN CHƯƠNG" như thế đó, và, chúng tôi gọi anh là "NGƯỜI KHÂU DI SẢN VĂN HỌC MIỀN NAM"...

Chị bị bệnh nặng trước anh, căn nhà nhỏ vốn vắng vẻ càng thêm hiu quạnh. Ngày ngày anh lái xe mang thức ăn vào bệnh viện, đút cho chị từng đũa cơm, muỗng cháo dẫu mưa hay nắng, dẫu tuyết rơi hay gió lộng, bên chị, anh đọc thơ, hát những bài hát cũ, để nhiều khi tiềm thức chị đang ngủ quên sực tỉnh, nhắc anh đọc lại câu thơ, để anh cười vui mà nước mắt lăn dài trên gò má nhăn nheo...

Mười hai năm chăm vợ. Trí chị chìm sâu vào quên lãng và chị nhắm mắt bay vào hư không tháng Tư 2024... Hôm nay, 27 tháng Năm 2024, Trần Hoài Thư cũng buông tay bay theo chị, êm đềm bình dị như những lần cùng nhau miệt mài trên chiếc xe cũ đến các trường đại học, bên nhau dưới căn hầm in ấn, bên nhau trong căn phòng nursing home...

Bầu trời mênh mông, quê người lạnh lẽo, anh chị Thư Yến trên bầu trời cao đang tỏa ánh nắng hồng tươi trên văn đàn nước Việt. Những viên trân châu văn học miền Nam còn nguyên kiêu hãnh vì nhờ đã có anh, anh Trần Quí Sách, Trần Hoài Thư, râu tóc bạc phơ, cặm cụi từng ngày khâu từng gáy sách!...

Ngưỡng mộ anh, tôi đã một lần vẽ anh cầu mong một lần hội ngộ, mà chẳng bao giờ nữa, đã mãi mãi xa vời!...

**Nguyễn Quang Chơn**

*28.5.24*

*Nguyễn Quang Chơn*

# NHƯ THƯƠNG

## Trần Hoài Thư... Mây Trắng Về Trời

*Nụ cười Trần Hoài Thư - Ảnh PCH, 4.2022*

Sững sờ với một đầu óc trống rỗng... Sau phút giây lặng người ấy, tôi hiểu ra rằng Thư Quán Bản Thảo đã dừng chân và những tác phẩm của Ông để lại cho đời sẽ quẩn quanh trên những kệ sách của gia đình, thân hữu, trong thư viện khắp nơi và trong lòng mọi người kính trọng, mến mộ Ông.

Tôi nhớ màu tóc mây trắng của Ông. Nhớ mỗi lần gặp Ông thì thế nào cũng có một va-li sách tặng đem về. Nhớ ánh mắt Ông rưng rưng tiễn biệt. Nhớ câu dặn dò: *Mai mốt gặp nhau*... Nhớ bàn tay của người Anh Cả choàng qua vai vỗ về và giọng nói trầm ấm, chậm rãi của Ông: *"Ráng đi Út Như Thương"* (Tôi đã gọi Ông là Anh Cả Hoài Thư kể từ khi biết Ông và Ông gọi tôi là Út Như Thương).

Buổi tối khi nhận được tin Ông ra đi, tôi nằm thao thức... chả lẽ Ông ra đi thật sao??? Vì Ông nói: *"Anh Cả còn nhiều việc phải làm lắm Út à"*. Thôi thì trả lại trần gian những bất ưng, gian nan ngần ấy đã dư thừa, khổ nạn giờ đây thôi đã dứt, bão tố cuồng phong chợt đã dừng...

Từ trong sâu thẳm đáy lòng của mỗi người, vòng nguyệt quế của những độc giả đang dành tặng cho Ông. Tôi tin rằng ở một nơi nào đó, Ông cảm nhận được điều ấy và cũng sẽ mỉm cười bên người Bạn Đời Ngọc Yến của Ông.

Mới chừng 3 tuần trước khi Ông ra đi, Ông còn nói chuyện với tôi là Ông đang đi tìm SÁCH, tài liệu để làm tiếp những gì ông định làm với một giọng nói thật hăm hở, háo hức...

82 năm trên trần gian này, Ông phải đi tới tận cùng của cái khổ nạn sao: Chăm sóc người vợ trong Nursing Home 12 năm, riêng Ông thì sống với bệnh tật trong từng giây phút của bệnh Gout, rồi đến ung thư, xạ trị, mổ xẻ...

12 năm để chăm sóc và thăm nuôi một người bị Stroke 4 lần, con đường sáng trưa chắc cũng quen với dáng Ông cao cao, gầy gầy đi thăm vợ, hắn nắng mưa và tuyết đổ đã từng thổn thức theo Ông. (Chị Yến bị tai biến mạch máu não lần đầu tiên vào tháng 12 năm 2012. Đến tháng 6 năm 2020 thì Ông bị Stroke).

Tôi không tin Trời Đất đã đặt chiếc vòng kim cô "Khổ nạn" lên số mệnh của hai người như thế, nhưng quả thật Ông đã quen với ngần ấy tai ương. Ông vững vàng và can đảm khi đối diện với mệnh số một cách tự tại.

Kể từ khi chị Yến ngã bệnh, Ông đã gượng đứng dậy một mình và lo toan mọi việc: Có lần Ông khoe với tôi rằng Ông kho cá cho chị Yến ngon lắm nè... Để mai đem vô Nursing Home đút cơm cho chị. Thương làm sao khi nhìn thấy nồi cá kho của nhà văn Trần Hoài Thư, thấm đẫm tình vợ chồng... Khoe nồi cá xong, Ông lại nở nụ cười hài lòng, rạng rỡ tưởng chừng như mình vừa mới làm được một việc gì đó thật tuyệt vời!

Cuộc đời của Ông và chị Yến là một điều kỳ diệu: Gắn bó và kề cận nhau trong cùng nỗi đam mê văn chương, dẫu tai ương bủa vây!

Đối với tôi, Ông đã dạy cho tôi một bài học quý giá: Khi nào thấy mình gần QUỴ xuống, hãy nghĩ đến tấm gương Trần Hoài Thư và nhớ "Nụ Cười" điềm tĩnh của Ông.

Chưa bao giờ nghe Ông than vãn về cuộc đời của Ông, trái lại chỉ thấy ông phớt lờ...

Thượng Đế cho Ông được "quyền than vãn" với chữ nghĩa và Ông đã phóng bút với văn chương. Trong căn nhà của Ông, bất kỳ ở nơi nào, chỉ cần đưa tay ra là sẽ đụng vào sách vở!!!

Trong những ngày tháng ở trần gian, Ông đã cặm cụi làm việc, đã đọc và đã viết cũng như đã đi với dấu chân một người lính Thám báo. Bây giờ Ông đã đi những bước chân cuối cùng: Đi về rừng... Vâng, Ông về lại rừng - như ngày xưa Ông đã từng biết đến vùng đất đỏ trong tác phẩm "BAN MÊ THUỘT - NGÀY ĐẦU NGÀY CUỐI".

Trích đoạn trong "Ban Mê Thuột - Ngày đầu ngày cuối"

*"... Như những cánh rừng cao su và cà phê, đến nỗi vào mùa hoa cà phê nở, cả một thị trấn như ngào ngạt hương hoa. Trong thành phố, những cây muồng hoa vàng rực bên cạnh giáng hương, trâm, bông li ti trắng, cùng những vườn bông sứ hoang dại như làm thành phố chìm vào trong nỗi man dại ngây ngất..." (trang 39).*

*"... Chỉ cần một Lữ đoàn Dù cũng đủ lấy lại Ban Mê Thuột. Chỉ cần những chiếc phản lực từ Nha Trang bay lên, dội bom là xong. Bởi vì, khó mà tìm được cơ hội có một cuộc tập trung quân đông đảo như lúc này. Nhưng không ai làm chuyện đó. Ban Mê Thuột mất mà không một ai tiếp cứu... Lính nhìn nhau đôi mắt rưng rưng, tuyệt vọng..." (trang 52).*

Hai đoạn văn Ông viết về Tháng Ba tang thương của Ban Mê Thuột như thế đấy: Thật lãng mạn và cũng thật bi thương!

Không chừng Ông cũng ghé qua Bình Định, cầu Bà Gi Quy Nhơn, Cần Thơ, Đà Lạt, quân trường Thủ Đức... chứ không chỉ ghé rừng và cũng vẫn là chị Yến lái xe như hồi xưa đến thư viện Đại học Cornell.

Xin mạn phép nghĩ về Ông như một người của trôi giạt lẫn phiêu bạt, một người rất nhỏ nhẹ dịu dàng và là người không bao giờ đầu hàng nghịch cảnh, luôn tìm lối thoát cho cuộc đời đầy gian truân của mình.

Nếu có ai hỏi tôi rằng: Tôi nhớ gì về nhà văn Trần Hoài Thư nhất, thì tôi sẽ không ngần ngại trả lời... Đó là NỤ CƯỜI của Ông! Mái tóc trắng muốt và nụ cười của Ông như "Ông Tiên", có lần tôi đã nói thế với Anh Cả Hoài Thư.

Viết để nhớ ANH CẢ HOÀI THƯ - NGƯỜI KHÂU CHỮ NGHĨA trong lòng của Út Như Thương.

Út đang đọc lại Văn Thơ di cảo của Anh Cả... đọc biết đến chừng nào mới hết đây Anh Cả ơi?

Chúc Anh Cả thật bình an ở nơi nào đó. Nơi có chị Ngọc Yến với mái tóc đen mun mà anh tấm tắc khen hoài..."... Ngày xưa tóc đen huyền vì gội bằng bồ kết. Bây giờ thay vì bồ kết, tóc Yến vẫn đen mun vì gội bằng trái khổ nạn..." (TQBT số 93 tháng 6, 2021 - Chủ đề Hạnh phúc và Khổ nạn).

**Như Thương**

*Tháng 6, 2024*

*Như Thương & Cúc Hoa (New Jersey, 8 tháng 6, 2024)*

# TRẦN HUIỀN ÂN
## THƯƠNG TIẾC TRẦN HOÀI THƯ - TƯỞNG NHỚ CÁC THÂN HỮU

Ngày 27-5-2024, một ngày quá nặng nề,  tôi nhận hai tin buồn. Buổi sáng biết anh Nguyễn Ngọc Mân mất. Buổi chiều biết Trần Hoài Thư mất!

Ngày 27-4 Ngọc Yến ra đi vĩnh viễn. Đúng một tháng sau là Hoài Thư. Theo sự tin tưởng tâm linh dân gian thì... có thể Ngọc Yến về đưa Trần Hoài Thư đi, hoặc Hoài Thư theo Ngọc Yến đi. Cả hai đã không xa cách nhau lâu, đã sớm gặp nhau nơi chín suối. Thế nhưng hai cái tang liên tiếp khiến cho niềm thương tiếc của bằng hữu còn tại thế tăng lên rất nhiều.

Nếu tôi nhớ không lầm thì gặp Trần Hoài Thư lần đầu khoảng năm 1968 hay 1969. Ba người từ Bà-Gi vào Tuy Hòa là Trần Doãn Dân, Trần Hoài Thư và Nguyễn Kim Phượng. Dân và Thư sơ ngộ, còn Phượng (Nguyễn Phú Long) đã gặp trước đó, khi anh vào Tuy Hòa chấm thi. Lần ấy, hình như chúng tôi chỉ đi chơi quanh quẩn trong thị xã, cà phê thuốc lá thôi. Nhưng tình cảm giữa bốn người đã ươm mầm để nẩy nở về sau. Gặp Lữ Quỳnh muộn hơn, mà có được tấm ảnh (Lữ Quỳnh và tôi trước nhà in Đồng Nhân), còn Dân, Thư, Phượng không có tấm ảnh nào. Cũng may tôi còn giữ được bản thảo truyện ngắn *Lạnh Đêm Thâu,* viết tay, và một thư của Doãn Dân.

Về sau. Là có mấy lần tôi ra Bà-Gi. Có lần với Mang Viên Long, có lần với Phan Việt Thủy. Ghé lại chỗ Doãn Dân trước, đến câu lạc bộ, gặp Nguyễn Kim Phượng, rồi Trần Hoài Thư. Có lần, năm người (Dân, Phượng, Thư, Long và tôi) trên chiếc Jeep do Doãn Dân lái chạy theo quốc lộ 1, ra hướng bắc, không biết tới đâu. Một chặp ghé vào quán nước bên đường (ở Đập Đá?) hay bãi biển trò chuyện tứ tung. Thật vui.

Có lần Dân, Thư, Phượng vào Tuy Hòa, bốc tôi vô Nha Trang. Vợ Dương Kiền đang vào Sài Gòn, thật tiện để chúng tôi nghỉ lại nhà Dương Kiền, tự do... như nhà không có chủ. Chúng tôi gặp hai niên trưởng Võ Hồng, Duy Năng, ngồi ở Cà phê Trang (đường Lê Thánh Tôn) có Tần Vy, Cà phê Kỳ Ngộ (đường Phước Hải) có Minh Nguyệt – cô bé Bắc Kỳ nho nhỏ cháu Doãn Dân. Nhậu thì có Phạm Kim Khải, Lê Minh nữa. Duy Năng thích ngồi vỉa hè, anh gọi đó là "Restaurant de La Hiên". Hiên là hiên nhà, bàn nhậu đặt ngoài hiên. Lại vui, thật vui...

Hay là do cái thời ấy chúng tôi tuy không còn trẻ nhưng chưa già, tấm lòng vẫn đang phơi phới? Thật sự thì chỉ có Trần Hoài Thư còn trẻ.

Hôm ở "quán bên đường" Đập Đá (Bình Định) và ở Cà phê Trang, Cà phê Kỳ Ngộ (Nha Trang) trong cái chung của bốn năm anh em (Niên trưởng Võ Hồng mô phạm đạo mạo, Phó Niên trưởng Duy Năng cực kỳ lịch sự, Doãn Dân rất mực hào hoa phong nhã), Thư và tôi còn có đôi điều riêng với nhau. Chuyện nhỏ, chuyện vụn vặt, chuyện vu vơ... mà là những điều để nhớ mãi trong tình bằng hữu.

Từ ngày Thư vào Nam đến nay chúng tôi chưa có dịp gặp lại.

Năm ấy... Tình cờ cô em gái Võ thị Mỹ Dung – dân Marie Curie, quê Vĩnh Long, định cư ở Mỹ - đang không biết tin tức của tôi, tình cờ đọc *Thư Quán Bản Thảo*, thấy địa chỉ Trần Hoài Thư, biết là Thư quen tôi, điện thoại hỏi, Thư liên hệ về Việt Nam, gặp Nguyễn Lệ Uyên. Thế là tôi được "gặp" lại cả Trần Hoài Thư và Mỹ Dung, dẫu "nghìn trùng xa cách"!

Tôi được đọc một số tập *Thư Quán Bản Thảo*, được Thư in lại *Thuyền Giấy* trong chương trình bảo tồn di sản văn học Miền Nam. Mới đây, con gái Doãn Dân (Thúy Hạnh) về có đem cho tôi bản đặc biệt Thư ký tặng.

Không gặp nhau nhưng tôi vẫn theo dõi công việc của Thư, hoàn cảnh và sức khỏe của Thư và Yến. Thật cảm phục công lao của Thư bao nhiêu năm nay. Nhìn ảnh Trần Hoài Thư lần họp mặt ở nhà con gái Doãn Dân, mái tóc bạc trắng, dáng đứng, dáng ngồi vẫn còn phong độ. Từ 1968-1969... "*Trấp tải hậu tang thương đa biến cuộc*", hơn 2 lần, gần 3 lần trấp tải, còn nhìn thấy hình ảnh nhau, quý lắm.

Nhớ những bằng hữu vui vẻ ở Bình Định hồi ấy... Doãn Dân ra đi quá sớm, Mang Viên Long cũng vội vã, tôi có gặp lại Lữ Quỳnh ở Tuy Hòa, gặp lại Nguyễn Kim Phượng ở Sài Gòn, chưa gặp lại Trần Hoài Thư. Vĩnh viễn không có được ngày này! Những lần vui vẻ ở Nha Trang... quý Niên trưởng Võ Hồng, Duy Năng, thân hữu Dương Kiền đã ra đi. Nghe nói Tần Vy ở Úc, Vầng Trăng Sáng (Minh Nguyệt) không biết soi rọi phương trời nào!

Anh Ngọc Mân dân Quảng Nam, hơn tôi 4 tuổi. Làm thơ rất tài tử. Coi thường chuyện công danh, chức vụ. Sau 1975 anh học

"Đại học Ma Thiên Lãnh" rồi được sang Hoa Kỳ định cư, nhưng nhớ làng xóm, anh em bè bạn trở về sống ở Đà Nẵng. Mấy năm trước, mỗi khi viết xong tác phẩm tôi nhờ anh đọc lại, sửa lỗi, gọi là "bắt sâu", anh đọc rất kỹ dù dài mấy trăm trang, bắt giùm không ít sâu. Chúng tôi có lần gặp nhau ở Tam Kỳ, đủ mặt bằng hữu xứ Quảng: Xuân Tùng, Huỳnh Hoan, Sơn Nhân, Trần Ngọc Khuyến, và Tô Trần Giám, ông thầy giáo dân Phú Yên làm rể xứ Quảng, đều là văn nghệ sĩ tài tử. Giám có trí nhớ hạng "siêu đẳng", làm *phú* thì chúng tôi coi là "tuyệt vời". Nay Giám, Hoan, Nhân, Khuyến theo nhau ra đi cả, đến lượt Ngọc Mân. Niên trưởng Xuân Tùng quên quên nhớ nhớ...

Ngày nào xưa đông đảo thật vui. Bây giờ buồn quá, thật buồn!

**Trần Huiền Ân**
*(Tuy Hoà, 29-5, ngày nóng bức mùa hè 2024)*

*Trần Huiền Ân*

# HỒ CHÍ BỬU
## CHIM BỎ ĐƯỜNG BAY

*(Gởi Trần Hoài Thư như một nén tâm nhang)*

Tin anh Trần Hoài Thư từ bỏ cuộc chơi lan tràn trên FB. Nhận tin, mỗi người có một phản ứng khác nhau. Tôi lặng người, nhưng không ngạc nhiên. Ai rồi cũng phải thế. Tháng vừa rồi, chị Yến, phu nhân của anh ra đi. Đúng một tháng sau thì anh lại theo chị. Hạnh phúc của hai người. Nhưng nỗi đau của nhiều người. Khu vườn Thư Ấn Quán giờ chim đã bỏ đường bay...

*Tiểu sử trích ngang.*

*Trần Hoài Thư, tên thật Trần Quí Sách sinh năm 1942 tại Đà Lạt.*

*Động viên khóa 24 Thủ Đức, phục vụ Đại đội Thám Kích Sư đoàn 22 Bộ Binh từ năm 1967. Bị thương trận 3 lần. Từ 4/1975, sau bốn năm tù tội tại rừng khổ sai Trà Tiên, ông được thả về và mưu sinh bằng nghề bán cà rem dạo. Năm 1980 vượt biển và đến Hoa Kỳ. Ông trở lại trường, tốt nghiệp đại học với BS in Computer Sciences và MS in Applied Math, và làm việc cho AT&T và IBM cho đến ngày về hưu,*

*Trước 1975, ông có 4 tác phẩm truyện ngắn được xuất bản. Sau 1990 ông viết trở lại, cho ra đời 16 tác phẩm trong đó có 7 tập thơ. Riêng thơ của ông thường xuất hiện trên Bách Khoa, Văn, Khởi Hành (trước 1975). Ông chủ trương tạp chí Thư Quán Bản Thảo, cơ sở Thư Ấn Quán và tủ sách Di sản văn chương miền Nam. (Tính đến năm 2008).*

**Khi qua Nữu Ước**

*Rồi cuối cùng người cũng bỏ đi*
*Còn ta, một bóng quạnh hiu này*
*Như ngôi nhà gió nhìn ra biển*
*Không thấy người, mà báo biệt ly*

*Người một nơi, và tôi một nơi*
*Bao năm xa cách người xa xôi*
*Tôi qua Nữu Ước trời mưa bụi*
*Uống cốc cà phê để nhớ người*
(Quán, Trần Hoài Thư, trang 3)

Nỗi chia xa, ngậm ngùi. Trong cuộc biệt ly đó, tôi chỉ nhớ có người. Người là chất cháy rực ấm trong lòng tôi. Ngồi nơi xa, dưới làn mưa bụi, bên cốc cà phê tôi lại nhớ người.

**Nửa đêm uống rượu bạn bè**

*Nửa đêm, mấy đứa quanh bàn rượu*
*Nửa đêm, bềnh bồng trong hơi men*
*Nửa đêm, bạn ạ, ly chưa cạn*
*Rượu vẫn đầy kho, mồi vẫn ngon*

Mới nửa đêm thôi, đêm còn dài. Ly chưa cạn. Nghĩa là cuộc chơi chưa tàn. Lời hứa hẹn mặc nhiên cho cuộc đời và cuộc sống.

*Nửa đêm, có lẽ ngoài kia, gió*
*Có phải như là mùa chuyển xuân*
*Thì ở trong này, ta đón lộc*
*Vất nỗi buồn, vất nợ trần gian*

Mới nửa đêm, và ngoài kia là gió. Có lẽ mùa xuân đang về. Cũng như ai, chúng ta vất đi nỗi buồn, cùng nhau đón lộc đầu xuân. Nhưng chắc gì vất được cái nợ trần gian. Tự trấn an mình thôi. Buồn có bao giờ quên hết đâu!

*Nửa đêm, như thể ngày xưa ấy*
*Mấy thằng trải chiếu dưới đêm trăng*
*Trăng sáng phơi trên hàng kẽm lạnh*
*Rồi chảy vào bát rượu bâng khuâng*

Hoài niệm về nửa đêm của ngày xưa xa lắc ấy, cùng bạn bè, chiến hữu trải chiếu dưới trăng đêm ở một vọng gác nào đó, ở một tiền đồn xa xăm nào đó. Không giống Hàn Mặc Tử phơi trăng trên cành liễu. Ta phơi trăng trên hàng dây kẽm gai. Vừa thi vị vừa ẩn chứa một cuộc chiến sẽ đến, sẽ tử sinh. Ta cười nhưng nước mắt trào ra.

*Nửa đêm, mấy đứa chưa buồn ngủ*
*Buồn ngủ làm sao, ta chiêm bao*
*Lính trận dưỡng quân, nhờ tí tửu*
*Để mai nằm xuống hồn bay cao.*

Nửa đêm, ta và các ngươi đều chưa buồn ngủ. Biết rằng trong giấc ngủ đó sẽ có giấc mơ. Lính chiến lúc dưỡng quân, chắc chắn cần đến rượu, để rồi dù ngày mai có nằm xuống thì mộng mị vẫn bay cao. Thế đấy!

*Nửa đêm, nhà bạn chiêu hùng trại*
*Có lũ phương xa tới quấy rầy*
*Đời bạn gặp bao lần bão biển*
*Thì lần này, bão nữa, không sao*

Nửa đêm, nhà bạn đãi anh hùng tứ xứ. Những chiến hữu kẻ bắc người nam, quy tựu về đây. Đời bạn đã gặp bao lần chìm nổi. Gian khổ trùng trùng, thì thêm một lần phá phách nữa có sao đâu. Chơi tới luôn.

*Nửa đêm, rượu bốc lên tê dại*
*Bỗng thấy hồi xuân như thuở xưa*
*Như thể, bên kia mờ kính lão*
*Những hiền thê ái thiếp tuyệt vời*

Nửa đêm, rượu đã lưng bầu, đã thẩm thấu vào tuổi xuân. Ta tưởng mình trẻ lại, với những trận rượu thâu canh bên vợ hiền, bên những người tình đâu đó. Những cảm nghĩ tuyệt vời trong cơn say.

*Rượu quý, mời nâng lên mà nốc*
*Đời này tuổi trẻ mà trăm năm*
*Tha lỗi khi ta gào ta hét*
*Là ta điên cuồng muốn nổ xác thân*

Không phải rượu ngon mà là rượu quý, rượu tình, rượu nghĩa, rượu chiến hào. Tuổi trẻ bây giờ, trăm năm sau sử sách còn ghi. Tha lỗi cho ta khi ta gào thét, những ấm ức, những xót xa không thể bày tỏ, chừng như nổ tung thân thể ta để làm biểu cảm.

*Máu cao, mặc nó, ta còn thở*
*Có nghĩa là ta còn tuổi xuân*
*Hãy đốt cho thêm đời – chất nhựa*
*Cho ngọt bùi cái kiếp phù vân.*
(Nửa đêm uống rượu bạn bè, thơ Trần Hoài Thư trong tuyển tập thơ Quán, trang 10)

Bạn bè khuyên ta không nên uống nữa vì huyết áp cao. Kệ nó, ta còn thở là ta còn sống. Hãy uống tiếp đi, hãy tiếp máu cho cuộc vui. Hãy tiếp nhựa đời cho sự sống.

*Tôi là một người lính. Có làm thơ. Nên những ngôn ngữ và ý tưởng của bài thơ, tôi cũng đã nghĩ qua, đã làm nhiều bài thơ uống rượu với bạn bè, chiến hữu. Do đó dễ đồng cảm với bài thơ này của anh Trần Hoài Thư. Cuối cùng, tôi cũng muốn có mặt trong tiệc rượu này. Tiệc rượu tiễn đưa sĩ quan thám kích, nhà thơ, nhà văn Trần Hoài Thư.

**Hồ Chí Bửu**

*09.06.2024*

*Hồ Chí Bửu*

# NGÀN THƯƠNG

## TÂM HƯƠNG

*"Đêm nay chợt thấy vì sao lạ*
*Cô độc vô vàn giữa cõi đêm"*
(Thơ Trần Hoài Thư)

Trước 1975, trên tạp chí Văn tôi thường đọc truyện ngắn và thơ của Trần Hoài Thư - một người lính thám kích mang dáng dấp thư sinh, gầy gò, với khuôn mặt khắc khổ, với đôi kính cận dày cộm đầy suy tư.

Nhiều lần nghe các nghệ sĩ diễn ngâm thơ anh trong những đêm thơ cuối tuần trên đài phát thanh quân đội với nỗi buồn tình yêu quê hương và thân phận, xui lòng tôi thắc thỏm, quặn thắt của người đồng cảnh trong cuộc chiến. Truyện anh ngồn ngộn nỗi mất mát, đau thương ở tiền phương hay hậu phương, được anh mô tả sắc sảo và linh động.

Có thể nói Trần Hoài Thư là người có công đầu chủ trương và thực hiện tuyển tập thơ thời chiến ở hải ngoại, rất đồ sộ, quy tụ nhiều nhà thơ miền Nam sáng tác trước 75. Trần Hoài Thư đã tốn công sức, tài vật để cho ra đời tác phẩm văn học phong phú. Anh đọc hầu hết những tạp chí, tuần san văn nghệ... bất kể thượng vàng, hạ cám, anh vào thư viện Hoa Kỳ - nơi có lưu trữ sách miền Nam - tìm đọc, ghi chép rồi lập danh sách. Bộ nhớ của anh tuyệt vời, bởi không phỏng đoán qua trước tác mà biết, ai khoác áo treillis, còn sống hay đã mất, rồi dàn trang và lập danh sách theo thứ tự ABC, không phân biệt sĩ quan hay binh sĩ, miễn có thơ hay, phản ảnh thời chiến.

Dự định cuối đời anh sẽ cho ra mắt 2 tập thơ của nhà thơ Hoàng Hương Trang và Nguyễn Văn Phương ở Huế (đã mất) được anh sưu tầm, biên tập, in và xuất bản ở hải ngoại. Dẫu bận chăm sóc vợ và miệt mài công việc trước tác văn học, anh vẫn quan tâm ưu ái những anh chị em cũ đã sống và viết mà quê nhà chưa có điều kiện in ấn.

Trên mạng Facebook cá nhân anh Trần Hoài Thư luôn đăng thơ anh với nỗi buồn, niềm vui của một người giữ ngôi đền văn học nghệ thuật miền Nam. Anh đã thắp đuốc soi cho nẻo về của ý giàu thêm suy tưởng, khi anh sưu tầm tuyển chọn, xuyên suốt gần thế kỷ. Sự am tường chăm chút đầy trách nhiệm của anh, song hành cùng nhà thơ Luân Hoán đương thời, thiết nghĩ rất hiếm hoi, xin ghi nhận hai tấm lòng thơ vì sự nghiệp văn học nước nhà, không biên giới. không chánh kiến, tất cả vì chân, thiện, mỹ. Giờ Trần Hoài Thư đã ra đi vĩnh viễn ở xứ người. Trước mất mát to lớn, chúng tôi, những người viết cũ nơi quê nhà, xin cung kính tiễn biệt anh.

**Ngàn Thương**

*Ngàn Thương*

# NHƯ KHÔNG
## TRẦN HOÀI THƯ, NHÀ THƠ CẦM SÚNG

*(Đăng lại bài viết để tưởng nhớ nhà thơ Trần Hoài Thư vừa qua đời ngày 27/5/24 trên đất Mỹ )*

Tiểu sử vắn tắt:
Trước 75, giáo sư Toán tại Quảng Tín.
Sĩ quan Thám Kích QLVNCH thuộc Sư đoàn 22 BB
Sau 75 tù 3 năm. Vượt biên đến Mỹ
Học tiếp lấy bằng Cử Nhân IT và Cao Học Toán Ứng Dụng
Tiếp tục các hoạt động văn học

Biết và đọc anh từ khá lâu, trước 75. Mấy mươi năm trôi qua khi đầu đã bạc lại được biết thêm về anh qua các bài viết của nhà thơ Lê Mai Lĩnh. Lê Mai Lĩnh sư huynh thuộc loại người thẳng như ruột ngựa, thích và phục ai là nói thẳng mà đã không thích thì cũng... khó lòng mà yên thân được với anh. Trong bài viết của mình, Lê huynh không giấu giếm sự ngưỡng mộ với anh Trần Hoài Thư. ("Trần Hoài Thư, tên cowboy hai súng" – Bài viết của nhà thơ Lê Mai Lĩnh) Ngưỡng mộ là phải, 75 tuổi trên đất Mỹ, anh cặm cụi cùng với vợ đến một thư viện cách nhà 5 giờ lái xe để sao chép lại mỗi ngày một cách rất thủ công những đầu sách thực sự giá trị in tại miền nam VN trước 75. Đem về lại hì hục in ấn rồi đóng thành sách để... tặng không cho những người yêu văn chương miền Nam và những người thực sự có nhu cầu.

"Đối với tôi, những tác giả trong thời chiến là thiệt thòi nhất. Họ phải ra trận, vừa đánh giặc vừa viết, không có cơ hội để xuất bản. Sau năm 75 không ai đếm xỉa đến văn chương của họ. Tôi muốn lấy lại danh dự cho họ". Anh bảo thế. Thư Quán Bản Thảo và cơ sở in ấn của anh, Thư Ấn Quán đã ra đời như vậy. Có lần một sĩ quan Dù gửi thư cho anh nhờ tìm tác giả bài thơ Biên Cương Hành (của Phạm Ngọc Lư) để cảm ơn vì trong khi anh sĩ quan này bị thương chờ trực thăng tới bốc, anh đã đọc bài thơ BCH trên báo Văn, rất trùng hợp với những suy nghĩ của anh. Vào năm 2010 lại có người hỏi thăm anh về nhà thơ Lê Văn Trung vì khi bị tù đày trong trại tù CS, anh đọc được những bài thơ của tác giả Lê Văn Trung và còn nhớ đến bây giờ. Trần Hoài Thư như đã trở thành một chiếc cầu nối cho những độc giả và những người làm văn nghệ nổi tiếng một thời mà sau 75 họ không còn tác phẩm nào được tái bản hoặc xuất bản vì nhiều lý do, trong đó lớn nhất vẫn là lý do chính trị.

Trần Hoài Thư muốn dành thời gian còn lại của anh để bù đắp cho những tác giả miền Nam trong thời chiến nhưng có lẽ anh còn quên một điều, với chúng tôi - dĩ nhiên có cả anh trong đó - những người lính đi đánh trận thì "tiền lính tính liền", lấy đâu ra tiền để dành dụm mà xuất bản? Biết ngày mai đi hành quân là "xả láng" mọi thứ, làm sao biết được mình còn sống không để mà trở về?

... Trần Hoài Thư cũng là một người lính tác chiến. Hơn thế nữa, anh thuộc Đại đội Thám Kích của Sư đoàn 22 Bộ Binh. Một Sư đoàn chỉ có một Đại đội Thám Kích, nhiệm vụ của họ là nhảy trực thăng - còn gọi là nhảy Diều Hâu - hay bằng các phương tiện khác vào vùng địch, tìm cách tiếp cận để nắm được quân số, vị trí và các trang bị chiến đấu của họ để báo về Bộ Tư lệnh của Sư đoàn. Vì thế từ quan cho đến lính đều là những người ưu tú và cực kỳ gan dạ vì khi đã vào đất địch bằng các đơn vị nhỏ như vậy thì chết dễ như bỡn vì thiếu sự yểm trợ từ chính đơn vị của mình. Dân Thám Kích "chê" mấy thằng du kích vớ vẩn. Bọn này chỉ rình rình núp đâu đó, cắc cù một hai phát là ôm súng co giò chạy biến. Thám Kích "làm ăn" lớn hơn nhiều. Phải là cỡ chính quy cấp sư đoàn, "đồ chơi" toàn thứ dữ như cỡ thượng liên 12.8, vuốt nhẹ cò súng một chút như vuốt má con gái là đạn bay hàng tràng, loại súng mà trúng đạn vào tay chân thì tay chân "rụng" ngay lập tức, trúng vào cổ thì bay đầu, trúng vào thân thì cơ thể sẽ bị nâng bổng lên rồi mới đổ vật ra đất, viên đạn để lại trên cơ thể một cái lỗ tròn bằng nắm tay, lục phủ ngũ tạng bay đi đâu mất. Như cối 82 ly, cối 120 oạch đùng vang dội, miểng bay rào rào rát mặt cháy tóc, như DKZ bắn thẳng nổ dữ dội những ngày ra trận. Những ngày chiến trận đó Trần Hoài Thư đã ba lần bị thương, có một lần đạn "chê" anh, viên đạn xoi một lỗ bên một ống tay áo, đục thêm một lỗ khác trên ngực áo, cày một đường văng mất một đầu vú rồi lại chui ra ở ống tay áo bên kia. Dân tác chiến là như vậy, có lúc đạn bắn tơi bời hoa lá, kêu chút chít như chuột kêu chung quanh mà chẳng hề hấn gì. Có lúc một trái pháo trời ơi đất hỡi bắn hú họa mà lại trúng miểng chết lãng nhách. Những ngày đó tỉnh Bình Định thuộc Liên Khu 5 của Bắc Quân là căn cứ địa của sư đoàn Sao Vàng Bắc Việt khét tiếng, có thung lũng An Lão bốn bề núi dựng nằm ở phía Bắc. Nhiều khi ranh giới mong manh giữa hai bên chỉ là một dòng sông nhỏ, chiều ngang chưa bằng nửa tầm đạn bắn.

*Dòng sông phân ranh hai vùng thù nghịch*
*Đêm xuống đồi gặp con nước nổi*
*Súng đưa khỏi đầu*
*Từng con (1) một vượt sông*

.....................................

*Rồi trước khi trèo ngọn Kỳ Sơn*
*Anh lạc trên cánh đồng mênh mông*
*Không biết nơi nào là cõi dữ*
(Đêm vượt sông)

Chú thích (1): "Con", tiếng lóng nhà binh chỉ người lính

Ngay từ khi nhảy ra khỏi trực thăng có nơi nào không là cõi dữ? Dân Thám Kích trang bị nhẹ, chỉ mang dao găm, súng M16 với cấp số đạn gấp hai lần, loại súng khi bị "dính" đạn vào người thì đầu vào chỉ bằng mút đũa mà đầu ra phá một lỗ toang hoác. Và rất nhiều lựu đạn, cả M26 hoặc M67. Họ không xài M72 chống tăng vì họ gần như chỉ cận chiến nếu gặp địch.

*"Nước nguồn đổ xuống ngày binh lửa*
*Những xác nào đã thúi hôm qua*
*Ai bạn ai thù sao quá thảm*
*Trên một dòng cuồn cuộn oan gia*
*Con sông chia cắt đôi bờ hận*
*Cột khói còn lưu luyến chiến trường*
*Có ai chạy loạn bơi xuồng kể*
*Một thước đi, xác ngập thước đường"*
(Trung đội)

Bài thơ gợi nhớ lại chiến trận núi Chu Pao ở rừng núi cao nguyên thuộc Vùng 2 chiến thuật với hai câu thơ nổi tiếng:

*"Chu Pao ai oán hờn trong gió*
*Mỗi tấc khăn tang một tấc đường"*

Chiến trận núi Chu Pao ngày đó là đồi núi, đôi khi hai bên chỉ cách nhau một tầm ném lựu đạn. Bên này ném thì bên kia chụp trái lựu đạn ném trả, chết... tính sau vì cứ nằm yên thì còn dễ chết hơn.

... Khi Thư nhảy vào vùng địch, những thây người chết trong chiến trận của cả hai bên bị bỏ lại đã sình thúi trong thung lũng An Lão bốn bề gió hú. Họ nằm đó, lặng lẽ nhìn trời hay úp mặt xuống đất, xác thân tan nát vì bom đạn, vì hỏa lực T.O.T (times on target) đang lặng lẽ phân hủy. Mùi xác chết xộc vào mũi Thư và các người lính của anh theo tiếng gió réo đang thổi lồng lộng lật tung chiếc mũ vải đi rừng đang đội:

*"Địch cho Trung Đội qua eo chết*
*Hai bên sườn đại liên đan nhau*
*Nổ. Nổ giòn*
*Đất đá kêu đau*
*Sủi bọt*
*Khói bốc lên*
*Bốn bề dội vào vách xám*
..............................
*Một hai ba... Lộn. Nằm co quắp*
*Còn lại vẫn ào lên ào lên*
*Đừng bò! Đừng bò!*
*Trung đội phó hét cuồng điên*
*Cỏ tranh bắt mồi cháy mạnh*
*Gió tạt khói mù*
*Bốn bề khói rợp*
*Khói cay cay cặp mắt nổ tròng*
*Khắp bốn bề gào thét xung phong*
......................................
*Cao điểm chiếm rồi*
*Vui mừng quá độ*
*Mà sao người lính Truyền Tin rơi lệ*
*Báo cáo trong tiếng mất tiếng còn*
*Về những thằng bị kiến cắn (2) ngủ yên*
(Eo chết )
Chú thích (2): Bị "kiến cắn" : Tử trận

Bài thơ hào hùng đúng mùi chiến trận. Người viết bài này cũng từng ở trong những tình huống tương tự: Không được bò. Dỏng lưng lên lăn xả vào họng súng bên kia thì còn có cơ may sống sót. Xạ thủ đại liên M.60 cũng xách cây súng nặng trịch vừa chạy vừa tưới đạn về phía trước. Trong kinh hoàng khói lửa, những tiếng nổ của lựu đạn và những loại súng khác nhau từ cả hai phía làm hai tai điếc đặc, khói súng mù mịt trên chiến trường và tiếng thét xung phong dồn dập làm cho người lính trận như say, chỉ có một hướng lao về phía trước không còn nghĩ gì tới chết sống. Nhưng khi chiến trận tàn rồi, tiếng nổ đã im, rừng bỗng trở nên yên ắng kỳ lạ và lúc đó mới biết ai còn ai mất. Và rớt nước mắt thương đồng đội của mình, mới sáng nay còn chia đôi điếu thuốc giờ đã vĩnh viễn nằm xuống không kịp trối trăng một lời. Và cũng là khi thấy máu của mình chảy ra từ đâu đó mới biết mình cũng bị thương:

*"Chỉ giữ lại trên thân ta, này vết sẹo*
*Để khi buồn, sờ lại nhớ thời xưa*
*Dấu vết hôm qua khói lửa mịt mù*
*Và kinh hãi*

*Trời ơi*
*Ta vẫn còn sống sót*
(Tạ Từ)

Chỉ có những người trực tiếp cầm súng bắn nhau mới biết anh nói đúng. Nghĩ lại mà rợn người, chẳng biết làm sao mà mình còn sống được. Đạn tránh người chứ người làm sao tránh được đạn? Vậy mà khi bị thương ra khỏi Quân Y Viện, vết thương vừa lên da non lại nhớ đồng đội, nhớ chiến trường. Nhớ mùi cỏ cây hăng hắc nồng nàn mỗi sáng đi mở đường trong rừng già, nhớ mùi những thân cây bị bom cháy đen vươn những cánh tay khẳng khiu trên trời những chiều đóng quân, nhớ những cánh rừng im lặng rợn người không một tiếng chim kêu vì muông thú đã bỏ đi hết do bom đạn. Và chân lại muốn đi, đi về phía có ánh lửa chớp sáng trên đầu họng súng, nơi có những đồng đội chia nhau từng ca nước uống sặc sụa mùi bùn đỏ múc lên từ những vết xích xe tăng mà cơn mưa đêm qua còn để lại. Suối có khi rất gần nhưng không thể xuống được. Lọ mọ kéo nhau xuống lấy nước lũ "mất dạy" (chữ dùng của nhà văn Phan Nhật Nam) phục sẵn trong rừng bắn cho nát gáo. Nhớ những đêm nằm rừng, quần áo thấm nước mưa và mồ hôi vào ban ngày đã khô quắt lại, nằm trên võng treo bên dưới chiếc Poncho, cây súng dựng sẵn một bên. Nhớ những cánh rừng cỏ tranh cao lút đầu người, những ngày lội trong rừng cỏ tranh sắc như dao cứa đứt thịt da. Nhớ những con suối mùa khô xâm xấp nước, lá cây rừng rụng xuống hàng hàng lớp lớp, khi mang giày trận lội qua là chắc chắn những kẽ ngón chân sẽ lở loét, nhớ cả những vết muỗi rừng chích xuyên qua lớp poncho và bộ đồ trận đã dày cui vì mồ hôi và nhựa cây rừng. Và cứ thế, như có một sức hút kỳ lạ không giải thích được, người lính chiến miền Nam lại tiếp tục bước chân về phía chiến trường nơi rừng già, nơi tăm tối đến nỗi không có lấy một chút ánh sáng hỏa châu màu đỏ quạch để soi sáng cho họ những cái chết đang rình rập trong bóng đêm mù mịt.

*"Những lần chuyển quân dù chẳng biết về đâu*
*Nhưng chúng tôi đều biết những gì đang chờ đợi sẵn*
*Như thể những viên đạn đồng trong lòng cơ bẩm*
*Xẹt ra khỏi nòng rồi kiến cắn tê mê*

*……………………………………*
*Hãy mừng giùm anh dù bầm dập tả tơi*
*Anh vẫn được tăng phái xuống đồi*
*Tiếp tục những lần chuyển quân*
*Về những nơi mình không biết*
(Người lính trở về với chiến trường)

Mà ngọn đồi nơi người lính Thám Kích Trần Hoài Thư "được" tăng phái thì có yên bình một chút nào đâu! Vẫn là nơi chết chóc vang động tiếng pháo của Bắc quân đe dọa sự yên bình trên mảnh đất miền Nam nơi anh sinh ra, nơi có Mẹ Cha, có bầy em đang tung tăng đến trường mỗi sáng, nơi có những gia đình đoàn tụ mỗi ngày bên mâm cơm tối đạm bạc dưới ánh đèn. Và anh lại khoác áo trận để trở lại chiến trường cùng với đồng đội của mình dù biết rõ cái chết vẫn đang chờ anh qua cái họng đen ngòm của chiếc nòng súng, của chiếc lưỡi lê 3 khía nhọn hoắt trên nòng cây AK 47 sản xuất tại Liên Xô hay của Trung Cộng đang nhắm vào yết hầu của dân miền Nam.

*"Tôi qua đồi xám mây mờ núi*
*Thương về đâu một lũ sáo rừng*
*Hôm qua đồi ngập hàng trăm xác*
*Đạn pháo đào sâu bãi chiến trường*
*..........................................*
*Có ai như thể người lính Thượng*
*Ngồi khom trên bờ đá thổi khèn*
*Hôm qua có những hồn ma lẻ*
*Lạc tìm về buôn bản cao nguyên*
*Có ai dưới lớp mồ hoang dã*
*Nằm xuôi chân mắt mở trọn trừng*
*Chiều nay sao mọc về phương Bắc*
*Sao ruột lòng vắt đỏ phương Nam*
*Cỏ tranh lớp lớp che đường dốc*
*Phòng tuyến buồn hiu nhuốm nắng chiều*
*Trận đánh cũng đi vào quên lãng*
*Sao còn rờn rợn những hồn xiêu"*
(Đồi xưa)

Ra vậy! Người lính Thám Kích Trần Hoài Thư, với tâm hồn của một người làm thơ đã nhìn thấy những con sáo bay về rừng trong chiều chuyển quân. Tâm hồn nhạy cảm dễ rung động trước cái đẹp của anh ghi nhận được những điều nhỏ nhoi tinh tế nhất và cả những hình ảnh dữ dội của cái chết khi nhìn thấy những người lính từ phương Bắc xa xôi nằm chết banh ruột trên đất miền Nam. Trên đất cao nguyên ngày đó có người lính làm thơ Trần Hoài Thư với những thị xã nhỏ bé "đi dăm bước đã về chốn cũ" như lời thơ trong một bài thơ của Vũ Hữu Định. Vùng đất đỏ quạch bụi bay mù trời dưới những vòng bánh xe GMC những chiều chuyển quân và ngập ngụa bùn đỏ vào những ngày mưa mù mịt của cao nguyên làm anh da diết nhớ nhà:

*"Anh ở trên rừng với Kinh với Thượng*
*Với những đại ngàn mặt trời mất tích*
*Những người chung quanh màu da đen nám*
*Nên cuộc đời anh cũng phải nám đen*
*Anh ở trên rừng mưa ngày mưa đêm*
*Không cần cùm chân mà chân khó bước*
*Bước một bước lên bùn già chân trước*
*Bước hai bước lên bùn non chân sau*

..................................................

*Anh ở trên rừng thương em nhớ con*
*Không biết làm sao để về dưới nó*
*Ăn trái ớt rừng cay nhung cay nhớ*
*Cay cả cuộc đời lính thú cao nguyên"*
(Anh ở trên rừng)

"Ăn trái ớt rừng cay nhung cay nhớ". Ôi cha ! Câu thơ tuyệt vời!

Một ngày anh có khách đến thăm giữa núi rừng hiu quạnh, nơi chỉ có hầm hố súng đạn và những người lính trận dạn dày sương gió:

*"Em lên thăm anh mang mùa thiếu nữ*
*Nhà anh đây những hố hầm phòng ngự*
*Không có gì ngoài ít bài thơ*
*Không có gì ngoài những hoa mười giờ*
*Đỏ thắm cả một triền đồi heo hút*
*Em lên thăm anh áo màu hoa cúc*
*Mà hầm anh lâu quá không sửa sang*
*Em xem kìa, lựu đạn với dao găm*
*Không có cả một tấm hình để thêm tươi mát*
*Không có bức tranh dù là tĩnh vật*
*Để ấm cuộc đời trong tuổi thanh niên "*
(Em lên thăm anh)

Và cứ vậy, hết cao nguyên lại xuống đồng bằng. Trên bốn vùng chiến thuật, những người lính trận miền Nam VN trải qua tuổi thanh xuân của mình trong lửa đạn. Họ tiếp tục có mặt nơi những tuyến đầu, nơi có những trò chơi chết người của súng đạn đang chờ đợi họ, không ngại ngần, không dè dặt để giữ vững sự bình yên cho đất nước.

*"Diều hâu đã về như một lũ âm binh*
*Kẻ trước kẻ sau lao vào địa ngục*
*Đêm không thấy đường giữ dây khỏi lạc*
*Chúng tôi băng đồng nước ngập*
*Giải cứu quê em*
(Đêm tiếp cứu chợ Huyện)

Nhưng khi anh và các đồng đội, những "diều hâu" lao tới nơi địch về thì có khi đã không còn kịp nữa: Ngôi trường nghèo nàn tả tơi ở một vùng quê xa xôi trong cơn binh lửa đã cướp mất mạng sống của cô giáo trẻ, để lại một bầy học trò cũng nghèo nàn không kém đang sợ hãi nháo nhác bên xác cô giáo như bầy gà con mất mẹ:

*"Lũ bé quỳ bên xác người cô trẻ*
*Đặt chùm hoa mếu máo gọi cô về*
*Cô không về, cô bỏ dạy, cô đi*
*Cô bỏ chúng con cô về xứ khác*
*Ta cắn bầm môi... em ơi, ta khóc*
*Em không về em cũng bỏ thanh xuân*
.....................................
*Em bé quê ơi cho ta nhành bông*
*Một nhành bông quỳ vàng như màu áo*
*Ta đặt lên em. Trống trường áo não*
*Như những hồi mặc niệm em tôi.*
.....................................
*Ta đã về, và đã trễ, em ơi...*

Tôi tin chắc là anh khóc. Vì chính tôi, khi đọc những câu thơ này cũng đang cay cay trong lòng muốn rơi nước mắt. Sự bình yên cho quê hương, cho những ngôi trường nghèo nàn ở những nơi xa xôi đã làm đổ biết bao nhiêu máu. Nhưng những người lính miền Nam đã bị phản bội. Máu xương của các người lính miền Nam, của đồng bào miền Nam đã bị phản bội vào cái ngày mà Richard Nixon, Tổng thống Mỹ bắt tay với Mao Trạch Đông, tươi cười cụng ly rượu mời nhau ở Bắc Kinh vào năm 1972. Trên bàn cờ chính trị quốc tế, do ảnh hưởng của "thầy dùi" Henry Kissinger là Ngoại trưởng Mỹ gốc Do Thái thời đó - một con ma đi đêm theo kiểu Đại sứ Henry Cabot Lodge thời Đệ Nhất Cộng Hòa - và những áp lực khác nhau từ nhiều hướng, người Mỹ bỏ bán đảo Đông Dương để hướng về Trung Đông, nơi mà đồng minh Israel thân cận của họ cũng đang lao đao trong vòng vây thù địch của những quốc gia Ả Rập thuộc khối Hồi Giáo. Rồi Hoàng Sa bị Tàu Cộng chiếm. Người lính trận miền Nam vẫn tiếp tục dũng cảm chiến đấu trong vô vọng.

Năm 1973 hiệp định Paris được ký kết. Quân đội Mỹ bình an rút về nước. Cũng từ đó, các viện trợ quân sự cho miền Nam chỉ còn nhỏ giọt. Máy bay, xe tăng nằm ụ vì thiếu nhiên liệu hoặc phụ tùng thay thế. Pháo yểm trợ cho các trận đánh chỉ bắn cầm chừng vì không còn đạn dự trữ trong khi Bắc quân rải pháo như mưa xuống các vùng hành quân bị cô lập vì không còn gì để tiếp tế cho họ, cho những người lính cắn răng chiến đấu trong sự thiếu thốn đến tận cùng. Khí tài, súng đạn vào những ngày tháng 4/75 chỉ còn đủ dùng trong một tháng, trong khi các nước đồng minh thuộc khối Cộng Sản tiếp tục tăng viện với số lượng không giới hạn các phương tiện chiến tranh cho Bắc quân. Vào những ngày cuối tháng 4/75, do thông tin liên lạc hoàn toàn bị cắt đứt từ trước đó nên đã có một đơn vị thuộc Liên Đoàn 81 Biệt Cách Dù không hề biết tin tức gì về chiến sự. Họ đang hành quân trong rừng già nhưng hoàn toàn mất liên lạc với Bộ Chỉ Huy của mình. Khi lò mò ra khỏi rừng về đến Tân Uyên thượng nguồn sông Đồng Nai họ đã bị bắt sống và cả 18 người lính đều bị xử tử, xác bỏ trôi sông. Và cuối cùng, điều không thể nào tránh khỏi đã xảy ra: Dương Văn Minh kêu gọi quân đội buông súng đầu hàng vào cuối tháng 4/75.

... Lịch sử sẽ ghi lại những vị tướng VNCH, những quân nhân các cấp thuộc mọi binh chủng đã tự sát vào ngày miền Nam bị bức tử. Lịch sử đã chọn các anh để giao cho phần đen tối nhất, thê thảm nhất. Những người lính phải buông súng khi không hề thất trận và các anh đã không thể có được sự lựa chọn nào khác cho mình. Thế hệ của các anh, rủi thay, rơi đúng vào thời điểm thê lương nhất trong lịch sử VN.

*"Thế hệ chúng tôi mang đầy vết sẹo*
*Vết sẹo ngoài thân và vết sẹo trong hồn*
*Không phạm tội mà ra tòa chung thẩm*
*Treo án tử hình ở tuổi thanh xuân*
*Thế hệ chúng tôi loài ngựa thồ bị xích*
*Hai mắt buồn che bởi tấm da trâu*
*Quá khứ tương lai, tháng ngày mất tích*
*Đàn ngựa rũ bờm không biết về đâu*
......................................
*Thế hệ chúng tôi già như quả đất*
*Râu tóc mỗi ngày mọc những hoang mang*
(Thế hệ chiến tranh)

Người lính làm thơ Trần Hoài Thư, vào thời gian này là một phóng viên chiến trường nên chỉ bị tù ba năm nhưng những sĩ quan khác thì triền miên đói khổ trong tù chẳng biết ngày về. Lại một giai đoạn bi hùng khác của quân đội VNCH, rất nhiều người đã bị giết, gián tiếp hay trực tiếp khi trong tay không còn tấc sắt. Nhà cửa họ bị tịch thu. Vợ con họ sống lây lất trong các khu Kinh Tế Mới heo hút trong những vùng xa xôi rừng thiêng nước độc, đầy rẫy bom mìn còn sót lại. Chiến tranh đã đi qua nhưng những ký ức đau đớn vẫn còn nguyên vẹn trong lòng Trần Hoài Thư:

*"Da ông bạn màu đen*
*Tóc ông bạn màu trắng*
*Da của tôi màu vàng*
*Tóc của tôi màu trắng*
*Màu trắng của Daksuk*
*Màu trắng của Mang Giang* (3)
*Màu trắng của mù sương*
*Màu trắng của mây bạc*
*Thời chúng ta đánh giặc*
*Nhuộm mãi đến bây giờ"*
(Trắng)

Chú thích (3): Các địa danh của Cao nguyên Trung phần

Những ngày sống trên đất Mỹ nhìn đất trời cô tịch – như rất nhiều những nhà thơ VN khác – lòng anh bùi ngùi nhớ quê hương.

*"Ở đâu cũng vẫn đất trời*
*Cũng rừng cô tịch cũng đồi tà dương*
*Cũng ngày nắng cũng đêm sương*
*Cũng qua cũng lại phố phường người dưng*
*Cũng trên trời một vầng trăng*
*Cũng sông vẫn chảy hai dòng ngược xuôi*
*Nhưng sao lòng lại không nguôi*
*Nghe như bìm bịp gọi chiều nước lên"*
(Xa xứ)

A! Lại con chim bìm bịp! Loài chim có nhiều nơi sông nước miền Tây có tiếng kêu rất buồn, rất đơn điệu kêu theo những con nước ròng lên xuống. Tiếng kêu mênh mang trên những dòng sông trôi lặng lẽ ra biển, chẳng ai nhìn thấy con chim đâu nhưng tiếng kêu cứ vang vang trên dòng nước chảy, thấp xuống dần rồi tắt hẳn trong những bãi bờ xanh ngắt ven sông. Anh làm sao mà nguôi ngoai được những ngày binh lửa còn váng vất trong trí nhớ. Lòng anh giờ cũng buồn thảm như tiếng bìm bịp kêu một mình trên những dòng sông đỏ màu phù sa của một quê hương bây giờ xa thẳm ngàn trùng.

Bảy mươi lăm tuổi. Đời người không còn mấy nỗi. Anh vẫn cặm cụi và tỉ mỉ làm cái công việc của riêng mình hàng ngày, vẫn chăm chút những tác phẩm văn học của miền Nam nhưng sẵn sàng tặng không cho những người còn quan tâm đến văn chương miền Nam một thời chìm trong lửa đạn.

Riêng với tôi, anh vẫn cứ là người lính Thám Kích của gần 50 năm trước. Anh vẫn là người đi đầu, chấp nhận gian khổ và hy sinh như ngày xưa nhưng trên một mặt trận hoàn toàn khác: Mặt trận Văn Học.

Văn Học miền Nam.

Viết để quý tặng anh Trần Hoài Thư

**Như Không**

*2018*

*Nhà thơ Như Không*

***Bài viết của anh Trần Hoài Thư gửi tác giả Như Không:***

*... Bạn viết hay quá. Hay vì bạn cũng là dân đánh đấm. Bạn tả cái cảnh này, đọc mà muốn khóc:*

*"Nhớ mùi cỏ cây hăng hắc nồng nàn mỗi sáng đi mở đường trong rừng già, nhớ mùi những thân cây bị bom cháy đen vươn những cánh tay khẳng khiu trên trời những chiều đóng quân, nhớ*

*những cánh rừng im lặng rợn người không một tiếng chim kêu vì muông thú đã bỏ đi hết do bom đạn. Và chân lại muốn đi, đi về phía có ánh lửa chớp sáng trên đầu họng súng, nơi có những đồng đội chia nhau từng ca nước uống sặc sụa mùi bùn đỏ múc lên từ những vết xích xe tăng mà cơn mưa đêm qua còn để lại. Suối có khi rất gần nhưng không thể xuống được. Lọ mọ kéo nhau xuống lấy nước lũ "mất dạy" phục sẵn trong rừng bắn cho nát gáo. Nhớ những đêm nằm rừng, quần áo thấm nước mưa và mồ hôi vào ban ngày đã khô quắt lại, nằm trên võng treo bên dưới chiếc Poncho, cây súng dựng sẵn một bên. Nhớ những cánh rừng cỏ tranh cao lút đầu người, những ngày lội trong rừng cỏ tranh sắc như dao cứa đứt thịt da. Nhớ những con suối mùa khô xâm xấp nước, lá cây rừng rụng xuống hàng hàng lớp lớp, khi mang giày trận lội qua là chắc chắn những kẽ ngón chân sẽ lở loét, nhớ cả những vết muỗi rừng chích xuyên qua lớp poncho và bộ đồ trận đã dày cui vì mồ hôi và nhựa cây rừng. Và cứ thế, như có một sức hút kỳ lạ không giải thích được, người lính chiến miền Nam lại tiếp tục bước chân về phía chiến trường nơi rừng già, nơi tăm tối đến nỗi không có lấy một chút ánh sáng hỏa châu màu đỏ quạch để soi sáng cho họ những cái chết đang rình rập trong bóng đêm mù mịt."*

*Tôi không có Facebook để phổ biến. Còn Thư Quán Bản Thảo thì đăng không tiện (báo của mình, đăng bài ca ngợi mình, người ta sẽ đàm tiếu). Bạn cho phép tôi đi trên Blog của tôi?*

*Tôi mong bài này sẽ được phổ biến rộng rãi để nói lên tiếng nói của dân đánh giặc bọn mình!*

*Chúc lành.*

***Trần Hoài Thư***

# NGUYỄN KIẾN THIẾT

## MỘT VÀI KỶ NIỆM VỀ ĐÔI UYÊN ƯƠNG TRẦN HOÀI THƯ & NGUYỄN NGỌC YẾN

Trần Hoài Thư, một nhà văn đã đóng góp rất nhiều cho văn học Việt Nam Cộng Hòa – đặc biệt khôi phục lại di sản văn học miền Nam qua chủ trương nhà xuất bản Thư Ấn Quán và tạp chí Thư Quán Bản Thảo. Viết về văn-thi sĩ Trần Hoài Thư bao nhiêu cũng chưa đủ, chưa nói hết về những cống hiến to lớn của anh. Tuy nhiên trước sự ra đi vĩnh viễn của anh, và của chị, tôi muốn nhắc đến một vài kỷ niệm nhỏ về cặp vợ chồng thủy chung gắn bó này.

Tôi "biết" anh Trần Hoài Thư lúc còn phụ trách tòa soạn tạp chí *Nghiên Cứu Văn Học (NCVH).* Trong số hàng trăm bản thảo đánh máy và viết tay gởi về tòa soạn hàng tháng, tôi "cảm" được truyện ngắn "Sao Chổi" của anh nên đã chọn đăng trên *NCVH* số 9 tháng 11/1971. Từ đó tôi đã "quen" anh qua mục *Tin Thơ* của báo, rồi *Thư đi tin lại* vài lần, nhưng vẫn chưa "kiến kỳ hình". Thời bấy giờ người phụ trách tòa soạn tạp chí *NCVH* có toàn quyền tuyển chọn thơ văn của cộng tác viên mà không cần thông qua Linh mục Chủ nhiệm. Nhưng có cái "lệ" là không chi trả "nhuận bút" cho các tác giả có thơ văn đăng báo, ngoại trừ những cây bút đã thành danh. Chính cái lệ này, so với các báo khác, *NCVH* chỉ có sinh lực mà không có thực lực. *NCVH* không có nguồn tài trợ nào, mọi khoản chi phí từ A tới Z đều do LM Thanh Lãng gồng mình gánh hết, cộng với công sức của đám môn sinh rất mực trung thành. Chính Nguyên Sa đã nhận xét: "*Một vài tạp chí thì được trợ giúp bởi cơ quan ngoại viện, theo lời đồn của dư luận mà tôi thực tình không biết thực hư, còn tờ Nghiên Cứu Văn Học đè trên vai ông chủ nhiệm là Linh mục Thanh Lãng, chẳng biết ông còn gánh được bao lâu"* (*NCVH* số 6, tháng 8/1971, tr. 3-4). Do vậy mà *NCVH* mất dần lực lượng cộng tác viên nòng cốt và lượng độc giả trung thành – trong đó có Trần Hoài Thư. "Nghĩa tử là nghĩa tận", đã có vô số nhà văn, nhà báo, nhà nghiên cứu phê bình văn học khai thác khá đầy đủ - nếu không nói quá tải - về tiểu sử và văn nghiệp của anh, nhưng **chưa** ai nói về truyện ngắn này cũng như tạp chí *NCVH* mà anh đã cộng tác.

Bẵng đi một dạo từ khi *NCVH* bị đình bản, chúng tôi đã mất liên lạc nhau. Nhờ một duyên may, lúc về giảng dạy tại Đại học Cần Thơ, tôi có dịp quen một nữ thơ ký hành chánh của Viện Đại học. Chị tên Nguyễn Ngọc Yến, dáng người dong dỏng cao, mặt trái xoan phúc hậu, lúc tiếp xúc với mọi người, nụ cười tươi thắm luôn nở trên môi. Vốn con nhà gia giáo, chị cư xử lễ độ với mọi người, với cấp trên và luôn hòa ái thân thiện với đồng nghiệp. Chị viết chữ rất đẹp. Tôi còn nhớ có lần điền tên tôi vào Công Vụ Lịnh của Viện Đại học cho những chuyến đi "điền dã" sưu tầm văn học dân gian Đồng bằng sông Cửu Long, "tay tiên" của chị thảo những nét như "phượng múa rồng bay". Về sau được biết chị Yến là người vợ hiền đầu ấp tay gối của anh Thư, tôi có nhờ chị tạo cơ hội để chúng tôi có dịp gặp nhau. Nhưng chúng tôi vẫn chưa được duyên lành gặp gỡ bởi tháng tư năm ấy. Trải qua một cuộc bể dâu, kẻ mất người còn, kẻ ở người đi, nhà nhà tan tác, người người ly tán thì chuyện hợp tan là lẽ thường tình. Rồi cả anh và chị, kẻ trước người sau, đều vượt biển tìm tự do để sum họp dài lâu nơi vùng đất hứa. Thế là từ đó người góc biển kẻ chân mây ngàn trùng xa cách.

Bốn mươi tám năm sau (1974 - 2022) qua trang mạng Facebook, tôi đã kết nối với anh. Lúc bấy giờ chị Yến sau nhiều lần bị đột quỵ đã mất hoàn toàn trí nhớ. Cũng như vài bạn văn, tôi sống khép kín, ngại giao tiếp nên ít bạn bè. Nghe tin anh và chị lần lượt bị "hết nạn nọ tới nạn kia", tôi chỉ gởi lời thăm hỏi trên Facebook.

Chị Nguyễn Ngọc Yến đã vĩnh viễn ra đi ngày 27/4/2024. Đúng một tháng sau, ngày 27/5/2024, cũng tại New Jersey Hoa Kỳ, anh Trần Hoài Thư đã giã từ cõi thế. Đối với chị Nguyễn Ngọc Yến, đó là một *cái chết không khổ* trong đệ tứ khổ như để giải trừ kiếp nạn bởi cái đệ tam khổ dai dẳng. Đối với anh Trần Hoài Thư, đó là một *cái chết thật đẹp* sau khi châu toàn hậu sự cho chị để cùng hẹn thề sum họp ở một thế giới khác, nơi cõi Vĩnh Hằng. Tôi viết về Chị như nhắc nhớ tới kỷ niệm giữa những người cùng công tác tại một ngôi trường Đại học ở thủ đô miền Tây thân yêu. Tôi viết về Anh như để gợi nhớ tới kỷ niệm ngắn ngủi bởi cái tình văn nghệ vừa mới đơm bông, giữa người phụ trách một tạp chí văn học với một cộng tác viên – một nhà văn cầm súng.

Như Trần Trung Đạo đã viết: *"Nếu tin vào Nhân Duyên, chúng ta sẽ nhận ra tình vợ chồng của anh chị Trần Hoài Thư và Nguyễn Ngọc Yến đã kết thúc một cách diệu kỳ. Hoa hạnh phúc cuối cùng đã trổ ra từ những nhánh khổ đau, những cành chịu đựng"*.

Cuối cùng, xin kính tiễn Anh Chị bằng đôi Câu đối phúng:

***"Tuổi lão niên, kẻ ra đi giải trừ khổ nạn***
***"Cõi hồng trần, người ở lại hoài vọng tiếc thương".***

**Nguyễn Kiến Thiết**
*Montréal (Canada) ngày 9 tháng 6 năm 2024.*

*Nguyễn Kiến Thiết*

# VƯƠNG TRÙNG DƯƠNG
## Vĩnh Biệt Anh Chị
## Trần Hoài Thư - Nguyễn Ngọc Yến

*"Thế hệ chúng tôi đã mang đầy vết sẹo.*
*Vết sẹo ngoài thân và vết sẹo trong hồn".*
(Trần Hoài Thư)

Ngày 27/4/2024, chị Nguyễn Ngọc Yến, hiền thê nhà thơ, nhà văn Trần Hoài Thư sau 12 năm lâm trọng bệnh (2 năm an dưỡng tại tư gia và 10 năm tại viện dưỡng lão) qua đời tại Plainfield, New Jersey, hưởng thọ 83 tuổi. Lễ Tang trưa ngày 10/5/2024 tại Memorial Funeral Home, Fanwood, New Jersey.

Trải qua 53 năm (1971 - 2024), không kể thời gian THT lao tù và vượt biên) vợ chồng Trần Hoài Thư - Nguyễn Ngọc Yến khắng khít với nhau, chị là "linh hồn" của nhà xuất bản Thư Ấn Quán và tạp chí Thư Quán Bản Thảo đã "bỏ" anh, người thân trong gia đình về cõi vĩnh hằng.

Với nỗi đau khi vợ qua đời, anh Trần Hoài Thư đang lâm trọng bệnh nên tinh thần và sức khỏe càng thêm suy sụp. Anh chị có đứa con trai duy nhất, BS Trần Quí Thoại ở thành phố Limerick, Pennsylvania nên anh đành sống trong hoàn cảnh cô đơn!

Sáng ngày 27/5/2024, Trần Hoài Thư vĩnh biệt cõi trần, Lễ Hỏa Táng vào trưa thứ Bảy, 8/6 tại Somerset Hills Memorial Park, Basking Ridge, New Jersey.

Trong sáu thập niên cầm bút, Trần Hoài Thư quen thân rất nhiều bạn văn, nhất là thời gian thực hiện Thư Ấn Quán và Thư Quán Bản Thảo cùng với vài thân hữu ở Mỹ với các công trình biên soạn Di Sản Văn Chương Miền Nam với nhiều tác giả, tác phẩm...

Vì vậy khi được tin Trần Hoài Thư qua đời, có rất nhiều người viết để tưởng nhớ người quá cố. Trong đó, có những người đã từng sống với nhau trước và sau năm 1975, những người chưa quen biết... với sự cảm mến và ngưỡng mộ.

Trước đây tôi viết Trần Hoài Thư, Cây Sậy Giữa Đời. Trần Hoài Thư & Thủ Đức Gọi Ta Về. Trần Hoài Thư, Viết Dưới Trời Khói Lửa.

Để tỏ lòng tưởng nhớ đến sự ra đi nơi cõi trần của vợ chồng anh Trần Hoài Thư, tôi trích đăng các bài viết trong quá khứ như nén hương lòng. Vì các bài viết khá dài nên trích đoạn.

*

Buổi sáng đầu năm 1967 tôi gặp Trấn Hoài Thư tại Vũ Đình Trường của Trường Bộ Binh Thủ Đức, chúng tôi quen nhau trong Ban Biên Tập liên khóa 23 & 24 SVSQ nguyệt san BBTĐ. Tôi theo học Khóa Nguyễn Trãi I của Trường Đại Học CTCT Đà Lạt, giai đoạn đầu gởi học 4 tháng quân sự cùng với khóa 24 của Trường BBTĐ. Tháng 5/1967 tôi trở về quân trường ở Đà Lạt tiếp tục 2 năm cuộc sống quân trường. Tôi vẫn nghĩ một số anh em văn nghệ sĩ trong ban biên tập thời SVSQ sẽ về ngành CTCT như Trần Hoài Thư, Luân Hoán... thế nào cũng gặp nhau các khóa Căn Bản, Trung Cấp CTCT tại quân trường này. Năm 1968 gặp Phan Nhự Thức về học Khóa 4 Căn Bản CTCT, hỏi thăm Trần Hoài Thư, được biết anh lại về Đại đội Trinh Sát của Sư đoàn 22 BB!... Đời chiến binh đưa đẩy nhà giáo dạy toán xông pha nơi trận mạc, trở thành nhà văn, nhà thơ.

Trong bài viết Trần Hoài Thư, Cây Sậy Giữa Đời, đề cập đến tiểu sử của anh cùng với những tác phẩm thơ, văn...

*"Ông thầy mỏng mảnh như lau sậy*
*Khói lửa oằn thêm sức bật thôi*
*Đôi vết sẹo cuồng thêm thắm mặn*
*Gánh văn đi dạo dọc theo đời*
*Sau lưng thấp thoáng nàng Thị Lộ*
*Thương chàng Quí Sách ghé vai thơm"*

(Luân Hoán)

Bài viết của Vĩnh Liêm: Trần Hoài Thư: "Diều Hâu 405" Cùng Những Chúc Thư Của Người Lính Trận của Vĩnh Liêm

"... Khi Trần Hoài Thư đổi về Vùng IV chiến thuật vào năm 1971, "Diều Hâu 405" (biệt danh của Trần Hoài Thư) vẫn còn lừng lững ngang tàng qua bộ quân phục rằn ri cùng chiếc mũ rê Biệt Kích. Lúc đó, Trần Hoài Thư là phóng viên chiến trường của Vùng IV chiến thuật. Tuy anh không còn là Trung Đội Trưởng Biệt-Kích nữa, nhưng nét phong trần của anh do Đại đội Thám Kích 405 Sư đoàn 22 Bộ Binh đã tôi luyện anh qua bốn năm (từ 1967 tới 1971) không dễ gì một sớm một chiều tẩy xóa nhanh được...

Trần Hoài Thư đi đi về về giữa chiến trường sình lầy miền Tây và Tây Đô. Người yêu và cũng là hiền thê của anh là dân Tây Đô thứ thiệt. Chị Nguyễn Ngọc Yến sinh trưởng và lớn lên ở Tây Đô, nơi có bến Ninh Kiều thơ mộng.

Tây Đô cũng là nơi tập họp đông đảo văn nghệ sĩ ở miền Tây, chẳng hạn như thi sĩ Duy Năng, thi sĩ Diên Nghị, họa sĩ Ngy Cao Nguyên, nhà văn Chu Tấn, họa sĩ Lê Triều Điển, thi sĩ Nguyễn

Bá Thế, thi sĩ Lý Thị Kim Xương, ký giả Chu Sinh, thi sĩ Lộc Vũ, thi sĩ Bùi Đức Long, ký giả Hải Bằng, thi sĩ Ngũ Yên, thi sĩ Trần Kiên Thảo, thi sĩ Trần Kiêu Bạt, thi sĩ Phạm Kim, v.v...

Tôi đã gặp "Diều Hâu 405" tại Tây Đô vào thời điểm đó. Thời điểm đó cũng là thời điểm đáng để ý nhất: Sinh hoạt văn nghệ đều khắp và nổi bật nhất. Quán cà phê Góp Gió thường xuyên tổ chức các buổi sinh hoạt văn nghệ và ra mắt sách. Khi Góp Gió chết đi thì Thằng Cuội xuất hiện và thay thế vai trò của Góp Gió. Thằng Cuội được nhiều lợi điểm và lợi thế hơn Góp Gió vì nó nằm ngay tại trung tâm Tây Đô, trang trí mỹ thuật hơn, và tốn kém nhiều hơn. Thi sĩ Viên Linh và thi sĩ Cung Trầm Tưởng cũng chịu khó từ Sài Gòn bay xuống sinh hoạt với anh em văn nghệ sĩ Tây Đô...

Sau 5 năm cách biệt. Tôi đang ở tại Hoa Thịnh Đốn thì hay tin Trần Hoài Thư đang có mặt tại Chùa Giác Hoàng ở Hoa Thịnh Đốn. "Diều Hâu 405" đã tới Mỹ! Mừng quá đi thôi! Thế là Trần Hoài Thư, Yến và cháu Thoại đành phải dừng chân tại Suối Bạc (Silver Spring, Maryland). Chúng tôi sống một cuộc sống chật vật, nhưng không thiếu tình thương. Không khí lúc bấy giờ thật là vui vì chúng tôi đang làm báo Hành Động, tòa soạn lúc nào cũng có người lui tới. Chúng tôi tổ chức đêm văn nghệ 30 tháng 4. Trần Hoài Thư và Nguyễn Công Minh thủ vai "người tù cải tạo" trong một vở kịch rất là thành công. Đây là những tù nhân thứ thiệt nên diễn xuất rất có thần và rất thực.

Trong bốn năm tại 405, Trần Hoài Thư đã 3 lần bị thương ngoài mặt trận tưởng đã đi đứt. Thế mà anh còn sống sót. Còn được cơ hội cầm bút. Người lính vừa đánh giặc vừa cầm bút, đó là Trần Hoài Thư. Đại Đội 405 Thám Kích đã làm cho Trần Hoài Thư "cảm thấy mình thật hãnh diện, bởi vì tôi nguyên một giáo sư đệ nhị cấp, với đôi mắt cận 7 độ, gầy như que củi, từng được hoãn dịch vì lý do sức khỏe, lại có mặt tại một đơn vị đã từng tạo nên một thành tích kỷ lục có một không hai trong QLVNCH. Khó có một ai trong bất cứ đơn vị nào được Tướng Đỗ Cao Trí thăng cấp hai lần trong vòng hai tháng ngay tại mặt trận." (Về Một Đại Đội Cũ). Và "Từ 405, tôi cũng đã mang 9 tác phẩm văn học đến cùng độc giả". Thật là "Đại Đội 405 là một dấu ấn đậm sâu vào tâm trí của một người lính cũ" (sđd).

Cũng từ Đại Đội 405 Thám Kích, Trần Hoài Thư đã cưu mang 9 tác phẩm văn học đến cùng độc giả... "Đó là văn chương đích thật, bởi vì từng hơi thở, từng giọt lệ, từng cay đắng, thù hận, từng nỗi buồn rầu già trước tuổi đã cấy đã hằn theo từng chữ. Chúng tôi tự hào đã nói tất cả những gì chúng tôi muốn nói, muốn nghĩ, muốn tra vấn. Chúng tôi đã tạo nên những trận sấm sét phá sập nền văn chương tháp ngà. Chất liệu văn chương của chúng tôi không phải là từ đơn đặt hàng của chế độ, hay những món hàng làm dáng du nhập từ ngoại quốc mà là sự thật bằng trái phá, bằng mồ mả oan khiên, bằng những người như chúng tôi bị nướng thiêu trong lò lửa chiến tranh." (Về Những Trang Sách Cũ, sđd)...
(Vĩnh Liêm)

Thời gian Trần Hoài Thư ở đơn vị tác chiến, cận kề với cái chết, sát cánh cùng các chiến hữu khi vào sinh ra tử cũng là chất liệu để sáng tác với thân phận người lính trong chiến tranh. Tháng ngày ở Quy Nhơn và Tuy Hòa, THT sống giang hồ lãng tử cùng với anh em văn nghệ nơi đó và bạn văn từ quân trường đang phục vụ tại Quảng Ngãi.

Trong bài Trần Hoài Thư & Thủ Đức Gọi Ta Về của tôi, với 9 tháng quân trường, anh viết về hình ảnh thời SVSQ. Trích những đoạn trong TĐGTV của Trần Hoài Thư khi ấn hành năm 2001:

"... Ta đang nhớ về Thủ Đức như bạn ta đang nhớ. Có phải đêm qua gió quá dữ để bãi bắn rụng đầy lá cao su. Và quân trường những cơn mưa lá ngâu đã rụng xuống doanh trại. Gió lộng như từ tứ phương tụ hội về đồi...

Bây giờ, quá xa, quá lâu để mà nhớ về những ngày tháng cũ, nhưng hình như bên tai ta vẫn còn văng vẳng tiếng hát vang lừng từ một góc trời Tăng Nhơn Phú...

... Nhớ về một ngôi trường lính, dù chỉ là chín tháng, nhưng nỗi nhớ mang theo nỗi ngậm ngùi. Bây giờ trường đã mất. Những con ngựa hôm nào bây giờ đã lạc bầy tan tác hay đã rời bỏ đồng cỏ để về một cõi nào. Cả một thời tuổi trẻ đã hy sinh và chấp nhận vào cổng trường với niềm mong mỏi duy nhất là dâng hiến đời mình cho đất nước, quê hương bây giờ trở thành mây khói. Tự nhìn lại là mình có làm trái với bổn phận không, cái bổn phận khiêm nhường của một người lính, mình thấy lòng an ổn lạ lùng...".

Những trang giấy nào hôm qua còn mờ nhạt bởi mồ hôi, bụi, và mưa Tăng Nhơn Phú. Có ai kể là sau khi khóa chúng tôi mãn, khóa đàn em nhận trách nhiệm săn sóc nguyệt san Bộ Binh, đã xem mục Nhật Ký Quân Trường (trước đó Mê Kung Phan Nhự Thức) là mục thường xuyên phải có...

Viết mà rưng rưng. Ta đã đánh mất cây viết Canon, cái phần thưởng sinh viên sĩ quan báo chí xuất sắc của khóa dành cho ta rồi. Và bây giờ những ngón tay tê buốt của tuổi già đã báo cái cơ nguy sắp bỏ bút rồi. Hở, ta sẽ sống ra sao, hở?...

Cái truyền thống của Thủ Đức cũng giống như các trường đào tạo quân đội khác, cũng đàn anh gắn Alpha cho đàn em. Cũng cuối năm là hành quân cuối khóa, cũng trốn trại về phố và cũng bị nhốt vào trại kỷ luật... Nhưng có lẽ ở trên đồi Tăng Nhơn Phú này, có một truyền thống mà chắc là không có trường nào có. Cái truyền thống miễn đi bãi vào ngày thứ Tư kể từ sau Khóa 24 của chúng tôi, dành đặc biệt cho những người Sinh Viên Sĩ Quan biên tập viên của tờ nguyệt san Bộ Binh Thủ Đức".

Ban Biên Tập liên khóa 23 & 24 của tờ BB Thủ Đức gồm có: Nguyên Sa, Lưu Trung Khảo, Lâm Chương, Trần Hoài Thư, Luân Hoán, Hồ Minh Dũng, Chu Tân, Mê Kung (Phan Nhự Thức), Phạm Văn Bình, Cao Thoại Châu, Vu Đoài... và tôi. Lúc đó Đại úy Vũ Trọng Mục làm Quyền Trưởng Khối CTCT (nay ở tuổi 90, hiện ở Little Saigon 6/2024). Mỗi sáng thứ Tư, giờ học quân sự ngoài bãi, các SVSQ trong BBT được gặp nhau để sinh hoạt.

Bài viết Luân Hoán "Trần Hoài Thư, Một Đời Quí Sách", viết về giai đoạn này: "Thừa hưởng một cái tên đẹp do cha mẹ đặt cho, Trần Quí Sách chọn cho mình một bút danh thật thi vị: Trần Hoài

Thư. Tên gọi như một sợi dây, trói buộc anh dính liền một đời với chữ nghĩa, sách báo...

... Tôi gặp Trần Hoài Thư tại quân trường Bộ Binh Thủ Đức, vào năm 1967. Lúc bấy giờ, quân trường đào tạo sĩ quan trừ bị cho quân lực Việt Nam Cộng Hòa này, đang khai giảng khóa 24. Một công việc đã từ lâu được thực hiện bên cạnh chức năng huấn luyện của quân trường là sự hiện diện một nguyệt san, tiếp nối từ khóa này đến khóa khác. Nguyệt san Bộ Binh là nơi hội tụ những Sinh Viên Sĩ Quan có máu yêu thích thơ văn, ca nhạc, hội họa, điêu khắc... Khóa tôi theo học, quy tụ khá nhiều khuôn mặt đã được biết đến trong một số bộ môn nghệ thuật. Trần Hoài Thư là một trong những người này. Trước khi vào quân trường, anh đã có khá nhiều truyện ngắn được đăng trên các tạp chí Văn, Bách Khoa khởi từ năm 1964...

Trần Hoài Thư thường cặp kè với những Lâm Chương, Vương Trùng Dương... Tôi hay la cà cùng Cao Thoại Châu, Phạm Hoàng, Đỗ Toàn... Chúng tôi chỉ có cơ hội gặp nhau trong những buổi sinh hoạt tại văn phòng Khối Báo Chí. Những buổi hội tụ này khá nhiều, nhất là trong giai đoạn hai. Bên cạnh mục đích thực hiện, cải tiến tờ báo, các sĩ quan chủ trương còn muốn tạo cơ hội cho anh em đóng góp bài vở có thêm thì giờ nghỉ ngơi, trốn bớt tạp dịch ngay trong những "giờ tùy quyền"...

Nếu lòng dạ của tôi dành cho tờ báo của quân trường thiếu tha thiết, thì ở Trần Hoài Thư khác hẳn. Anh nhiệt tình và say mê, trân quý tờ nguyệt san Bộ Binh một cách khó ai sánh được. Sự chân thành, tích cực của anh, ai cũng nhìn ra. Ban chủ biên tờ báo, cuối khóa đã tặng anh một danh hiệu xứng đáng: "Sinh Viên Sĩ Quan Báo Chí xuất sắc". Kèm theo phần thưởng tinh thần này là một quà tặng rất thích hợp cho một nhà văn: một cặp bút Canon mới cáu trong hộp cứng. "Vật nhẹ nhưng tình nghĩa nặng" có lẽ đã giúp Trần Hoài Thư nhớ đời về một thời "chín tháng quân trường"... (LH)

Trong tình bạn từ thuở quân trường, nhà thơ Luân Hoán và nhà thơ Trần Hoài Thư vẫn thường xuyên liên lạc với nhau hơn nửa thế kỷ.

Là nhà giáo, nhà văn, nhà thơ, gầy gò, cận thị nặng... nhưng khi ra trường BB Thủ Đức không được phục vụ trong ngành CTCT mà về đơn vị tác chiến đã 3 lần bị thương ngoài mặt trận... Thế nhưng anh không oán hận. Người lính vừa đánh giặc vừa cầm bút, "Cảm thấy mình thật hãnh diện, bởi vì tôi nguyên một giáo sư đệ nhị cấp, với đôi mắt cận 7 độ, gầy như que củi, từng được hoãn dịch vì lý do sức khỏe, lại có mặt tại một đơn vị đã từng tạo nên một thành tích kỷ lục có một không hai trong QLVNCH".

Với quân trường Thủ Đức, có nhiều bài viết nhưng Trần Hoài Thư đã viết thành vài tác phẩm. Về sáng tác, như đã đề cập ở trên, quân trường và chiến trường là chất liệu đến với văn chương, là chứng nhân đối diện với thực tại, sống thật, viết thật.

*

Bài viết Trần Hoài Thư, Viết Dưới Trời Khói Lửa của tôi vào năm 2018. Bài viết khá dài vì khi phục vụ trong quân ngũ và cả khi sống ở hải ngoại, có thể nói trong thơ, văn của anh viết rất nhiều về đề tài này... Với anh: "Tôi là nhà văn sống và viết. Tôi tìm chất liệu ở con người thật của tôi. Tôi sống và viết bằng con người thật của tôi... Khi tôi ở trong quân đội, tôi viết về người lính, khi tôi đào ngũ, tôi viết về kẻ đào ngũ, khi tôi trở lại đơn vị bị giáng lon, thì viết về tâm trạng của người lao công chiến trường... Khi tôi bị thương nằm trong Quân Y Viện tôi viết về tâm trạng người thương binh, khi tôi ở trong trại khổ sai, tôi viết về sự thật cảnh tôi vồ chụp lấy thau cơm nhão nhẹt chua lè dành cho chó ăn ở bên hiên một doanh trại bộ đội Bắc Việt vì quá đói..."

Cả một đời, THT sống chân tình và trải lòng với đồng đội, bằng hữu và đồng nghiệp, vì vậy anh được nhiều người đề cập đến qua các bài viết, phỏng vấn từ trước năm 1975 đến nay (trong cuộc phỏng vấn của nhà thơ Nguyễn Mạnh Trinh, anh cho biết gọi là nhà thơ vì nó là nguồn cảm hứng đầu tiên trong sự nghiệp sáng tác).

Thư Quán Bản Thảo số 79, tháng 4 năm 2018. Trong mười bảy năm qua (TQBT 2001-2018) đây là số duy nhất do Phạm Văn Nhàn và bằng hữu thực hiện, anh "không được phép" viết và xem nội dung, chỉ lo việc ấn hành. TQBT số 79 dày 288 trang, gồm hai phần: Những truyện của THT trước năm 1975 (trang 7-156) và những người viết về THT (157-266)...

Trong bài viết Tình Bạn của Phạm Văn Nhàn vào giai đoạn đào ngũ: "... Tôi đưa Thư ra Nha Trang trình diện nơi Quân Vụ Thị Trấn (đồn Quân Cảnh). Ra tòa án binh. Giáng cấp. Rồi đến Đơn vị 2 Quản Trị, đóng ở Diên Khánh, Nha Trang. Và từ đây, Trần Hoài Thư nhận sự vụ lệnh lên Sư đoàn 23 BB trên Ban Mê Thuột. Tôi nói với Thư: tránh vỏ dưa lại gặp vỏ dừa. Ngày tiễn Thư lên Ban Mê Thuột tại bến xe Nguyễn Hoàng, Nha Trang, tôi cởi chiếc jacket cho Thư mặc. Và có thêm hai người bạn tiễn Thư lên đường là nhà văn Nguyễn Âu Hồng và nhà thơ Nguyễn Sa Mạc. Và cũng từ ngày hôm đó, tôi xa Trần Hoài Thư!"...

Tuổi thơ của THT không được may mắn, "Ra đời tại Đà Lạt vào ngày 16 tháng 12 năm 1942, thất lạc cha ngay khi còn quá nhỏ, theo mẹ đến thành phố biển Nha Trang sống suốt thời thơ ấu rất đối cơ cực và hẩm hiu. Thời thơ ấu, từng bán hàng rong ở các bến xe ở Nha Trang, và từng đi bộ mỗi ngày khoảng 20 cây số để đi đến trường. Học trường Sinh Trung, Nam Tiểu Học Nha Trang và cuối cùng là trường Cô Nhi Viện Bethlehem, Hòn Chồng, trước khi ra Huế gặp lại thân phụ".

Chỉ có thời gian yên lành trong thời trai trẻ, "Ở Huế, theo học tại trường Quốc Học, Đại Học Huế, rồi trở vào Nam với Đại Học Khoa Học Sài Gòn. Không tốt nghiệp sư phạm, nhưng có duyên với bảng đen, phấn trắng, Trần Hoài Thư trở thành ông thầy dạy trung học và hành nghề tại trung học Trần Cao Vân, tỉnh Quảng Tín, trong các niên khóa từ 1964 đến 1966".

Sau 4 năm lận đận với "nghiệp lính"... Năm 1971, được thuyên chuyển về miền Tây, phục vụ trong Khối Chiến Tranh Chính Trị của Quân Đoàn IV, làm phóng viên chiến trường cho đến ngày tan hàng. Đây cũng là cơ hội với "Những chuyến đi vào trận mạc, với máy ảnh và cây viết. Tôi đã viết nhiều truyện lấy từ chất liệu sống này" (THT). Và, nơi này cũng là quê hương của chị Nguyễn Ngọc Yến, người bạn đời đã sát cánh bên anh để khi định cư ở Mỹ, thực hiện các tác phẩm của Thư Ấn Quán và tạp chí Thư Quán Bản Thảo cho đến khi lâm trọng bệnh, ngồi xe lăn, qua bao năm, con người lãng tử chấm dứt để tận tình chăm sóc hiền thê.

*

**Cuộc Tình & Thư Quán Bản Thảo, Thư Ấn Quán**

Cuộc tình Trần Hoài Thư – Nguyễn Ngọc Yến, bài viết của Nguyễn Lệ Uyên với cuộc tình:

"Hồi học Sư Phạm Đại học Cần Thơ (1968), lúc làm hồ sơ nhập học bị trễ mấy ngày, bị làm khó. May sao gặp chị Yến làm ở phòng Hành Chánh của Viện nói giúp với ông Khoa trưởng. Sau đó thì thân nhau, bởi chị cũng biết tôi có võ vẽ mấy truyện ngắn trên Văn, Khởi Hành... mà chị thì mê văn chương, đọc nhiều, các tạp chí văn học chị hầu như ít bỏ sót, nên chúng tôi coi như chị em, chị lớn hơn tôi 7, 8 tuổi. Những dịp nhận nhuận bút, tôi thường chở chị đi ăn món gì đó. Rồi trên số Văn chủ đề Những Cây Bút Trẻ, lại có truyện của tôi và anh Trần Hoài Thư. Khi nhận nhuận bút, tôi mời chị đi ăn bún bò Huế ở quán ông Ba Mập ngoài Bình Thủy, trên đường đi Long Xuyên. Ăn, chị hít hà, chảy nước mắt và khen ngon. Trong lúc ăn, chị hỏi tôi có biết, quen anh THT không, có nhận xét gì về truyện anh Thư. Tất nhiên là quen nhiều, vì ảnh, từ Quy Nhơn hay vào chơi với anh em văn nghệ Tuy Hòa năm ba hôm, thường thì ăn uống rồi ở lại nhà tôi.

Thâm tâm, tôi chỉ nghĩ chị hỏi để hiểu rõ thêm về một tác giả, nhưng không ngờ, chị mê truyện anh Thư, mê các nhân vật khốn khổ của ảnh, như hiện thân của một THT được bê nguyên xi vào truyện rồi yêu cả truyện và người viết! Tới cuối năm 69 đầu 70, nhóm sinh viên chúng tôi thực hiện chương trình ca nhạc, đọc, ngâm thơ hàng tuần ở giảng đường lớn, chị mới biểu lộ tình cảm thật của chị đối với anh Thư. Chị hỏi tôi gia cảnh, sinh hoạt cá nhân, tính tình... Vậy là đã rõ. Tôi ra sức vẽ vời anh THT còn hay hơn truyện tôi viết. Tôi sơn phết anh Thư cho tròn trịa hơn một chút, bặm trợn, lãng mạn như cụ Hemingway một mình giữa biển khơi. Tối đó, tôi viết cho anh Thư đến 4, 5 tờ pelures về chị Yến. Kể thật về điều tai nghe mắt thấy, về nhan sắc, tính tình của chị trong gia đình gia giáo (ông cụ thân sinh chị là GS Tổng Giám Thị trường trung học Phan Thanh Giản). Với anh THT, tôi viết thư nói đây là một mẫu người lý tưởng để làm vợ, anh đừng để mất cơ hội. Chị Yến thì gần, gặp nhau hai chị em nói chuyện thơ văn, tán dương ông anh Quí Sách, khuyến khích chị viết thư làm quen với các nhân vật của ảnh. Sau vài ba lần như vậy, tôi nói thẳng với chị: Anh Thư là một người tuy không hoàn hảo, nhưng sẽ là người chồng tốt...

Cuối cùng, như duyên tiền định với tô bún bò Huế cay xè tôi đãi chị, hai người hẹn hò nhau ở tòa soạn Bách Khoa, đến tháng 6/1971 hai người làm đám cưới; khi ấy tôi đang ở quân trường Thủ Đức, nhận được thư chị viết mấy dòng ngắn: Chị và anh Thư cưới nhau, ngày 18 tháng 6. Em gắng lấy giấy phép về dự, không anh chị buồn".

Đúng là một "đám cưới nhà binh" tại Sài Gòn không thể nào đơn giản hơn, chỉ với mươi người bạn nơi một căn nhà trong xóm Bàn Cờ, không có rước dâu cũng không có cả nhẫn cưới. Một tuần lễ sau, ngày 23/6/1971 cơ sở xuất bản Ý Thức tổ chức một buổi ra mắt sách cho Trần Hoài Thư với tác phẩm đầu tay Những Vì Sao Vĩnh Biệt.

Sau ngày cưới, Trần Hoài Thư vội vã lên đường trở về đơn vị ở Quân Khu II. Lính chiến chỉ có một tuần nghỉ phép. Chạy ngược chạy xuôi, không có tuần trăng mật. Năm 1973, đứa con trai đầu lòng Trần Quí Thoại cũng là đứa con duy nhất chào đời. Đó cũng là cơ hội cho THT thuyên chuyển về Khối CTCT ở Quân Khu 4.

Sau 4 năm tù, anh vượt biên năm 1979 vì không có đủ tiền nên chị chấp nhận để đi anh một mình. Ba tháng sau, vợ và con anh được một chủ tàu tốt bụng cho đi mà không phải trả tiền trước. Gia đình đoàn tụ vào năm 1980, định cư tại thành phố Philadelphia, tiểu bang Pennsylvania. Anh theo học Spring Garden College. Sau khi tốt nghiệp Cử Nhân (BS) về Điện Toán và Cao Học (MS) Toán Ứng Dụng, hãng AT&T nhận làm việc tại chi nhánh của họ ở New Jersey. Được hãng đài thọ, anh học tiếp Cao Học (MS) Toán Ứng Dụng. Sau đó anh chuyển sang công ty điện toán IBM và chức vụ cuối cùng là Project Leader. Khi chi nhánh của công ty IBM outsourcing chuyển qua Ấn Độ, anh quyết định nghỉ hưu. Đúng ra với cương vị này, anh vẫn còn tiếp tục công việc nhưng "cái máu văn chương, chữ nghĩa" hình như thôi thúc anh dành trọn thời gian cho nghiệp dĩ.

Thư Quán Bản Thảo số 1 ra đời tháng 10/2001 (ban đầu cùng với vài người bạn như Phạm Văn Nhàn, Trần Bang Thạch...) cũng là thời điểm không may khi xảy ra biến cố tang thương trong vụ khủng bố ngày 11 tháng 9 năm 2001, thường gọi là 911 nên ít được quan tâm nhưng với sự quyết tâm của THT đã được thực hiện đều đặn và quảng bá rộng rãi. Tạp chí Thư Quán Bản Thảo trung bình mỗi năm 4 số, số 107 vào tháng 11/2023.

Chị Nguyễn Ngọc Yến, người bạn đời đồng hành với anh THT cho TQBT và Thư Ấn Quán (chữ Thư như tên bút hiệu của anh) trong suốt cuộc hành trình này. Tháng 12 năm 2012, chị Nguyễn Ngọc Yến bị tai biến (stroke) nằm một chỗ. Tuy lâm vào hoàn cảnh khó khăn, bất hạnh nhưng anh cố gắng chịu đựng. Chị còn khuyên anh tiếp tục thực hiện tạp chí Thư Quán Bản Thảo và tủ sách Di Sản Văn Chương Miền Nam.

Từ 2015, bác sĩ gia đình bảo phải đưa chị Yến vào Ashbrook Nursing Home vì nhu cầu cần được chăm sóc 24 giờ/ ngày và 7 ngày/ tuần, không thể tiếp tục sống tại nhà được nữa. Con trai duy nhất, bác sĩ, làm việc ở tiểu bang lân cận nên không có cơ hội gần gũi với cha mẹ. Theo lời anh: "Tôi phải lo nấu ăn để mang vào nursing home cho Y., mỗi ngày 2 lần, mỗi lần ở lại với Y. khoảng 90 phút. Khi ra về tôi vịn lan can mà lên. Cả chân tôi bị gout hành rồi thấp khớp hành, tối ngủ không được...".

Với sự đồng tình và hỗ trợ của vợ, trong suốt những năm qua Thư Quán Bản Thảo vẫn ấn hành và Thư Ấn Quán vẫn tiếp tục thực hiện những tác phẩm của thân hữu. Có lẽ, vợ chồng THT là "cặp đôi" duy nhất ở hải ngoại có tấm lòng trong sáng, thiết tha đến việc bảo tồn văn học miền Nam trước năm 1975 ở hải ngoại.

Với THT, từ ngày làm lính trận, cận kề với cái chết nên bạt mạng, sống bất cần đời nhưng hết lòng với đồng đội, bằng hữu. Giang hồ lãng tử với bao mối tình si vẩn vơ cho qua ngày đoạn tháng. Con ngựa bất kham (anh tuổi Nhâm Ngọ) dừng chân trong vòng tay của người bạn đời. Và trong tình nghĩa vợ chồng trong những năm dài cuối đời, anh là hình ảnh tiêu biểu cho mẫu người đàn ông trọn tình trọn nghĩa với vợ.

Chị Nguyễn Ngọc Yến, chia sẻ đôi điều: "Cũng vì yêu mến văn chương, nên duyên văn nghệ đã đưa chúng tôi gặp nhau. Chúng tôi có những kỷ niệm đầy vui buồn theo vận mệnh thăng trầm của đất nước. Nhưng kỷ niệm tôi mang theo đến lúc tàn sinh là những ngày bồng con đi xin ăn ở một làng hẻo lánh bên bờ Thái Lan, sau những ngày đói khát, lênh đênh trên biển cả... Đối với anh Thư, đi làm việc về hầu như 'đóng đinh' trước computer, gõ 'lóc cóc', ít khi để ý đến công việc gia đình. Nhưng tôi thấy việc nhà là trách nhiệm của một người vợ, nên không có gì phiền hà trong lòng cả... Lúc nào viết cũng có ly cà phê và điếu thuốc để trước mặt, anh nói: có hút thuốc thì nguồn cảm hứng mới dồi dào. Tôi rất sợ mùi thuốc lá, nhưng đành chịu chớ biết sao giờ...".

Những ngày cuối đời của vợ chồng Trần Hoài Thư tuy "bất hạnh về bệnh tình" nhưng là hình ảnh đẹp nhất, trân quý nhất. Và, những bài thơ trong vài thi phẩm THT trải lòng với vợ, trân quý người bạn đời.

*"... Em nằm đấy, trời ơi, sao mấy năm trời cứ nằm mãi vậy*
*Cửa đóng rồi, làm sao đón ánh nắng vào đây*
*Tay trái liệt rồi, sao tay phải vạ lây*
*Sao chân phải không cho chúng ta một niềm hy vọng?*

*... Anh không biết anh có còn sức mạnh*
*Anh sắp ngã rồi, anh đang gắng sức dồn hơi*
*Chơi một trận cuối cùng trước khi bỏ cuộc chơi..."*

Hôm nay, sau 6 năm của bài viết, ngày đó đã đến, khi chị Yến qua đời, đọc trên Facebook của anh với những dòng chia sẻ vô cùng cảm động.

Sau khi chị Nguyễn Ngọc Yến qua đời, với sức khỏe yếu kém và tinh thần suy sụp... nếu anh còn sống với chuỗi ngày còn lại chỉ là xác khô không hồn! Anh không thể sống nổi với tháng ngày lẻ loi nên "diều hâu" năm xưa trải qua một kiếp tu, hóa thành chim hạc, biểu tượng sự thủy chung và trong sáng, chắp cánh cùng chim yến cho có đôi mãi mãi bên nhau bay về cõi Vĩnh Hằng. Cầu nguyện anh chị "rũ bỏ bụi trần" bên nhau nơi lạc cảnh.

Vĩnh biệt anh chị Trần Hoài Thư – Nguyễn Ngọc Yến, tập truyện Những Vì Sao Vĩnh Biệt (Ý Thức ấn hành tháng 6/1971) nay đã 53 năm, với bạn bè, thân hữu... xa, gần thương tiếc, một lần nữa trân trọng dành cho anh chị.

**Vương Trùng Dương**
*Little Saigon, Ngày Hỏa Táng Trần Hoài Thư*

*Vương Trùng Dương*

# THỤC UYÊN

## CUNG KÍNH TIỄN BIỆT ANH TRẦN HOÀI THƯ

*Trần Hoài Thư & Thục Uyên*

Trưa ngày 6/8/24 chiếc xe tang chở linh cữu anh Trần Hoài Thư lăn bánh đi qua những cung đường rợp bóng cây xanh mát, qua những ngôi nhà gỗ kiến trúc thật đẹp mắt, đặc trưng của vùng Bắc Mỹ này, chìm khuất ẩn hiện trên những triền đồi với nhiều sắc hoa màu rực rỡ. Mùa hè ở New Jersey rất tươi mát và ẩm ướt, có chút se se lạnh như chơm chớm thu, một nơi mà thiên nhiên ưu đãi với khí hậu thật ôn hòa. Chiếc xe chầm chậm mang anh qua những khu rừng quanh co, lang thang qua những con dốc mù sương chập chùng như Đà Lạt của chúng ta xưa. Màu xanh của lá cây hai bên đường dường như cũng nhận ra niệm khúc cuối nào đó đang trỗi lên tha thiết, đã có chút xôn xao tiễn biệt, đã buôn buốt vẫy chào, và trở nên nhàn nhạt buồn buồn hơn của sắc màu xanh xanh diệp lục.

Và cuối cùng xe cũng dừng lại trước một ngọn đồi thật thơ mộng, cỏ non xanh tận chân trời và nữa những chùm hoa hồng rực rỡ chào đón anh trước khi anh trở về với cát bụi.

Gia đình anh rất tinh tế khi chọn địa điểm thơ mộng này làm trạm cuối cho cuộc trở về của anh sau chuyến lữ hành 82 năm làm người...

*Đi đi cho hết dương trần*
*Ngày mai tìm bóng tử thần mà yêu...*
(Đinh Hùng)

Vâng, anh đã đi một chặng đường dài non thế kỷ với những bước thăng trầm. Trong hồi ký của anh, anh có một tuổi thơ đầy bất hạnh. Lớn lên trưởng thành nhập ngũ trong cuộc chiến đầy bất trắc! Và một tuổi già hưu trí chẳng thanh thản khi cả hai vợ chồng anh đều lâm trọng bệnh! Số phận không mỉm cười với anh và đã trao cho anh không biết bao nhiêu lần thử thách khổ nạn.

Hiền thê anh bị tai biến nằm trong viện dưỡng lão gần 12 năm và đã ra đi trước anh đúng một tháng!

Khi anh mất, màu da anh đã thay đổi đen sạm lại một cách kỳ lạ. Nhìn thi thể anh rút lại nhỏ bé nằm trong linh cữu ta chỉ kêu lên được một tiếng "thương".

Không muốn đào sâu thêm cảm xúc vì nước mắt đã rưng rưng, ta mừng cho anh đã được giải thoát khỏi những cơn đau nhục hình. Người Công giáo có câu rất hay: "Cảm ơn Chúa đã nhậm lời".

Vâng, ta hoan hỷ cho anh được giải thoát, vì anh đã tận cùng của sự chịu đựng, vì anh không thể gắng gượng thêm một phút một giây nào nữa, và vì thế hãy vui khi anh được ra đi.

Và anh như một cánh hạc gầy đã bay vút ra khỏi trần gian xôn xao này...

Những gì anh để lại, anh cống hiến cho nền văn học Việt Nam ai cũng biết.

Anh có rất nhiều bạn bè thương mến và quý trọng ai cũng hay.

Tôi cũng có một chút duyên hạnh ngộ cùng anh. Chị Lãm Thúy giới thiệu tôi nộp bài cho Thư Quán Bản Thảo do chị có chút ưu ái với tôi. Và gởi bài tới anh Phạm Văn Nhàn, anh Trần Hoài Thư. Hai anh ấy duyệt và từ đó tôi đăng bài lai rai.

Hôm biết tin anh Trần Hoài Thư ghé thăm Houston tôi hân hoan chào đón anh. Lần đầu tiên hai anh em bắt tay nhau anh hỏi "Thục Uyên hả", tôi trả lời "dạ em đây". Giọng anh Huế pha Nam rất dịu dàng thân tình. Và cảm thấy thân được với anh ngay.

Đến Houston anh rất vui, vì bạn bè đông, ai cũng giành được mời anh, anh nói anh xuống đây vui quá, và được ăn ngon nữa... Và lần sau, khi nhớ bạn bè anh lại xuống không báo trước, anh xuất hiện đột ngột và nằm dài trên sân cỏ nhà anh Nhàn. Anh ngông lắm và cũng rất dễ thương!

Anh tặng tôi khá nhiều sách quý, không phải từng cuốn mà là từng thùng... Cứ nghĩ tới anh khệ nệ bưng thùng sách ra bưu điện gởi, lòng tôi biết ơn anh vô cùng!

Và ơn đó đã không có cơ hội đền đáp nữa.

Anh gởi tôi mấy chục cuốn Sáng Tạo cẩn thận ghi lại những số báo đã nhòe và không thiếu một số nào... Toàn những cây bút lẫy lừng của miền Nam Việt Nam.

Và rất nhiều sách quý khác.

Có lẽ anh đoán trước những ngày hưu trí tới của tôi sẽ rất trống trải hiu quạnh nên anh đã hào phóng cung cấp cho đứa em gái này...

Khi xong tang lễ chúng tôi có ghé lại nhà anh thì không thấy còn cuốn sách nào. Thì ra anh đã biết trước sự ra đi nên đã chia sẻ tất cả cho bạn bè.

Nhân chuyến đi này tôi được hân hạnh biết thêm nhiều văn nghệ sĩ tài năng ở miền Bắc Mỹ.

Anh Phạm Cao Hoàng, anh Trần Trung Đạo, anh Nguyễn Minh Nữu, chị Trần Thị Nguyệt Mai, chị Lãm Thúy, Quỳnh Như con gái út của nhà văn Doãn Dân.

Nhà văn Nguyễn Thị Thanh Bình có nhã ý mời chúng tôi ăn tối nhưng rất tiếc không tham dự được. Và hân hạnh gặp cô Nguyễn Tường Nhung là ái nữ của nhà văn Thạch Lam và là phu nhân của tướng Ngô Quang Trưởng.

Và anh Phạm Văn Nhàn, anh Tô Thẩm Huy đã dẫn dắt vợ chồng tôi trong hành trình này.

Tôi được ở lại nhà anh Phạm Cao Hoàng một ngày, nhà anh rất nên thơ nhìn xuống là một khu rừng xanh với con suối mùa xuân chảy róc rách. Phong cảnh tuyệt đẹp, với sự đón tiếp rất nồng hậu của chị Cúc Hoa vợ anh và cô con gái xinh đẹp Thiên Kim.

Xin cảm ơn anh Phạm Cao Hoàng và gia đình rất nhiều đã tạo điều kiện cho cuộc gặp gỡ đầy thú vị này...

Đêm sinh hoạt văn nghệ tại nhà anh Phạm Cao Hoàng tất cả mọi người đều nhắc đến anh Trần Hoài Thư với từng chút kỷ niệm riêng của mình. Mọi người tranh nhau nói. Ít có ai ra đi mà được bạn bè yêu mến như vậy phải không anh THT?

Anh Trần Hoài Thư ơi, anh in bóng trong ký ức chúng em những kỷ niệm và tình cảm sâu đậm quá, cho dù vết hằn của năm tháng... Thương nhớ anh!

Xin cung kính vĩnh biệt anh!

*Chuyến xe đời vẫn đi về vội vã*
*Ngủ thật êm trong ngục tối căn phần*
*Giấc âm u mênh mông trong mộ địa*
*Phúc âm buồn ru giấc mộng trăm năm.*

**Thục Uyên**
*6/10/2024*

# TÔ THẨM HUY

## CUỘC ĐÔNG DU TIỄN BIỆT TRẦN HOÀI THƯ

*Trần Hoài Thư & Tô Thẩm Huy*
*(Ảnh Phạm Cao Hoàng, Virginia, 5.2017)*

Sau hơn bốn tiếng lái xe từ Hoa Thịnh Đốn, phái đoàn chúng tôi 8 người gồm anh chị Phạm Cao Hoàng, anh chị Nguyễn Minh Nữu, Trần Thị Nguyệt Mai, Nguyễn Quang, Phạm Văn Nhàn, và tôi, đã có mặt ở nhà quàn Memorial Funeral Home, thành phố Fanwood, NJ. Dọc đường, chúng tôi không hẹn mà tình cờ gặp "Nhóm Tuyển Tập Doãn Dân" gồm 4 ái nữ và nghĩa tế của nhà văn Doãn Dân, cùng với nhà văn Lê Văn Trạch, nhà thơ Như Thương và nhà báo Nguyễn Đình Hiếu (1).

Đám tang đông khách đến dự hơn chúng tôi dự tưởng. Khoảng hơn 30 người. Nhiều người đến từ các tiểu bang xa như Florida, Tennessee, Texas. Sau lời chào đón quan khách của cháu Trần Quí-Hưng (2) đại diện tang gia, anh Phạm Cao Hoàng kể lại những kỷ niệm chồng chất trong gần 60 năm tình bạn chí thiết với anh Thư, về mối tình đằm thắm của anh Thư với chị Yến qua loạt bài "Theo Em" (3) anh Thư viết từ khi chị Yến bị đột quỵ. Tựa loạt bài này đến từ một bài thơ anh Thư làm tặng chị Yến thuở ban đầu, *"Theo em bỏ núi về châu thổ / Bỏ mán về kinh làm rể xa"*. Anh Phạm Cao Hoàng cũng đã đọc bài thơ đầy tình cảm anh viết tiễn biệt Trần Hoài Thư. Sau đó là bài ai điếu của anh Phạm Văn Nhàn. Anh mới nói được một câu thì nước mắt đã giàn giụa, nghẹn ngào không nói nên lời, cháu Trần Quí-Hưng phải đọc thay anh. Nhiều người cũng sụt sùi khóc theo. Theo tôi thì anh Phạm Văn Nhàn đã nói rất nhiều, không nói bằng âm thanh mà bằng nét mặt và nước mắt. Anh Nguyễn Minh Nữu sau đó kể lại những kỷ niệm với Trung úy Trần Hoài Thư ngang tàng khi mới khi mới về trình diện ở Ban Mê Thuột, và đọc 2 bài thơ của hai người bạn nối khố của anh Thư là Lê Văn Trung và Phạm Văn Nhàn.

Tiếp theo phần nghi lễ và tụng kinh theo truyền thống Phật Giáo, anh Trần Trung Đạo đến từ Boston kể lại những hoạt động mà anh và anh Thư đã sát vai nhau trong nỗ lực nói lên tiếng nói của người miền Nam lưu vong trước sự lấn tiếng vào chính trường Hoa Kỳ của những người trong nước. Tôi thì lên tiếng về THT từ một góc nhìn khác, một THT Toán học và kỹ thuật. Anh không những đã sống, đã chơi đùa với con chữ, với con số mà còn với cả những con ốc, mạch điện, bù lon, kìm búa. Thỉnh thoảng anh vẫn hỏi ý kiến tôi về những việc như tìm cách cải sửa một vài bộ phận của máy khâu giày như bàn may, suốt chỉ, để có thể dùng khâu sách thay vì khâu bằng tay, hay bàn với tôi về việc dùng đèn infrared để diệt vi khuẩn Covid. Con người ấy chẳng bao giờ chịu ngồi yên. Anh luôn có niềm tin là chẳng có gì ở trên đời mà anh không làm được.

Việc càng khó anh càng hăng hái. Nhưng với tôi, điều tôi nhớ mãi về anh là cái tiếng cười sang sảng, tiếng cười có thể xoa dịu mọi khổ đau ở trần gian. Tôi từng gọi đùa anh là Kim Mao Sư Vương không phải chỉ vì mái tóc bạc trắng mà còn vì tiếng cười ấy. Xưa Kim Mao Sư Vương Tạ Tốn có môn võ công Sư Tử Hống, ngẩng đầu hú lên là đối thủ vỡ tim lăn ra chết. Nay Sư Vương Trần Hoài Thư có món võ Cao Thanh Tiếu, anh cất tiếng cười vang dội thì những muộn phiền trong tim người nghe sẽ tan biến.

Sau khi một vài người khác lên tiếng bày tỏ lòng tiếc thương, chúng tôi theo đoàn xe đưa linh cữu anh đến nhà hỏa táng. Tại đây, cháu Thoại và vợ là Tạ Kim Cương cùng với hai người con đã ngỏ lời cảm ơn quan khách. Nhân dịp này, tôi cũng lên tiếng chuyển lời phân ưu của các anh Lữ Kiều, Lương Thư Trung, Cái Trọng Ty, Lữ Quỳnh, Nguyễn Khôi Việt, của 2 cháu con anh chị Tô Thùy Yên là Quỳnh Giao và Kinh Hiệt, rằng mới tháng trước Thoại đã là 'ai tử' (motherless child), các chú các bác ngậm ngùi không về dự tang lễ của mẹ cháu được. Thì nay cháu đã là 'cô nhi' (orphaned son), từ nay cháu thật sự mồ côi trên đường đời. Ai cũng có cha, có mẹ, và ai rồi cũng sẽ mất cha, mất mẹ. Ai cũng tự đáy lòng luyến tiếc những hình ảnh đẹp của cha và của mẹ mình. Nhưng với Thoại thì đặc biệt hơn thế. Để riêng ra thì mẹ Yến của Thoại là một người đôn hậu đáng mến, cha Sách của Thoại là một kẻ sĩ ngang tàng, cao thượng, nhưng hợp lại, đứng cùng nhau, thì cha mẹ của Thoại trở nên đẹp đẽ gấp bội. Đời sống lứa đôi của cha mẹ Thoại đã tưới vô vàn thương yêu lên cuộc đời của các chú các bác, đã làm cho cái trần gian này trở nên tươi đẹp và có ý nghĩa hơn. Hãy nhớ đến điều ấy mà từ nay bước những bước tin yêu trên đường đời Thoại nhé.

Rời nhà hỏa táng, chúng tôi theo nhau đến ngôi nhà số 719 trên đường Coolidge ở thành phố Plainfield, NJ. Khóm hoa đỗ quyên năm nào tươi thắm nay đã trơ cành, trụi lá. Bước xuống hầm nhìn các máy cắt, máy in năm nào đứng bên Trần Hoài Thư nghe anh nói chuyện cách in nổi, cách phơi giấy, giờ đây nằm ngổn ngang, cô quạnh mà thắt cả lòng. Từ căn nhà cũ của anh Thư, theo lời mời của các ái nữ của nhà văn Doãn Dân, chúng tôi đến một tiệm phở mà các cháu đã có lần đưa anh Thư đến ăn. Anh đã ăn hết cả tô phở to tướng và khen ngon rối rít. Riêng tôi và thi sĩ Nguyễn Quang ngồi bên cạnh chỉ ăn được non nửa. Lại thêm một điều chúng tôi phải chào thua Trần Hoài Thư. Sức sống của anh ở mọi phương diện thật đáng ngả nón khâm phục.

Từ Houston lên NJ tiễn Trần Hoài Thư còn có vợ chồng nữ sĩ Thục Uyên. Hai người đã bay thẳng đến phi trường Newark và gặp chúng tôi tại nhà quàn, rồi cùng chúng tôi lái xe về sum họp tại nhà anh chị Phạm Cao Hoàng ở Virginia. Về cách nhà nửa tiếng, anh Phạm Cao Hoàng gọi điện thoại cho cô trưởng nữ Thiên Kim bảo nấu món gì cho mọi người ăn. Và thế là cô đã nhanh nhẹn xoay sở cho chúng tôi được ấm lòng bằng một nồi cháo gà nấu với trứng bắc thảo. Riêng Nguyệt Mai ăn chay trường thì được một bát cháo hoa.

Tối hôm ấy, và ngày hôm sau, dưới mái nhà ấm cúng chan hòa yêu thương của anh chị Phạm Cao Hoàng-Cúc Hoa, chúng tôi đã rất hạnh phúc bên nhau. Anh Nhàn và tôi có dịp hiểu rõ thêm và vô cùng quý mến Nguyệt Mai đã nhiều lần thư từ qua lại, nay mới gặp mặt lần đầu. Trưa hôm sau là buổi họp mặt có thêm Lãm Thúy từ Maryland xuống, anh Nguyễn-Tường Giang cùng với chị Nguyễn-Tường Nhung, hiền thê của Tướng Ngô Quang Trưởng, và anh Nguyễn Mạnh Hùng. Gặp lại Lãm Thúy lòng bồi hồi kỷ niệm cũ. Chị vẫn là người bạn ban phát tình thương và thức ăn, xôi bánh cho bạn bè. Anh Nhàn và tôi mỗi người được một gói xôi để hôm sau ăn trên đường về lại Texas. Rất tiếc là dịp này tôi đã không được gặp anh Trương Vũ còn đang ở Việt Nam. Đã hơn mười năm từ lần gặp cuối. Chai rượu vang chị Nguyễn-Tường Nhung đem đến khai mở câu chuyện. Anh Nhàn, anh Hoàng, Nguyệt Mai, Lãm Thúy, Thục Uyên và tôi thay nhau đọc thơ, kể chuyện về Trần Hoài Thư. Chị Cúc Hoa cũng đã thay chồng đọc bài "Nhớ Căn Nhà Khu Sáu Qui Nhơn", nhắc lại tình bạn giữa anh Hoàng và các anh Trần Hoài Thư, Phạm Văn Nhàn, Lê Văn Trung, Nguyễn Huy Hoàng, Nguyễn Phương Loan, Hoàng Ngọc Châu thật cảm động.

Đêm cuối cùng ở DC, theo ước muốn của tôi, chúng tôi đi ăn ở tiệm Bắc Kinh Phạn Điếm (Peking Gourmet Inn), nổi tiếng ở vùng Hoa Thịnh Đốn với món vịt Bắc Kinh mà tôi đã được ăn mười mấy năm trước. Tối hôm ấy anh chị Nguyễn Minh Nữu cũng vừa từ NYC về đến. Anh Nữu hào hứng bàn thảo về những điều có thể và nên làm đối với những công trình anh Trần Hoài Thư để lại. Con vịt Bắc Kinh ngon là thế bỗng trở nên nhạt nhẽo vô vị vì những kế sách sôi nổi anh đưa ra. Công việc ấy còn đòi hỏi nhiều buổi thảo luận lâu dài, nên chúng tôi rời nhà hàng và quyết định đưa anh Phạm Văn Nhàn đi một vòng thăm thủ đô nước Mỹ. Anh Nguyễn Quang thổ công ở DC, định đưa đi thăm tòa Bạch Ốc, đài tưởng niệm chiến tranh Việt Nam, đài tưởng niệm Lincoln, Jefferson v.v..., nhưng chỉ đi được một quãng vừa đủ để anh Nhàn chụp mấy tấm hình lưu niệm trước Tháp Bút tưởng niệm Washington thì phải đi về vì chân anh đau không đi bộ nhiều được.

Về đến nhà nói chuyện một lúc thì Nguyệt Mai về phòng đi nghỉ sớm vì sáng mai phải ra phi trường từ 5 giờ sáng. Anh Nhàn cũng đi ngủ sớm, còn lại mình tôi ngồi độc ẩm với Phạm Cao Hoàng đến đêm khuya khoắt, đến lúc chai rượu đã cạn. Sáng ra tôi vừa thức giấc thì chị Cúc Hoa đã tươm tất trà và cà phê. Các ái nữ của nhà văn Doãn Dân cùng với chị Như Thương, anh Nguyễn Đình Hiếu cũng đã ghé thăm, mang đến đủ cả các bánh trái, và đã cùng chúng tôi ăn sáng, trò chuyện rất vui. Ngày hôm ấy chúng tôi không đi đâu, chỉ ngồi nhà hàn huyên cùng các anh Nguyễn Minh Nữu và Nguyễn Quang. Câu chuyện văn chương thì chẳng bao giờ dứt, tôi được anh Minh Nữu tặng quyển Trăng Huyết, một cuốn tiểu thuyết tôi nghe nói là vẽ lên một cách rất sống động giai đoạn 50 năm 1925-1975 đầy máu lửa bi thương của dân tộc, và rất lạ là có những 2 người, một Mỹ một Việt, Anthony Grey và Nguyễn Ước, là đồng tác giả. Trước khi ra phi trường anh Nhàn được chị Cúc Hoa đãi thêm một chầu bánh căn ăn với nước cá nục, tráng bằng khuôn đất đặc biệt của quê hương Phan Thiết của anh. Tôi thì được cháu Thiên Kim đãi một tô phở đuôi bò nước dùng thật ngọt mà thoảng nhẹ hương thơm đúng kiểu phở Bắc.

Trên chuyến bay về đến Houston lúc nửa đêm hẳn là anh Nhàn và tôi mệt đứ đừ sau 4 ngày hân hoan tột cùng với các bạn cũ, bạn mới, nhưng lòng chúng tôi vô cùng vui sướng, thấy mình thật may mắn đã có một chuyến đi tràn đầy ân sủng. Phải chăng đã xuất phát từ tấm lòng vô vàn thượng cả của Trần Hoài Thư mà lan tỏa khắp bạn bè? Cảm ơn các anh chị Hoàng-Hoa, Nữu-Mai, Quang-Trang, Uyên-Lược, Nguyệt Mai, Lãm Thúy. Quả là văn chương đã làm tình bạn thơm hương, ngọt vị một cách lạ thường.

Cũng xin được nói thêm là trước hôm lên đường đi NJ dự đám tang chúng tôi cũng đã được dự hai buổi tiệc do hai vị nữ lưu miền Đông là Nguyễn Thị Thanh Bình và Hoàng Thị Bích Ti khoản đãi. Được gặp chị Kiều Loan tiếng nói vang khắp DC. Lại còn được tặng sách. Riêng Bích Ti đã tự tay cắm một chậu lan hồ điệp trắng thật đẹp mà chúng tôi đã đem lên nhà quàn để phúng tiễn anh Thư và để cháu Thoại đem về nhà sắp cúng chị Yến.

**Tô Thẩm Huy**

*14/6/2024*

*(1) Đây là nhóm sinh hoạt chặt chẽ trong nhiều năm qua để sưu tập các sáng tác của anh Doãn Dân tưởng đã thất lạc sau khi anh bỏ mình vào Mùa Hè Đỏ Lửa 1972, và đã cho ấn hành Tuyển Tập Doãn Dân vào cuối tháng 4/2022 với sự trợ giúp của anh Trần Hoài Thư.*

*Công cuộc đi tìm các sáng tác của thân phụ sau hơn 50 năm đã gặp những cơ duyên kỳ thú trên đường tìm kiếm nên đã thu phục được hầu hết các tác phẩm của nhà văn Doãn Dân, ngoại trừ một truyện mang tựa đề "Cái Vòng" đăng trên nguyệt san Chỉ Đạo năm 1959, mà họ đang còn nỗ lực tìm kiếm. Vị nào biết xin mách giúp. Đa tạ.*

*(2) Con trai của anh Trần Quí-Phiệt, trưởng huynh của anh Trần Quí-Sách.*

*(3) Những bài viết "Theo Em" của Trần Hoài Thư:*
*https//tranhoaithu42.com/?s=theo+em*

# NGÔ THẾ VINH
## CỦA CHA VÀ CON
## GIẤC MƠ NGÀY ĐOÀN TỤ

*Gửi BS Trần Quí Thoại, như một nén nhang tưởng nhớ người lính, nhà văn, nhà thơ Trần Hoài Thư.*

*Thác là thể phách, còn là tinh anh.*
(Nguyễn Du)

Những tấm hình chụp nhà văn Trần Hoài Thư trên giường bệnh là của BS Trần Quí Thoại, con trai Trần Hoài Thư gửi cho BS Ngô Thế Vinh với ghi chú: "để Bác Vinh viết về những ngày cuối cùng của Ba con."

**Hình 1a:** *Căn nhà Ba Mẹ, 719 Coolidge Street, Plainfield, N.J. 07062 từ 1981, là nơi mà Thoại được nuôi dưỡng và lớn lên. Đây là một địa chỉ văn hóa, một dấu ấn có tính cách lịch sử của cộng đồng hơn 3 triệu người Việt tỵ nạn CS từ sau 1975 trên khắp thế giới. Đây cũng là "cái nôi" trong suốt bao nhiêu năm, hai vợ chồng Trần Hoài Thư – Ngọc Yến hoàn tất công trình* ***Phục Hồi Di Sản Văn học của Miền Nam*** *bị Bên Thắng Cuộc cố tình hủy diệt.*

## MƠ MỘT NGÀY ĐOÀN TỤ CỦA CHA VÀ CON

Thoại vẫn luôn luôn nghĩ là không thể để Ba tiếp tục sống một mình trong căn nhà ấy, nhất là từ ngày Mẹ Yến mất (27.04.2024). Từ 2015, khi Mẹ không thể tiếp tục sống với Ba nơi căn nhà thân yêu trên đường Coolidge, do bác sĩ gia đình bảo phải đưa Mẹ vào Ashbrook Nursing Home vì nhu cầu cần được chăm sóc 24 giờ/ ngày và 7 ngày/ tuần. Thoại đã phải lắp cameras khắp nhà: từ phòng khách tới phòng ngủ, từ nhà bếp tới phòng tắm, và cả dưới basement nơi Ba Thoại nhiều khi mất ngủ, xuống đó loay hoay in ấn mấy cuốn sách suốt đêm cho tới sáng.

Thoại cũng chỉ tạm yên tâm là cho dù ở đâu và bao giờ, ngay cả khi đang trực gác trong bệnh viện, với chiếc màn hình Cell phone Thoại cũng có thể một thoáng theo dõi sinh hoạt của Ba trong ngôi nhà cách xa hơn hai tiếng đồng hồ lái xe ấy.

Từ ngày Mẹ Yến mất, Ba Thoại suy sụp thấy rõ với dáng đi liêu xiêu không vững, Thoại đã nhiều lần khuyên Ba về sống chung với con nhưng đều không được. Biết tính Ba rất cứng cỏi và độc lập, sẽ không bao giờ chịu về sống với gia đình đứa con trai cho dù ông rất mực yêu thương.

Và rồi, cuối cùng Thoại cũng thuyết phục được Ba, sau khi nghĩ ra một "diệu kế", mua cho Ba một căn nhà riêng trên đường Bethel Church, Spring City, PA, chỉ cách nhà Thoại 10 phút lái xe, để mỗi ngày vợ chồng và cả hai con của Thoại có thể luân phiên tới thăm, đem tới cho Ba những bữa ăn nóng.

Thoại rất vui với viễn tượng những ngày được gần gũi Ba sắp đến. Sau khi tân trang các phòng ốc xong theo đúng ý Ba, Thoại sẽ đón Ba về căn nhà mới. Ba Thoại sẽ vẫn có một đời sống độc lập và cả riêng tư với không gian làm việc như nơi căn nhà trên đường Coolidge, thành phố Plainfield ngày nào, vẫn với những desktop, laptop, máy in, máy xén từ dưới basement sẽ được Thoại cho khuân về.

***Hình 1b:** Căn nhà Thoại vừa mua cho Ba, **269 Bethel Church Road, Spring City, PA 19475; như vậy từ nay Thư Quán Bản Thảo, Thư Ấn Quán** có một địa chỉ mới, vẫn không gian làm việc quen thuộc của Trần Hoài Thư như xưa, chỉ có khác là nay "Con được ở gần Ba", chăm sóc cho Ba được tốt hơn.*

Thoại là người con chí hiếu và anh Trần Hoài Thư đã từng chia sẻ với cô em TT Nguyệt Mai là ***"quà tặng Văn Chương quý giá và lớn lao nhất, không phải là giải Nobel, mà với anh, đó là chị Yến & cháu Thoại".*** Bấy lâu, mỗi tuần Thoại đều về New Jersey chở ba đi chơi, đi ăn, đi chợ, vào Costco mua giấy để Ba in sách, thậm chí dọn dẹp nhà cửa đổ rác cho Ba, không nề hà làm bất cứ công việc gì cho Ba dù tuổi cũng đã ngoài 50 và bản thân là một bác sĩ.

Sáng ngày thứ Sáu 17.05.2024, một ngày trước cuối tuần, như thường lệ Thoại từ Limerick, PA (Pennsylvania) về New Jersey thăm Ba, với hai giờ lái xe nếu không là ngày bị kẹt đường. Thoại đưa Ba tới Labs thử máu định kỳ, rồi hai cha con đi chơi dưới phố Plainfield, cùng đi ăn trưa với nhau. Buổi chiều, Thoại phải về lại PA để trực gác, Thoại là bác sĩ chuyên khoa trong khu ICU chăm sóc đặc biệt (intensivist) bệnh viện Bryn Mawr, nơi mà Thoại làm việc cũng đã 25 năm.

Sang sáng thứ Bảy 18.05.2024, từ bệnh viện Bryn Mawr, PA qua internet theo dõi kết quả thử máu của Ba ngày hôm qua, Thoại thấy Ba có những dấu hiệu không bình thường, có vấn đề về chức năng gan, do các diếu tố gan (liver enzymes) đột ngột tăng cao gấp đôi, nhưng chưa biết nguyên nhân.

***Hình 2:*** *hình Thoại chụp selfie trong xe Cha và Con, trên đường tới Trung Tâm Y Khoa JFK, 65 James St., Edison, N.J. 08820*

Buổi sáng cùng ngày, Thoại lái xe xuống Plainfield, NJ, để đưa Ba vào bệnh viện JFK, đó là một Bệnh viện Đại học (teaching hospital), nơi mà Ba Mẹ Thoại mỗi khi đau yếu đã ra vào nhiều lần. Và lần này, Ba Thoại vào bệnh viện không chỉ vì suy gan, viêm sưng ống mật, mà nghiêm trọng hơn khi các bác sĩ ở đây phát hiện Ba có cục máu đông trong phổi gây thuyên tắc mạch phổi / PE (pulmonary embolism) qua chụp hình cắt lớp CTPA [CT pulmonary angiogram]. Ba Thoại được chuyển ngay vào ICU, truyền Heparin thuốc chống đông máu, đồng thời làm thêm những xét nghiệm chẩn đoán khác để có phương hướng điều trị bệnh gan và viêm ống mật đi kèm (comorbidities).

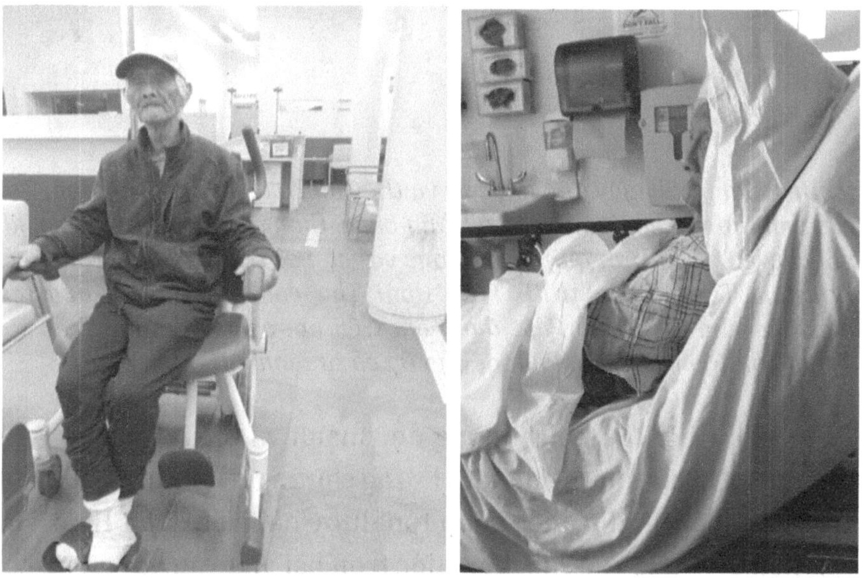

**Hình 3:** *trái, Trần Hoài Thư ngồi trên ghế lăn trong ER và chờ Thoại đang làm thủ tục nhập viện cho Ba; phải: Trần Hoài Thư sau hai lần bị tai biến mạch máu não trước đây, nay lại bị thuyên tắc mạch phổi được đưa ngay vào ICU / Phòng Chăm Sóc Đặc Biệt của bệnh viện.*

Cũng thứ Tư hôm đó, Trần Hoài Thư phone cho tôi từ bệnh viện JFK, cho biết là đã nghe được chương trình YouTube **Trước Đèn Đọc Sách** *"Trần Hoài Thư và Ngọc Yến với con chim chằng nghịch và nỗi nhớ quê"* mà tôi đã gửi cho Thư.
https://www.youtube.com/watch?v=KBN5ojZEq1k

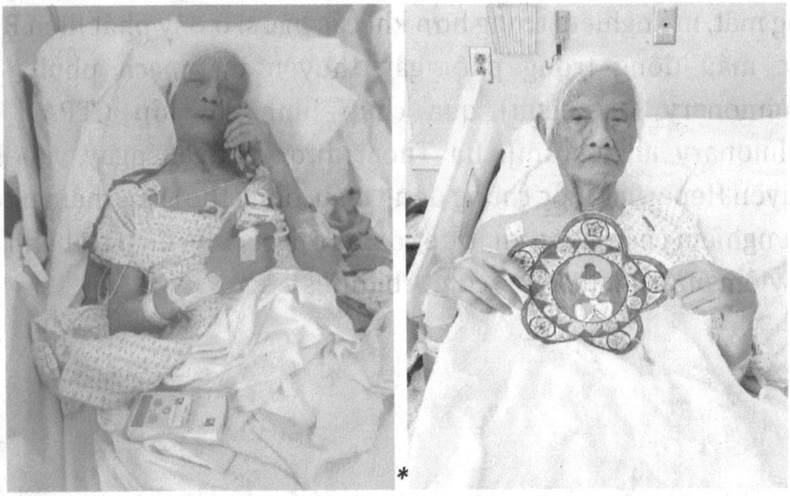

**Hình 4:** *Sang tới ngày Chủ nhật 19 và thứ Hai 20.05.2024, Trần Hoài Thư rất tỉnh táo và thoải mái trên giường bệnh. Giọng Thư vẫn rổn rảng, khi nói chuyện và cả cười giỡn qua phone với bạn cố tri Phạm Văn Nhàn bên Houston, Texas (hình trái). Trần Hoài Thư còn gửi cho tôi qua text message tấm hình Đức Phật đang ôm trên ngực, mà sau này Trần Quí Thoại nói: "Con vẽ tranh Phật để cho Ba có sự bình an" (hình phải).*

Thư nói anh thích giọng đọc mạnh và biểu cảm của Đinh Quang Anh Thái, nhưng do thời lượng chương trình chỉ có 20 phút, ĐQ Anh Thái chỉ đọc một phần tóm lược bài viết. Trần Hoài Thư thì muốn có một YouTube Full đọc trọn bài viết vẫn với giọng của ĐQAT. Tôi nói chuyện đó với Thái, và do sẵn có lòng trân quý Trần Hoài Thư, Thái cho biết, *"Em sẽ đọc toàn bộ bài viết để riêng tặng ông anh Trần Hoài Thư, cho dù đang rất bận nhưng em sẽ cố gắng."*

Rồi một YouTube [ Full ] với thời lượng hơn một tiếng đồng hồ trong mục **Câu Chuyện Văn Học** được Đinh Quang Anh Thái đọc xong vào chiều ngày thứ Tư 22.05.2024, sau đó Thái giao cho ban kỹ thuật edit và thêm phần hình ảnh vào ngày hôm sau. Tối thứ Năm 23.05.2024, tôi đã chuyển tới Trần Hoài Thư [Link] phiên bản YouTube [ Full ] để Thư có thể nghe qua iPhone trong mấy ngày còn nằm trong bệnh viện.
https://www.youtube.com/watch?v=obuU9tgP56s

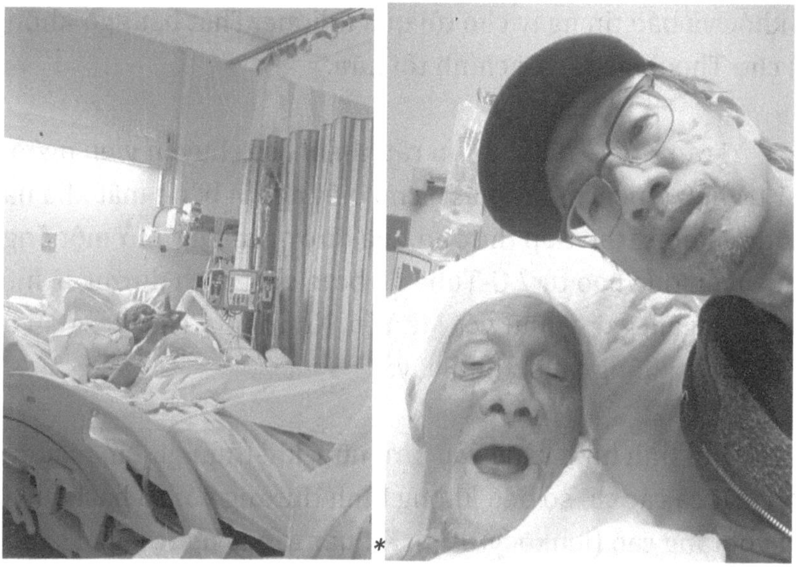

***Hình 5:** Sang ngày thứ Tư 22.05.2024, Trần Hoài Thư vẫn hoàn toàn tỉnh táo, còn **kể cho Thoại nghe về "đời sống ở Việt Nam"**; từ những ngày trên Cao nguyên cho tới khi xuống đồng bằng, và thời gian sống hạnh phúc với hai mẹ con ở Cần Thơ. **Đó là những ngày mà cả bố và con đều rất vui.***

Chiều thứ Năm 23.05.2024, Thoại lái xe về lại Pennsylvania vì đó là đêm trực trong bệnh viện. Sáng sớm thứ Sáu 24.05.2024, bất ngờ có một đồng nghiệp của Thoại từ ICU bệnh viện JFK phone báo tin là Ba Thoại bị bất tỉnh trong đêm và sau đó là hôn mê (coma). Ngay sau một đêm trực gác, Thoại vẫn lái xe gấp xuống bệnh viện JFK thăm Ba.

[ Và như vậy, tôi cũng hiểu ngay rằng Trần Hoài Thư đã hoàn toàn không biết gì về **món quà Câu Chuyện Văn Học của Đinh Quang Anh Thái gửi tặng Anh**. ]

Tình hình bỗng biến chuyển xấu. CT Scan sọ não phát hiện Ba Thoại bị xuất huyết dưới màng cứng (subdural hemorrhage) lan rộng sang cả hai bên bán cầu não. Biết là nghiêm trọng, Thoại đã khóc và báo tin ngay cho tôi qua iPhone. Thật bất ngờ không chỉ cho Thoại mà cả với chính tôi nữa.

Trần Hoài Thư suy sụp rất nhanh, cô chuyên viên ngôn ngữ trị liệu (speech therapist) cho biết người bệnh mất khả năng nuốt, sẽ không thể tiếp thức ăn qua đường miệng. Mở một ống dẫn xuyên qua bao tử / G-Tube để bơm chất dinh dưỡng là một tương lai gần, giống như với Mẹ Yến. Nhưng Ba Thoại có dặn dò trước là sẽ không muốn như vậy.

Rồi tình hình càng xấu hơn nữa, khi thử nghiệm máu trong ngày, tất cả các chỉ số đều không bình thường với số bạch huyết cầu vọt tăng cao (leukocytosis), X-quang lồng ngực là hai lá phổi trắng, do chất dịch và cả thức ăn từ dạ dày tràn vào phổi, như vậy Trần Hoài Thư bị thêm viêm phổi do hít (aspiration pneumonia), một biến chứng rất khó chữa.

Là bác sĩ đã hành nghề lâu năm, Thoại hiểu rằng Ba Thoại đã rơi vào tình trạng hiểm nghèo, "suy đa tạng / Multiple Organ Failure (MOF)", cùng một lúc cả 4 cơ quan thiết yếu (vital organs): não, phổi, gan, tim mạch...

Hai bác sĩ Trần Mộng Lâm và Nguyễn Thanh Bình, bên Montréal Canada, trong Ban biên tập báo Sinh viên Y khoa Tình Thương thuở nào, đã được gặp và rất quý Trần Hoài Thư, người có công lớn phục hồi toàn bộ 29 số báo Tình Thương [1963-1966]. Khi biết được diễn tiến mới về tình hình sức khỏe Trần Hoài Thư, anh Lâm và anh Bình đều có chung một nhận định: **"Con ngựa về ngược ấy – biệt danh mà hai anh đặt cho Trần Hoài Thư, lần này chắc khó qua!"**

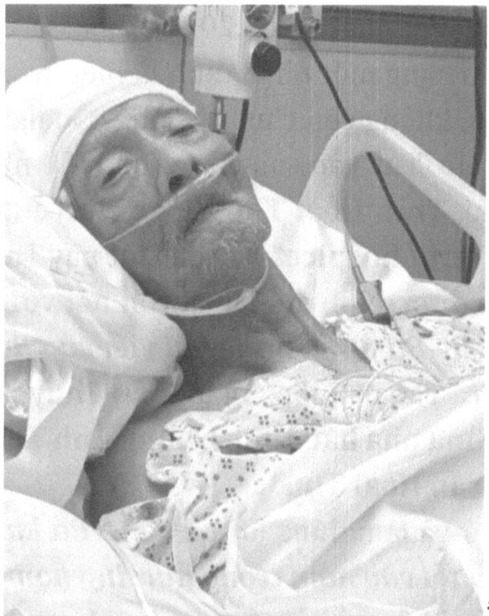

*

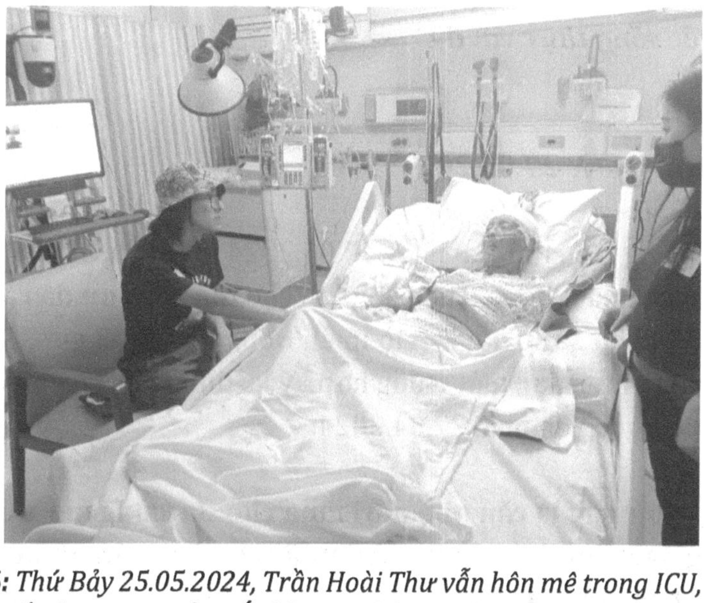

**Hình 6:** *Thứ Bảy 25.05.2024, Trần Hoài Thư vẫn hôn mê trong ICU, nhưng Thoại viết:* ***"Ba con mở mắt khi con kêu Ba."*** *Cùng ngày, có hai cô con gái của nhà văn Doãn Dân là Thúy Uyên, Quỳnh Như và chồng tới thăm bác Trần Hoài Thư; tuy rất yếu không nói được nhưng Bác mở mắt và hình như nhận diện được ra từng người (hình trên). Gia đình Thoại, với vợ Thoại và hai con: con trai Trần Chung Danh và con gái Trần Thanh Thảo cùng có mặt trong phòng ICU bên giường với Ông nội (hình dưới).*

Sang ngày Chủ nhật 26.05.2024, Thoại và các đồng nghiệp trong ICU, đều có cùng một nhận định là hiện trạng của Ba Thoại đã quá nguy kịch, không còn chút hy vọng đảo nghịch, và sự sống chỉ là đếm từng giờ. Tuy vẫn còn nằm trong ICU nhưng nay với sự đồng ý của Thoại, **Trần Hoài Thư được chuyển sang giai đoạn "chăm sóc cuối đời / hospice"** – và đến lúc này Thoại thì chỉ mong sao cho Ba ra đi được bình an. Thoại còn nói với tôi: ***"Con đã để iPhone bên tai cho Ba được nghe bài viết của Bác về Ba Mẹ mà Ba con rất thích."*** Thoại muốn nói tới **Câu Chuyện Văn Học, một YouTube [Full] mà nhà báo Đinh Quang Anh Thái thực hiện để tặng ông anh Trần Hoài Thư.**

Thoại nhớ và làm đúng lời Ba dặn: ***"Ba không muốn như mẹ, ra viện rồi phải vào nằm trong nursing home lâu dài và tàn tạ trong đó. Nếu không còn trí tuệ nữa, đừng bắt Ba phải kéo dài cuộc sống thực vật ấy."***

**THỨ HAI NGÀY 27.05.2024:**

Sáng sớm thứ Hai ngày 27.05.2024, từ bệnh viện JFK trong tiếng khóc qua iPhone, Thoại báo tin cho tôi: **"Ba con đã ra đi lúc 6 giờ 35 phút sáng nay!"** [giờ miền Đông Hoa Kỳ, 3 giờ 35 phút sáng giờ California], một trùng hợp kỳ lạ, đúng một tháng sau ngày Mẹ Ngọc Yến mất, 27.04.2024.

**Như vậy là căn nhà mới mua cho Ba, cùng mơ ước những ngày hạnh phúc Ba và Con được sống gần nhau – đã không bao giờ tới nữa.**

Trần Quí Thoại gửi cho tôi mấy tấm hình cuối cùng của Ba Thoại, với cả những chi tiết ghi chú.

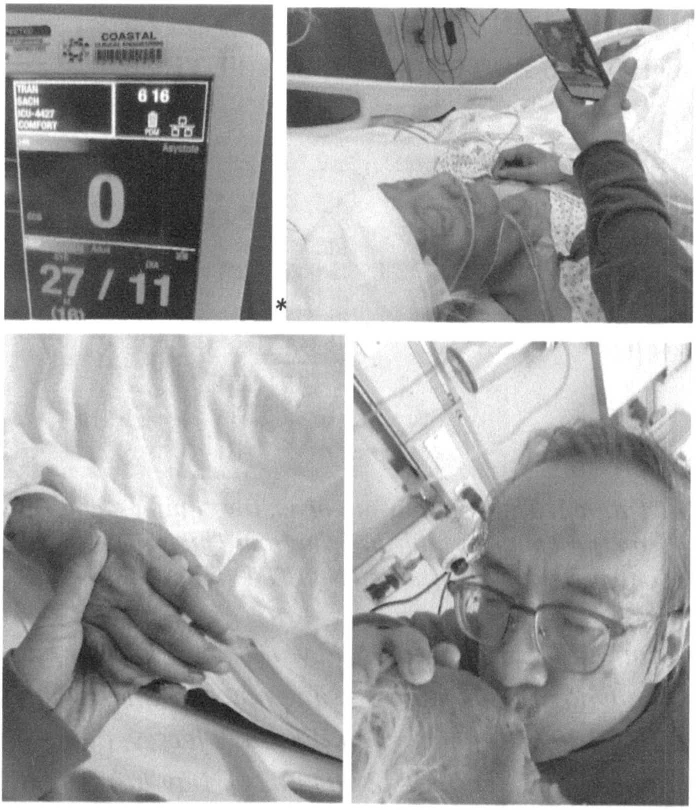


**Hình 7:** *theo chiều kim đồng hồ: hình (1) góc trên trái là phần màn hình theo dõi các dấu sinh hiệu (vital signs) trong ICU, của bệnh nhân Trần Sách, với hướng dẫn chăm sóc: giữ bình an (comfort), thời điểm lúc đó là 6 giờ 16 phút sáng thứ Hai 27.05.2024; khung giữa: nhịp tim Zero, huyết áp suy sụp chỉ còn 27/11; hình (2) Thoại với tay phải đặt ống nghe áp trên ngực Ba, tay trái với iPhone có hình Mẹ Ngọc Yến trước mặt Ba. Trần Hoài Thư không còn nhịp mạch cổ, ngưng thở, được ghi nhận tử vong lúc 6 giờ 35 phút sáng; hình (3) Trần Quí Thoại hôn lên trán Ba lần cuối; hình (4) Trong nước mắt, Thoại cầm bàn tay Ba đang lạnh dần.*

Tin Trần Hoài Thư mất, được cư sĩ Nguyên Giác Phan Tấn Hải, nguyên Chủ bút Việt Báo đăng ngay trên trang Việt Báo Online trong cùng ngày. https://vietbao.com/a319126/sang-nay-nha-van-tran-hoai-thu

## SÁNG NAY NHÀ VĂN TRẦN HOÀI THƯ CẤT CÁNH THEO CON CHIM YẾN BAY VỀ TRỜI

**Hình 8:** *Trần Hoài Thư trên giường bệnh, tay cầm bức họa Đức Phật do con trai Trần Quí Thoại vẽ, hình do Trần Hoài Thư gửi ra từ bệnh viện JFK Medical Center, New Jersey. [tư liệu Ngô Thế Vinh]*

*Tin từ Trần Quí Thoại, con trai Nhà văn Trần Hoài Thư báo cho biết Ba của Thoại đã mất lúc 6 giờ 35 sáng nay [giờ miền Đông Hoa Kỳ], thứ Hai 27.05.2024 tại bệnh viện JFK, New Jersey, đúng một tháng sau ngày Chị Ngọc Yến mất [27.04.2024]. Đây là một tin buồn và cũng là một mất mát lớn lao cho nền Văn học Việt Nam. Xin phân ưu cùng BS Trần Quí Thoại và Hai Anh Trần Quí Phiệt, Trần Quí Trâm trước tin ra đi của Ba và người em Trần Hoài Thư.*

## MỘT BÀI VIẾT RẤT NẶNG LÒNG

Sống và làm việc trong ngành y bấy lâu, tôi hiểu rất rõ rằng, những chi tiết về sức khỏe và cả những hình ảnh là thuộc quyền rất riêng tư của người bệnh và gia đình. Hơn một lần tôi đã hỏi Thoại, như với một đồng nghiệp và cũng là con của một người bạn thân thiết, ***"Thoại có đồng ý chia sẻ những thông tin và hình ảnh này tới các bạn thân thiết của Ba, và cả tới những độc giả của nhà văn Trần Hoài Thư bấy lâu không?"*** Không một chút dè dặt, Thoại trả lời tôi dứt khoát: ***"Ba con quý Bác, và những gì Bác làm***

***cho Ba con, con hoàn toàn đồng ý và nghĩ rằng điều ấy là tốt cho Ba con."***

**Hình 9:** *Những bức tranh Trần Quí Thoại vẽ tặng Mẹ và Cha trong hai ngày tang lễ. Tuy không học trường lớp mỹ thuật nào, nhưng Thoại có năng khiếu hội họa, Thoại vẽ Phật, vẽ Mẹ, vẽ Ba, tất cả là những bức tranh giản dị nhưng đẹp và có cá tính. Hình phải, "Con vẽ ba", Trần Quí Thoại đang ôm bức chân dung Trần Hoài Thư vẽ ngày 30.05.2024. [hình do con gái Thoại, Trần Thanh Thảo chụp].*

Và bài viết rất nặng lòng này, trước hết được gửi tới BS Trần Quí Thoại, một đồng nghiệp, một người con chí hiếu rất đỗi yêu thương cha mẹ Trần Hoài Thư – Ngọc Yến, cùng gửi tới các bằng hữu của **người lính, nhà văn, nhà thơ Trần Hoài Thư** – như một nén nhang tưởng nhớ tới người bạn rất thân quý của chúng ta vừa đột ngột ra đi.

## LỜI NHẮN GỬI TỚI NGƯỜI LÍNH TƯỞNG NĂNG TIẾN

Trong mục Sổ Tay Thường Dân (18.01.2021) như một tạp ghi, khi viết về **Người Lính Miền Nam**, Tưởng Năng Tiến có nhắc tới ông anh Trần Hoài Thư. Anh Tư Tiến viết: "*Bạn tôi, phần lớn đều là lính ráo. Chúng tôi không chỉ có chung những năm cầm súng, và một quãng đời tù, mà còn chia chung rất nhiều… cố tật! Hễ gặp nhau là uống, và câu chuyện trên bàn rượu trước sau gì rồi cũng xoay quanh kỷ niệm về đám chiến hữu hồi còn chinh chiến: những thằng đã chết, những đứa đang vất vưởng ở quê nhà, hay lưu lạc (đâu đó) nơi đất lạ xứ người. Thỉnh thoảng, khi (quá) vui, chúng tôi cũng hay mang những vị thượng cấp cũ ra làm đề tài giễu cợt. Ông huynh trưởng thường bị nhắc tới để cười chơi là Trần Hoài Thư, lý do là ông vẫn nhất định chưa chịu giải ngũ, dù cuộc chiến đã tàn tự lâu rồi! Trung úy Trần Hoài Thư vẫn thản nhiên đưa quân **Qua Sông Mùa Mận Chín**, dù hơn 40 năm đã lặng lẽ trôi, với cả đống nước sông – cùng nước suối, nước mưa, nước mắt… – đã ào ạt chảy qua cầu và qua cống. Sau khi cạn mấy ly đầy, rồi đầy mấy ly cạn (và sau màn trình diễn "một ngàn bài Bolero") tôi hay xin "trân trọng tuyên bố cùng toàn thể các chiến hữu các cấp" rằng: ai viết cái gì tôi cũng đọc tuốt luốt, trừ vị thẩm quyền này thì khỏi! Sao vậy cà? Bởi vì thơ với văn của ông có nhiều câu mà "lỡ" đọc cái là nó bị kẹt luôn trong đầu, gỡ không ra, nên tui không dám đọc thêm nữa:* https://vietbao.com/a306581/s-t-t-d-tuong-nang-tien-linh-mien-nam

*Trên đầu ta mũ rừng nhẹ hẫng*
*Trong túi ta một gói thuốc chuồn*

*Bắt tù binh mời điếu thuốc thơm*
*Để thấy miền Nam lính hiền ghê gớm*
*...*
*Ta lính miền Nam hề, vận nước ngửa nghiêng*
*Ta cũng lênh đênh cùng cơn mạt kiếp*
*Ta trèo lên cây hỏi rừng cho biết*
*một nơi nào hơn ở Việt Nam?*
*Có người lính nào bi tráng hơn lính miền Nam?*

Trần Hoài Thư ("Ta Lính Miền Nam")

**Đây là tin nhắn gửi người lính Tưởng Năng Tiến: *"Thẩm quyền của ông, Trung úy Trần Hoài Thư tuy vẫn chưa chịu giải ngũ, nhưng nay đã được chuyển qua Vùng V Chiến Thuật** vào lúc 6 giờ 35 phút [giờ Miền Đông] thứ Hai ngày 27 tháng 05 năm 2024. Tin để ông hay."***

*[*Trong chiến tranh, VNCH được chia ra làm 4 vùng chiến thuật, **"Vùng V Chiến Thuật"** là một cách nói cho bớt vẻ bi thương, chỉ nơi an nghỉ của các đồng đội vừa mới hy sinh.]*

## DI SẢN VĂN HỌC TRƯỜNG TỒN: TINH ANH LÀ ĐÂY

Ngay sau khi Ba mất, trong khi chờ ngày tang lễ, Thoại đã về ngôi nhà Ba ở. Với ngạc nhiên đầu tiên là các kệ sách của Ba hầu như trống trơn, Thoại cũng không biết tại sao. Chỉ còn dàn computers với chiếc laptop và desktop trên bàn làm việc của Ba.

Thoại quan tâm ngay tới chiếc Dell laptop mà Ba vẫn dùng trong bao nhiêu năm nay, với không biết bao nhiêu bài viết của Ba còn nằm trong đó. Tìm được mật khẩu (password) Ba ghi trong một cuốn sổ tay nhỏ, Thoại mừng rỡ vô cùng khi mở được chiếc laptop này. Đây là phần di sản trân quý đầu tiên Thoại phải giữ gìn và đem về ngay nhà mình. Qua đêm, Thoại đã download / save ngay tất cả các dữ liệu từ trong laptop vào USB sticks và cả thẻ nhớ (memory cards) để dự phòng trường hợp computer bị đánh sập (crashed). Thoại cho biết, "con sẽ làm thêm một số USB sticks để tặng các bạn văn của Ba" – nhà văn Trần Hoài Thư.

***Hình 10:** hình trái, chiếc Dell laptop người bạn thiết thân đồng hành với Ba trong bao nhiêu năm; hình phải, Thoại đang ôm chiếc laptop của Ba mà Thoại đã đem ngay về nhà mình.*

## GIỚI THIỆU HAI BLOGS CỦA TRẦN HOÀI THƯ

Ngay sau khi Ba mất, Trần Quí Thoại đã mau chóng chuyển tên Trần Hoài Thư – người đang đứng tên sở hữu "miền" (domain name) của cả hai Blogs THT sắp hết hạn, sang tên Thoại, đồng thời cũng đóng trước tiền thuê "miền" trong nhiều năm để duy trì hoạt động lâu dài hai trang mạng này.

***Hình 11:** Một phần bộ sách **Di Sản Văn Chương Miền Nam** của Thư Ấn Quán, do nhà văn Trần Hoài Thư thực hiện hoàn toàn bằng kỹ thuật thủ công.*

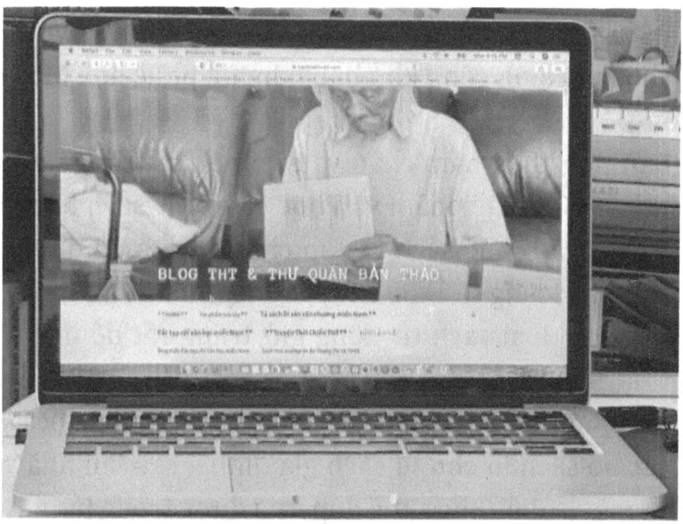


***Hình 12:** trang Blog Trần Hoài Thư & Thư Quán Bản Thảo trên màn hình computer*

**BLOG THT & THƯ QUÁN BẢN THẢO**
https://tranhoaithu42.com

** HOME** Tác phẩm sưu tập** Tủ sách Di sản văn chương miền Nam**

Các tạp chí văn học miền Nam** **Truyện Thời Chiến THT** HÌNH ẢNH...

Blog mới: Các tạp chí văn học miền Nam Sach moi suu tap do Bo Thong Tin xb 1968

---

–

Blog mới khai trương. Mời các bạn đến viếng

THT & Tạp chí văn học nghệ thuật miền Nam
https://trahoaithu.blogspot.com/

Đây là một kho tàng **Di Sản Văn Học Miền Nam** đã được Ba Mẹ Thoại hy sinh công khó bao năm để phục hồi. **Mời các bạn đến viếng.**

Bạn đọc khắp năm châu và dĩ nhiên cả trong nước đều có thể vào đọc những tác phẩm văn học và cả các sách báo miễn phí, và tiện hơn nữa là các sách và tạp chí đa phần đã được nhà văn Trần Hoài Thư cũng là một chuyên viên điện toán chuyển sang dạng flipbooks, loại sách tự động giở trang rất dễ đọc trên màn hình.

Với những thư viện, trường học, và cả những độc giả có nhu cầu về các bộ sách in cho tủ sách gia đình – sau khi nhà văn Trần Hoài Thư mất là điều chưa thể đáp ứng được trong lúc này. Nhưng đó là điều khả thi trong một tương lai gần với kỹ thuật POD / Print On Demand tiên tiến như hiện nay.

**Ngô Thế Vinh**
*New Jersey 27.05.2024*
*Little Saigon 19.06.2024*

# VÀI HÌNH ẢNH
# TANG LỄ TRẦN HOÀI THƯ

Khoảng 30 thân hữu và thân nhân từ nhiều tiểu bang khác nhau về New Jersey dự tang lễ Trần Hoài Thư. Tang lễ kéo dài trong 2 tiếng.

*Phía trước Nhà Tang Lễ Memorial Funeral Home*

*Quỳnh Như và Đỗ Hoàng Ân vĩnh biệt Trần Hoài Thư*

*Vĩnh biệt Trần Hoài Thư*

*Tô Thẩm Huy chia buồn cùng Trần Quí Thoại*

*Hưng và Thoại - Vĩnh biệt Trần Hoài Thư*

*Sau phút giây này, Trần Hoài Thư chỉ còn là tro bụi*
*Sau khi tang lễ kết thúc, mọi người đến thăm*
*căn nhà của Trần Hoài Thư lần cuối.*
*Đây cũng là nơi từng đặt Tòa soạn Tạp chí Thư Quán Bản Thảo*
*và Nhà xuất bản Thư Ấn Quán.*

*Ghé thăm nhà Trần Hoài Thư lần cuối*

*Ghé thăm nhà Trần Hoài Thư lần cuối*
*Nguyễn Quang Nguyễn Đình Hiếu Phạm Văn Nhàn*
*Tô Thẩm Huy Nguyễn Minh Nữu Phạm Cao Hoàng*

*Phạm Văn Nhàn, người bạn cố tri 55 năm của Trần Hoài Thư, đang đứng cạnh chiếc xe của người bạn vừa qua đời.*

*Ghé thăm nhà Trần Hoài Thư lần cuối*

# CÁO PHÓ

Gia đình chúng tôi vô cùng thương tiếc báo tin

**ÔNG TRẦN QUÍ SÁCH**

Bút hiệu Trần Hoài Thư

Sinh ngày 16 tháng 12 năm 1942 tại Đà Lạt, Việt Nam

Đã từ trần lúc 6:35 sáng, ngày 27 tháng 5 năm 2024 tại Plainfield, New Jersey

Hưởng thọ 82 tuổi

**CHƯƠNG TRÌNH TANG LỄ**

Từ 10 giờ sáng đến 12 giờ trưa

Thứ bảy ngày 8 tháng 6 năm 2024

Tại Memorial Funeral Home

155 South Avenue, Fanwood, NJ 07023

(908) 322-4350

Di quan và hỏa táng tại Somerset Hills Memorial Park

95 Mt Airy Rd, Basking Ridge, NJ 07920

(908) 766-0522

**TANG GIA ĐỒNG KHẤP BÁO**

Trưởng nam: Trần Quí Thoại, vợ và các con

Xin miễn phúng điếu

*Trần Hoài Thư*
*qua nét vẽ của*
*Cù Huy Hà Vũ*

*Nguyễn Ngọc Yến*
*qua nét vẽ của*
*Cù Huy Hà Vũ*

# BẰNG HỮU VIẾT VỀ TRẦN HOÀI THƯ

*Chân dung Trần Hoài Thư (tranh Nguyễn Trọng Khôi)*

# ĐINH CƯỜNG

## NĂM BÀI THƠ CHO TRẦN HOÀI THƯ

*Trần Hoài Thư & Đinh Cường*
*(Ảnh Phạm Cao Hoàng, Virginia, 2012)*

### ĐI THĂM VỢ CHỒNG TRẦN HOÀI THƯ Ở NEW JERSEY VỀ

Trên đường về tôi cứ nghĩ
thiếu bó bông tặng chị Yến
nhân Mother's Day
nhưng có hề chi
chúng tôi với tấm lòng chân thật
từ Virginia lên thăm chị
và Trần Hoài Thư
với những khay xôi đậu phộng,
bánh nậm, bánh ít, bánh giò
bánh bèo tôm chấy
tự tay chị Cúc Hoa và cháu Thiên Kim
làm thật ngon...

anh Phạm Cao Hoàng chỉ có bưng vào
bày ra bàn buổi ăn trưa thật vui
đầm ấm tình bè bạn

Chị Yến ngồi trên xe lăn
mặc dù từ khi bị stroke đến nay
đã năm tháng đã khá hơn nhiều
chị nói Trần Hoài Thư
đem mấy tách trà nhỏ có hình vẽ con rồng xanh
khi pha trà nóng vô hình con rồng đổi màu ra đỏ
trà thật ngon và tách sứ nhỏ có hình rồng
chị nói để mời bạn quý

cám ơn giọng nói thanh trong
đôi mắt ngời sáng của chị
bây giờ chân trái đã cử động được chỉ còn tay trái
với ý chí kiên trì tập luyện sẽ bình phục theo thời gian
nhìn chị chống cây gậy bằng nhôm ba chấu
anh mua ở eBay, anh đẩy chị đi quanh phòng
thấy mà thương.

nhìn những thanh gỗ anh đóng quanh các vách tường
anh dẫn ra khoe cái thanh nhôm anh chế
gắn trước cửa chính để chị có thể vịn
bước lên tầng cấp vào nhà
rất vui được lên thăm chị
đúng vào ngày lễ mẹ
( tôi vẫn nói ai yêu mẹ là anh hùng )
chị rưng rưng nước mắt
nước mắt của người con gái Cần Thơ một thời
lấy người lính trận...

cám ơn chị vẫn để dành cho mỗi người ba xấp bánh tráng
bánh tráng mè đen ít nơi nào có
cám ơn chuyến đi và về thật đẹp
chị Mai và Nguyễn Minh Nữu lái
ghé rest area Delaware uống ly cà phê Starbucks quen
thuộc

sẽ nhớ hoài cái giang sơn in ấn cắt xén vô bìa tráng bóng
Thư Quán Bản Thảo nay dời hết xuống basement
mới thấy nỗi đam mê mãnh liệt của Trần Hoài Thư
nay anh đang chuẩn bị làm số mới... niềm vui và tự hào hiếm có.

cám ơn chiếc sofa tôi đã nằm nghỉ lưng trưa nay
chiếc sofa anh đã nằm những đêm từ nhà thương với chị về

giã từ sân nhà có thân cây cao tuổi
có vòm hoa tím
giã từ mặt hồ im ngôi nhà thờ cổ ở Plainfield – New Jersey
trên đường về tôi cứ nghĩ thiếu bó bông tặng chị
nhưng có hề chi bằng tình bạn thật lòng thương quý nhau.

*Virginia, May 12, 2013*

## THÊM MỘT LỜI CÁM ƠN

Chiều nay 25 Tết
tuyết còn trắng ngoài sân
bạn ôm thùng sách đến [1]
thùng nặng 25 pounds

đi nhờ con gái chở
qua Starbucks cà phê
kêu 2 ly dark regular
thêm lát bánh chia hai

cà phê chiều thứ bảy
đông khó tìm chỗ ngồi
cà phê chiều thứ bảy
Tết đến mà như không

may mà có thùng sách
với bao nhiêu ân tình

mân mê hoài như thấy
cầu thang gỗ lung linh [2]

bóng bạn mình lui cui
qua mấy dàn máy cũ
ánh điện vàng basement
để có bìa kim nhũ

hai lỗi vừa được sửa [3]
sao mà nhanh vậy Thư
thêm một lời cám ơn
đến những người bạn quý...

*Virginia, January 25, 2014*

*[1] Trần Hoài Thư gởi thùng sách từ New Jersey qua Phạm Cao Hoàng đem đến tặng*
*[2] cầu thang gỗ xuống basement nhà THT mà chúng tôi đã có dịp lên xuống*
*[3] 156 trang chỉ có 2 lỗi nhỏ đã được sửa – trang 36 và trang 42*

## 8 GIỜ TỐI PHONE THĂM CHỊ YẾN Ở NEW JERSEY

Mừng và vui quá nghe giọng chị Yến
rất khỏe rất trong bên kia đầu dây
tám giờ tối nay, chị nói không đâu bằng mái nhà
vẫn đọc *Theo Em* trên blog Trần Hoài Thư

chị nói tôi nói ảnh đừng viết kỳ lắm, tôi nói hay
chứ chị sau này in ra tập sách kỷ niệm
khi chị đã đi lại được – chắc chắn như vậy -
chị và tôi chúng ta đều ở hiền gặp lành

khi ở bệnh viện về được nhà tôi cũng mừng lắm
không đâu bằng cái góc quen thuộc của mình

dù được sự chăm sóc chu đáo rất dễ thương
của mấy cô nurse ngày đêm thay phiên

nghe lại giọng nói thanh trong của chị
như nghe lại một thuở Cần Thơ
nghe lại cả tiếng phà qua sông Cửu Long
bao nhiêu chùm lục bình tím trôi

phone thăm chị Yến thấy lòng vui
chị sẽ lại về Virginia cho thêm bánh tráng

*Virginia, March 6, 2013*

## CHÚT NẮNG ẤM TRỜI XANH TÔI TẶNG LẠI

Chị gởi cho chút màu trời xanh
ngày nắng ấm ở Toledo
tôi lại nhớ màu xanh biển lặng
Ninh Hòa, mùa này như Đà Lạt

sáng nay đọc bài thơ buồn quá
Trần Hoài Thư ơi chị Yến ơi
có lẽ nào tôi khóc, *hạt lệ như sương*
nhớ câu thơ đậm đà tình bạn [*]

chúng tôi làm sao đây giúp được gì anh
chúng tôi làm sao đây qua lại cùng anh
như hàng xóm bên nhau gần gũi bên nhà
đường xa quá bang này qua bang khác...

chiều đi bộ sao nghe rừng thổn thức
mùa đông về lạnh mấy tháng rừng trơ
chút nắng ấm trời xanh tôi tặng lại
cặp vợ chồng xưa cưới ở Cần Thơ...

*Virginia, December 20, 2013*

*[*] Tuổi già hạt lệ như sương*
*Hơi đâu ép lấy hai hàng chứa chan*
*(Nguyễn Khuyến – Khóc Dương Khuê)*

## NHÌN TRĂNG TO.
## NHƯ SÁNG SOI TÌNH BẠN

*thay lời cám ơn Trần Hoài Thư – chị Yến*
*Phạm Cao Hoàng – Cúc Hoa*
*anh Khanh – chị Nguyệt Mai. Và Giang*

Tôi về đầu ngõ trăng to lắm
nhìn trăng như thấy bóng mẹ về
mẹ ơi con có món quà hay lắm
con khoe với mẹ nè nghe

có gì cao quý hơn tình bạn
các bạn vừa gom in cho tập thơ
*cào lá ngoài sân đêm* và tranh
mà con không hề hay biết trước

như ngày xưa mẹ gởi cho màu
mấy ống sơn dầu mẹ làm sao biết
những ngày Huế lụt có người đưa
những ngày con vẽ hoài. Con vẽ...

như hôm nay có bạn ở xa về. và
bỗng nhiên trao món quà quá đẹp
làm sao. Con biết nói năng chi
nhìn trăng to. Con chỉ biết thầm thì

bạn. đôi khi như mẹ hiền cao quý...

*Virginia, January 18, 2014*

# PHẠM VĂN NHÀN
## TÌNH BẠN VỚI TRẦN HOÀI THƯ

*Trần Hoài Thư & Phạm Văn Nhàn*
*(Ảnh Phạm Cao Hoàng – New Jersey, 7 tháng 5.2017)*

Tôi vui lắm.

Viết về nhà văn Trần Hoài Thư. Với tôi, trải qua một giai đoạn dài. Từ cuối năm 1967 cho đến hôm nay. Tình bạn vẫn gắn bó trên văn chương chữ nghĩa và ngoài đời.

### 1/ QUI NHƠN

Nói về bạn bè khi tôi còn làm việc ở Qui Nhơn không nhiều lắm. Ngay cả những người bạn trong đơn vị của tôi. Ngoài ra tôi còn có vài người bạn cầm bút một thời còn rất trẻ. Thỉnh thoảng gặp nhau bù khú vài ba câu chuyện cho vui. Hay ngồi quán cà phê nhâm nhi tách cà phê để nhìn thiên hạ trong những ngày rảnh rỗi. Nhưng vào cuối năm 1967 tôi gặp anh Trần Hoài Thư. Qui Nhơn là thành phố nhỏ, chỉ có vài con đường chính, lang thang rồi cũng gặp nhau. Thành phố đầy bụi và xe nhà binh. Không khí chiến tranh bao trùm, và đĩ trong những khu quân sự có lính đồng minh trú đóng. Hay trên những con đường trong thành phố đầy quán bar. (Thật sự là như vậy). Những người lính như chúng tôi cảm thấy lạc lõng giữa lòng phố thị.

Đã trải qua 50 năm, ngồi ôn lại những người bạn trong thời khói lửa chiến tranh khốc liệt mà tôi gặp, trong đó có anh. Nhất là ở chiến trường Bình Định, tôi không biết gặp anh lúc nào. Ai giới thiệu. Tôi không nhớ ra. Hay chúng tôi có cái tên: không gặp mà đã quen. Mà sao tôi với anh gắn bó trên tình bạn lâu nhất. Phải nói "ngọt bùi" đều có nhau, dù hai chúng tôi khác đơn vị. Ngay cả những người bạn cầm bút vẫn nói như thế.

Vào năm 1967. Nếu tôi không có lệnh đổi về Qui Nhơn làm việc thì làm sao gặp và thân với Trần Hoài Thư? Bên cạnh anh, tôi còn có hai người bạn dù nhỏ tuổi hơn tôi, lại khác nghề nghiệp, mà hôm nay cũng đã 50 năm, tôi không hiểu sao lại gặp hai người bạn trẻ này. Đó là nhà thơ Phạm Cao Hoàng và Lê Văn Trung. Tôi chỉ nói ở Qui Nhơn thôi. Chứ bạn bè tôi ở các tỉnh tôi chưa nói đến. Có lẽ vì cái "tên" chăng? Mà trước 1975, chỉ ở miền Nam, những người cầm bút dù là lính hay không phải là lính, chưa gặp lần nào. Mà nếu có gặp nhau xem như thân quen tự lúc nào.

Qui Nhơn, tôi sống lang thang không nhà một thời gian ngắn. Hết ở nhà này tới nhà khác. Hết ở bến xe tới ga xe lửa. Lang thang hoài cũng mệt, tôi quyết định thuê một căn nhà gồm 2 phòng trong khu 6 Qui Nhơn, cuối đường Nguyễn Thái Học. Gần các cơ quan quân sự. Và gần nơi tôi làm việc. Từ trong ngôi nhà này, nó như cái trạm dừng chân cho những người bạn của tôi từ chiến trường về thành phố nghỉ tạm qua đêm. Những người bạn của tôi quy tụ về. Thường nhất là Trần Hoài Thư, Phạm Cao Hoàng và Lê Văn Trung. Thỉnh thoảng cũng có anh chàng học Sư phạm tên Mai Khế cũng ghé tới chơi. Tôi không biết sau này anh Mai Khế đó đi đâu? Căn nhà có cửa nhưng không khóa, chỉ khép hờ. Nhà không có điện. Thắp đèn dầu. Không giường, không bàn ghế. Nhưng đầy ắp tình bạn và tình đồng đội, tình văn chương chữ nghĩa. Những người bạn từ chiến trường về phố thị cũng ở đây. Những em bị bắt đi lao công đào binh chờ ra tải đạn ngoài chiến trường cũng ở đây. Căn nhà thiếu thốn mọi thứ, nhưng tình thì không thiếu.

Nói và viết về Trần Hoài Thư. Tôi viết hoài không hết. Bản chất của Trần Hoài Thư. Người lính thám kích của Đại đội 405 của Sư đoàn 22/BB *nghe thì dữ dằn lắm, nhưng hiền như Bụt. Ốm yếu. Gầy gò. Cận nặng (hình như 7 độ). Đôi kính cận lúc nào cũng có sợi dây thun quàng ra sau ót. Không bao giờ đội nón lưỡi trai (nón của lính). Chỉ có một cái nón rừng, cuốn lại vắt ở cầu vai áo hay nhét vào túi quần. Lang thang. Bất cần đời. Nhưng có một tấm lòng rộng rãi. Biết thương người. Hòa đồng với mọi người. Không phân biệt. Thường chơi với những người lính không có cấp bậc. Không phân biệt nhà thơ lớn nhà văn nhỏ. Đã cầm bút là chơi hết mình. Đó là Trần Hoài Thư mà tôi quen đã 50 năm nay. Không thay đổi. Mỗi lần nói đến chuyện văn chương là anh cười sảng khoái.*

Có một điều cần phải nói, với THT, anh viết lúc nào cũng được. Tại quán cà phê. Tại bến xe. Và trong căn nhà khu 6 không có bàn ghế. Thế mà anh vẫn viết. Một điều nữa, cần phải nói. Chữ viết của Trần Hoài Thư xấu nhất trên thế gian này. **Tôi chưa thấy ai viết chữ xấu như anh.** Thế mà các anh trong tòa soạn đọc được mới hay. Tôi thì chịu, nếu ngồi đọc hết một truyện của THT viết.

Viết về THT giai đoạn ở Qui Nhơn. Hình như ngoài tình bạn ra, tôi với anh còn có cái duyên thật kỳ cục. Như Tết Mậu Thân năm 1968. Đơn vị bắt tôi thành lập một đại đội khóa sinh về giữ an ninh từ ngày 27 cho tới sáng 29 Tết. Rải quân trên con đường dẫn vào thành phố. Đầu đường Gia Long. Trên đoạn đường này có cây xăng Ông Tề. Tối 28 tôi đi tuần tra, chó sủa nhiều dọc theo đường rầy xe lửa, tôi cứ nghĩ là "thiên hạ" đi sắm tết. Sáng 29 Tết tôi rút quân để đơn vị BB thay thế. Ai dè đơn vị thay thế tôi lại là 405/ TK của Trần Hoài Thư. Sáng 30 Tết tôi định đi lang thang ra phố thì có lệnh cấm trại 100%. VC tấn công vào thành phố. Tối 30 Tết, Trần Hoài Thư bị thương tại cây xăng Ông Tề này. Mà cũng tại cây xăng Ông Tề này trước đó tôi có sao đâu? Âu cũng là cái số. Sáng mùng 2 Tết tôi vào QYV/ Qui Nhơn thăm. Thư cười. Chưa chết. Một bản tin ngắn trên VĂN của ông Trần Phong Giao có đi như sau. Xin trích:

**bị thương trong thành phố**

Trần Hoài Thư, một *tác giả trẻ nhiều triển vọng*, quen thuộc với độc giả *Bách-Khoa, Văn*... vừa bị thương khi đem quân về tiếp viện một thị trấn ngoài Trung, trong cuộc binh biến đầu Xuân vừa qua.

Trong thư gửi tòa soạn *Văn*, Trần Hoài Thư than là đi *rừng* đi núi mãi không sao, ngày đầu xuân về thành phố thì lại bị « kẹt » ; cứ ao ước về thành phố xả hơi ít ngày, nay lúc được về lại là để nằm trên giường bệnh. Trong lúc đó lại có tin gia đình anh ở ngoài Huế bị tan hoang nhà cửa...

Mặc dù mắt bị cận thị rất nặng, Trần Hoài Thư hiện đang phục vụ trong một đơn vị thám-kích. Sau những ngày giờ hành quân gian khổ, anh chỉ có sinh thú độc nhất là đọc sách báo và sáng tác thơ văn — một sinh thú mà anh rất ít được hưởng vì nhiệm vụ tác chiến thường quá nặng nề.

Hi vọng và cầu chúc là sau ngày dời bệnh viện, Trần Hoài Thư sẽ may mắn hơn, được thuyên chuyển về phục vụ ở một đơn vị nào đó, nơi mà ngoài phần quân vụ cần thiết, anh sẽ có được một số thời giờ nhiều hơn dành cho công việc sáng tác...

Theo bản tin, Ông TPG hy vọng là sau khi THT ra khỏi viện sẽ được may mắn hơn. Làm sao có sự may mắn hơn khi một người lính không có thế lực. Không quen biết; mặc dù anh là một nhà văn có những truyện ngắn đi trên những tạp chí uy tín ở Sài Gòn. Mang đôi kính cận dày cộm. Vẫn hành quân ở ĐĐ 405 TK.

Nói về căn nhà trong khu 6 Qui Nhơn. Ngôi nhà có MA có QUỶ thật sự. Không ai dám thuê để ở. Tôi không biết cho nên thuê. Bạn bè ở tác chiến về ngủ qua đêm đều thấy. Nhưng với tôi thì không. Hình như ma quỷ thấy tôi đều sợ. THT vẫn nói như vậy.

Sau đó, có người lính quân cụ cho tôi ở ngôi nhà của anh ta không trả tiền nhà. Nhà bên cạnh nhà tôi thuê cũ. Vách ván. Mái tôn. Có giường và bàn. Rộng và thoáng. Nhưng vẫn không có điện. Từ ngôi nhà này, một hôm, anh em họp mặt đông vui. Gồm PVN, Trần Hoài Thư, Phạm Cao Hoàng, Lê Văn Trung, Thái Ngọc San, nhà báo Huy Hoàng và Lê văn Ngăn. Mấy anh em ngồi uống bia. Nhâm nhi khô mực. Thì Thái Ngọc San bỗng dưng đứng dậy chỉ tay về phía Trần Hoài Thư nói: *mày là thằng lính đánh thuê.* Câu nói có vẻ hằn học. Lần đầu tiên tôi thấy Trần Hoài Thư nổi giận. Anh đứng dậy đập chai bia xuống bàn định đánh. Anh Huy Hoàng can và dẫn Thư ra ngoài. Không khí mất vui. Không biết anh Huy Hoàng nói với Thư như thế nào. Nhưng sau đó Thư với anh Huy Hoàng vào. Và xem như không có gì xảy ra. Viết lại hôm nay, anh Huy Hoàng, Thái Ngọc San và Lê văn Ngăn cũng đã mất rồi. Bây giờ chỉ còn là một kỷ niệm. Lần đầu tiên tôi thấy Trần Hoài Thư nổi nóng. Một lần nữa trên căn gác của Đặng Hòa (nhà thơ Nguyễn Thị Thùy My) trong khu chợ Qui Nhơn. Hôm đó tôi lại chứng kiến Trần Hoài Thư nổi nóng lần thứ hai đánh Đặng Hòa mấy tát tai. Vì khuyên Đặng Hòa bỏ hút bạch phiến không được. Đặng Hòa cũng đã mất rồi.

Qui Nhơn. Tôi với THT hai người lính bụi, thường hay rủ rê "dù" đi chơi. Hết Tuy Hòa rồi Nha Trang. Về Tuy Hòa có Mang Viên Long, anh Trần Huiền Ân, Phạm Ngọc Lư, Hoàng Đình Huy Quan, Phạm Cao Hoàng, Nguyễn Lệ Uyên. Rồi về Nha Trang ở nhà Lê Minh. Có Nguyễn Âu Hồng, Thế Vũ, Chu Trầm Nguyên Minh, Tô Đình Sự, Huy Hoàng... bao nhiêu chuyện vui không nói hết. Tình bạn cứ mỗi ngày thêm ấm áp. Cũng từ Nha Trang sau năm 1968, anh cho ra mắt tập truyện đầu tay: Nỗi Bơ Vơ Của Bầy Ngựa Hoang. Do Ý Thức in và phát hành.

Năm 1969 tôi đổi về Tháp Chàm. Phạm Cao Hoàng, Lê Văn Trung cũng ra trường vào năm đó. Trần Hoài Thư còn ở lại 405 TK. Mấy anh em gặp nhau chia tay. Tôi nói với Thư tìm cách rời khỏi 405. Vì mặt trận Bình Định càng ngày càng khốc liệt.

## 2/ THÁP CHÀM

Một buổi sáng, lang thang đi làm việc qua Cầu Móng (cầu xe lửa), thì có một anh chàng đi xe gắn máy, áo quần bảnh bao, dừng xe lại, hỏi tôi: có phải PVN không? Hóa ra là nhà thơ Võ Tấn Khanh (Tôn Nữ Hoài My). Khanh biết tôi là do Phạm Cao Hoàng báo là có tôi về Tháp Chàm. Qua Võ Tấn Khanh tôi biết thêm Nguyên Minh, Ngy Hữu. Còn Lê Ký Thương thì tôi đã biết khi tôi ăn cơm tháng với Lê Ký Thương do chị Yến, chị của nhà báo Lê Minh ở Tháp Chàm nấu cho ăn. Khi đó Lê Ký Thương làm ở tiểu khu Ninh Thuận. Tôi chỉ ăn cơm ở đây một tháng thôi. Sau đó mua thực phẩm về nhà tự nấu ăn.

Bỗng có tin nhắn của Lê Minh từ Nha Trang vào nói với tôi là THT đang ở Nha Trang muốn vào Tháp Chàm thăm tôi. Gọi tôi ra đưa Thư về Tháp Chàm. Tôi mượn chiếc xe gắn máy của người bạn ra Nha Trang đem Thư về ở với tôi. Về Tháp Chàm tôi không cho Trần Hoài Thư về đơn vị nữa. Tính sau. Và Trần Hoài Thư ở chơi với tôi gần hai tháng: ***(THT đi có giấy phép của đơn vị 405 TK)***

Tháp Chàm, có Võ Tấn Khanh dạy học ở trường tiểu học Đô Vinh, gần nhà tôi thuê. Cứ vài đêm Khanh tới chở tôi với Thư trên chiếc xe gắn máy xuống Phan Rang gặp Nguyên Minh, Lê Ký Thương, Ngy Hữu uống cà phê. Nguyên Minh là người sáng lập tạp chí Ý Thức và in cho Thư tập truyện ngắn đầu tay: **Nỗi Bơ Vơ Của**

**Bầy Ngựa Hoang**. In theo lối quay ronéo, chữ nghiêng (tôi còn nhớ như thế). Rất đẹp. Bìa do Lê Ký Thương trình bày. Người đánh máy trên stencil là chị Phương, bạn của Nguyên Minh. Kể ra chị Phương này cũng giỏi khi ngồi mở to mắt mà đọc những truyện ngắn của THT. Như tôi đã viết: *chưa ai viết chữ xấu như THT*. Nhưng chị Phương đọc được. Có dịp tôi sẽ nói về tập truyện đầu tay này của Trần Hoài Thư tại sao là NBVCBNH. Vui cũng nhiều mà buồn cũng nhiều cho tuổi trẻ chúng tôi trong thời chiến qua tập truyện đầu tay này của THT. Tập truyện in ra phát hành hết. Hình như 100 tập???

Trong thời gian ở Tháp Chàm (***xin nhắc lại: Trần Hoài Thư không phải đào ngũ như nhiều người nghĩ***) lúc nào anh cũng muốn về lại với quân đội. Trên Vấn Đề của ông Mai Thảo có một bản tin đánh đi từ Nha Trang, vào ngày 18 tháng 11 năm 1970, mà chúng tôi có được. Xin trích:

**TỪ NHA TRANG**

**... Tôi đã bỏ đơn vị. Được ba tháng. Tôi muốn có một thái độ nhất là trong lúc này.**

**... Bây giờ thì tôi chỉ còn chờ ngày ra Tòa. Có điều chắc chắn là tôi sẽ trở lại quân ngũ : tôi muốn như vậy.**

**t.**
**18-11-70**

Trong gần hai tháng ở Tháp Chàm với tôi. Tôi có nhận lá thư của ông Trần Phong Giao gởi cho tôi nói là đưa THT đi trình diện. Kể ra nhiều anh em và mấy ông trong tòa soạn cũng nghĩ THT đào ngũ. Ai cũng lo lắng cho Thư.

Vào cuối năm 1969, tôi đưa Thư ra Nha Trang trình diện nơi Quân vụ thị trấn (đồn Quân Cảnh). Ra tòa án binh. Giáng cấp.

Rồi đến Đơn vị 2 Quản Trị, đóng ở Diên Khánh, Nha Trang. Và từ đây, Trần Hoài Thư nhận sự vụ lệnh lên Sư đoàn 23 BB trên Ban Mê Thuột. Tôi nói với Thư: *tránh vỏ dưa lại gặp vỏ dừa*. Ngày tiễn Thư lên Ban Mê Thuột tại bến xe Nguyễn Hoàng, Nha Trang, tôi cởi chiếc jacket cho Thư mặc. Và có thêm hai người bạn tiễn Thư lên đường là nhà văn Nguyễn Âu Hồng (ở Mỹ) và nhà thơ Nguyễn Sa Mạc (còn ở VN). Và cũng từ ngày hôm đó, tôi xa Trần Hoài Thư.

Đưa THT lên Ban Mê Thuột. Về lại Tháp Chàm. Tôi có một cái radio nhỏ để nghe tin tức ban đêm. Một điều thú vị là khi tôi tò mò bắt qua tần số của đài MTGPMN. Vô tình tôi nghe được một bản tin nói về nhà văn Trần Hoài Thư. Đang nằm trên giường, tôi ngồi bật dậy để nghe. Đại loại: *Bản tin nói nhà văn Trần Hoài Thư đã bỏ súng không còn bắn giết cách mạng và nhân dân nữa. Nhưng sau đó vì bản chất ngụy của ông ta đã trở lại cầm súng.* Tóm lại bản tin không dài. Lúc đầu ca ngợi THT nhưng sau đó trách cứ vì bản chất. Tôi nghe mà không biết ai viết bản tin này gởi vô bưng. Có nhiều nghi vấn trong số những bạn cầm bút quen biết giữa tôi với Trần Hoài Thư.

Tôi giữ cái tin này không nói với ai, cho đến khi gặp THT bên Mỹ tôi nói cho Thư nghe. Thư cũng ngạc nhiên. Và cũng có những nghi vấn giống tôi. Dù gì khi tôi nghe bản tin này, tôi nghĩ THT không chỉ là nhà văn nổi tiếng bên này mà còn bên kia biết đến nữa.

Nhắc đến Thư ở Tháp Chàm. Tôi mới nhìn thấy được "cuộc sống nội tâm" của THT. Tại căn nhà tôi thuê, trên một ngọn đồi nhỏ. Dưới chân đồi là đường rầy xe lửa (nhà gần ga Tháp Chàm). Trước sân nhà có một tảng đá trắng không cao lắm mà tôi dùng làm nơi để ngồi vào những buổi chiều mát trời. Tôi thấy Thư chiều nào cũng ra ngồi trên tảng đá ấy nhìn về hướng Krong Pha. Anh buồn, mỗi khi nghe còi tàu xe lửa chạy qua. Anh nghĩ về Đơn Dương những ngày thơ ấu sống gần ga xe lửa. Tháp Chàm cũng là nơi có THT về với tôi. Tôi vui. Cho nên những ngày nghỉ, tôi với Thư thường vác súng M16 xuống sông Dinh bắn cá đem về nấu ăn. Bờ sông Dinh cây cao bóng cả. Nhiều đá lớn giữa dòng sông. Hai người lính ốm o gầy còm ở trần, ngồi trên những tảng đá dưới những bóng cây chẳng khác nào người rừng. Tôi nhớ, có lần, THT cho tôi xem lá thư của một người con gái tên Yến ở Cần Thơ viết cho anh. Có nhắc đến bài hát Buồn Tàn Thu... *"Em ngồi đan áo. Lòng buồn vương vấn. Em thương nhớ chàng..."*

Thư lên Ban Mê Thuột. Tôi sống vài tháng thì đổi ra Dục Mỹ năm 1970. Những năm sau, tôi có gặp Võ Tấn Khanh được biết tin Thư về vùng 4 và đã lập gia đình. Tôi cũng thế. Hai người lính bụi đã có hai người con gái thương cuộc sống bụi của chúng tôi. Từ đó không còn bụi nữa.

**3/ ĐẾN MỸ**

Tháng 9 năm 1991, gia đình tôi đến Mỹ theo diện H.O. Thành phố đầu tiên tôi đến là Houston. Xa lạ. Không bạn bè. Không quen biết ai, ngoại trừ người bảo trợ. Tôi sống khép kín. Cố mong làm sao tạo được một cuộc sống mới trên xứ người. Không bon chen và không đụng đến cây viết. Và cố ý tìm xem có tên THT trên những tờ báo chợ không. Vô tình, tôi bắt gặp tên THT trên trang đầu của tờ báo Xây Dựng trong ban biên tập. Mừng quá, về căn phòng thuê trên đường Beechnut tôi gọi điện cho tòa soạn hỏi số điện thoại của THT. Tòa soạn cho biết không có số điện thoại chỉ có email và không có địa chỉ. Tôi biết quái gì về email. Tôi nói với vợ tôi. Đành chịu.

Ở Houston 9 tháng không có việc làm gì chính đáng. Qua năm 1992 gia đình tôi quyết định về thành phố Amarillo, cũng trong bang Texas về phía bắc mà lập nghiệp cho mãi đến cuối năm 2012.

Khi ở Amarillo, vào năm 1994. Vợ tôi có quen với một chị cũng người Huế biết gia đình anh Phiệt ở Houston, và cho vợ tôi số điện thoại. Vợ tôi gọi và hỏi thăm đồng thời cho số điện thoại nhà để vợ chồng anh Phiệt chuyển cho THT. Vợ tôi làm ca chiều trong hãng bò mà tôi thường hay nói chơi là trung tâm tàn phá sắc đẹp. Nhưng vì cuộc sống phải làm. Còn tôi làm ở hãng mộc. Khoảng 6 giờ chiều đi làm về, chuông điện thoại reo. Đầu dây bên kia là tiếng nói của người bạn tôi, như ngày nào: Trần Hoài Thư. Tôi mừng muốn khóc. Hỏi thăm về gia cảnh THT cho biết một vợ một con. Tôi hỏi Thư vợ tên Yến phải không? Thư nói phải. Một mối tình đẹp còn hơn tiểu thuyết.

Từ ngày đó, tôi với Thư thường gọi nhau hằng ngày. Tối về, tôi nói với vợ tôi là anh Thư có gọi. Bà vui lắm. Vì ở Mỹ tôi không có ai là bạn ngoại trừ Trần Hoài Thư. Và, hai gia đình ở Huế cũng gần và biết nhau.

Những lần gọi thăm nhau, lúc nào THT cũng động viên tôi viết trở lại. Khi đến Mỹ, tôi có đem theo một ít bản thảo viết truyện trên giấy học trò khi mới ra khỏi trại cải tạo. Viết để mà chơi. Không dám đưa ai đọc. Vì sợ.

THT khuyến khích tôi viết. Tôi hỏi Thư viết bằng cách nào? THT nói là tôi phải mua một computer để viết. Tôi biết sử dụng computer đâu mà mua. Tuy nhiên tôi cũng ra xem giá cả. Đồng lương cu-li của tôi không thể nào mua nổi cái máy đánh chữ thì làm sao mua được một cái computer? Cũng may, có một anh bạn mới quen muốn bán cái computer cũ cổ lỗ sĩ không dùng nữa, với giá 300 đô. Tôi mua. Đem về không biết cách dùng. Nhưng tối nào cũng "vọc". Không có chữ đánh tiếng Việt. Không biết dùng email là cái gì. Đánh bản văn ra sao. Chịu.

Qua THT. **Người bạn cũng là người thầy của tôi** chỉ cho tôi biết cách sử dụng máy vi tính, từ năm 1994 cho tới nay. Những truyện ngắn của tôi viết khi ra khỏi trại đã được phục hồi lại trên máy vi-tính cổ lỗ sĩ này. Ngoài ra THT còn bày cho tôi copy vào dĩa để phòng hờ máy bị hư. Qua THT, kể từ năm 1969 cho đến khi tôi bắt liên lạc được với THT vào năm 1994, THT không thay đổi. Với bạn bè, anh chơi hết mình và vui tính.

## 4/ NGÀY ĐẦU GẶP THT và CHỊ YẾN

Hình như vào năm 1996 (?) THT có tổ chức ra mắt sách ở Quận Cam, Cali. THT mời tôi tham dự. Tập truyện: Ra Biển Gọi Thầm. Tôi từ Amarillo bay xuống Dallas. Còn THT và chị Yến bay từ New Jersey tới Dallas. Chúng tôi gặp nhau trên cùng chuyến bay qua Cali. Vui vô cùng, vì lần đầu tôi gặp THT sau năm 1969. Chị Yến. Tôi nói với chị, dù chưa biết chị trước 1975 nhưng khi THT về sống với tôi ở Tháp Chàm, tôi đã đọc thư của chị gởi cho Thư và chị có nhắc đến một bản nhạc mà chị ưa thích. Buồn Tàn Thu. Cho nên khi tôi với THT liên lạc lại với nhau, tôi hỏi Thư có phải vợ là chị Yến không? THT cười rất vui. Một mối tình rất đẹp. Còn hơn tiểu thuyết tình cảm lãng mạn của Bà Tùng Long nữa. Sau này, thỉnh thoảng có về Houston gặp THT và chị Yến. Trong buổi họp tại nhà Phạm Quang Tân, người chủ trương tạp chí Văn Hóa Việt Nam, tôi đề nghị chị hát Buồn Tàn Thu. Giọng chị nhỏ, nhưng hát rất hay. Tôi nhớ mãi.

## 5/ TẠP CHÍ THƯ QUÁN BẢN THẢO và THƯ ẤN QUÁN

Vào khoảng tháng 6 năm 2011. Một cuộc hẹn gặp nhau tại Houston giữa tôi với THT và anh Trần Bang Thạch tại nhà con gái tôi. Trong buổi hẹn gặp nhau đó, anh Trần Bang Thạch có giới thiệu tôi với Trần Hoài Thư hai vị khách là bạn của TBT. Chị Nguyên Nhung (Houston) và anh Cao Vị Khanh (Canada). Hai vị này cũng viết văn và làm thơ. Trong lúc ngồi nói chuyện thì các anh đề nghị với THT và tôi làm một tạp chí Văn Học (không nhớ ai đề nghị). Với tôi làm một tạp chí văn học không phải là dễ. Nhưng, tôi nghĩ ai rồi cũng có một ước mơ. Cứ cho ước mơ đó sẽ thành hiện thực. Sau khi đồng ý và quyết tâm (chưa nghe ai nói đến hình thành tạp chí như thế nào: tài chánh bài vở ra sao. Chỉ nói làm sao hình thành một tạp chí). Mấy anh chị đề nghị tôi lo bài vở. Còn THT thì lo kỹ thuật nếu tạp chí hình thành.

Bẵng đi một thời gian không ai nói đến sự hình thành một tạp chí hoàn toàn văn học trong buổi họp tại Houston. Người nói đến tạp chí sẽ hình thành cho được là Trần Hoài Thư. Chỉ có THT bàn bạc với tôi hằng đêm qua điện thoại. Thỉnh thoảng có Trần Bang Thạch góp ý. Bài vở ra sao? Tên tạp chí là gì? THT hỏi tôi. Tôi nói với THT là bài vở không thiếu, chỉ lo tài chánh để in và phát hành. THT hỏi tôi tạp chí chọn tên gì. Tôi có cái mau mắn mà ai cũng ghét. Trả lời ngay từ cái tên của Trần Hoài Thư: THƯ QUÁN BẢN THẢO. Tôi giải thích cho THT nghe hai chữ BẢN THẢO. THT đồng ý cũng như bổ sung thêm nghĩa của BẢN THẢO. Và sau khi tôi với THT đồng ý cái tên cho tạp chí, những ngày làm việc của THT trong hãng IBM, anh đã tạo nên một phần mềm (SOFTWARE) cho riêng TQBT ruột cũng như bìa, và chỉ cho tôi cách sử dụng. Không ngờ phần mềm (software) do THT làm riêng cho TQBT lại in được từ Nguyên Minh trong nước. Cho nên giữa TQBT và Nguyên Minh là hai nơi thường liên lạc với nhau...

Tôi thông báo cho các anh trong nhóm. Lúc đó trong nhóm chủ trương TQBT gồm có 5 người: Trần Hoài Thư, Phạm Văn Nhàn, Trần Bang Thạch, Cao Vị Khanh và Nguyên Nhung. Và TQBT phát hành số đầu tiên (số 1) vào **ngày 11 tháng 9 năm 2001**. THT lấy ngày này cũng là ngày đáng nhớ khi hai tòa nhà (Twin Towers) bị những tên khủng bố ném hai chiếc máy bay vào. Số 1 đúng 100 trang. Phát hành vào khoảng 500 số cho mỗi kỳ. Tiền giấy, mực và phát hành một tay anh THT và chị Yến lo hết. Sau đó là số 2. Và đến số 3 bắt đầu tăng từ 100 trang lên đến trên 200 trang. Lúc này, tôi với anh THT đã liên lạc được với bạn bè trong nước và qua email các bạn gởi bài ra cho TQBT.

Nói về cách in ấn TQBT là do một tay anh THT và chị Ngọc Yến, vợ anh. Một người vợ lúc nào cũng khuyến khích anh làm văn học. Theo tôi được biết ngày đi làm, tối về anh xuống cái basement chật hẹp của ngôi nhà anh ở, sử dụng hết tất cả những dụng cụ nấu nướng của chị đem xuống basement để thí nghiệm. Anh điện thoại cho tôi nói như vậy. Tôi không hình dung ra với những dụng cụ nhà bếp đó làm sao anh đóng thành sách??? Anh hỏi tôi về cách kẹp giấy, vì tôi làm nghề mộc. Kẹp giấy khác kẹp gỗ. Anh đi mua mấy cái claim và dao cắt giấy. Anh mày mò và đóng thành tập TQBT số 1. Một thành công của anh mà tôi không nghĩ tới một THT có thể làm được.

Sau khi TQBT tập 1 phát hành. Bước kế tiếp cho ra tập 2. Sau hai tháng, anh THT nói với tôi anh muốn phục hồi lại Di Sản Văn Chương Miền Nam. Tôi đồng ý. Và từ đó có Tủ sách DSVCMN ra đời. Với cái tên nhà in mang tên gì? Tôi nói với anh không chọn đâu xa cũng từ cái tên của anh mà ra tất cả: THƯ ẤN QUÁN. Từ đó anh tạo ra một LOGO riêng cho Thư Ấn Quán. Từ nhà in này, TQBT số 2 phát hành. Và cũng từ Thư Ấn Quán này, tập truyện đầu tiên được lên bàn mổ của Thư Ấn Quán là tập truyện Vùng Đồi của tôi. Sau đó, TQBT không phát hành theo bất định kỳ nữa mà THT hưng phấn cho TQBT phát hành hàng tháng một. Tôi rất mệt mỏi, ngày đi làm tối về phải đọc bài, dàn trang. Lái xe thì ngủ gục. Tôi đề nghị với Thư đừng làm như vậy. Cứ bất định kỳ theo chủ trương mà làm. Nhưng bài vở của những tác giả gởi đến nhiều. Từ đó TQBT 2 tháng phát hành một lần. Tay nghề của THT về cách in ấn (cũng là thủ công) càng ngày càng tinh vi. Từ bìa mỏng cho đến bìa cứng. In từ 200 trang lên đến 700 trang với những bộ văn, thơ miền Nam đồ sộ được phát hành. Bên cạnh việc làm đầy ý nghĩa để gìn giữ một di sản văn chương miền Nam từ năm 1954 cho đến năm 1975 thật là quý giá, chưa có một nhà in công nghiệp nào trên đất Mỹ của người Việt làm như nhà in thủ công của THT. Bên cạnh anh, còn phải kể công rất lớn của người vợ là chị Nguyễn Ngọc Yến. Mãi đến hôm nay, TQBT đã trải qua 17 năm với 79 số, phát hành liên tục, và những tập sách do Thư Ấn Quán in cho bạn bè cũng phát hành liên tục. Một điều thú vị nữa là về kỹ thuật in của anh đã cho ra bìa chữ nổi. Một lối in đầy ấn tượng trong năm 2018 khi anh in tập thơ Thu Hoang Đường của Lê Văn Trung (trong nước) mà người bạn của anh là Nguyên Minh rất ngạc nhiên và khen anh.

Viết về THT ở cái tuổi thất thập cổ lai hy này, đã trên 50 năm, với anh, vợ bịnh anh đau mà vẫn mãi còn đam mê chữ nghĩa. Tôi nghĩ trên cõi đời này ít có ai như anh. Viết mãi về anh, viết hoài không hết.

**Phạm Văn Nhàn**

# PHẠM CAO HOÀNG

## PHỎNG VẤN NHÀ VĂN TRẦN HOÀI THƯ

*Trần Hoài Thư & Phạm Cao Hoàng*
*Virginia (2022)*

Gần 20 năm qua, trong sinh hoạt văn học nghệ thuật của người Việt ở hải ngoại, Trần Hoài Thư là cái tên được nhiều người nhắc đến, là nhà văn/nhà thơ được nhiều người yêu mến vì công lao của ông trong việc sưu tầm và xuất bản các tác phẩm văn học miền Nam 1954-1975. Bằng số tiền lương hưu ít ỏi, với sự hỗ trợ của những người có lòng với văn học miền Nam, từ năm 2000, Trần Hoài Thư cùng người bạn đời Nguyễn Ngọc Yến mua máy in, thành lập nhà xuất bản Thư Ấn Quán và tạp chí Thư Quán Bản Thảo. Cho đến nay, phần lớn các tạp chí văn học dạng báo giấy của người Việt ở Mỹ đã đóng cửa do sự xuất hiện của các tạp chí trên mạng internet nhưng Thư Quán Bản Thảo vẫn tồn tại và đã phát hành đến số 75. Tủ sách DI SẢN VĂN CHƯƠNG MIỀN NAM của nhà xuất bản Thư Ấn Quán đã sưu tầm và in lại hàng trăm tác phẩm giá trị, đáng kể nhất là bộ THƠ MIỀN NAM gồm 5 tập với tổng cộng khoảng 3500 trang và bộ VĂN MIỀN NAM 4 tập với tổng cộng khoảng 2400 trang. Công việc của hai vợ chồng ngày càng có kết quả thì chuyện không may đã xảy ra cho chị Yến: tháng 12 năm 2012 một cơn tai biến (stroke) đã làm chị ngã gục, từ đó đến nay chị chỉ nằm một chỗ, không ngồi dậy được, mọi sinh hoạt cá nhân phải nhờ vào nhân viên trong nursing home và Trần Hoài Thư. Bất chấp những khó khăn, những bất hạnh đang phải chịu đựng, hiện nay Trần Hoài Thư vẫn thực hiện việc in ấn tạp chí Thư Quán Bản Thảo và tủ sách Di Sản Văn Chương Miền Nam.

Bài phỏng vấn này nhằm cung cấp cho bạn đọc những thông tin căn bản và chính xác về một nhà văn/nhà thơ rất đặc biệt: Trần Hoài Thư.

**Phạm Cao Hoàng**

*Photo by Phạm Cao Hoàng – New Jersey, 7 tháng 5.2017*

1. *Anh Trần Hoài Thư, theo tôi biết, anh có một tuổi thơ bất hạnh. Xin anh nói một chút về tuổi thơ của anh.*

**THT**. Tôi sinh năm 1942 tại Đà Lạt. Tuổi thơ thất lạc cha, theo mẹ sống khổ cực ở Rộc Rau Muống, Nha Trang. Có một thời gian tôi sống trong cô nhi viện Bethlehem ở Hòn Chồng. Năm 1954, cha tôi tìm được tôi và đưa tôi về Huế.

2. *Và chuyện học hành của anh?*

**THT**. Ra Huế, từ năm Đệ Lục đến Đệ Tứ tôi học trường Việt Hương, Bán Công. Vì đậu trung học khá cao, tôi được phần thưởng danh dự trung học toàn quốc của TT Ngô Đình Diệm, và được nhận vào Quốc Học. Tôi học ban B. Đậu Tú Tài II vào năm 18 tuổi, lấy một vài chứng chỉ khoa học tại Huế và Sài Gòn.

3. *Hình như có thời gian anh dạy học ở Tam Kỳ? Sau đó thì anh vào quân đội?*

**THT**. Vâng, tôi dạy tại trường Trần Cao Vân, Tam Kỳ, hai năm. Giáo sư đệ nhị cấp, dạy Toán là môn chánh.

4. *Thời anh ở Bình Định, anh là lính thám kích. Nhiệm vụ của anh là gì?*

**THT**. Năm 1967, tôi nhập ngũ, khóa 24 Thủ Đức. Vì mải lo viết báo Bộ Binh, làm thơ nên khi ra trường đậu gần chót bảng. Vì vậy, khi lên chọn đơn vị, chỉ có Đại đội 405 Thám Kích Sư đoàn 22 Bộ Binh là thiên hạ chừa lại.

Tôi làm trung đội trưởng và xử lý đại đội phó của đơn vị này khoảng 4 năm. Về nhiệm vụ và vai trò của thám kích, tôi xin trích lại một đoạn trong bài viết "Định Mệnh" của Nguyễn văn

Dưỡng, nguyên Trưởng phòng Nhì SĐ 22 bộ binh – phòng điều động đơn vị tôi:

*"Bao nhiêu trách nhiệm nguy hiểm trong vùng địch kiểm soát, đột kích, thám kích, tiền thám hay viễn thám kể cả tăng viện và là mũi tấn công chính trong một trận đánh dữ dội, đều giao cho Đại Đội Thám Kích 405. Vì vậy sĩ quan, hạ sĩ quan và binh sĩ của đơn vị này phải là quân nhân tình nguyện hoặc được chọn lựa trong thành phần có kinh nghiệm trận mạc, gan lì và nhất là sự bền bỉ chịu đựng gian khổ ở các đơn vị tác chiến khác của Sư Đoàn. Mặc dù Đại Đội Thám Kích không có trong Bảng Cấp Số của Sư Đoàn, nhưng do tính chất của nhiệm vụ khi thành lập – vì nhu cầu chiến trường – nên tính mệnh của mọi cấp trong ĐĐ/TK như "chỉ mành treo chuông" mỗi một khi được sử dụng. Ai vào thám kích mà ra khỏi được, không chết, ít nhất cũng mang theo vài chiếc thẹo trên mình. Trần Hoài Thư rời miền Trung vào miền Nam không biết được mấy Chiến thương Bội tinh..."*

Tôi có 3 chiến thương ngôi sao đỏ do bị thương ba lần.

Nếu viết về chiến công, thành tích của đại đội, thì quá lớn. Đây là một đơn vị cấp số đại đội nhưng đã sản sinh một người được thăng cấp nhanh nhất của QLVNCH. Đó là thiếu úy Hồ văn Hòa. Chỉ trong vòng một tháng được thăng cấp hai lần, từ thiếu úy lên trung úy nhiệm chức rồi trung úy thực thụ do chính tướng Đỗ Cao Trí gắn ngay tại mặt trận.

Nhưng đối với tôi, cây viết của tôi chỉ dành cho những người lính khổ đã giúp vị sĩ quan kia được lên lon nhanh chóng. Lính khổ. Ai cũng biết. Nhưng ít ai viết về cái khổ của họ. Lính hy sinh. Ai cũng biết. Nhưng ít ai viết về sự hy sinh to lớn của họ. Lính là anh hùng vô danh. Không phải đâu. Họ có tên có tuổi. Họ có căn cước quân nhân, có thẻ bài. Thật là buồn cười, vô danh chỉ dành cho lính còn hữu danh thì dành cho tướng cho quan...

5. *Sau đó anh trở thành phóng viên chiến trường. Anh làm nhiệm vụ này ở đâu và bao lâu? Anh có thể mô tả công việc của anh trong giai đoạn này không?*

**THT**. Tôi về miền Tây làm phóng viên chiến trường từ năm 1971 cho đến tháng 4/1975. Vẫn là những chuyến đi vào trận mạc, với máy ảnh và cây viết. Tôi đã viết nhiều truyện lấy từ chất liệu sống này.

Từ bên kia đất Miên đến vùng đầm lầy Đồng Tháp, từ những cánh diều trên đồng cỏ đến những cánh diều bị vấy máu ở sân trường tiểu học Cai Lậy...

6. *Tác phẩm đầu tiên của anh được đăng báo là năm nào và ở tạp chí nào?*

**THT**. Truyện ngắn *Nước mắt tuổi thơ* trên Bách Khoa có lẽ vào năm 1965 hay 1966 gì đó. Viết trên giấy học trò, và gởi đến Bách Khoa vì ở thư viện Xavie chỉ có Bách Khoa. Gởi là gởi. Nhưng không hy vọng chút nào. Vậy mà truyện lại được chọn, có ít nhất 3 trang bị bôi đen. Tôi lấy chất liệu từ cô nhi viện Bethlehem ở Hòn Chồng Nha Trang, nơi tôi có mặt gần hai năm.

7. *Anh có bài đăng trên hầu hết các tạp chí văn học uy tín ở Sài Gòn trước 1975. Anh có thể nêu một số nhận xét của anh về các tạp chí đó không?*

**THT**. Tạp chí Bách Khoa với ông Lê Ngộ Châu chăm sóc, là tạp chí tôi rất trân trọng. Bách Khoa cư xử với những tác giả cộng tác rất công bằng. Bài tôi viết tay, ông Lê Ngộ Châu phải dùng kính lúp để đọc, và đã bỏ vào một hồ sơ riêng chờ dịp trả lại tác giả.

Riêng Văn thì vào thời Trần Phong Giao làm thư ký tòa soạn. anh ấy rất ưu tư về sự an toàn của những người mang áo trận như chúng tôi. Anh tìm cách giúp đỡ để khỏi đi tác chiến. Mỗi lần bị thương, anh ấy cho đăng trong mục Sinh Hoạt Văn Học Nghệ Thuật rất trang trọng như thay mặt anh em mà kêu cứu giùm.

Riêng tờ Khởi Hành, dưới cái bóng của Hội Văn Nghệ Sĩ Quân Đội nên nó là nơi chúng tôi tìm đến để gởi những bài mà chúng tôi nghĩ là khó có thể đăng được ở các tờ báo khác.

8. *Trước 1975, anh đã có bao nhiêu cuốn sách được xuất bản?*

**THT.**
- Tập truyện *Nỗi Bơ Vơ Của Bầy Ngựa Hoang* do Ý Thức xuất bản năm 1968, in bằng hình thức ronéo.
- Tập truyện *Những Vì Sao Vĩnh Biệt* do Ý Thức xuất bản.
- Truyện vừa *Ngọn Cỏ Ngậm Ngùi* do Tiếng Việt xuất bản.
- Truyện vừa *Một Nơi Nào Để Nhớ* do Con Đuông xuất bản (1974)

9. *Sau năm 1975 anh phải vào trại cải tạo. Ở đâu vậy, và bao nhiêu năm?*

**THT**. Tại trại Kiên Lương và rừng tràm Trà Tiên (gần bốn năm)
10. *Trở về, anh kiếm sống bằng cách đi bán cà rem. Anh có thể kể lại chuyện anh đi bán cà rem không?*

**THT**. Tôi bán cà rem trong vòng 8 tháng. Nói là bán cà rem, nhưng mỗi lần về nhà, tôi không quên giấu dưới đáy thùng vài ký gạo hay thịt heo bán lại kiếm lời.

*Ta bán cà rem hề, ta bán cà rem!*
*Lắc chiếc chuông đồng, khua vang làng xã*
*Ôi những hồi chuông lâu rồi đã ngủ*
*Bỗng hôm nay, choàng dậy, ngỡ ngàng*

*Trên đầu ta, mây trắng thênh thang*
*Dưới chân ta, vòng xe nhật nguyệt*

*Chuông đồng leng keng, thay người đào huyệt*
*Gọi những ma hồn trong buổi đảo điên*

*Ta đạp qua cầu, qua bến, qua sông*
*Qua những xóm làng, công trường mồ mả*
*Chiếc áo trận xanh, sạm mùi khói lửa*
*Chiếc mũ rơm đan, vương miện tội tù*

*Ta qua những miền thiên cổ âm u*
*Ta đập vào thùng, nghêu ngao ca hát*
*Ta bán cà rem hề, kem đường kem chảy*
*Thêm kem oan cừu chất ngất miền Nam*

*Những con đường Nam Bắc Tây Đông*
*Những trạm mọc lên chó vàng chó sói*
*Hỡi sợi dây sên, mi là bạn khó*
*Kết cùng ta những nỗi lênh đênh*

*Ta bán cà rem hề, thì bán cà rem*
*Bà con ơi, đừng nhìn ta mà khóc*
*Ta đang đứng trong chuồng thú vật*
*Ít ra ta vẫn là một con người*

*Em bé quê ơi, nghèo lắm, phải không*
*Lại đây anh tặng em một cây kem chuối*
*Có phải em là con một người lính ngụy*
*Nên cuộc đời toàn là những cơn mơ?*

*Ôi những tiếng reo giòn, ông già cà rem*
*Chưa đầy bốn mươi, ta già thế đó*
*Ta không buồn đâu, tóc ta bạc trắng*
*Như một ông già truyện cổ phương Tây*

*Ông già Noël vào mùa Giáng Sinh*
*Lắc chiếc chuông đồng phát quà phát bánh*
*Ta cũng như ông đầu làng cuối xóm*
*Lắc chiếc chuông đồng, phát cả trái tim*

11. *Anh vượt biên năm nào và đến Mỹ như thế nào? Vì sao vợ và con anh không cùng tham gia chuyến đi này?*

**THT**. Tôi vượt biên năm 1979. Vì không có đủ tiền nên vợ tôi chấp nhận để tôi đi một mình. Ba tháng sau, vợ con tôi được một chủ tàu tốt bụng cho đi mà không phải trả tiền. Và chúng tôi đoàn tụ vào cuối năm 1979 tại Maryland.

12. *Xin anh kể lại những ngày đầu ở Mỹ, việc kiếm sống, việc học hành.*

**THT**. Những năm tháng đầu của bất cứ người tị nạn nào dĩ nhiên là vất vả. Chúng tôi ở tại một khu đầy tội ác, với giá thuê nhà rất rẻ. Đó là Logan thuộc thành phố Philadelphia, tiểu bang Pennsylvania. Mấy cửa sổ phòng thuê (lầu 2) đều đóng kín, có cả đinh mười phân làm chông. Ban ngày tôi đi học, vợ tôi đi làm. Thằng con tôi đi đến trường và về nhà một mình. Tôi phải để hai cục gạch để nó có thể đứng lên mà mở cửa. Lúc này tôi là sinh viên toàn phần của đại học Spring Garden College. Ban đêm tôi là người quét dọn phòng ốc để có tiền trang trải cho cuộc sống. Có khi ở trường gọi điện thoại về thăm chừng con, thấy không ai lên tiếng, tức tốc tôi phải bỏ học về nhà, thì ra nó ngủ quên không nghe chuông reng...

Tôi tốt nghiệp đại học với thứ hạng cao, gần top. Hãng AT & T đến tận trường mời những sinh viên vừa tốt nghiệp với thứ hạng cao và tôi chộp lấy cơ hội để làm việc cho hãng này tại chi nhánh của họ ở New Jersey. Đây cũng chính là lý do tại sao tôi sống ở New Jersey – một tiểu bang có ít người Việt – từ đó đến giờ.

Trong khi làm việc cho AT&T, tôi ghi danh học Master về Toán Ứng Dụng tại đại học Stevens Institute of Technology. Miệt mài sau hai năm, tôi tốt nghiệp. Chính nhờ những buổi học đêm này mà tôi viết được truyện *Đêm Mơ* mà tôi rất tâm đắc.

Với cái bằng Master, AT&T cho tôi tăng một mức lương đáng kể. Tôi có thể đứng vững và vươn lên ở xứ người vì tôi đã vịn vào cha tôi:

*Lan can ba, ba thẳng lưng*
*Ba dạy con, chân đạp bùn mà đi*
*Con nhón chân, con đưa tay*
*Con vịn ba với cái đầu*
*ngẩng lên!...*
*(Trích tập thơ VỊN VÀO LỤC BÁT, mới xuất bản, tháng 7.2017)*

VỊN CHA - Tranh Trần Quí Thoại

13. *Công ty sau cùng mà anh làm việc là công ty điện toán IBM. Từ công ty này anh đã về hưu sớm. Vì sao vậy?*

**THT.** Bộ phận của AT&T sau chuyển qua IBM. Tôi làm thêm khoảng 10 năm nữa ở chức vụ Dự Án Trưởng (Project Leader). Nhiệm vụ của tôi là thảo những chương trình liên quan đến security, bảo vệ công ty chống lại những hacker... Rồi bộ phận được chuyển qua Ấn Độ. Tôi không thể sang Ấn Độ làm nên quyết định về hưu non.

14. *Sau khi nghỉ hưu, anh bắt tay vào việc thực hiện tủ sách DI SẢN VĂN CHƯƠNG MIỀN NAM và tạp chí THƯ QUÁN BẢN THẢO. Bằng cách nào anh có được những tư liệu văn học cho hai công trình này?*

**THT.** Qua thư viện Mỹ như Yale, Cornell... Yale cách nhà 2 giờ lái xe, còn Cornell cách nhà 5 tiếng. Thường thường vợ tôi giúp lái xe vì tôi dễ ngủ gục khi lái. Đường rất nguy hiểm, vì là đường núi, nhiều khi tuyết băng đông đặc. Hai lần suýt chết vì tai nạn khi đi Cornell.

Tại Cornell, sách báo tiếng Việt rất dồi dào. Làm sao tưởng tượng họ có cả tờ truyền đơn chiêu hồi được lưu trữ?

Có lẽ do bản chất của giòng máu thám kích nên đâm liều lĩnh. Có người cho là khùng, điên, nhưng mỗi lần nhìn những bộ sách thuộc DI SẢN VĂN CHƯƠNG MIỀN NAM, lòng dâng lên niềm vui bát ngát...

15. *Về việc in ấn, anh làm thế nào để có được máy móc và giấy mực?*

**THT.** Về máy móc thì lên Craigslist tìm. Có khi họ cho không, có khi họ bán rất rẻ. Sau khi thỏa thuận, họ cho biết địa chỉ, mình đến, với cái screw driver trong túi. Họ hỏi máy nặng cả tấn sao ông lại khiêng nổi? Tôi cười, tao biết cách. Rồi tháo máy ra, đến mức không thể tháo. Fuser, ngăn giấy, mực, assembly parts, khung... Mấy anh chàng Mỹ trố mắt nhìn, ngạc nhiên. Chỉ có mực là mới có vấn đề. Lên eBay mua, nhưng làm sao biết ống mực tốt hay xấu?

16. *Chị Yến – người bạn đời của anh – đã giúp anh như thế nào trong việc thực hiện các công trình này?*

**THT**. Y. giúp tôi lái xe khi đi xa, đóng bằng chỉ những cuốn sách dày cả ngàn trang, hay phụ với tôi khiêng những thùng giấy tôi mua với giá rẻ. Y. giúp tôi viết địa chỉ, bỏ sách báo vào phong bì, dán tem, hay nhắc tôi về những sơ suất. Khi một người hỏi order một cuốn sách, Y. luôn luôn nói là tặng, đừng lấy tiền. Tâm Y. là tâm Phật... Mất Y. là mất cả cánh tay phải. Tôi hết chỗ vịn.

**VỊN EM**

*Lòng em là cả trăng rằm*
*Lòng tôi trăng tối như nhằm ba mươi*
*May nhờ tôi được dựa hơi*
*Nên lòng cũng nhẹ, ít nhiều hồi tâm*
*Bề ngoài tôi đóng vai chồng*
*Nhưng bên trong là con thằn lằn nghe kinh*
*Lời Phật em tụng hằng đêm,*
*Nghe chừng như thể em cầu cho tôi*
*Cho tôi bớt điếc, bớt mù*
*Bớt sân si, bớt dâm tà tham lam...*
*Bây giờ em bỏ Quan Âm*
*Tôi lên, đứng trước bàn thờ, đốt nhang*
*Kìa, sao bàn tay tôi run*
*Tôi cần em, tôi cần em thật mà*

*Vậy mà em bỏ đi xa*
*Bỏ ngôi nhà, bỏ buồng thờ, đèn nhang*

*Em đi để nhận đoạn trường*
*Xe lăn định mệnh, chiếc giường nghiệp oan*

*Hay là em chuộc giùm chồng*
*Như xưa Chúa đã chuộc giùm thế gian?*
*(Trích tập thơ VỊN VÀO LỤC BÁT, mới xuất bản, tháng 7.2017)*

*Nguyễn Ngọc Yến – người bạn đời của Trần Hoài Thư*
*(Ảnh chụp 2 tháng trước khi chị Yến bị stroke)*
*Photo by Phạm Cao Hoàng – Virginia, 22.10.2012*

17. *Xin anh nêu một số kết quả mà anh hài lòng đối với các công trình này?*

**THT**. Trả lại sự thật và sự công bằng cho một số tác giả chưa được đánh giá, ghi nhận một cách đúng mức như Nguyễn Thị Thanh Sâm, Phùng Thăng, Hoàng Ngọc Hiển... cũng như hàng trăm tác giả mà thời ấy được gọi là *những cây bút trẻ* - những người đã có những đóng góp quan trọng cho Văn Học Miền Nam 1954-1975 qua những sáng tác được đăng trên các tạp chí văn học ở Sài Gòn như Văn, Văn Học, Bách Khoa, Văn Chương, Nghệ Thuật, Khởi

Hành, Thời Tập, Ý Thức, Trình Bầy, Văn Mới, Văn Hóa Nguyệt San, Tư Tưởng... Cho đến nay, Thư Quán Bản Thảo đã phát hành đến số 75. Tủ sách DI SẢN VĂN CHƯƠNG MIỀN NAM của nhà xuất bản Thư Ấn Quán đã sưu tầm và in lại hàng trăm tác phẩm giá trị, đáng kể nhất là bộ THƠ MIỀN NAM gồm 5 tập với tổng cộng khoảng 3500 trang và bộ VĂN MIỀN NAM 4 tập với tổng cộng khoảng 2400 trang.

*Trên kệ là Tạp Chí Thư Quán Bản Thảo và những cuốn sách do Trần Hoài Thư và Nguyễn Ngọc Yến sưu tầm và in ấn trong hơn 10 năm qua.*
*Đây chỉ là một phần trong Tủ Sách Di Sản Văn Chương Miền Nam 1954-1975.*
*Sách không bán, chỉ dành tặng cho độc giả theo yêu cầu, chỉ có những cuốn dày cả ngàn trang độc giả mới góp tiền giấy mực.*
*(Photo by Phạm Cao Hoàng – 7 tháng 5.2017)*

18. *Hiện nay anh có gặp khó khăn gì trong việc thực hiện các công trình của anh hay không?*

**THT**. Rất, rất, rất khó khăn. Tôi phải lo nấu ăn để mang vào nursing home cho Y., mỗi ngày 2 lần, mỗi lần ở lại với Y. khoảng 90 phút. Khi ra về tôi vịn lan can mà lên. Cả chân tôi bị gout hành rồi thấp khớp hành, tối ngủ không được. Thêm mắt bây giờ yếu lắm.

19. *Anh có dự án gì định thực hiện trong thời gian tới không?*

**THT**. Không có. Chỉ tiếc là cuốn *Cung Oán Ngâm Khúc* đăng trên Văn Hóa Nguyệt San từ năm 1963-1970, tôi đã scan được trên 100 trang. Sách bình giải bởi Trần Cửu Chấn (Tác giả bình giải Kiều, Chinh Phụ Ngâm nhưng không có Cung Oán Ngâm Khúc) rất chi tiết, ít có tác giả nào lại làm việc một cách nghiêm túc như vậy. Nhưng tiếc là microfilm nên chụp lại rất xấu, lại tốn nhiều tiền vì máy chụp chỉ thư viện địa phương mới có.

Đó mới là di sản văn chương miền Nam. Nhưng thử hỏi, ai bỏ công, bỏ sức, bỏ tiền ra mà cứu nó?

**PCH**. Xin chân thành cám ơn anh Trần Hoài Thư. Mong rằng bài phỏng vấn này giúp bạn đọc biết một chút về chuyện văn chương và cuộc đời của anh và chị Yến. Anh chị đã sống một cuộc đời rất đẹp.

**Phạm Cao Hoàng** thực hiện
*Virginia, 25.7.2017*

# TRẦN THỊ NGUYỆT MAI

## NHỮNG KỶ NIỆM CÙNG ANH TRẦN HOÀI THƯ VÀ THƯ QUÁN BẢN THẢO

*Thời giờ thấm thoát thoi đưa*
*Nó đi đi mãi có chờ đợi ai...*

Ôi thời gian! Thế là hôm nay Thư Quán Bản Thảo (TQBT) đã ở ngất ngưởng con số 100. Con số của một đời người. Tôi thỉnh thoảng vẫn hay ngâm nga câu thơ đầu của Kiều: "Trăm năm trong cõi người ta"... để nghe lòng ngậm ngùi quá đỗi:

*Trăm năm còn lại những gì*
*Còn chăng những nỗi sầu bi đắng lòng...* (TTNM)

Nghe như tiếng thở than của Ôn Như Hầu Nguyễn Gia Thiều trong Cung Oán Ngâm Khúc:

*Trăm năm còn có gì đâu*
*Chẳng qua một nấm cỏ khâu xanh rì...*

Ơ hay, TQBT đang vui mừng đạt tới số 100, cớ sao nói chi những chuyện buồn phiền như thế? Xin nói ngay, tôi bị dính "Cô" khi đi nghỉ hè ở miền Nam California. "Đắng" này là từ hậu quả của thuốc Paxlovid. Một lúc sau khi uống 3 viên đầu tiên, tôi đã text cho Bác sĩ Ngô Thế Vinh: "Thuốc bắt đầu ngấm. Miệng em đắng nghét". Ông Thầy an ủi học trò: "Thuốc đắng dã tật. Bộ thuốc trị bệnh mà NM đòi ngon như ô mai sao?" Ước gì mọi thứ trên đời đều ngon như ô mai thì dễ chịu biết bao! Tôi bị "Cô" chiếu cố tận tình hết sức! Đã hơn 10 ngày mà kết quả vẫn còn dương tính. Phải tiếp tục cách ly với hết thảy mọi người, lúc nào ra ngoài cũng phải mang mặt nạ thật khó thở, dù trước đây khi tự nguyện nên cảm thấy rất thoải mái, còn bây giờ thì bắt buộc nên bỗng thấy... khó chịu! Hôm qua, thứ hai đầu tuần, boss gọi điện thoại hỏi có thể đến sở sau giờ làm việc để làm một số việc "không thể chờ được" không, tôi OK liền. Làm cái test nhanh, chụp hình text cho boss xem: "Kết quả không chắc chắn. Vẫn còn một đường chỉ mảnh màu hồng ở phần mẫu thử (sample)". Một lúc sau boss viết lại: "Đã hỏi Bác sĩ W. "Cô" đang đi ra khỏi thân bạn vì đường hồng rất nhạt. Nhưng bạn vẫn phải tiếp tục cách ly 5 ngày. Và sau đó vẫn phải đeo mask thêm 5 ngày nữa..." Tôi xem đây như một "tin vui giữa giờ tuyệt vọng", đã sắp thoát khỏi "Cô", nên đến sở với tâm hồn phơi phới, đeo mask và đóng cửa phòng lại trong khi làm việc, chẳng khuấy động đến ai. Với niềm vui đó, hôm nay tôi ngồi viết những dòng chia sẻ này.

Nhân duyên nào để tôi có thể trở lại với văn chương Việt khi ngỡ đã không còn một cơ hội? Thời thiếu nữ của tôi đã mất cùng với năm tháng đó như bao người con gái ở phía Nam cùng trang lứa. Để thấy được mọi bất công nghiệt ngã trên phần đất đã nuôi dạy mình tính nhân bản từ lúc mới đến trường: "Tiên học lễ, hậu học văn". Những cuộc hủy diệt phần thư, đày đọa những sĩ quan và viên chức chế độ VNCH vào tù cải tạo, chính sách kinh tế mới, đối đãi hồng hơn chuyên, trái tai gai mắt... Đường đã dồn đến cùng, nên người bỏ nước ra đi là điều không thể tránh khỏi. Đến một xứ sở mới khi đã không còn trẻ, bắt đầu lập nghiệp từ hai bàn tay trắng, lại ở một nơi xa xôi hẻo lánh không có cộng đồng người Việt, nên tôi hầu như đã quên chữ nghĩa Việt dù vẫn được nói tiếng Việt trong gia đình. Lúc ấy máy tính, internet và các trang mạng văn chương chưa được phổ thông như bây giờ. Báo chí Việt lại càng không có cơ hội đến nơi xa xôi hẻo lánh, rất ít người Việt chỗ tôi sinh sống. Lo học hành, kiếm tiền cộng thêm bổn phận gia đình đã cuốn hút tất cả thời gian của tôi... Cho đến mãi về sau này, nhờ vào các phương tiện máy tính, mạng lưới internet và các trang mạng bắt đầu phát triển rộng, tôi liên lạc lại được với chị Cam Li Nguyễn Thị Mỹ Thanh, một cây bút rất quen thuộc của Tuổi Hoa, một bạn văn thân thương thuở ấy mà chúng tôi xem nhau như chị em một nhà. Một bài tùy bút trên Tuổi Hoa ngày đó của chị Cam Li được anh Trần Hoài Thư chọn đưa vào cuốn Văn Miền Nam nên trong một dịp trò chuyện, chị giới thiệu công trình sưu tập văn chương miền Nam của anh chị Trần Hoài Thư để từ đó tôi viết thư cho anh đặt mua bộ Văn Miền Nam. Ngoài sách đặt, anh còn gửi tặng tạp chí Thư Quán Bản Thảo và tập thơ Ô Cửa thật dày của anh. Thơ anh rất hay nhưng đó đây có những lỗi chính tả. Tôi bèn lấy giấy vừa thưởng thức thơ vừa ghi ra những lỗi ấy, gửi lại để anh sửa cho những lần in sau. Chẳng ngờ chuyện nhỏ nhoi đó lại trở thành "định mệnh" giúp tôi trở lại với văn chương Việt và được quen với những người Anh, người Chị, người Thầy, người Bạn văn chương hết sức tuyệt vời...

Tôi bắt đầu giúp anh Trần Hoài Thư đọc bản thảo từ TQBT số 46 (tháng 4-2011) chủ đề Tưởng nhớ Nhà văn Doãn Dân cho đến số 60 chủ đề Tạp chí Sáng Tạo (tháng 7-2014). (Những số sau này tôi chỉ được đọc khi nào anh nhờ giúp). Buổi đầu có rất nhiều lúng túng và bỡ ngỡ. Rời quê hương và không còn đọc viết tiếng Việt đã trên 20 năm, cách chi nhớ nổi hết! Chữ đầu nào nên dùng d hoặc gi, và chữ cuối nào nên là t hoặc c, những dấu hỏi và ngã "bất quy tắc"? Ôi chao, điên cái đầu! Thời gian đó tôi cứ email liên tục hỏi chị Cam Li vì lúc xưa đã có thời gian chị làm "cô cò" cho báo Tuổi Hoa. Có "quới nhơn" giúp đỡ và tôi cũng cố gắng học hỏi nên dần rồi việc cũng quen. Sau này lại có những links tự điển để dễ dàng tra cứu nên lần hồi việc này cũng trở thành đơn giản. Cũng có khi bị bí, không hiểu, thì tôi hỏi anh THT những thắc mắc. Như lúc làm TQBT số 49 chủ đề Nhà thơ Lâm Vị Thủy (tháng 12-2011) trong bài thơ "Cho một người xem" trang 224, có chữ "xếp tanh":

*Có phải cuộc đời như ga xép*
*Chúng mình những chuyến tàu quen thuộc*
*Đôi mắt người xếp tanh giờ ngó tìm qua vuông kính mở*
*Những dòng sông,*
*Những cánh rừng cao su chưa lấy mủ*
(Cho một người xem – Lâm Vị Thủy)

Thì được anh giải thích: Xếp tanh (từ gốc tiếng Pháp "chef de train") là nhân viên hỏa xa phụ trách tổng quát trên xe lửa. Nên tôi đã để ghi chú này dưới bài thơ để mọi người cùng hiểu.

Tờ báo đầu tiên trong buổi "xuất quân" của tôi có nhiều kỷ niệm. Đầu tiên là hiểu được nỗi vất vả của anh chị Trần Hoài Thư – Nguyễn Ngọc Yến khi đi sưu tập tài liệu: "... 4 giờ sáng mồng 7 Tết Tân Mão, bắt đầu rời nhà. Rời nhà khi trời còn đen tối, khi tuyết bão, khi trời sương mù dày dặc. Khi chúng tôi đến Scranton, cách thư viện Cornell khoảng 50 dặm, vào lúc 8 giờ sáng thì đường đông đá. Chiếc xe đầu chạy chậm lại khiến tôi, quen như một phản xạ, cũng đạp thắng và đạp rất nhẹ. Vậy mà xe đã mất điều khiển trợt tự do. Hết trái, rồi qua phải, không thể kiềm chế nó nổi. Trong khi đó phía đường ngược chiều nằm phía bên trái, một chiếc xe truck chạy ngược lại. Tôi chỉ còn biết nhắm mắt..." (Rong bút – Trần Hoài Thư – tr. 5). Rồi thật tình cờ, trong bài "Những lần ra mắt sách" của anh Nguyên Minh, ở trang 33, nhìn tấm ảnh chụp nhóm Ý Thức trong đó có vợ chồng anh chị Hồ Thanh Ngạn – Nguyễn Thị Dung của Thanh Yên và Thanh Lam – hai cô bạn ngày cũ – tôi như gặp lại người quen. Thêm một điều lạ nữa là khi dò "Bàn Tay Cho Yến", truyện ngắn của Doãn Dân, bỗng thấy một đoạn bị thiếu. Tôi copy đoạn đó vào email định nhờ anh Trần Hoài Thư tra cứu giùm bản gốc để thêm vào, thì thật mầu nhiệm, chữ nghĩa hiện ra rõ ràng!

Một chuyện tình cờ nữa là khi làm số 49 (tháng 12-2011) ở phần bài vở cho chủ đề Giáng sinh, anh THT có hỏi ý tôi là nên cho đi một truyện ngắn của anh viết trước 1975 về người lính trong ngày Giáng sinh hay nên đi một truyện sau 1975 về người tù cải tạo? Tôi đề nghị đi bài trước 1975 để độc giả thấy được những hy sinh của người lính ngoài mặt trận chịu mưa rét giá lạnh hành quân giữ cho hậu phương được yên ổn vui chơi trong ngày lễ cuối năm. Anh đã đồng ý và cho đi bài "Nay Lát". Đến khi bạn Quang Võ giúp sưu tầm và đánh máy lại tập truyện ngắn "Những vì sao vĩnh biệt" do Ý Thức xuất bản năm 1971 của anh, mặc dù cuốn sách được sưu tập nguyên vẹn không thiếu trang nào, nhưng truyện "Nay Lát" trong sách lại bị thiếu một đoạn (và truyện "Như Ân Thánh Sủng" ghi ở mục lục nhưng trong phần nội dung lại không có). Nên tôi đã dùng truyện này so sánh với đoạn thiếu để nhờ Quang Võ đưa thêm vào. Anh Thư ơi, đây là chuyện bây giờ mới kể, anh thấy có điều trùng hợp kỳ lạ không?

Ký ức lại đưa tôi về khi làm tập TQBT 50 – Chủ đề Nguyễn Đức Sơn (tháng 2-2012) là khi đọc bài anh Đinh Cường có chỗ không rõ lắm nên tôi viết thư hỏi. Anh đã trả lời rất tường tận và còn giúp tôi dò bản gốc thơ ở những bài viết khác... Đó cũng là khởi điểm để tôi được quen thân hơn với anh. Anh là một trong những cộng tác viên rất đắc lực và một mạnh thường quân của TQBT. Ngoài đóng góp tranh bìa, minh họa và bài vở, do mối quan hệ bạn bè rộng rãi, thân thiết, anh còn giúp liên lạc với gia đình tác giả. Như đã giúp liên lạc với chị Kim Nhung, em gái nhà văn Nguyễn Thị Thanh Sâm để in lại tiểu thuyết Cõi Đá Vàng. Hay nhà thơ Trần Xuân Kiêm, phu quân của Nữ sĩ Phùng Thăng khi thực hiện TQBT số 59 – Tưởng niệm Phùng Thăng (tháng 3-2014). Cũng số báo này, anh ĐC đã nhờ các bạn anh ở Huế như chị Thái Kim Lan, "cặp đôi hoàn hảo" Phạm thị Anh Nga – Bửu Nam ở Huế tìm giúp tất cả những hình ảnh tư liệu về Phùng Thăng, viết bài, cũng như mượn thư viện cuốn "Kẻ lạ ở Thiên Đường" của Simone Weil và scan truyện đó để TQBT có thể giới thiệu với bạn đọc. Anh rất nhiệt tình giúp những gì anh có khả năng giúp. Tập TQBT 60 – Chủ đề Tạp chí Sáng Tạo (tháng 7-2014), anh đã thức rất khuya để chụp giúp thơ trên 4 số báo Sáng Tạo mà trong file Sáng Tạo của anh THT không có. Khi anh THT bắt đầu tập cho tôi làm bìa TQBT thì chính anh Đinh Cường cũng đã giúp ý kiến, chỉ dẫn. Đối với tôi, anh lúc nào cũng như một người Anh, một người Thầy mà tôi rất quý kính.

Cũng qua TQBT tôi được quen với anh Nguyễn Phán, nguyên Đại úy Biệt Động Quân, khóa 24 Võ Bị Đà Lạt, người sĩ quan đã sống sót trở về sau những ngày đụng trận rất khốc liệt nơi chiến trường An Lộc "An Lộc địa, sử ghi chiến tích" năm 1972. Anh cũng là một trong bảy thành viên sáng lập Hội HO cứu trợ TPB & CNQP/VNCH. Sau khi số TQBT 64 chủ đề "Một nơi nào để nhớ" phát hành vào tháng 5-2015, tôi nhận được từ anh THT:

Chuyển em thư mời cộng tác của anh chủ bút tờ Đa Hiệu (Võ Bị Đà Lạt).

Chúc lành

THT

2015-06-26 19:20 GMT-04:00 Thuc Phan <xxxxx@yahoo.com>:

Thưa anh,

Anh và chị Yến có khỏe không?

Xin hỏi anh và nhờ anh. Trong THƯ QUÁN BẢN THẢO số 64 tôi đọc được nhiều bài viết về Sài Gòn mà tôi rất ưng ý của nhiều tác giả mà trong đó có anh, chẳng hạn như bài SÀI GÒN VÀ TÔI của anh (trang 50) và Một Thoáng Hương Xưa của Trần Thị Nguyệt Mai (trang 141)... Anh có thể bắc giùm một nhịp cầu nối giữa tôi và tác giả Trần Thị Nguyệt Mai để tôi mời cô cộng tác với tập san Đa Hiệu. Đây là lần đầu tiên mà tôi đọc bài viết của nữ tác giả này và bị cuốn hút ngay vào lối viết rất tự nhiên nhưng hấp dẫn người đọc.

Ngày 1 tháng 7 năm 2022 vừa qua, anh Nguyễn Phán đã được Chúa gọi về. Trên trang báo này, em xin được mặc niệm tưởng nhớ đến Anh. "Thác là thể phách còn là tinh anh". Anh đã sống một đời rất đẹp, với tổ quốc, với tha nhân. Nên Anh sẽ mãi còn trong tim của rất nhiều người.

Thế đó, TQBT như một mái nhà kết nối giữa người đọc và người viết, giữa người viết và người viết. Như trong điện thư ngày thứ sáu 15-4-2016 anh THT chuyển cho tôi:

NM thân:

Nhà thơ Phạm văn Bình vừa để MSG nhờ anh chuyển lời ngợi khen về bài Lục bát của NM trên TQBT số mới*. Nguyên văn: "Bài thơ dù ngắn gọn nhưng đọc thật xúc động. Đọc đi đọc lại vẫn hay...".

Chúc lành về em và gia đình.

THT

[* Ghi chú: Bài thơ "Người Đi" viết nhân 49 ngày của họa sĩ Đinh Cường đi trên TQBT số 69 (tháng 4-2016) chủ đề Tạp chí Mai.]

Tháng 11-2012, nhân chuyến về thăm gia đình, anh Trần Hoài Thư đã nhờ tôi liên lạc với nhà văn Dương Nghiễm Mậu để trình bày ý định làm TQBT số 55 – tháng 1-2013. Anh Đinh Cường giới thiệu để tôi có thể đến gặp anh Nghiễm. Đây là số TQBT định mệnh. Anh Nghiễm chia sẻ anh có một bút ký viết về Tết Mậu Thân 1968 đã bị thất tán, nếu được xin anh THT tìm giúp. Anh Thư đã kiếm thấy ở Thư viện Đại học Yale cuốn "Địa Ngục Có Thật" và chính chị Yến là người đã khuyến khích anh lên đường lần thứ hai để mượn được cuốn sách này. Đây là số báo cuối cùng có chị Yến tham gia. Báo đang làm trơn tru, anh chị dự định sẽ mang tặng bạn bè khi đến dự buổi lễ ra mắt sách của anh Nguyễn Xuân Thiệp vào ngày 5-1-2013 tổ chức tại Virginia, thì vào một ngày cuối năm 2012, tôi đột ngột nhận được điện thư của anh: "Chị Yến bị stroke hôm nay. Anh phải lo cho chị. Nên tạm ngưng một thời gian. Mong em cảm phiền."... Như vậy cho đến hôm nay, chị đã nằm bệnh 10 năm rồi. Mười năm địa ngục có thật trên cõi thế. Với anh. Nhưng anh đã gắng hết sức để tiếp tục con đường đã chọn cùng chu toàn bổn phận chăm sóc người vợ hiền cho đến trước thời đại dịch Covid-19. Thời gian đầu khi chị Yến ở nhà thì anh lo toàn bộ. Đến lúc phải đưa chị vào nursing home (tháng 5-2015) vì bệnh trở nặng hơn, một mình anh không thể giúp được, thì mỗi ngày hai lần anh vào thăm và mang thức ăn Việt do chính anh nấu để chị ăn; song song đó là những số báo thật công phu, giá trị lần lượt ra đời. Trong đó có những số với chủ đề thật "gai góc": Phùng Thăng và hai dịch phẩm "Những Ruồi" & "Kẻ Lạ ở Thiên Đường", Nhà văn Hoàng Ngọc Hiển, Nhà thơ Phạm Ngọc Lư, Nhà văn Triều Sơn và Nuôi Sẹo, học giả Nguyễn Nam Châu... TQBT cũng giới thiệu những tạp chí xuất bản tại miền Nam trước 1975: Sáng Tạo, Khởi Hành, Trình Bầy, Hiện Đại, Mai, Văn Học, Văn Hóa Nguyệt San, Tình Thương, Giữ Thơm Quê Mẹ, ...

Nhưng từ khi đại dịch Covid xảy ra đến nay thì bó tay. Bây giờ mỗi tuần anh chỉ được vào thăm chị một lần vào ngày thứ sáu để đẩy chiếc xe tình:

*Cửa viện mở ra, tôi đẩy xe tình mang mình ra nắng*
*Những bụi mai vàng, càng vàng càng thắm*
*Dưới nắng vàng, như thoa phấn điểm trang*
(Trần Hoài Thư – Ngủ)

*Ở nhà lòng tôi già úa bao nhiêu*
*Bên em chiếc xe tình làm tôi trẻ lại...*
(Trần Hoài Thư – Xe Tình)

Mười năm trời không có chị và những số báo TQBT bất định kỳ vẫn tiếp tục ra mắt bạn đọc với anh THT bao thầu từ A tới Z: chủ nhiệm kiêm chủ bút kiêm ấn công kiêm thư ký... dù có lúc đã ngỡ không còn tiếp tục được nữa khi anh bất ngờ bị cơn bão stroke tấn công vào tháng 6-2020. Anh Phạm Văn Nhàn vẫn đồng hành cùng anh nhưng vì ở xa nên chỉ giúp ý kiến, đóng góp bài vở, hay phát hành báo ở Việt Nam, chứ không thể đảm đương việc in ấn...

Kính thưa hai anh Trần Hoài Thư và Phạm Văn Nhàn,

Hôm nay TQBT đã đạt được con số 100 với 21 năm xuất bản. Một con số nằm ngoài mơ ước kể từ khi chị Yến nằm một chỗ và hai anh mỗi người với một căn bệnh dành riêng. Với niềm đam mê văn chương cùng ước muốn khôi phục và giữ gìn Di sản Văn chương Miền Nam (1954-1975) cũng như trả lại cho những người cầm bút ở miền Nam, nhất là những người Lính VNCH đã ngã xuống trên các trận tuyến, một vị trí xứng đáng, và bằng tất cả nỗ lực, TQBT và Thư Ấn Quán đã giới thiệu với độc giả tới nay là 100 số báo và rất nhiều tác phẩm văn học rất có giá trị, góp phần đập tan những luận điệu tuyên truyền của "bên thắng cuộc" gán ghép, nào là văn chương thực dân mới, nọc độc, đồi trụy, phản động, v.v... Tới nay, trong nước, đã có những luận án tiến sĩ về Văn chương Miền Nam thời chiến và bộ sách Văn Miền Nam của Thư Ấn Quán đã được dùng làm tài liệu tham khảo. Đó là một thành công đáng kể. Thời gian trôi và mỗi ngày tuổi trời thêm chồng chất, em chỉ mong hai anh chân cứng đá mềm, có đủ sức khỏe để đi tiếp những chặng đường trước mặt.

**Trần Thị Nguyệt Mai**

*19/7/2022 – 31/7/2022*

*Trần Thị Nguyệt Mai (tranh Trương Vũ)*

# NGUYỄN VY KHANH

## CHIẾN-TRANH TRONG TRUYỆN TRẦN HOÀI THƯ

Văn học miền Nam vào giai đoạn đầu 1954-1963, trên báo chí và xuất bản phẩm tràn ngập những hình ảnh *chiến sĩ cộng hòa* gan dạ, yêu nước, bảo quốc an dân. Họ là bảo hiểm cho người hậu phương, là an ninh nơi thôn làng, là giải cứu cho những vùng địch tạm chiếm. Người lính Cộng hòa được các nhà văn nhà thơ Diên Nghị, Nguyễn Đạt Thịnh, Nguyễn Mạnh Côn, Nhất Tuấn, Hà Huyền Chi, Toàn Phong, Tô Kiều Ngân, Nguyễn Ái Lữ, Võ Hữu Hạnh, Văn Quang, v.v... tâm lý chiến hóa cũng như lãng mạn và thi vị hóa. Những anh hùng ca sẽ được nuôi dưỡng suốt cuộc chiến. Đến giai đoạn sau 1964-1975, cuộc chiến càng lúc càng khốc liệt và càng leo thang, người lính càng trở nên cô đơn, bi quan và đăm chiêu dưới các ngòi bút của Thế Uyên, Dương Nghiễm Mậu, Thảo Trường, Ngô Thế Vinh, Phan Nhật Nam, Nguyên Vũ, ... hoặc trần trọc không lối thoát đến độ phải đối kháng hoặc phản chiến như Ngụy Ngữ, Trần Hữu Lục, ...

Hình ảnh người lính đã theo chừng ấy giai đoạn trôi nổi với cuộc chiến, lúc nào cũng hào hùng vĩ đại, nhưng cũng có những người lính rất bình thường, đáng thương vì là nạn nhân của những thư-hùng bạo lực, của những mưu đồ tranh chấp. Những người lính bình thường hơn, con người hơn, nhưng tâm tư phức tạp không kém: có người vì lý tưởng, nhưng một cách thực tế họ đã chiến đấu vì tình đồng đội, vì nghĩa "thầy trò", vì màu cờ sắc áo của binh chủng.

Những người lính của Trần Hoài Thư đặc biệt có tất cả các đặc tính vừa kể. Anh đã viết về những người lính có thật, những cái sống thực thường nhật, những cái anh đã sống; đã lăn lộn với bom đạn, anh đã sống cái tang thương của bom đạn, và anh đã đưa kinh nghiệm đó vào văn chương. Có thể nói các truyện ngắn của Trần Hoài Thư là cả một thế-giới chiến-tranh từ những năm 1965 đến 1975, như anh từng ghi lại trong thơ: *"Thế hệ chúng tôi đã mang đầy vết sẹo / Vết sẹo ngoài thân và vết sẹo trong hồn / Không phạm tội mà ra tòa chung thẩm / Nhận án tử hình ở tuổi thanh xuân..."* (Thế Hệ Chiến Tranh, *Ô Cửa,* tb 2011, tr. 105).

Trần Hoài Thư tên thật Trần Quí Sách, truyện đầu tiên đăng báo là Nước Mắt Tuổi Thơ trên *Bách Khoa* năm 1966 (số 234, 1-10-1966) cũng như truyện kế Những Ngày Ghi Vội trên số 247 (15-4-1967) đều ký tên thật, sau đó anh dùng bút hiệu Trần Hoài Thư từ Màu Xanh Lá Hẹ trên *Bách Khoa* số 250 (1-6-1967) xen kẽ với tên thật (Ma Lính, BK, số 260, 1-11-1967); đến năm 1968, anh sử-dụng tên thật trở lại cho truyện Những Kẻ Trốn Chạy đăng *Bách Khoa* (số 273, 15-5-1968), và năm 1972 cũng trên *Bách Khoa* sau khi tạp-chí này và anh cùng Nguyễn Mộng Giác bị đưa ra tòa với tội danh '*làm hoang mang dư luận*', tội danh mà vài văn-nghệ sĩ và nhà báo khác trước và sau anh phải chịu vào thời tranh chấp ý thức hệ đó. Trước 1975, anh đã xuất-bản ba cuốn do nhà xb Ý Thức ở Phan Rang rồi Sài-Gòn: *Nỗi Bơ Vơ Của Bầy Ngựa Hoang* (1968), *Những Vì Sao Vĩnh Biệt* (1971), *Ngọn Cỏ Ngậm Ngùi* (Tiếng Việt, 1973) và một do nhà xb Con Đuông ở Cần Thơ: *Một Nơi Nào Để Nhớ* (1974).

Trần Hoài Thư là một cây bút trẻ sáng-tác mạnh nhất với hàng trăm truyện ngắn, nhất là từ khi anh nhập ngũ. Từ khi khoác áo lính, văn-chương đối với anh là cuộc sống hiện-tại, sáng-tác xuất phát từ chiến trường, từ những nẻo đường hành quân, những giai đoạn khó khăn cũng như làm thương-binh ở bệnh viện – truyện ngắn và thơ đã như những tường trình phóng sự chiến trường, rõ nét khác hẳn những văn thơ của tháp ngà trong những vòng đai đô thị. Trong bài này chúng tôi giới hạn ở các truyện ngắn anh đã viết và xuất-bản trước ngày 30-4-1975 trên các tạp-chí văn-học nghệthuật hoặc đã xuất-bản như *Những Vì Sao Vĩnh Biệt* mà chúng tôi đã tham khảo cũng như ba tuyển tập xuất-bản ở hải ngoại *Truyện Từ Văn* (2012), *Truyện Từ Bách Khoa* (2011) và *Truyện Từ Vấn-Đề* (2015) đều do Thư Ấn Quán xuất-bản cũng như hai tập *Ra Biển Gọi Thầm* (1995) đều do tác-giả xuất-bản, có 4 truyện và *Ban Mê Thuột Ngày Đầu Ngày Cuối* (1997) có ít nhất 8 truyện đã đăng báo trước 1975. Các tác phẩm Trần Hoài Thư viết về người lính nhìn chung, như một tiếng nói của lương tâm, một nhức nhối của tiềm thức, một hoài niệm về một quá khứ gần đó mà đã xa, về chính tuổi trẻ bị đánh mất, về những bạn bè, những mối tình đổ vỡ, đau khổ và những cảnh đời trái ngang.

Điểm trội bật trong các truyện trước 1975 là **cái nhìn của anh như một người lính về cuộc chiến**, một cái nhìn không lạc quan về một chiến trường bi thảm, lạc lõng ngoài lề tiếng nói của chính quyền, ... Thật vậy, chiến-tranh bao trùm gần như toàn diện truyện ngắn và thơ của Trần Hoài Thư trước 1975 – như tâm sự trong truyện Những Người Ở Lại. *"Tại sao đêm nào cũng tiếp diễn một trò quen như thế này? Tôi cảm thấy chán nản. Chiến-tranh mò mẫm vào ban ngày, ban đêm, mặt trời, mặt trăng. Chiến-tranh hiện ngoài mặt, trong giấc ngủ, từ góc tối của một vọng gác hay ở một thùng đạn gỗ làm pháo đài phòng thủ. Chiến-tranh như đôi mắt láo liên rình mò mọi phía..."* (*Bách Khoa*, số 281, 15-9-1968).

**Nhật Ký Hành Quân** (*Văn*, số 100&101 'Viết Trong Khói Lửa', 1-1-1968, tr. 79-88 & 114 'Những Cây Bút Trẻ', 9-1968, tr. 20-30) gồm hai phần viết từ quân y viện nơi Trần Hoài Thư đang dưỡng thương, tường trình qua trí nhớ những buổi hành quân, những thôn làng miền Trung bị hận thù và chiến tranh tàn phá, những nạn nhân, những phi lý và những người lính chiến mỏi mệt vì đồng lõa, toa rập với những quyết định từ Sài Gòn, Hoa Thịnh Đốn. Một chiến tranh tàn bạo, bắn lầm là chuyện thường tình giữa hai lần đạn, nhưng tại sao nạn nhân lại là một đứa trẻ 12 tuổi, v.v... Người lính có suy nghĩ, có con tim nhiều khi đã phải thả thanh niên trốn quân dịch đang trốn về nhà làm ruộng, nhưng biết đâu lại là VC nằm vùng, sẽ đi đắp đê, gài mìn, ...!

*"Xin tha lỗi cho tôi. Tôi không còn đủ sáng suốt để sáng tạo câu văn, ý lạ. Tôi đang nằm trong quân y viện đây. Đêm buồn lắm. Đêm buồn lắm. Lính của tôi nằm nhiều trong đó. Hai thằng đã nằm ở nhà Vĩnh biệt. Trời, tôi xin, tôi xin. Ngày hôm đó, ngày 9 tháng 5 thì phải. Mặt trời thì gay gắt. Chỉ có mặt trời mới thấy bọn tôi. Tôi nằm trong bụi, mặt dầm dề máu và đùi găm đầy miểng lựu đạn, đít mông tôi cũng vậy. Tôi, lần đầu tiên, niệm: Nam Mô Quan Thế Âm Bồ Tát, cứu nạn cứu khổ hàng trăm lần. Nhìn mặt trời. Cho con sống. Sống. Sống. Tôi vùng dậy chạy. Đạn bắn dưới chân. Tôi lộn nhào. Chạy. Chạy. Đạn đuổi theo. Nó canh kỹ. Ló đầu ra. Tắc, bùm. Thụt đầu vào. Chạy. Lăn. Tội nghiệp thân thể mày chưa, ốm yếu thế kia. Cha mẹ nưng niu thế kia, bây giờ vùng vẫy, bò, chui từng đám bụi, bò hai chân, hai tay. Bò ngửa. Bò sấp. Ngọn cây vừa xê xịch. Tắc bùm. Đ.M. Chó đẻ. Mày giết tao. Mày hả dạ lắm sao. Tao còn viên đạn cuối cùng đây. Tự tử"* (Trích *Truyện Từ Văn*, tr. 53).

Và thiếu úy Chấn anh hùng tử trận vì đạn pháo, người mà "dũng khí còn vang trên đất Kỳ Sơn". Nằm ở bệnh viện, tôi hối hận, tự nhận mình 'hèn' vì đã không cứu được đồng ngũ và đàn em: "... *Tôi khóc: Tao thương mày quá, Hường ơi, rán bò sau bụi, lết đi... Tao cũng bị thương, xích ra bị bắn. Mày nghĩ cho tao. Tiếng Hường rên: Thì thiếu úy sai hai thằng cõng tôi. Tôi khóc: Mày xem, xung quanh đâu có ai. Luông bị thương. Phong bị thương, tao nữa. Mày thương tao... Tao ra thì bị bắn. Nó canh sẵn...*

*- Đ.M. Thiếu úy!*

*Tôi úp mặt vào đất sỏi, khóc như đứa trẻ"* (Trích *Truyện Từ Văn*, tr. 55).

Truyện Trưa Địa Ngục (*Bách Khoa*, số 276, 1-7-1968) kể chuyện một trận xáp chiến mà hiện thực không thể bi thảm hơn: những người đồng ngũ dù cố gắng vẫn bất lực không thể giúp nhau trong lúc hỏa lực địch cực mạnh, riêng thiếu úy Ch. anh dũng (cũng có thể là thiếu úy Chấn trong truyện Nhật Ký Hành Quân vừa kể trên) qua lời kể với người vợ đi tìm xác chồng: "*Tôi đứng trên mỏm đá vừa chiếm nhìn anh cõng một người lính bị thương chạy xuống rồi trở lên. Sau đó anh bị đạn. Bọn tôi ở phía trên cố ném lựu đạn nhưng chẳng ăn thua gì*". Cuối truyện đặc-biệt đăng bài thơ Về Trời, tác-giả sáng tác sau lần bị thương thứ hai ở Bình Định. Bài thơ được sáng-tác trong nỗi đau sau khi một đại đội lên đường với 6 sĩ quan thì 4 người tử trận. Kỳ Sơn cũng là địa danh được hơn một lần Trần Hoài Thư đưa vào văn-chương thời chiến [Trần Hoài Thư còn là nhà thơ, từ khi bài đầu tiên Chuyến Phà Đầu Xuân đăng trên *Bách Khoa* khoảng 1962, năm chưa đi lính].

"*Người đã về xanh xao bờ mộ cỏ*
*Ngày chưa lên chưa đợi một tin mừng*
*Rừng núi lạ nghe trong hồn cơn hạ*
*Người đợi chờ trong lá ngập trời sương*
*Hôm qua ấy chim trên rừng khẽ gọi*
*Thầm thì nhau giờ con ngủ bình yên*
*Người đứng dậy tay buông dần súng đạn*
*Mắt nhìn lên, rừng cũng ngủ bình yên*
*Hôm qua ấy, con suối ngừng không chảy*
*Hạt lệ khô trên bờ đá hoang vu*
*Người đã đứng thân gầy trên đỉnh núi*
*Trăm quân người đang cất tiếng tung hô*
*Kỳ Sơn ơi, Kỳ Sơn Kỳ Sơn*
*Người chưa về tóc mẹ bạc như sương*
*Ngày sau ai cướp hai giòng lệ*
*Kỳ Sơn ơi, Kỳ Sơn Kỳ Sơn*" (Về Trời, *Bách Khoa*, số 276, 1968, tr. 58).

Trần Hoài Thư tả **thảm cảnh chiến-tranh**: "*Nhưng thực sự, đêm qua, nẫu về nhiều lắm. Nẫu về, bắt loa alô, bắt chúng tôi họp mít tinh tại miễu trên, rồi gõ cửa từng nhà lấy thóc gạo. Tôi cũng bị họ đòi hai ký. Bà già Bảy có con đi lính quốc gia, họ đòi những mười ký. Bà không chịu, bả la hàng xóm. Bả nói con tôi bị chết ở Cam Bốt, đã bị các ông xử tử rồi, còn bà, bả không sợ... Bả nói muốn bắn, thì* *bắn bả, chứ đừng lấy gạo nhà bà nữa. Tội nghiệp, bả bị đập bằng báng súng, máu chảy lênh láng. Bà khóc rống cả đêm, khiến ai nấy trong ấp đều phải mủi lòng... Sáng nay, bả phải xách khăn gói tản cư lên quận. Bả không dám ở lại đây nữa."* (Những Thẻ Nhang Cho Hoàng Hôn, *Vấn-Đề*, số 37, 8-1970 ).

Truyện **Những Vì Sao Vĩnh Biệt** được dùng cho tựa tập truyện, là một thiên tình ca thời chiến. Loan, người con gái Huế và Hà, cả hai cùng 'giòng máu Huế' đã có *"những kỷ niệm không hề quên trong mùa xuân mưa bụi chớm, mùa hạ phượng vĩ hồng, mùa thu, lá trên nội thành vàng úa, và mùa đông, xám ngắt của một bầu trời mưa gió liên miên".* Chàng từ quân trường về thăm nàng, *"Nàng gục đầu vào ngực chàng, đôi mắt lim dim. Một vì sao nhỏ đã hiện ở một góc trời. Và chàng đã bắt gặp hai đốm sáng lung linh của người yêu. Chàng kéo nàng, rồi hôn nhẹ lên đôi mắt ấy. Nàng bấu chặt hai bàn tay vào vai chàng. Hai người lại hôn nhau. Nàng rướn mình, dễ chừng nàng đã giữ lại một lần cuối cùng hơi hướm người yêu (...) Vì sao nào đó đã hiện trên khe lá của cây Sứ. Tiếng thì thầm của cõi đêm đã vỗ về trong tâm hồn họ. Đó là một cung đàn hạnh-phúc của hai kẻ sắp thành vợ chồng"* (tr. 75-77). Những kẻ đang yêu chỉ muốn sống yên hàn, xa chiến-tranh nhưng nào dễ: *"Ước ao, chúng mình cứ sống mãi như thế này, đừng ngăn cách, đừng phiền muộn. Loài người đều giữ con tim trong sạch, không hận thù không chém giết lẫn nhau. Họ lấy lòng Từ Bi của Đức Phật làm gương sáng. Họ lấy ánh đạo vàng của Ngài để soi con tim của họ. Như thế, đất nước chúng ta còn gì có chiến-tranh.*

- *Anh đừng nhắc đến chiến-tranh em sợ lắm.*
- *Ừ, anh không nhắc nữa. Mà tại sao lại nhắc khi chúng ta muốn quên nó.*
- *Anh ơi, đêm nay người ta ngừng bắn phải không anh.*
- *Ừ, đêm nay là đêm hưu chiến..."* (tr. 78-9).

Nhưng chiến-tranh là oái ăm, là những bi kịch ở đoạn tiếp - có khi đứt đoạn nửa chừng không có được hồi kết. Hà được thuyên chuyển về đơn vị mới và trở lại 'cõi đìu hiu', nơi mối tình với Loan chớm nở ở trường Sư phạm. Nhưng Loan vừa chết đêm qua, *"nàng bị giết khi địch tấn công quận hồi đêm (...) Nàng chết giữa sân cờ. Địch ngỡ nàng là bà con liên hệ đến tên Quận trưởng..."* (tr. 85).

Cuộc chiến đã khiến con người đánh mất phẩm giá, trở thành biện minh dễ dãi cho mọi hành động. Trong **Cuộc Sống Tôi** cùng tập *Những Vì Sao Vĩnh Biệt*, một nhân-vật khác đã nghĩ: "*Chiến tranh, tôi phải cảm ơn nó, để tôi có thể dẹp bỏ hết những sự ghê tởm , khinh bỉ cái quá khứ rục mửa của tôi. Chiến tranh đã giúp cho tôi thấy rõ rằng mọi sự là vô nghĩa, là hư vô. Đừng bận tâm và thắc mắc. Đừng tự ái và ghê tởm. Chính tôi, ôi chao, cái chàng giáo-sư dạy công dân ngày nào đó, cái chàng ngày hai buổi đạo mạo như một ông đồ non đó, chưa biết được đàn bà, con gái, nuôi mộng tưởng qua bao giấy vở... bây giờ, biết uống rượu rồi đập ly, biết từng con đĩ trong tận hang cùng ngõ hẻm, biết thưởng thức những giòng máu vọt ra thành từng tia và lạnh lùng lau vết máu bám trên mặt. Tôi phải cảm ơn chiến-tranh. Má tôi phải cảm ơn chiến-tranh. Xã hội thối nát này phải cảm ơn chiến tranh...*" (tr. 105). Trong truyện ngắn này, tác-giả viết lên tâm trạng thanh niên làm lính, hụt hẫng, mất lòng tin, trong một đêm cùng nhau lang thang phố rồi biển như những con ngựa hoang, riêng Tân nhớ lại thời đi chấm thi 'dại gái' ở thành phố duyên hải, nhớ lại dù không muốn, nơi từng sống dưới cùng mái nhà người mẹ bước thêm với người dượng không ra gì! Cuối cùng, Tân cũng bước vào ngõ hẻm nhà xưa *"Chỉ cần đến một khoảng nữa... và tôi đã bước qua, nhưng một động lực vô hình nào, bắt tôi vội vã chạy trốn, không dám nhìn vào bên trong kia, để nhận ra bóng đèn mập mờ trong căn nhà ván thông nghèo nàn..."*. Nhưng nhà chỉ có Bằng, Tạo, đứa em cùng mẹ khác cha, và người dì: *"Má con thì trốn nợ, lên một vùng nước độc, ở với cái quán nước. Nhưng dì biết, má đã trốn con. Má con bây giờ già lắm, tóc bạc, bạc hơn cả tóc của dì nữa. Bả hay đau luôn, và mỗi lần nhắc đến con bả lại khóc. Còn thằng Bằng, giải ngũ rồi. Em con bị lựu đạn, mảnh làm thúi ruột, phải cắt... anh Tạo, cụt một chân nằm trong phòng riêng kia. Còn con ra sao? Con bị thương à? Vị chi, ở ngôi nhà này ba kẻ bị thương.*

*Hạnh-phúc lắm rồi... Không ai chết hết... Hạnh-phúc lắm rồi"* (*NVSVB*, tr. 116-7). Đất nước gì mà con người ta an phận hạnh-phúc vì sự sống-còn?

Trong cùng tập truyện, chuyện những người lính Thượng như Nay Lát, gian nan khổ cực như những người lính Kinh. Của *"Trung đội hai. Trung đội chịu chơi. Trung đội đánh giặc chì. Trung đội cận thị. Trung đội trưởng, Thiếu úy mang kính cận suốt ngày. Trung đội phó, trung sĩ, trẻ tuổi đẹp trai, mang kính khi có hành quân (...)"*. Ngày kia có lệnh đi hành quân, Nay Lát không chịu đi vì *"Tự nhiên tui sợ. Tui không dám đi nữa. Đi nữa nguy hiểm lắm. Tui còn rừng còn núi. Tui còn bắt cái vợ, bắt cái nhà, thiếu úy (...) Tui còn về buôn về làng. Tháng tới tôi được về rồi"*. Sắp đụng trận thì Nay Lát trốn *"... ngồi bất động dưới mương và đang cầu nguyện.* Maria chúng con là kẻ có tội... *Lời kinh buồn bã , nhẹ nhàng trong hơi lạnh của một ngày giáp kề giáng-sinh (...) Và người trung đội trưởng ngồi bên cạnh tên lính Thượng. Chàng cúi đầu, bỏ nón rừng xuống trong lòng áo trận. Khẩu súng đặt trên đùi. Tiếng cầu kinh tiếp tục vang lên. Thần linh đang về (...) Chàng nhắm mắt, chợt nghe lòng mình lạnh đi.* Hãy cầu nguyện đi, Nay Lát, sắp đến giờ xung phong rồi đó. *Hình như chàng nghe trong thinh không, một khúc nhạc phong hồ cầm vọng về, réo rắt"* (tr. 64, 66, 67).

Những người lính của Trần Hoài Thư đáng tội, chỉ vì anh và họ có suy nghĩ, biết nhìn thấy những bất nhận và bất công, những tâm địa và tư cách của những kẻ cùng chiến tuyến. Rồi phẫn nộ, cô đơn, sau một trận đánh hình như tất cả đội ngũ đều chết, người lính đó quyết định bỏ ngũ. Các truyện ngắn trong *Những Vì Sao Vĩnh Biệt* được sáng-tác trong thời-gian Trần Hoài Thư sống ở Tháp Chàm, trong căn nhà Phạm Văn Nhàn bạn anh thuê bằng tôn; viết liên tục trước khi vào Nha Trang trình diện, như muốn ghi lại dấu vết, tâm tình của người lính thời cực đoan này.

Một cuộc chiến huynh đệ tương tàn, trớ trêu, khó hiểu. Càng đi sâu vào cuộc chiến, người lính đó biết lịch sử có những bước đi khắc nghiệt, có những khoảng cách của định mệnh xa mà gần, gần rồi xa như trêu chọc mà anh đã phải chấp nhận. **Khu Chiến** (*Văn*, 181, 1-7-1971) là chuyện một dòng sông -*"Dòng sông như đường phân ranh chia hai miền đất. Bên kia bờ, đám du kích vẫn trở về hằng đêm, bắt loa gọi đám dân quê ra khu đất trống, hay vào từng nhà tịch thu vài ba ký gạo. Những đêm thường bão bùng, trong những hồi chó tru, hay những bước chân giẫm xào xạc trên cánh đồng lúa dẫn từ mật khu trở về"*; nơi đây có một ông già sống nghề chèo đò, ông già Tư: *"Ông già chèo đò từ mấy chục năm qua. Ông sống cùng vợ trong một túp lều tranh trống gió bên bờ sông. Một con thuyền nhỏ, một chiếc sào tre dài, và hình bóng một ông già, với hàm răng đã hầu như rụng, co ro trong bộ quần áo trận mà ông già đã xin được từ một người lính trên ngọn đồi, côi cút bé nhỏ giữa bến nước mông quạnh lê thê"*. Hiền hòa, thơ mộng thay, con sông *"Con sông buổi sáng vẫn còn ngủ yên trong lớp sương mù trắng bưng tầm mắt. Nó gợi trong trí tưởng tượng già nua một quãng thời gian xa xưa. Cũng bến đò, cũng cây đa, cũng những ngôi làng ngôi ấp, cũng những biến chuyển đau buồn của lịch sử. Cũng vẫn chỗ ngồi này, nơi ông mỗi ngày ra nhìn bãi cát và lũ chim bói cá, vút lao xuống mặt nước, ông đã thấy lại chiếc bóng ông chập chờn. Đó là hình ảnh một chàng thanh niên nhà quê mộc mạc, nghèo nàn, giữa đồng ruộng mênh mông bát ngát. Đó là những đêm trăng giã gạo, rộn ràng tiếng hò, câu hát, hay những lần chờ đợi bên đình làng, một người con gái đi chợ trở về. Ông còn thấy lại những con chèo bẻo gọi nhau trong những lùm tre, trong giấc trưa nồng. Những kỷ niệm, soi dần, mỗi lúc một lan rộng như những vòng tròn lăn trên sông nước. Những ngày thái bình ấy trôi qua, rồi đến những ngày binh lửa đạn bom, giày săng đá, mũi tầm vông, dao mác, rồi đến bây giờ (...) Ông ngồi bất động trong tấm áo dạ. Mưa vẫn còn lất phất trên sông. Sương mù vẫn còn đọng trên ngọn đồi bên kia, và quyện trên những bờ lau dại bên này. Con sông chỉ còn là một dải mơ hồ, luồn giữa hàng tre rậm lá. Ừ, có ngày ta sẽ bỏ nơi này. Cái ngày đó ta ước ao nằm trên con thuyền của ta, để nó trôi đi đâu thì đi. Bởi đời ta có lẽ chỉ còn bãi đa, bến đậu. Ta đã buồn vui với nó, chờ đợi với nó. Trong khi bom* *đạn đuổi đàn con cháu của ông ra những cánh đồng lúa để giết nhau, thì ông vẫn còn lại để mỗi ngày ra bờ sông nghe tiếng gọi đò"*.

Nhưng ông nào được yên, nơi thanh vắng đó đã là khu chiến. Một đêm kia, có "*toán người lạ mặt từ bên mật khu qua trước cổng nhà ông Tư*" tìm ông ra lệnh "*Nhân dân cấm ông chèo đò đưa đám lính Ngụy bên kia sông qua. Ông già Tư thở hổn hển: - Lạy các ông, các ông hiểu tình cảnh của tôi. Tôi chỉ trông nhờ vào con đò, và mùa nước lớn. Các ông cấm tôi đưa, có nước tôi chết đói. Tôi không có ai giúp đỡ*". Mụ già vợ ông năn nỉ, chúng gắt: "*nhân dân cấm ông đưa chúng. Ông liên lạc, giúp đỡ chúng, ông có tội với nhân dân*". (*Văn*, tr. 65, 67, 69, 75). Bên kia sông là nơi đám du kích Việt Cộng nằm vùng, hoặc chính quy từ miền Bắc xâm nhập miền Nam. Không được chèo đò, bà Tư bệnh nặng không tiền mua thuốc, mùa Đông mưa phùn như càng lạnh hơn!

Truyện **Bóng Tháp** của Trần Hoài Thư đăng hai kỳ tạp-chí *Bách Khoa* 373 và 374 (7-1972) thiển nghĩ là một trong những truyện ngắn hay nhất viết về chiến-tranh ở miền Nam. "Tôi" theo đơn vị trú đóng dưới bóng ba ngôi tháp cổ thời Tây đặt tên là tháp Bạc, nơi từng là thành Đồ-Bàn lịch-sử của dân-tộc Chàm, nơi mà kẻ địch Cộng-sản tràn về và bị quân Mãnh-Hổ của Đại Hàn cận chiến kéo dài cả tháng và cuối cùng bị lính đồng-minh này tiêu diệt toàn bộ và chôn tập thể, mồ chôn nay là "bãi cỏ no nê tươi tốt". Nay thì lính Mỹ đến trú đóng và chở điếm về làm "ô uế" tháp linh thiêng, hôm sau khi xe díp trở về xuôi thì bị tai nạn chết người do 'tôi' lén mở bù-loong bộ phận thắng. Với 'tôi', ngọn tháp mang nhiều ý nghĩa mà từ hôm mới đến đã khiến tôi như sống lại quãng đời quá vãng. "*Vầng trăng đã thấy hiện trên đầu ngọn tháp, soi rõ một nền trời sáng rực rỡ, cùng tô thắm thêm màu vàng sậm của những tầng gạch hoen ố, rêu phong. Đường nét ngọn tháp nổi bật giữa nền trăng, trông càng cô quạnh hơn bao giờ (...) Hồn tôi như tắm thêm một giòng nước mắt. Của vật đổi sao dời. Của phế tích đau thương. Của hồn ma còn lại. Của biểu tượng thê-thiết vươn lên như oán than cùng trời đất. Tháp đã sống lại trong tôi. Tôi chưa bao giờ thấy mình* *gần gũi với tháp như thế. Thật thế, những ngày thơ ấu, tôi đã biết thế nào là cõi bao dung, hiền hậu của tháp (...) Tôi đã ý thức, hơn bao giờ, linh hồn tháp chính là linh hồn tôi. Tôi lại càng cảm nhận, bằng một tâm thức siêu hình, Bà (Tháp Bà, Bà Tiên) ngày nào, đôi mắt bao dung ngày nào, những giấc ngủ thơ ấu trong lòng tháp ngày nào, những nụ hoa, những con chim sâu ngày nào... đã trở thành những nụ hoa vĩnh cửu. Đơn vị tôi đóng trên ngọn đồi tháp Bánh Ít... trên đồi mọc lên ba ngọn tháp (...) đối với tôi, chúng quả thật vĩ đại và thanh khiết. Ở đấy là biểu tượng của uy quyền, cùng thần linh. Chúng làm tôi run sợ... Nhưng tôi kiêu hãnh, để nói rằng địch không thể tàn phá những ngọn tháp của tôi (...) Biết bao triều đại đã qua, biết bao gió mưa đã biến đổi, biết bao lớp người ngã xuống, nhưng ba ngọn tháp vẫn còn sừng sững tồn tại, như thách thức cùng non sông đất nước... Bởi thế, tôi đã coi tháp là chỗ che chở cuối cùng"* (tr. 62, 63, 64).

Mỗi khi có báo động, mọi người chui xuống hầm phòng thủ thì tôi xách súng chạy vào lòng tháp. Và mỗi khi đi hành quân, tôi thắp nhang cầu nguyện trước tháp rồi mới leo lên xe hành quân. *"Tôi không bận tâm đến tôn giáo, như họ (đồng ngũ) đã lầm tưởng. Hay tôn giáo chính là những ngọn tháp. Hay Trời Phật chính là Bà Tiên thơ ấu của tôi. (...) Một đêm sau một cơn say ngây ngất cùng những đồng đội, tôi lại mò ra ngọn tháp phụ. Tôi có một tính thật xấu, nghĩa là sau khi uống rượu tôi phải đi tìm gái điếm (...) Sự dồn nén đã làm tôi trở nên mê muội. Tôi có ý muốn thủ dâm. Tôi muốn đày đọa tôi để quên lãng (...) Nhưng bây giờ, nằm trên nền tháp, trong tiếng gió lộng mịt mù, và qua một khung chữ nhật trống trải, tôi bỗng nhận ra muôn vàn vì sao rực rỡ quay cuồng. Tôi lại nghe rõ, những tiếng động từ một đôi cánh dơi lạc lõng trong lòng sâu của tháp. Tôi lại nghe cả một mùi hương... từ những bụi hoa dưới chân đồi. Tự nhiên, tôi lại cảm thấy mình run rẩy. Tôi đang nằm trong tháp. Tôi đang là đứa con của tháp. Tháp đang trải lòng, như lòng của một Bà Tiên thơ ấu (...) Tôi đã sợ hãi thật sự khi liên tưởng đến một đôi mắt quá đỗi hiền hậu và thanh khiết đang nhìn tôi, nhìn trán tôi, nhìn những sợi dây thần kinh sinh dục đang bốc lửa của tôi. Tôi đã lắc đầu, rồi lao ra bóng đêm. Tôi dang hai tay, đứng trên mỏm đá..."* (*BK*, 373, tr. 65). Và 'tôi' đã cảm thấy khổ sở vì bất lực trước những cảnh ô uế mà đám lính truyền tin Mỹ trú nơi tháp chính tội lỗi hằng đêm...

Nơi tôi đứng – gò đồng bên ngọn tháp Cảnh Tiên với bãi cỏ xanh mướt, là mồ chôn tập thể những người bên kia. "*những ngọn tháp của đời tôi đã trở thành những hồn ma cô đơn nhất*", như những người lính. "*Chiến-tranh đã cướp mất hết những mùa thanh xuân. Chiến-tranh cũng tạo nên những người hùng cô đơn, như bạn tôi chẳng hạn. Cô đơn, bởi vì hắn không tìm thấy một ý nghĩa nào trong việc cầm súng trừ những con đường buồn bã: rượu, đàn bà và súng đạn. Nhưng tôi biết, trong bề sâu con tim bạn, đã ràn rụa nước mắt...*". Một bà lão run rẩy với cây đèn bão tiến đến gò đống có đứa con trai chết chôn ở đó: "*Đêm nay rằm, tôi đem nhang đèn để con tôi nó khỏi đói khát vất vưởng dưới âm ty*". 'Tôi' "yếu đuối, ủy mị" khi nhìn thấy người mẹ đau khổ ấy, giúp bà đốt nhang đèn: "*Không, con không phải là thù địch của ảnh. Ảnh với con đều là bè bạn. Chỉ có chủ nghĩa, chỉ có những danh từ, chỉ có ngoại bang, tranh giành mới là thù địch thôi. Ngoại hãy đưa con đốt. Rồi ngoại về. Đêm tối, Ngoại sẽ vấp ngã..."* (BK, 374, tr. 60). Cảm nhận sự cô đơn tột cùng nhưng trước cảnh hùng vĩ bi hoài của ngọn tháp, gò đống, 'tôi' chợt nhận ra "*Có một động lực tinh thần đã giúp tôi vươn lên, oai hùng như một tượng đá, đó là bóng tháp. Tôi mong khi tôi chết, tro bụi tôi sẽ được làm vôi tô lên lớp gạch hỏa hoàng của tháp*". Đơn vị trở về sau một tuần tăng phái cho tiểu khu, được trả về cho ngọn đồi và ba ngọn tháp Bạc. "*Bắt đầu từ đấy, bằng một tâm thức kỳ lạ, tôi tự coi tôi là người bảo vệ tháp, giữ gìn tháp. Tôi đã thường xuyên nhang đèn lửa khói, và quét dọn sạch sẽ ngọn tháp thân yêu của tôi*" nhưng ngọn tháp thứ ba dưới cùng là kho đạn bị táp lửa khi đơn vị làm vệ sinh vùng đồi. Và 'tôi' đã lao vào biển lửa "*Rồi một tiếng nổ như cơn địa chấn vang dội..."* (tr. 66). Vừa hiện thực, tâm lý, tâm linh, vừa nhân bản, chuyện người lính đối diện từng giây phút với cái Chết, với những tình huống bất ngờ của không-gian những ngọn tháp và con người!

*

Các truyện của Trần Hoài Thư về người lính cũng là truyện của chính anh, từ những mối tình, đời lính - anh là trung đội trưởng thám kích bộ binh vùng Hai chiến thuật (Đại đội 405 Thám Kích thuộc Sư đoàn 22 BB), những lần bị thương, rồi đào ngũ trốn ở Nha Trang và Phan Rang viết hàng loạt truyện và thơ đăng trên *Bách Khoa, Văn, Văn Học*, ... đến chuyện phải tái trình diện, bị giáng lon chuyển sang sư đoàn 23 BB ở Ban Mê Thuột rồi thuyên chuyển về quân đoàn IV làm phóng viên chiến trường thuộc phòng Chiến-tranh Chính-trị ở Cần Thơ.

Người lính bị thương, lúc nằm cô đơn nơi bệnh xá mới có thì giờ nghĩ đến cuộc đời, đồng đội và gia-đình, v.v... Thật vậy, người lính nào mà chẳng phải sống cách xa quê nhà? Ở chiến tuyến xa xôi, hay nay ở bệnh xá, nhất là vào dịp cuối năm, Xuân đến người lính sẽ nghĩ nhớ đến quê nhà và thấm thía "*những ngày không có một chỗ để đi về*" - nhất là sau khi nghe đài BBC báo tin hòa-bình sắp đến: "*... Nhắc đến quê, thằng cụt chân đâm ra buồn bã. Hắn không còn quê hương để mà về. Và đôi vai hắn chợt chùng xuống, khi nhớ lại những kỷ niệm ở quê nhà. Cha mẹ, người yêu, và đám cháu ngoan hiền. Hắn thấy lại một căn nhà cổ kính ba gian hai chái, với những mái ngói âm dương đã trở màu rêu phong. Hắn thấy lại ngôi vườn, với những cụm hoa mà ba hắn nưng niu yêu mến nhất đời. Hắn nín thở, trước những cơn gió lạ từ đâu thổi qua. Cơn gió mang theo mùi cát bỏng của Gio Linh, mùi trưa nồng của Ái Tử, mùi muối mặn của Cửa Việt. Nhưng sau đó, hắn sực tỉnh cơn mộng. Bởi vì, hắn đã nhận chân được sự thật: Hắn đang là kẻ côi cút nhất trần gian. Nước mắt muốn ứa ra, hắn cúi đầu nhìn khúc thịt đang còn mưng mủ. Một cơn gió lạnh từ đâu thổi về làm run rẩy cả châu thân hắn! Hắn liên tưởng đến những ngày sắp sửa. Những ngày không có chỗ để trở về. Những ngày mà đôi nạng gỗ sẽ tiếp tục gõ từng nhịp buồn hiu tại những chốn không người. Vì thế, hắn không khao khát* *thèm muốn như lũ bạn. Mà trái lại, hắn chỉ cần một giấc ngủ, thật cô độc trong bệnh xá này. Hắn muốn nằm lại đây như một con sâu cuốn chiếu..."* (**Bệnh Xá Mùa Xuân**. Trích *Truyện Từ Văn*, tr. 20-21).

Cũng trong không-gian bệnh xá, nhà văn đặt mình trong nhân-vật bộ đội như trong truyện ngắn **Những Cơn Mơ Cuối Năm** (*Văn-Học*, số 197 'Thi ca tranh đấu chống áp bức', 1974), người tù bộ đội tên Đồng tự cho may mắn vào đến miền Nam để được nhìn thấy thực tế khác với tuyên truyền:*"Những ngày cuối năm, Đồng đã sống trong một cơn ác mộng. Trời đã sang lạnh. Cái lạnh quá sức dịu dàng, như ru anh vào một giấc ngủ. Đôi mắt lim dim, đằng sau ô lưới sắt, anh đã bắt gặp một chút gì thê thiết của quê anh. Tuy trời đã lập đông và một dấu hiệu của giao mùa đã chớm nở, nhưng anh đã ngỡ như là mùa thu. Miền núi của miền Nam đã có một thời tiết khác xa miền Bắc. Lần đầu tiên, anh đã nhận thấy sự khác biệt ấy, từ khi anh theo bộ đội vào quê hương miền Nam. Anh đã đứng lặng hàng giờ, để ngắm những đám mây trắng chẳng khác những bông gòn lướt thướt bay trong gió. Trước mặt anh, hàng cổ thụ đầy bóng lá, vươn cao trên con đường đất đỏ, và sau một cơn gió lớn, một trận mưa lá rụng chẳng khác muôn ngàn cánh bướm... anh ngỡ chừng thiên nhiên vũ trụ đang nhập vào hồn anh. Anh ngỡ chừng một mùa thu êm ái len vào từng mạch máu, sớ thịt của anh. Phải chăng, anh đang ngủ trong một mùa tàn đông của miền Nam, mà ngỡ đang ôm trọn cả một mùa thu xứ Bắc? Chưa bao giờ, anh nhớ đến quê hương ghê gớm như thế. Và chính trong bốn bức tường của lao tù, cùng một khúc chân tàn phế, đã giúp anh sống trong mộng tưởng dễ dàng hơn. Anh chỉ còn đốt thời gian bằng những giấc mơ, dù anh biết sự thực đời anh bây giờ đã chấm dứt. Những giấc mơ quá đỗi tội nghiệp mà anh phải tự trang điểm cho cuộc sống đáng thương".*

Được đối xử nhân đạo trong quân y viện nhưng những gì vừa xảy ra đã đánh thức anh: *"Có lẽ những giọt sương cùng những tràng nổ dồn dập khi toán quân bắt đầu dò dẫm lục soát đã đánh thức anh dậy, anh đã tuyệt vọng và không còn tin tưởng ở một sự cứu thoát nào của đồng đội. Họ đã bỏ rơi anh, hay họ đã coi sinh mạng con người trong chiến tranh như loài cỏ rác. Hay họ chỉ biết những chiến công anh dũng, những sự đề cao cá nhân anh hùng bằng những cái chết thảm như đồng đội anh. Tự dưng anh ứa nước mắt. Anh cắn răng cố lết một khoảng. Cuối cùng, máu từ vết thương đổ tuôn xối xả, đã làm anh kiệt lực. Anh lại nhắm mắt chờ đợi cái chết. Anh lại thấy rõ hơn bao giờ trong đầu óc một thành phố Hà Nội. Hà Nội với những con đường của tuổi thơ ấu, đầy lá bàng, đầy những lá xoan, và những hàng sấu tươi mát. Hà Nội với những ngày chớm thu, với những cơn gió heo may lướt thướt. Anh không còn nghĩ đến vị trí hiện hữu của anh nữa. Anh lại nhớ đến người mẹ tóc bạc như sương ngậm ngùi khóc trong căn buồng vắng trước khi anh lên đường vào Nam. Người mẹ đã không dự buổi tiễn đưa hào hùng giữa một công trường tháng tám khi đứa con trai chí khí ngất trời quỳ xuống nền đất công trường (...) Anh lại thấy người con gái, có mái tóc chẻ hai, môi tươi hồng, trao chiếc khăn tay làm quà anh trong buổi tiễn đưa. Và một thinh không vang lên lời tung hô, lời thề, cùng những lời cuối cùng của... không, bây giờ anh đã nhận ra mọi sự đều đổi khác... anh đã bị bỏ rơi một cách tội nghiệp".* Rồi tới hiệp ước trao trả tù binh, Đồng đã trả lời: *"Tôi không muốn trở thành anh hùng. Chắc họ cũng ngạc nhiên và những người sĩ quan của miền Nam đều phải hả dạ lắm. Nhưng họ làm sao biết được những giọt nước mắt của một kẻ tàn phế như tôi. Bây giờ, tôi không còn gì để giúp ích cho xã hội nữa. Nhất là một xã hội chủ nghĩa như miền Bắc mà lao động được xem như là cứu cánh. Tôi là kẻ bị bỏ lại, như người ta đã bỏ tôi trong đêm lọt vào phòng tuyến địch. Lạy Thầy mẹ, hãy tha lỗi cho đứa con bất hiếu. Hà Nội quê hương của ta ơi, hãy bao dung cho ta"* (tr. 88, 90).

Người lính của Trần Hoài Thư trong Ngày Trở Lại đã từ mặt trận **trở về thành phố** nghỉ phép không phải lúc nào cũng cảm thấy thoải mái, hạnh-phúc dù ngắn ngủi. Một tưởng thưởng ư - khi mà chiến-tranh còn bùng cháy khắp nơi, nơi có đồng ngũ đang có mặt? Một xoa dịu ư – khi mà người trở về chỉ là tạm bợ trong khi bất công vẫn hoành hành trên khắp vùng đất nước? V.v... và v.v... *"Ngày trở lại Sài-Gòn, phải là một ngày ước mơ cho một người trở lại. Sao chàng lại đi thất thểu dưới cơn nắng Sài-Gòn. Sài-Gòn không đền bù những nỗi khốn khổ mà đứa con của nó đã chịu đựng. Những chiến trường xa, những mặt trận mới, những đồng đội ngã gục trên núi trên rừng (...) Nhưng Sài-Gòn trở nên xa lạ, lạnh lùng... Ôi, ta đã lê đôi giày saut đến mòn cả gót, ta đã mang chiếc quần xanh đến rách cả vải trận, ta đã kiên trì, mỏi mệt, như một người hùng thua cuộc (...) Chàng... muốn đi ngay lập tức. Nhưng đi đâu bây giờ (...) Đi đâu để thoát khỏi sự giằng xé, nỗi bừng giận sôi sục; đi đâu để thấy được một ánh đèn ấm cúng đang dỗ dành một kẻ trở về?"*. Trở về tìm lại những nơi chốn cũ của tình đầu nay đã mất, những quán xưa vắng bóng người thân quen, hay cái rạp hát sẽ khiến anh như sống lại với tiếng hát người con gái ngày xưa?

*

Vì lỡ làm người có trí thức, suy nghĩ. Trong **Những Chiếc Lá Dáng Hương Của Mùa Khổ Đau**, Trần Hoài Thư nói lên tâm tình người lính mà hoàn cảnh trở thành 'lao công đào binh' đối với đấng sinh thành: *"Các người làm sao biết ở tấm hình hài và nước mắt cho con trai người ăn học, thì chính sự ăn học và kiến thức đã đạp nhào đứa con trai của người. Đó là lương tâm, đó là sự dằn vặt, đó là cái nhận thức sự hiện hữu của cá nhân trong guồng máy khổng lồ bèo bọt và vô nghĩa, đó là nỗi mơ mộng tự một con người trí thức, bị tan vỡ bởi hoàn cảnh xã-hội (...) Thế mà bây giờ, tôi lại thế này. Một lao công đào binh, mang áo quần phế thải, sau lưng, trước ngực, viết bằng chữ sơn: LCĐB. Một tên bị quân đội bỏ rơi như một vì sao bất hạnh..."* (*Vấn Đề*, số 45, 4-1971, tr. 50-51).

Cũng như các truyện ngắn khác trên tạp-chí *Vấn-Đề*, đa số viết về chiến trường khốc liệt và hậu quả tàn phá của nó. Trong Đỉnh Xuân Buồn, hay Những Thẻ Nhang Cho Hoàng Hôn qua nhân-vật ông Tự - người cha mất con. Cũng như dưới cái nhìn của một lao công đào binh đang ở trận tiền hay bị hành xác lao động trong Cõi Mù Tăm, ở bệnh xá, ở nơi trốn tránh (nhà thờ Tin Lành ở Nha

Trang, trong Người Con Gái ở Nhà Thờ Đức Tin) và khi trở về cô nhi viện cay đắng nghịch cảnh trong Ngày Tháng Xa.

Người lính Trần Hoài Thư không lý thuyết cao siêu, không siêu tưởng. Trong cái tương đối của đời lính, anh chỉ đi tìm hạnh phúc cho cuộc đời, đi tìm và khi tưởng có được, anh dựng xây một tình yêu, muốn dừng lại, "sẽ không còn phóng đãng, bụi đời". Sau những ngày chạm trán với kẻ thù, với tử thần, bị dồn nén, dĩ nhiên người lính có những phóng đãng, hoang đàng... - một cách rất con người! Một cuộc chiến buồn thảm, đó có thể là lý do tại sao các chuyện tình của người lính Trần Hoài Thư không bao giờ có đoạn cuối vui và... bình thường. Không chết giữa hai lần đạn thì cũng chết vì hải tặc, lấy chồng Mỹ, bặt tin, v.v... Trước những giây phút đẹp của những cặp tình nhân dù họ là kẻ thù, người lính phải trực diện với kẻ thù đó vẫn hơn một lần chứng tỏ còn có tình người, có tâm hồn.

Trong các truyện của Trần Hoài Thư, người đọc thường gặp lại một số **hình ảnh, địa danh và nhân vật** quen thuộc vì thường là chuyện đời lính của chính tác giả. Những Quy Nhơn, Huế, Tuy Phước, Nha Trang, Đà Nẵng, ... Những đồng đội Nha, Minh, Năm Râu, những người lính Thượng Lương Văn Tướng, Y Đao, Nay Lát, v.v... Còn nhân vật xưng tôi thường là Ba Cận Thị hoặc thiếu úy Tân. Những người đồng đội "huynh đệ chi binh", những người đồng đội, ngoài ra Trần Hoài Thư còn viết về những cấp chỉ huy. Dĩ nhiên anh có nhắc đến những "Mặt Trời" thường chỉ tới thị sát khi mặt trận đã xong, gắn huy chương, vỗ về, cả những nhắn nhủ, đòi hỏi trước mỗi chiến dịch, công tác. Anh cũng viết về những nhũng lạm của các cấp chỉ huy, những hại việc nước và chính nghĩa chung!

Đó là cái bẽ bàng u uất của những kẻ đầu đàn có lương tri, họ đã thành nhân dù đã không thành công. Và còn nhiều cái bẽ bàng khác với người lính của Trần Hoài Thư. Bẽ bàng của những ngày cuối của chiến tranh. Tàn cuộc chiến, bị bỏ rơi, người lính không lâu sau còn bị kẻ chiến thắng gian trá bắt tù đày, biệt xứ và bị trả thù. Đi lính là để trả nợ non sông, nhưng tháng tư 1975, người lính còn phải trả nợ cho những sai lầm của lãnh đạo, chỉ huy. Trần Hoài Thư sẽ viết tiếp khi đến được bến bờ tự do sau thời-gian bị đi 'học tập'.

Văn Trần Hoài Thư thuộc thể-loại tâm tình và hiện thực sôi nổi, hực lửa ở nội dung, nhưng có những đoạn rất văn chương, lãng mạn có, nhận xét lý thú có, tâm lý có, như phần đầu của truyện Những Chiếc Lá Dáng Hương Của Mùa Khổ Đau: *"Ở bộ tư lệnh sư đoàn này, có những cây cổ thụ thật lâu đời. Dáng hương, sao, và phượng vĩ. Nhưng những cây phượng đã chết tự năm nào, trơ vơ những cành khô cằn đen đúa, và những trái phượng dài mỏng manh chẳng khác gì những xác chết bị ép cứng. Chỉ còn lại sao và dáng hương..."*. Phần mở khá dài của truyện Xuống Núi là đoạn văn tả cảnh khá đẹp, dẫn vào ký ức ngôi trường nội trú và hiện thực hôm nay: *"Chàng đang bước trên con đường cũ. Con đường mà buổi chiều, sau khi từ doanh trại chàng vẫn trở về như một thói quen thuộc. Đây là một công viên vắng, mà mùa mưa đã làm cỏ mọc sum suê, xanh tốt (...) Chàng đã dừng lại một lúc nhìn bầy gà đang ríu rít tìm mồi. Và trên cao, những tàn lá bát ngát đan cả vòm trời xanh nhiều mây trắng. Buổi chiều như một cơn mộng thật êm. Không một tiếng động, dù là tiếng gió ru, hay tiếng chim ríu rít (...) Ở xa, chàng chỉ nhận ra một màu bát ngát, và bất động. Xa hơn nữa, những lũng những đồi chập chùng nối tiếp, như dần dần biến thể, và cuối cùng, ở đường chân trời, là một màu tối thẫm hòa nhập với nền trời xa..."* (*Văn* giai phẩm 11, 'Văn-chương trong thời bình', 18-3-1973, tr. 58).

Trần Hoài Thư có những tác phẩm về người lính rất thành công và cảm động. Trong toàn bộ, truyện về người lính của anh là những hoài niệm, ưu tư, khắc khoải, những cay đắng hoài nghi, nhưng cũng là những chân dung những người lính thật, có lửa có lòng, có tốt có xấu, nhưng vượt trên tất cả là thân phận của những con người bị đày đọa, hy sinh, bị lừa dối. Khác với những hồi ký của các lãnh tụ, tướng lãnh và nhà văn ngồi ở tháp ngà thủ đô, tác phẩm của Trần Hoài Thư là những đau khổ anh hùng của những người lính vô danh, những tâm tư của một thế hệ trẻ bị nướng vào chiến tranh.

Trước 1975, thiền nghĩ Trần Hoài Thư đã viết như nhân chứng, như kẻ nhập cuộc, có mặt. Có thể lúc bấy giờ anh chưa có mục-đích rõ rệt như sau này ở hải-ngoại, nhưng chân dung người lính của anh sẽ góp phần giúp các thế hệ trẻ hơn hiểu hơn về một cuộc chiến, về một thế hệ, những nạn nhân. Người đọc có cảm tưởng anh còn muốn những người hôm qua là địch đối đầu ở trận chiến có cái nhìn trung thực hơn về người lính cộng hòa. Anh đã tự hứa viết giùm những người không thể viết, không thể nói, những người mang áo lính cộng hòa bị bỏ quên. Dù anh thú nhận không thể viết hết những gì chiến tranh đã gây nên nhưng chúng ta hy vọng anh đã lay động được lương tâm con người; biết đâu những tên đồ tể của chiến tranh sẽ cải tà quy chính (!), về với con người, lòng người, xây dựng những cuộc sống an bình và hạnh phúc! Hơi thừa nếu cho rằng nhà văn Trần Hoài Thư có cái can đảm của người lính thám kích. Thật vậy, anh đã dám nói lên những sự thật đau lòng của chiến tranh, của những người cùng chiến tuyến, dám nói khác những tiếng nói chính thức mà nhiều người đã nhàm nghe! Như anh đã thổ lộ đâu đó anh tự hào là người đã nghe trái phá nổ, do đó anh hiểu mãnh lực của trái phá như thế nào!

Truyện Trần Hoài Thư đã được đón nhận nồng nhiệt bởi người đọc liên hệ xa gần đến người lính Cộng Hòa, đáp ứng nhu cầu tự nhiên tìm về quá khứ của người lính đã hy sinh đời mình cho lý tưởng, nhất là những người lính cô đơn chiến đấu và cô đơn chống trả những oái oăm của định mệnh sau đó. Tác-phẩm về chiến-tranh này còn là những chứng tích không thể xóa bỏ, để lịch-sử và các thế hệ sau này tìm về, để hiểu, để biết về những khúc mắc, những mảng kín như những vết sẹo tưởng đã liền da với thời gian nhưng vẫn còn đó... Đó là những truyện nói chung tiêu biểu vì chứng minh văn nghệ vị nhân sinh, thỏa đáng những đòi hỏi của nhân sinh, đáp ứng những đối đầu không lựa chọn, để sống còn, để được hít thở tự do, ... ở một tình huống rất hiện sinh của hôm nay!

Nhìn chung, có thể nói Trần Hoài Thư, vừa đánh trận vừa viết văn, chưa có tác-phẩm lớn so với một số tác-giả cùng thời, nhưng toàn bộ những truyện ngắn, đoản văn, thơ ca của ông, đã làm rung động người đọc vì nội-dung thảm cảnh, ngôn-ngữ dã chiến, đầy nhân tính trong những hoàn cảnh tàn ác, bạo động hoặc đầy bất ngờ! Nhưng thiển nghĩ tác-phẩm *hiện thực* của anh đã làm rung động lòng người, gây suy nghĩ, nhức nhối lương tâm, với những kinh hoàng 'địa ngục có thật' là những tính cách của một văn-chương *nhập cuộc* đầy *nhân bản*!

**Nguyễn Vy Khanh**

(Trích *Văn Học Miền Nam 1954-1975: nhận-định, biên-khảo và thư-tịch*)

*Nguyễn Vy Khanh*

Chú-thích:

1- Trần Hoài Thư. *Ra Biển Gọi Thầm*. Plainfield, NJ: Tác giả xb, 1995. 222 tr.
2- KĐN. Tạp chí liên mạng Văn Học Nghệ Thuật, 242, 28-10-1996.
3- SĐNN. Tạp chí VHNT, 238, 16-10-1996.
4- "Viễn Thám". *Dân Chủ Mới*, 55, 8-1996, tr. 59-61.
5- Viết 17-9-1996, đăng *Dân Chủ Mới*, 58, 11-1996, tr. 58-61.
6- Viết 26-8-1996, đăng trên VHNT số 223 (4-9-1996).
7- Sau in trong tập truyện *Ban Mê Thuột Ngày Đầu Ngày Cuối* (Plainfield, NJ: Tác giả xb, 1997. 241 tr.). Cùng trường hợp với các truyện khác đã nói đến trong bài viết, như Sỏi Đá Ngậm Ngùi, Thám Báo (tức Viễn Thám khi đăng báo).
8- *Thơ Tuyển Toàn Tập* (Plainfield, NJ: Thư Ấn Quán, 2021, 646 tr.)

# LUÂN HOÁN

## TRẦN HOÀI THƯ, MỘT ĐỜI QUÍ SÁCH

Thừa hưởng một cái tên đẹp do cha mẹ đặt cho, Trần Quí Sách chọn cho mình một bút danh thật thi vị: Trần Hoài Thư. Tên gọi như một sợi dây, trói buộc anh dính liền một đời với chữ nghĩa, sách báo. Ra đời tại Đà Lạt vào ngày 16 tháng 12 năm 1942, thất lạc cha ngay khi còn quá nhỏ, Trần Hoài Thư theo mẹ đến thành phố biển Nha Trang sống suốt thời thơ ấu rất đỗi cơ cực và hẩm hiu. Thời thơ ấu, anh từng bán hàng rong ở các bến xe ở Nha Trang, và từng đi bộ mỗi ngày khoảng 20 cây số để đi đến trường. Anh học trường Sinh Trung, Nam Tiểu học Nha Trang và cuối cùng là trường Cô Nhi Viện Bết-Lê-Hem, Hòn Chồng, trước khi ra Huế gặp lại thân phụ anh từ Bắc di cư vào. Ở Huế, anh theo học tại Quốc Học, Đại Học Huế, rồi trở vào Nam với Đại Học Khoa Học Sài Gòn. Không tốt nghiệp sư phạm, nhưng có duyên với bảng đen, phấn trắng, Trần Hoài Thư trở thành ông thầy dạy trung học và hành nghề tại trường Trần Cao Vân của thị xã Tam Kỳ, tỉnh Quảng Nam, trong các niên khóa từ 1964 đến 1966. Năm 1967, theo lệnh động viên, Trần Hoài Thư theo học khóa 24 Sĩ quan Trừ bị Thủ Đức. Sau khi ra trường, anh chọn về binh chủng tác chiến. Đại đội 405 Thám kích thuộc Sư đoàn 22 Bộ Binh, đồn trú tại vùng 2 chiến thuật, đã giữ chân Trần Hoài Thư suốt bốn năm. Hai năm trước khi Việt Nam Cộng Hòa tan rã, Trần Hoài Thư làm phóng viên chiến trường tại vùng IV chiến thuật.

Thời gian cận kề giữa biên giới tử sinh, Trần Hoài Thư trúng đạn hai lần. Lần thứ nhất khi có mặt trong cuộc hành quân giải cứu Qui Nhơn trong dịp Tết Mậu Thân. Lần thứ hai, năm 1971, khi dẫn quân tiến chiếm mục tiêu đồi Kỳ Sơn tại Bình Định. Ngoài Chiến Thương và Anh Dũng Bội Tinh, Trần Hoài Thư đã có cơ hội làm giàu vốn sống của một người lính, của một công dân sống trong giai đoạn tổ quốc bị chia cắt, dân tộc khốn khổ vì chiến tranh. Vốn sống của anh còn có thêm bốn năm "bồi dưỡng" bởi chính sách "cải tạo" do nhà nước Xã Hội Chủ Nghĩa Việt Nam dành cho dân, quân, cán, chính miền Nam. Có được mảnh bằng của Xã Hội Chủ Nghĩa cấp, Trần Hoài Thư hành nghề bán cà rem dạo một thời gian trước khi vượt biển vào năm 1979.

Quyết tâm dựng lại cuộc sống mới trên xứ người một cách hoàn hảo, Trần Hoài Thư trở lại nhà trường năm 38 tuổi. Ít năm sau, anh tốt nghiệp Cử nhân Điện toán và Cao học Toán Ứng Dụng tại Đại Học Stevens Institute of Technology. Anh vào làm việc cho công ty điện thoại AT &T với chức vụ *Member of Technical Staff* về *Systems Engineering* rồi qua làm *Project Leader* về ngành tin học cho công ty IBM. Để chóng đạt được những kết quả khả quan này, chị Trần Hoài Thư, nhũ danh Nguyễn Ngọc Yến, một cựu viên chức của Viện Đại học Cần Thơ trước 1975, đã phải lăn xả vào các nghề lao động chân tay, giữ vai trò chủ yếu trong kinh tế gia đình. Dĩ nhiên, ngoài giờ học, Trần Hoài Thư cũng dùng sức lực cơ bắp khiêm nhường của mình vào việc kiếm ra tiền đóng góp thêm. Từ những ngôi nhà thuê tối tăm trong các khu thiếu an ninh, vợ chồng Trần Hoài Thư đã tiến đến việc mua nhà mới, kiện toàn tổ ấm hạnh phúc. Không phụ lòng cha mẹ, Trần Quí Thoại đã trở thành một y khoa bác sĩ, có tay nghề, có nhiệm sở vững chắc. Năm 2004 Trần Hoài Thư nghỉ hưu non và chính thức thực hiện giấc mơ làm báo, làm nhà xuất bản với lối in ấn, phát hành theo cung cách riêng của mình.

Tôi gặp Trần Hoài Thư tại quân trường Bộ Binh Thủ Đức, vào năm 1967. Lúc bấy giờ, quân trường đào tạo sĩ quan trừ bị, cho quân lực Việt Nam Cộng Hòa này, đang khai giảng khóa 24. Một công việc đã từ lâu được thực hiện bên cạnh chức năng huấn luyện của quân trường là sự hiện diện một nguyệt san, tiếp nối từ khóa này đến khóa khác. Nguyệt san Bộ Binh là nơi hội tụ những sinh viên sĩ quan có máu yêu thích thơ văn, ca nhạc, hội họa, điêu khắc... Khóa tôi theo học, quy tụ khá nhiều khuôn mặt đã được biết đến trong một số bộ môn nghệ thuật. Trần Hoài Thư là một trong những người này. Trước khi vào quân trường, anh đã có khá nhiều truyện ngắn được đăng trên các tạp chí Văn, Bách Khoa khởi từ năm 1964.

Tuy cũng như người bạn đồng khóa, nhà thơ Nguyên Sa, lúc bấy giờ chúng tôi "mới biết" sức nặng của một *"khẩu garant"*, một *"khẩu trung liên bar"*... nhưng có lẽ thế hệ chúng tôi, những Lâm Chương, Phạm Văn Bình, Trần Hoài Thư, Cao Thoại Châu... đã nhìn thấy, đã cảm nhận những điêu tàn, đổ nát của quê hương, những đau xót, tủi nhục của đồng bào, có phần rõ nét và đậm đà hơn ông thi sĩ đàn anh một đôi chút. Chính vì thế, đề tài của chúng tôi trong giai đoạn khởi đầu, đa số thiếu vắng cái mượt mà lãng mạn của tình yêu nam nữ. Riêng trong sáng tác của Trần Hoài Thư, khuôn mặt chiến tranh, thân phận con người nhược tiểu càng ngày càng nổi bật. Những thao thức (nói theo chữ dùng thời thượng là suy tư cuộc chiến) của đa số tuổi trẻ được anh phơi bày tỉ mỉ, vén khéo. Quân trường Bộ Binh Thủ Đức không chỉ dạy cho Trần Hoài Thư biết cách chỉ huy một trung đội tác chiến, mà đã chính thức rèn luyện anh trở thành một nhà văn quân đội ưu hạng, quý hơn nữa, anh giữ vững ngòi bút mình, đi gần suốt một đời với màu áo xanh *olive.* Có thể nói, anh là một người lính luôn luôn tại ngũ cho đến bây giờ. Cây súng đã không còn cần thiết, nhưng cây bút của anh vẫn không hao mòn ý chí chiến đấu cho một tương lai đất nước an lành hơn.

Đúng ra, thời ở "KBC Bốn Ngàn Một Trăm" (quân trường Thủ Đức), tôi không có nhiều cơ hội chuyện trò với Trần Hoài Thư. Hai chúng tôi ở hai đại đội khác nhau. Doanh trại quân trường nằm trên đồi Tăng Nhơn Phú, cách Chợ Nhỏ chừng 2000 mét. Đây là một khu vực rộng lớn. Phòng ốc khang trang, dọc ngang những con đường rợp bóng cây xanh, không khác gì một thị trấn thu hẹp. Những đại đội đồn trú riêng biệt, cách nhau khá xa. Việc đi lại trong giai đoạn chưa được gắn *alpha* rất đáng ngại, lớ ngớ rất dễ bị hít đất, nhảy xổm, dù với khóa 24, sự đãi ngộ kỷ luật của khóa đàn anh dành cho đàn em đã giảm thiểu tối đa. Thêm vào những trở ngại này, mỗi chúng tôi có một ít bạn thân riêng. Trần Hoài Thư thường cặp kè với những Lâm Chương, Vương Trùng Dương... Tôi hay la cà cùng Cao Thoại Châu, Phạm Hoàng, Đỗ Toàn... Chúng tôi chỉ có cơ hội gặp nhau trong những buổi sinh hoạt tại văn phòng Khối Báo Chí. Những buổi hội tụ này khá nhiều, nhất là trong giai đoạn hai. Bên cạnh mục đích thực hiện, cải tiến tờ báo, các sĩ quan chủ trương còn muốn tạo cơ hội cho anh em đóng góp bài vở có thêm thì giờ nghỉ ngơi, trốn bớt tạp dịch ngay trong những "giờ tùy quyền". Trong ban biên tập, sau khi khóa 23 ra trường, tôi và anh Trần Sơn Hà có nhiệm vụ phụ tá chủ bút. Tôi cũng là người góp ý để chọn thơ đăng trên nguyệt san. Trần Hoài Thư tiếp nối đàn anh Mê Kung (Phan Nhự Thức sau này) viết đều đặn những trang Nhật Ký Quân Trường. Rất có thể còn một vài người góp tay trong mục này, nhưng Trần Hoài Thư là "nỗ lực" chính. Chuyện đi bãi, chuyện "bia lên, bia xuống", chuyện "cơm nhà bàn" , chuyện cõng ghế trên vai đến đại giảng đường, chuyện ở 301 vân vân và vân vân được Trần Hoài Thư ghi lại, dựng lại dưới văn phong nhẹ nhàng, lôi cuốn. Tôi biết rất nhiều sinh viên sĩ quan rất khoái những bài viết này của Trần Hoài Thư. Ngoài những trang nhật ký, Trần Hoài Thư còn đóng góp thêm truyện ngắn và thơ. Thể loại sáng tác nào của anh cũng có giá trị nghệ thuật, không mang tính cách tuyên truyền khô khan nhằm phục vụ chế độ.

Nếu lòng dạ của tôi dành cho tờ báo của quân trường thiếu tha thiết, thì ở Trần Hoài Thư khác hẳn. Anh nhiệt tình và say mê, trân quý tờ nguyệt san Bộ Binh một cách khó ai sánh được. Sự chân thành, tích cực của anh, ai cũng nhìn ra. Ban chủ biên tờ báo, cuối khóa đã tặng anh một danh hiệu xứng đáng: "Sinh viên sĩ quan báo chí xuất sắc". Kèm theo phần thưởng tinh thần này là một quà tặng rất thích hợp cho một nhà văn: một cặp bút Canon mới cáu trong hộp cứng. "Vật nhẹ nhưng tình nghĩa nặng" có lẽ đã giúp Trần Hoài Thư nhớ đời về một thời "chín tháng quân trường".

Tôi nghĩ, tất cả những ai từng làm thơ, viết văn, và từng là sinh viên Thủ Đức, không ít thì nhiều đều có những sáng tác về ngôi trường mẹ của mình, ngay trong thời kỳ đang theo học, hay đã phiêu bạt trong chinh chiến sau này. Dĩ nhiên, tôi, Cao Thoại Châu, Đynh Hoàng Sa, Lâm Chương, Phùng Kim Chú, Vương Thanh, Thái Tú Hạp, Lê Vĩnh Thọ, Phan Xuân Sinh, Chu Tân... và người bạn thân sau này, Phan Ni Tấn, cũng đã nhờ vào kỷ niệm thời "thao trường đổ mồ hôi, chiến trường bớt đổ máu" để cho góc sáng tác riêng mình thêm phong phú. Nhưng nhắc nhớ về một quân trường vang danh một thời vẫn là tác phẩm của Trần Hoài Thư: *Thủ Đức Gọi Ta Về,* xuất bản tại Hoa Kỳ năm 2001.

Với *Thủ Đức Gọi Ta Về,* Trần Hoài Thư dẫn những cựu sinh viên đầu đã hai màu tóc, trở lại thăm cổng số 1, cổng số 9, khu tiếp tân, những con đường xanh bóng mát, những doanh trại nối liền doanh trại, vũ đình trường, đại giảng đường, những phòng học, những nhà bàn, những vọng gác, những lối dẫn về bãi tập, những sân bắn, những đoạn đường chiến binh, những đường dây tử thần, những giả sơn, cả khu trầm tư suy tưởng 301... Xin được trích đoạn vài khúc tình thơm mồ hôi của Trần Hoài Thư:

*"... Ta đang nhớ về Thủ Đức như bạn ta đang nhớ. Có phải đêm qua gió quá dữ để bãi bắn rụng đầy lá cao su. Và quân trường những cơn mưa lá ngâu đã rụng xuống doanh trại. Gió lộng như từ tứ phương tụ hội về đồi. Gió mang suốt ngày khắp nơi vang vang lời ca Đường Trường Xa và nhịp đếm Một Hai Ba Bốn. Ô hay, ta gầy còm, trên dưới 40 ký, thế mà cũng chịu đựng được sao. Quân trường đổ mồ hôi. Chiến trường bớt đổ máu. Kinh nhật tụng cho giai đoạn một. Tay ta trói gà không chặt mà đòi đánh một hai. Hai chân ta đôi khi luống cuống, bước không đúng nhịp mà đòi đi diễn hành cuối khóa. Ta tập quay trái, quay phải, quay đằng sau. Chân trái phải xê dịch như thế nào, chân phải phải quay ra làm sao. 90 độ. Phải ráng tập trung trí óc. Chụm chân lại. Rồi quay 90 độ. Phải ráng nghĩ trong đầu. Khi đi phải bắt đầu bằng chân trái. Ráng mà nhớ. Ta chẳng khác một tên học trò lúc nào cũng bị ám ảnh bởi cái roi mây của thầy. Ngày nhỏ, ta tập lính bước một hai, khẩu súng là cuống chuối hay khúc gỗ mang lên vai. Bây giờ, ta cũng vậy. Vẫn là một trò chơi bất tận. Nhưng thời nhỏ dại ấy lại quá dễ dàng, cớ sao bây giờ lại quá khó. Bằng chứng là ta bị phạt liên miên.*

*Bây giờ, quá xa, quá lâu để mà nhớ về những ngày tháng cũ, nhưng hình như bên tai ta vẫn còn văng vẳng tiếng hát vang lừng từ một góc trời Tăng Nhơn Phú. Cám ơn nó, bởi vì nó khiến lòng ta ấm lại giữa lúc tiếng gọi đò chiều đã giục. Không biết tới chuyến nào sẽ chở đời ta qua bên sông cô tịch. May mà tiếng hát nào như gió bão đánh bạt cái ý nghĩ đen tối bi quan. Ta đã đứng dậy đến bên khung cửa. Dưới ánh điện đường trong một đêm về sáng, ta thấy lại một vũ đình trường, với những ống đạn pháo binh sơn trắng bao quanh, ta thấy lại những đại đội đang xuôi ngược diễn hành. Có khi hai đại đội cùng di chuyển đối đầu nhau, và một bên giậm chân tại chỗ, chờ bên kia vượt qua. Không ai bận tâm lấy ai. Phải nhìn thẳng. Phải ca phải hát. Lính phải hùng. Gió làm lời ca bay bổng trên chín cổng, vang khắp bãi đồi. Khi hai chân ta bước nhịp, hai tay ta đánh theo, miệng ta cất lời, thì bạn ta cũng vậy. Tất cả sẽ tạo nên một tập thể đồng nhất, tiến về phía trước. Trời ơi, cả một rừng cờ sắc áo như thế, khóa này tiếp đến khóa khác, biết bao nhiêu bước chân tập tành để chuẩn bị cho một cuộc lên đường, để rồi, vũ đình trường giờ đây chỉ còn lại một bãi mồ hoang phế. Tiếng ca hùng tráng ngày ấy đâu rồi. Tiếng hát đã một lần lồng lộng cùng lá cờ giữa sân ngôi trường lính ngày ấy đâu rồi. Cổ họng ta đã một thời gào to cùng tiếng ca lời hát..."*

*"... Bây giờ ta mới hiểu thế nào là tập thể. Ta biết thế nào là tiểu đội trung đội đại đội. Ta trần truồng như nhộng trong nhà tắm chung. Ta vừa đi một hai như chú lính tò te vừa hát bài Lục Quân Việt Nam. Hai tay ta quỵ xuống, mông ta nằm rạp xuống tuyệt vọng khi ta bị phạt cả trăm lần hít đất nhảy xổm. Ta bị phạt chạy vòng vòng quanh sân đại đội, vừa chạy vừa gào. Ta bị đánh thức trong đêm, hoảng hốt cuống cuồng, nghe tứ phương rầm rập bước chân, nghe tiếng còi ré lên trong đêm đen tối, để năm phút là phải sẵn sàng trình diện. Để ba lô nón sắt, súng trường, đạn dược được khám xét. Rồi sẽ có kẻ bị phạt dã chiến vì tội lỡ quên... Trong bóng tối, ta mang kiếng nhìn ta, nhìn bạn bè. Những bóng người mờ mờ ẩn ẩn. Đêm đồi Tăng Nhơn Phú lành lạnh. Cái lạnh khiến ta thèm được nhấp hớp cà phê và đốt thuốc. Nhưng ở đây cái lạnh lại kèm theo cái lo. Lo cán bộ xét khám dây giày ta chưa buộc, cấp số đạn ta mang không*

*đủ, thẻ bài ta bỏ quên... Ta mới sợ những cơn mưa và cái nắng nung người..."*

*"... Đêm alpha. Nó là một truyền thống. Nó là sự liên hệ giữa đàn anh và đàn em, giữa người sắp sửa giã từ và những người ở lại. Nó cũng là điểm mốc cho người được đi chuyên môn và người ở lại làm lính lội bộ. Nó vang động cả trời đêm Tăng Nhơn Phú với lời hô đứng dậy quỳ xuống như chuyển rung cả một vũ đình trường. Người đàn anh sẽ gắn alpha cho ta. Và anh sẽ đập vào vai ta để bày tỏ lời chúc mừng trong khi ta chào tay anh không dám động đậy. Rồi anh sẽ từ giã ta, anh đi đâu:*

*hãy nắm chặt dây cương này, luân hoán*
*ra khỏi nơi này sẽ gặp nghĩa trang*
(Tình khúc cuối cùng ở K.B.C 4100, thơ Luân Hoán)

*Ta đã quên anh, và anh cũng không bao giờ nhớ ta. Nếu có chỉ là cái bóng. Bóng đổ xuống sân vũ đình trường dưới những ngọn đèn nhiều nến. Ta lại bắt đầu thay anh, và cái bóng ta đã lấp vào bóng anh. Ta cũng nhường lại cho đàn em những gì mà đàn anh ta đã nhường cho ta. Rồi ta lại ra đi. Đi đâu. Ra khỏi nơi này sẽ gặp nghĩa trang. Nghĩa trang quân đội. Với Tiếc Thương của Nguyễn Thanh Thu. Với Viên Đạn Cho Người Yêu Dấu của Luân Hoán. Với một Mậu Thân đại tang cho khóa 24 của ta và khóa 25 đàn em.*

*Đêm alpha, ta đang náo nức chờ ngày cuối tuần để về thăm Sài Gòn. Một đoạn đường chiến binh đã qua. Thêm một đoạn đường nữa bắt đầu. Bây giờ mới chính là những bài học vỡ lòng cho một trung đội trưởng bộ binh. Hỡi em yêu dấu..."*

*"... Nhờ có Tăng Nhơn Phú, mà ta mới đổ mồ hôi để còn có em đem cho ta cơn gió mát. Nhờ có Tăng Nhơn Phú mà em đã tìm đến ta, vào ngày cuối tuần, mang theo những món đồ thăm nuôi rải theo nước thánh. Ta ăn dù chua, cũng thành ngọt, dù cứng cũng thành*

*mềm... Em hỏi ta có cực không, khiến lòng ta tở mở: Thấm tháp gì. Ta bị phạt 50 lần hít đất nhảy xổm vì tội để giày bẩn, nhưng ta phóng đại bị phạt cả trăm lần... Làm như Thủ Đức như một lò luyện thép... Rồi em cứ bắt ta kể chuyện quân trường. Em nói là mỗi lần em đọc Nhật Ký Quân trường của ta trên nguyệt san Bộ Binh là mỗi lần em khóc. Em thương các anh sinh viên sĩ quan Thủ Đức quá. Em càng làm ta kiêu hãnh. Như vậy mà ông Đại đội trưởng lại cứ phạt ta dài dài. Như vậy mà đám sinh viên sĩ quan cứ nhìn ta nói bóng nói gió: Nguyệt san Bộ Binh không muốn mua cũng phải bị ép mua. Trời ơi, ta đâu có cái thẩm quyền mà nói hờn nói mát như vậy. Ta viết bài, chẳng những không có nhuận bút mà cũng bị trừ lương, 8 đồng một số. Trời ơi. Ta mang mồ hôi của ta của bạn bè để nhỏ lên trang giấy để các em gái hậu phương còn yêu tha thiết các người mà. Sao lại trách ta đồng lõa. Sao Đại úy S. cứ ghen tức vì ta được miễn ngày thứ tư đi bãi để lên họp ở Khối Chiến Tranh Chính Trị hay về Hội Quán nhìn em. Tim Đại úy là tim đồng tim sắt, làm sao còn biết cái hay của bài thơ Luân Hoán, Nguyên Sa, Cao Thoại Châu, những người thơ cùng khóa của ta? Sao Đại úy cứ đì ta đến tả tơi, tơi tả... chỉ vì ta có cái tội là viết báo Bộ Binh?"*
(Trần Hoài Thư - Thủ Đức Gọi Ta Về)

Đọc xong *Thủ Đức Gọi Ta Về*, không thể không điện thoại báo tin vui đến các đồng đội cũ. Không thể không ngậm ngùi nhớ lại những người bạn đã sớm chia tay cuộc đời bằng những loại vũ khí của con người chế tạo ra. Trích đoạn dù có cố tình tham lam đến mấy cũng không thể không bỏ sót những nụ tình xinh xắn khác của một tác phẩm. Mong rằng các bạn ta sẽ tìm đến với đầy đủ nguyên bản của tạp văn Trần Hoài Thư.

trước: Hòa Bình, Thạch Bích, Hoàng Bách
sau: Trần Q.Thoại, NNYến, Lý, Trần Hoài Thư, L.H, Quốc Bảo — Plainfield NJ 1993

Sự thành danh nhà văn của chàng thanh niên gầy ốm, dong dỏng cao mang tên Trần Quí Sách, không phải khởi đi từ cổng số 1 Quân trường Bộ Binh Thủ Đức. Anh đã khởi hành từ năm 1964, năm trở thành một ông thầy dạy toán tại một miền đất xa lạ. Có thể nhờ khí thiêng của đất đá Tam Kỳ Quảng Nam mà một người gốc Đà Lạt sớm đánh thức cái tiềm năng sẵn có của mình ? Nguyên nhân, cơ hội nào không còn cần thiết, khi sáng tác của Trần Hoài Thư sớm đứng vững trong sự chọn đăng của báo chí văn học, trong sự chọn đọc của đông đảo bạn đọc. Tạp chí Văn của Sài Gòn đã thực hiện một số đặc biệt, ra ngày 01 tháng 3 năm 1972, nhằm giới thiệu "Sáu Nhà Văn Trẻ" gồm: Trần Hoài Thư, Mang Viên Long, Mường Mán, Định Nguyên, Phan Cung Nghiệp, Phạm Văn Phước. Nhà văn Trần Hoài Thư được nhà văn Mai Thảo, chủ bút tạp chí Văn, ưu ái tán thưởng, nhận xét:

*"... Phía tôi nhìn thấy cho Trần Hoài Thư là cái phía của những người trẻ tuổi đặt sống thành suy nghĩ, tự thành trong cô đơn một đời, xuôi chảy thuận dòng theo đồng hành và thế hệ, nhưng vẫn bảo toàn nghiêm mật được cá nhân mình. Vì biết sống và viết cách nào cũng phải bắt nguồn từ đó."*
Mai Thảo (Văn số 197 ngày 1-3-1972)

Những đánh giá của Mai Thảo chắc chắn không phải chỉ vì cảm tình. Mà vịn vào giá trị những tác phẩm của Trần Hoài Thư đã phổ biến: *Nỗi Bơ Vơ Của Bầy Ngựa Hoang*, tập truyện ngắn, được nhà xuất bản Ý Thức ấn hành năm 1968; *Những Vì Sao Vĩnh Biệt*, tập truyện ngắn, với bìa Đỗ Quang Em do nhà xuất bản Ý Thức ấn hành năm 1971. Tập truyện ngắn thứ ba, có tên *Ngọn Cỏ Ngậm Ngùi* do Tiếng Việt xuất bản năm 1973 theo khổ loại sách bỏ túi. Chấm dứt tác phẩm được phát hành trước tháng tư 1975 là tập truyện ngắn *Một Nơi Nào Để Nhớ* (1974). Lần này, Con Đuông đứng tên xuất bản.

Cũng như nhà xuất bản Thơ, Ngưỡng Cửa của chúng tôi ở Đà Nẵng, Ý Thức, Con Đuông là những nhà xuất bản ở tỉnh lẻ. Ý Thức lập ra từ Phan Rang và Con Đuông từ Cần Thơ. Gọi là nhà xuất bản cho hữu danh vậy thôi chứ không có cơ sở vật chất nào làm nền móng. Sinh hoạt không đặt ra mục tiêu thương mại. Nhưng Ý Thức, Con Đuông, cũng như Thơ, Ngưỡng Cửa... quy tụ những người chỉ có một cái vốn duy nhất là tấm lòng. Mọi cố gắng nằm trong tinh thần thuần túy văn học, nghệ thuật. Trần Hoài Thư dĩ nhiên đóng góp không nhỏ vào sự hình thành của hai nhà xuất bản này.

Sau khi đặt chân lên đất Hoa Kỳ, dù đời sống chưa ổn định, Trần Hoài Thư đã nhanh chóng viết lại. Theo thời gian, anh đã cộng tác với các tạp chí: Quê Mẹ (Pháp), Độc Lập (Đức), Dân Quyền (Canada), Sóng (Canada), Làng Văn (Canada), Lửa Việt (Canada), Nắng Mới (Canada), Đi Tới, Nhân Văn (Hoa Kỳ), Văn (Hoa Kỳ), Văn

Học (Hoa Kỳ), Đời Mới (Hoa Kỳ), Phụ Nữ Diễn Đàn (Hoa Kỳ), Sóng Văn (Hoa Kỳ), Gió Văn (Hoa Kỳ)... Trả lời phỏng vấn ngắn của Châu Hải Châu trên tạp chí Sóng, số 73 tháng 6 năm 1988, Trần Hoài Thư bày tỏ một số nhận xét của anh về nền văn học Việt Nam tại hải ngoại, đồng thời cho biết mục đích viết và chọn báo để phổ biến sáng tác của mình:

*" Tôi ở tại một vùng đất rất vắng hiếm không khí và điều kiện sinh hoạt nghệ thuật. Chỉ biết qua nhờ những tạp chí được gửi về qua bưu điện. Dù vậy, tôi cũng có những cảm nghĩ rất chủ quan sau đây:*

*1. Nền văn học hải ngoại rất phong phú bởi sự đóng góp tích cực của những người viết mới và cũ. Năm 1975, khởi đầu cho một dòng văn học mới. Dòng văn học chất chứa những bi thảm, chia lìa, hờn căm, nhục nhằn, phẫn nộ. Dòng văn học này đang lắng sâu vào con tim của những người còn sống trong bóng tối, nhưng đang nổ bùng ở những người may mắn vượt thoát khỏi địa ngục. Tôi đã bàng hoàng khi đọc truyện ngắn của Lê Thị Phi Lai (Bốc Thăm, tạp chí Lửa Việt). Tôi đã xúc động trước những bài thơ của Thường Quán, Nguyễn Mậu Lâm, Bắc Phong, Hồ Công Tâm... và văn của Lê Đại Lãng, Thế Giang... và còn biết bao nhiêu người nữa trên các tạp chí văn học hải ngoại. Hơn thế nữa, còn có sự đóng góp tích cực của một số nhà văn, nhà thơ cũ, nhất là những người rời nước sau 1975. Họ hiểu rõ hơn bao giờ tại sao họ cần viết. Họ không cần đòi hỏi thù lao hay nhuận bút, dù họ vất vả khó khăn hơn ai hết trước cuộc sống mới.*

*2. Điều kiện sinh hoạt văn học nghệ thuật bị hạn chế. Miền đất tự do đã tạo những điều kiện dễ dàng cho ngành báo chí, xuất bản nhưng rất tiếc những điều kiện này lại nằm trong tay một số chủ báo, chủ chợ sở trường về thương mại. Người viết cho tạp chí này đôi khi bị ngộ nhận bởi tạp chí khác vì những lý do không văn học nghệ thuật chút nào. Đó là chưa kể người viết bị lợi dụng như qua bài phỏng vấn của nhà thơ Chu Vương Miện trên Nhân Văn mới đây.*

*Báo chí đôi khi trở thành công cụ cho một vài phần tử, dùng để tự do chửi bới, chỉ trích hay để tự đề cao mình hay nhóm của mình.*

*Một trở ngại nữa là do điều kiện địa dư, đồng bào hải ngoại sống rải rác khắp thế giới. Có nơi khó khăn lắm mới tìm được một sản phẩm tinh thần của người Việt. Ví dụ người viết cộng tác với tờ Quê Mẹ bên Pháp chẳng hạn; vì chủ trương của tờ báo là bản thảo không được gởi một lúc cho nhiều tờ báo, thì làm sao độc giả bên Mỹ, bên Gia Nã Đại vv... có thể tìm đọc truyện thơ của người viết, niềm ấp ủ của người viết là truyền đạt đến đông đảo độc giả như vậy đã có phần bị hạn chế! Trong cuộc sống vật lộn cùng bill đòi nợ này, sự đóng góp là sự hy sinh không nhỏ.*

*Dù sao, chúng ta cũng không thể phủ nhận công sức của những người đã dám sống và chết cho văn chương chữ nghĩa. Bởi bên cạnh những tờ báo rao vặt, phát không, còn có những tạp chí đứng đắn, chọn lọc. Và những tạp chí này là kết quả của một sự cố gắng phi thường của những người chủ trương. Họ làm việc vất vả trong những hãng "mồ hôi" và thay vì bỏ tiền để dành trong saving, họ đã bỏ tiền, bỏ sức vào việc nuôi dưỡng tờ báo không mong "sống hùng sống mạnh" nhưng sống qua ngày.*

(Về chọn nơi đăng bài, ghi chú của LH)... *Ở quan điểm và ở chỗ thân tình ưu ái. Tôi vốn là người lính, tôi không thể không viết cho một tờ báo nặng chủ trương về ca ngợi người lính bị bỏ quên hay bị bôi nhọ. Đồng đội tôi đã gục xuống, đã đang bị đày ải trong tù ngục. Tôi cần phải có chỗ để viết về họ. Một tờ báo chỉ có giới hạn về địa phương và số độc giả. Tôi ước muốn tất cả những người bỏ nước ra đi này, đọc và hiểu lớp thế hệ sa cơ của tôi. Bội bạc họ là một tội ác.*

...

*... Tôi không có tham vọng trở thành một nhà văn. Tôi chỉ thật sự viết văn khi 20 tuổi và viết tùy hứng. Ngày tôi ở Thám Kích, tôi kê giấy trên gò mả, viết dưới ánh trăng, hay trùm poncho viết trong ánh đèn pin quân đội. Đọc lại những bài viết của mình trước đây đôi khi tôi phải lạnh mình. Thú thật tôi không thể ngờ tôi là kẻ sống sót*

*để viết những dòng trả lời này. Qua Mỹ, tôi vừa làm, vừa học, vừa viết. Cũng tùy hứng. Tuy nhiên ngòi bút trở nên thận trọng hơn. Cái kinh nghiệm đớn đau của đất nước là một bài học cho người cầm bút phải không anh?"*
(Trần Hoài Thư trả lời Châu Hải Châu)

Như nhiều người nhận định, Trần Hoài Thư mãi mãi là một nhà văn mặc áo lính trong quân lực Việt Nam Cộng Hòa. Hơi thở của văn anh hừng hực sự tranh đấu cho sự thật. Chính vì thế, hơn ai hết, anh không thể im lặng trước sự bôi nhọ người lính Cộng Hòa của nhà văn Bảo Ninh qua tác phẩm *Nỗi Buồn Chiến Tranh.* Tác phẩm của ông nhà văn miền Bắc Việt Nam này được đánh giá có giá trị văn học, được dịch ra ngoại ngữ, được đón nhận ở trong và ngoài Việt Nam. Qua đó, nhà văn Bảo Ninh được xem như là một nhà văn lớn. Lớn ngay trong những am hiểu thiếu chính xác của ông. Chúng ta không nên nghi ngờ sự thù hận lẫn ảnh hưởng nhồi sọ khá lâu của nhà văn, khi dựng lên những hình ảnh không chân thật. Điều đáng tiếc là có một số người tự cho mình là trí thức, dù chưa hiểu trọng lượng của một khẩu súng, đã vô tình làm giảm bớt tài năng và giá trị thật sự của tác giả và tác phẩm bằng những nhận định nghiêng về những ưu điểm, bỏ lơ những khuyết điểm, dù rất trầm trọng như việc hạ nhân cách của kẻ cựu thù. Có lẽ bức xúc về điều này, Trần Hoài Thư đã viết một bài "Đối thoại với nhà văn Bảo Ninh". Bài viết đầy ba trang, nhưng tôi xin được trích trọn vẹn, từ tác phẩm: *Đại Đội Cũ Và Trang Sách Cũ* của Trần Hoài Thư do Thư Ấn Quán phát hành năm 2002:

ÔBà bác sĩ Bình, Vũ Hối,... Lâm Chương, LH. Trần Hoài Thư, NNYến, Lương Thư Trung, Phan Xuân Sinh Montréal 1995

*"Từ lâu, người ta đã chờ đợi những tác phẩm viết về chiến tranh Việt Nam bằng ngòi bút trung thực, vượt khỏi định kiến, guồng máy, lập trường, từ những nhà văn miền Bắc. Tại sao là miền Bắc? Bởi vì, những người viết của miền Nam ít ra, đã thả dàn biểu lộ hầu hết những gì mà họ đã tham dự hay nhân chứng, mà không bị ràng buộc bởi bất cứ một ai, bất cứ một thế lực nào. Chính vì sự mong mỏi ấy, những tác phẩm của Dương Thu Hương, Trần Mạnh Hảo, Nguyễn Huy Thiệp, Bảo Ninh, vân vân... đã được đón nhận từ trong nước, đến ngoại quốc, và cả người Mỹ lưu tâm về Việt Nam và đã được xem là hiện tượng. Trong số những tác phẩm này, tôi được đọc hai truyện dài: Ly thân của Trần Mạnh Hảo, và Nỗi buồn chiến tranh của Bảo Ninh. Tôi xin được góp ý về Nỗi buồn chiến tranh (NBCT) vì truyện này đã nhắc thường trực về những người lính thám báo VNCH, mà tôi là một thành viên. Hơn nữa NBCT hiện nay là một đề tài thảo luận sôi nổi trên internet, qua những Newsgroups và Usernet. Ngoài ra, truyện đã được dịch sang tiếng Anh (Bao Ninh, The Sorrow of War. Vietnamese original Hanoi, 1991; English*

*translation by Phan Thanh Hao; London: Martin Secker & Warburg, 1993; New York: Pantheon, 1995), phổ biến trong các đại học Mỹ, tác động nhiều trong tâm trí của những người tuổi trẻ hải ngoại không đủ khả năng đọc Việt ngữ. Nguyên bản bằng tiếng Việt đã được in ở Mỹ do Nam Việt xuất bản, Phạm Việt Cường viết tựa, với kết luận như sau:"Nỗi buồn chiến tranh là một thành tựu văn học vô cùng lớn lao, là một tác phẩm sâu sắc nhất về chiến tranh Việt Nam từ trước đến giờ, và chắc chắn sẽ tồn tại lâu dài trong kho tàng văn học Việt Nam."*

*Thưa nhà văn Bảo Ninh,*

*Trước hết tôi phải cám ơn anh vì nhờ đọc Nỗi Buồn Chiến Tranh tôi mới hiểu rõ hơn về tâm tư của một thế hệ và giai đoạn mà tôi cũng như anh là những người trong cuộc. Anh viết về sự đổ vỡ và phá sản bi thảm của tuổi trẻ miền Bắc trong cuộc chiến đấu mà chế độ từng nói là cuộc chiến đấu thần thánh chống Mỹ cứu nước. Anh đã kể về những đồi ma chập chùng ở miền cao nguyên nồng nặc tử khí. Lính Mỹ. Lính miền Nam. Lính miền Bắc. Anh viết về những chiếc T54 nghiến trên những người lính Sư đoàn 18. Anh viết về những lưỡi dao găm thọc vào tim máu phụt thành tia vòi. Anh viết về nỗi tuyệt vọng của những người lính trinh sát qua Kiên, hay của những bè bạn của anh ta, đào ngũ, dao động, hoang mang cùng cực. Anh lại kể về trận đánh ở Ban Mê Thuột vào một trung tâm cảnh sát, cùng những người nữ cảnh sát viên thuộc hàng ngũ miền Nam, và nhất là sự có mặt hầu như ám ảnh suốt truyện về những toán thám báo. Anh đã tả lại một toán thám báo vào mật khu, bắt theo 3 cô gái, hãm hiếp và sau đó giết họ rồi vất xuống sông. Anh nêu đích danh tay chỉ huy là một Trung úy.*

*Nói tóm lại anh đã lột tả trần trụi nỗi kinh hoàng của chiến tranh, không che đậy, giấu giếm. Ngoài ra anh cũng vén cái màn dối trá từ lâu đã bao trùm cả xã hội và tuổi trẻ miền Bắc. Đó là điều hiếm có cho nền văn học trong chế độ xã hội chủ nghĩa.*

*Thưa nhà văn Bảo Ninh,*

*Tôi đã rưng rưng nước mắt trên những trang giấy về nỗi chán chường cùng cực của một thế hệ bị đẩy vào lò nướng, nhưng tôi không thể không phẫn nộ khi anh dùng nỗi buồn chiến tranh ấy để cố ý xuyên tạc bôi nhọ một hàng ngũ thất thế.*

*Xin đọc lại đoạn tả một Trung úy thám báo bị phe các anh bắt làm tù binh: "Tên nom to con nhất trong bọn, mắt trái bị báng súng dộng lòi ra, máu hòa nước mưa nhuộm đỏ nửa mặt, đưa con mắt lành nhìn Kiên cười khẩy, và khàn khàn nói, nhe hàm răng trắng ởn. - Ba nhỏ đó trình quý anh, tụi này làm thịt cúng hà bá rồi... Mấy nhỏ la khóc quá trời..." (NBCT, trang 51, 52). Rõ ràng anh có một trí óc sáng tạo có một không hai. Anh tốt nghiệp khóa 3 trường viết văn Nguyễn Du mà. Nhưng anh đã không hiểu gì về vai trò của thám báo. Nhiệm vụ của thám báo là dò thám, lấy tin. Trinh sát, viễn thám, thám báo, biệt kích, những danh xưng, dù có khác nhau, nhưng nhiệm vụ là phải tuyệt mật. Chúng tôi chỉ dùng tai và mắt để nghe ngóng và rình mò và báo cáo về Bộ Chỉ huy. Toán trưởng thường thường mang cấp bậc Thiếu úy hay Chuẩn úy. Riêng cấp bậc Trung úy chỉ dành cho Trung Đội Trưởng mà cấp số thường trên hai mươi người. Như vậy, không tên lính thám báo nào lại ngu độn đến nỗi xâm nhập vào một mật khu, lại bắt mang theo ba cô chị nuôi, để cho các anh theo dõi bắt lại. Riêng anh cho người chỉ huy là Trung úy, thì rõ ràng anh có một chủ ý thấy rõ. Cứ tưởng tượng đến một nhóm bảy người dưới sự chỉ huy của một tên Trung úy vào mật khu để bắt ba con mồi, thúc súng đằng sau, hét hò, bận bịu để mang ra khỏi rừng, giữa lúc quân chính quy các anh thì dày đặc, rõ ràng là một câu chuyện hoang tưởng và xuyên tạc có chủ ý. Trung úy ở hàng ngũ chúng tôi cũng học nhiều trường, từ trường học, đến trường lính. Tối thiểu họ cũng có tú tài. Họ có học thức. Với cấp bậc Trung úy, ít ra họ cũng có kinh nghiệm chiến trường. Họ không ngu độn như vậy đâu. Ngay lời nói của viên Trung úy tù binh kia cũng đủ cho biết cái dối trá, phóng đại. "Ba nhỏ đó tụi này làm thịt cúng hà bá rồi. Mấy nhỏ la khóc quá trời". Nội câu trả lời kia cũng đủ cho thấy cái chủ ý, cái căm thù hằn học, mà chỉ có những cai tù trong trại học tập mới dành cho những con người thất thế. Hễ là thầy giáo thì phải hãm hiếp nữ sinh. Hễ là sĩ quan tác chiến là phải mổ mật mổ tim nhân dân cách mạng. Thì ra đầu óc anh vẫn còn bị nhồi sọ bởi cái luận điệu tuyên truyền của chế độ. Hay cũng vì nhờ những đoạn này mà nhà nước đã cho NBCT được xuất bản và được cho phổ biến rộng rãi?*

*Cái tàn bạo trong cuộc chiến là lẽ dĩ nhiên. Tôi không khẳng định ai ai trong hàng ngũ miền Nam cũng đều là anh hùng quân tử. Tuy nhiên sự tàn bạo ấy anh đã vẽ nên không phải lúc, phải chỗ, không phải vai trò, khiến bất cứ người nào đã từng tham dự vào cuộc chiến cũng phải phì cười.*

*Xin anh hãy công bằng khi viết. Hơn nữa chính anh đã kể về người tù binh thám báo mời lính trinh sát các anh hút thuốc Ruby. Nịnh hay là một bản tính đôn hậu, chân thật, thân ái của những người trẻ tuổi miền Nam chúng tôi?*

*Thưa nhà văn Bảo Ninh,*

*Trong bất cứ một tập thể nào cũng có kẻ xấu người tốt. Tuy nhiên, tôi xin nói với anh một điều, chúng tôi có học, học từ tình yêu thương của Chúa và Phật, chứ không phải học từ Ban Tuyên huấn, từ ông Tố Hữu hay Chế Lan Viên, chỉ biết ngợi ca sắt máu, căm thù người cùng màu da như anh và tôi. Họ còn đấu tố cả cha mẹ họ huống hồ đối với những người khác hàng ngũ. Anh đã không can đảm để nói lên sự thật như Trần Mạnh Hảo đã nói trong Ly Thân. Tại sao, sau chiến tranh, một nhà thơ trẻ tài ba - một thương binh cũng nguyên gốc trinh sát là Trần Khuất Nguyên, lại tìm được một người bạn tri kỷ cuối đời là một người thương binh thuộc hàng ngũ chúng tôi? Tại sao anh ta không có một người bạn nào khác trong một tập thể thắng trận là các anh?*

*Thứ hai, khi đề cập đến nỗi chán nản cực độ, anh đã cho nhân vật Kiên đi như đi vào chỗ không người, khi đụng trận với thám báo (lại thám báo): "Kiên chẳng buồn khom người xuống, thong thả đi tới, vẻ khinh miệt đầy uể oải. Tên địch hấp tấp bắn. Hắn cuống. Đạn nổ đinh tai. Song cả ba chục viên đạn quạt căng rát kỳ thay không một viên gãi vào Kiên. Anh không bắn trả, chỉ còn cách con mồi vài bước nữa, vẫn không bắn. Tuồng như anh muốn ban cho tên địch cơ hội sống còn: kịp thay băng, nhắm kỹ mà bắn gục anh. Nhưng chính sự chán chường táo tợn của Kiên đã làm xiêu lạc hồn phách hắn. Run bần bật, hắn đánh rơi khẩu tiểu liên. - Đồ cứt đái! Kiên chửi gằn và khinh bỉ siết cò. (NBCT, trang 31, 32).*

*Đúng là nhà văn Bảo Ninh lại mâu thuẫn với chính anh. Trong phần trên, anh đã vẽ nên toán thám báo tung hoành trong mật khu, đằng đằng sát khí, sau khi bị bắt, vẫn lạnh lùng, thách thức, gan dạ, tàn bạo thì bây giờ anh lại cho những người lính thám báo kia quá tội nghiệp, thỏ đế, con gà nuốt dây thun. Anh dựng nhân vật rất hay nhưng quá giả tạo như kiểu cao bồi cải lương. Có tên lính nào ngu đần khi hắn vào thám báo. Có tên lính nào cách kẻ địch vài bước (nhắc lại: vài bước) quạt M16 mà sợ đến độ té đái trong quần. Và có tên lính nào vừa đi vừa đếm 30 viên đạn như Kiên. Thưa anh Bảo Ninh, hắn đã tha mạng Kiên đấy. Hắn đã tội nghiệp giùm cho một người tuổi trẻ miền Bắc đấy. Hắn đã tha như tôi và bè bạn tôi đã tha đồng đội các anh. Chúng tôi đã mời họ những điếu thuốc. Chúng tôi đã băng vết thương họ, kêu trực thăng mang họ về bệnh xá. Anh nhớ lại xem, những tù binh phe các anh, sau khi các anh vào, người nào người nấy mập và trắng, tiêu chuẩn đầu người bốn, năm đô la mỗi ngày, và luôn luôn được chiếu cố bởi Hội Hồng Thập Tự Quốc tế...*

*Vâng, những người lính mà anh rẻ rúng khinh miệt ấy, trong ấy có tôi, họ không hèn đâu. Chính trong NBCT, anh cũng đã thú nhận, năm Mậu Thân, hàng ngũ của anh đã tơi tả, tả tơi, có đơn vị thiệt hại đến 70, 80 phần trăm. Mắt tôi thấy các anh chạy như một lũ chuột thoát thân, mà chẳng cần xin pháo dập theo, hay đuổi tiếp. Ngay cả những người nữ cảnh sát viên (lại phóng đại nữa, trời ạ. Ban Mê Thuột tôi đã từng ở mấy năm, đi tìm nát nước, nào thấy một người nữ cảnh sát viên nào đâu, nhưng cũng xem là thật đi) mà anh viết, họ là đàn bà phụ nữ, nhưng họ vẫn chiến đấu đến viên đạn cuối cùng. Chiến đấu bằng súng lục (như anh kể trong truyện) trước quân đội chính quy của các anh. Đàn bà yếu đuối mà còn dũng cảm như beo hùm, huống hồ là đám thám báo chúng tôi. Họ tha Kiên chết đấy. Và anh phải thay mặt Kiên để cảm ơn họ mới phải. Đó là lý do tại sao nhà thơ Trần Khuất Nguyên trong Ly thân đã tìm đến người thương binh của hàng ngũ chúng tôi mà kết bạn trong những ngày đen tối nhất của đời ảnh, mà không tìm đến các anh.*

*Đã hai mươi năm sau chiến tranh, những tên đồ tể buôn bán xương máu tuổi trẻ Việt Nam đã ló dạng trước ánh sáng của lịch sử. Dù kẻ bại dù kẻ thắng, chúng ta cũng vẫn là nạn nhân từ những mỹ từ, nhân danh, mà những chuyên viên xúi giờ đây đang uống sâm nhung để chờ ngày thoi thóp. Lẽ ra chúng ta không nên khơi dậy những thảm kịch của quá khứ, nhất là gây thêm cái khoảng cách giữa những người thuộc hai phe, dù Bắc, dù Nam.*

*Tôi cũng viết lai rai, và có trăm ngàn chuyện để viết về mấy năm làm Trung đội trưởng thám kích. Nhưng mỗi lần đặt bút lên là lòng tôi lại quặn đau. Tôi không dám kể hết về những gì mà chiến tranh đã gây nên. Tôi không thể không quẩn quại khi khui lại, mở lại những sợi gân đã buộc chặt vết thương. Tôi sợ mang nỗi buồn cho con cháu tôi. Bởi vậy tôi phục anh vì anh dám mở toác loác cái vết thương. Tôi đã đau từng dòng anh viết. Tôi yêu văn nồng nàn chất liêu trai của anh. Anh quả là một nhà văn tài hoa chữ nghĩa. Có điều, một nhà văn có tài, không phải là tài ở những chuyện bịa đặt, phóng tác có chủ ý, để lường gạt những người ngây thơ nhẹ dạ, hay không có kinh nghiệm. Ông ta phải biết thành thật, cho chính ông, và độc giả của ông và cả kẻ từng thù địch với ông nữa.*

*Xin đừng dùng nỗi buồn mà thóa mạ một cách cố ý những kẻ bị thất thế."*
(Trần Hoài Thư)

Không rõ những lời hòa nhã trên của Trần Hoài Thư có đến dưới mắt nhà văn Bảo Ninh hay không ? Một vài trang báo điện toán có cho đi bài viết này, nhà văn Bảo Ninh chắc không thiếu cơ hội để đọc. Sự tự do của một nhà văn dưới một chính thể đang cởi mở về kinh tế, hẳn nhiên đã được cải thiện khả quan. Điều không rõ ông có nhìn ra Trần Hoài Thư cũng là một người cầm bút như ông, hay chỉ thấy người viết bài "đối thoại" là một cựu thù đã thất thế. Trong một tập thể đông đảo như quân đội, dù phục vụ dưới chính thể nào, có lẽ cũng không thiếu một ít phần tử không được bình thường. Nhà văn là người thể hiện những chân thật, tác giả Bảo Ninh một lần nữa phác họa những nhân dạng thù nghịch với chính thể ông phục vụ qua tác phẩm *Lan Man Trong Lúc Kẹt Xe*, một tác phẩm, mà một bạn đọc quý mến Bảo Ninh, ông Thinh Không, nhận xét trên trang điện tử Đàn Chim Việt ngày 27-10-2006:

*"... Chuyện đã gượng ép, khó tin mà thêm vào đó, nhiều chi tiết phi lý, mâu thuẫn, phản sự thật một cách lộ liễu. Sau đây là một số ít (trong đầy rẫy) thí dụ."*

Hồ Đình Nghiêm - Trần Hoài Thư - LH- Nguyễn Ngọc Yến - Lý    Barclay Montréal 2001

Khi trích dẫn bài "Đối Thoại..." của Trần Hoài Thư, tôi chấp nhận một sự lạc đề hơi xa trong bài viết của mình, cũng chỉ để chứng minh Trần Hoài Thư luôn luôn là người lính. Sự trích dẫn còn có thể gây hiểu lầm, nhưng tôi cảm thấy nhẹ lòng ra rất nhiều.

Trần Hoài Thư tiếp tục viết báo không nhuận bút như hầu hết mọi người, rồi anh in tác phẩm. Sách của anh phát hành tại hải ngoại rất dồi dào: *Ra Biển Gọi Thầm*, truyện ngắn, 1995; *Ban Mê Thuột Ngày Đầu Ngày Cuối,* truyện ngắn, 1996; *Về Hướng Mặt Trời Lặn*, truyện ngắn, 1998; *Thơ* Trần Hoài Thư, tranh bìa của Huỳnh Minh Chí, giới thiệu bởi Lê Ca Dao, ấn hành năm 1998; *Mặc Niệm Chiến Tranh,* truyện ngắn, 1999.

Sự tiêu thụ văn hóa phẩm tại hải ngoại mỗi ngày một sút giảm. Số đầu sách tăng, nhưng số lượng mỗi tác phẩm càng giảm, sinh ra chi phí ấn loát cao. Để giới thiệu được sách của mình và của bè bạn thiếu phương tiện, Trần Hoài Thư đã lăn vào làm báo trong tinh thần thủ công, nhưng những trang sách, báo anh thực hiện luôn đạt được chất lượng tốt, nhất là giá trị của từng tác phẩm được giới thiệu. Tờ báo của Trần Hoài Thư thực hiện mang tên Thư Quán Bản Thảo, bắt đầu xuất hiện vào tháng 10 năm 2001. Nhóm chủ trương gồm: Trần Hoài Thư (lo phần kỹ thuật in ấn và sưu tập), Phạm Văn Nhàn (đặc trách bài vở), Cao Vị Khanh, Trần Bang Thạch và Trần Q. Thoại (tranh bìa). Báo phổ biến hạn chế trong vòng thân hữu, phát hành mỗi tam cá nguyệt, nhưng sống còn đến hôm nay đã 6 năm và đã lên đến số 26. Bên cạnh tờ báo, Trần Hoài Thư và các bạn anh còn chủ trương nhà xuất bản Thư Ấn Quán để in các tác phẩm của bằng hữu. Việc làm vô vị lợi, đầy ý nghĩa của Trần Hoài Thư được đông đảo bạn văn tán dương. Cho đến nay nhà xuất bản của anh đã phát hành được:

**Về thơ:**

Cao Vị Khanh (Lệ Từ Nét Ngang), Phạm Ngọc Lư (Đan Tâm), Vũ Hữu Định (tập 1, tập 2), Nguyễn Bắc Sơn (Chiến Tranh Việt Nam Và Tôi), Hạc Thành Hoa (Một Mình Như Cánh Lá), Linh Phương (Kỷ Vật Cho Em), Khê Kinh Kha (Tỏ Tình), Lục Bát Hoàng Xuân

Sơn, Từ Thế Mộng (Lẽo Đẽo Một Phương Quì), Thơ Nguyễn Tôn Nhan, Thơ Miền Nam Trong Thời Chiến (sưu tập 263 tác giả), Nguyễn Nho Sa Mạc (Vàng Lạnh), Hoài Khanh (Thân Phận, Lục Bát, Em Bé Hoa Hồng và Dế).

**Về văn:**

Tuyển Truyện Ý Thức trước 1975, Tuyển Truyện Thời Chiến của Y Uyên, Nguyễn Lệ Uyên (Sông Chảy Về Núi), Mang Viên Long (Biển Của Hai Người), Tuyển tập 18 tác giả miền Nam trong và ngoài nước, Văn cũ (in lại tạp chí Văn số chủ đề Phượng Trong Thành Nội, tuyển tập những cây bút trẻ), Văn cũ (in lại tạp chí Văn chủ đề Thanh Tâm Tuyền), Văn cũ (Đầu Xuân Lộc Mới, tuyển tập những cây bút trẻ), Cao Vị Khanh (Nghề Thầy), Lữ Kiều (Trên Đồi Là Lô Cốt), tập truyện của Nguyên Minh, Phạm Văn Nhàn (Vùng Đồi, Màu Thời Gian).

Điểm đặc biệt: hầu hết những tác phẩm này chỉ để tặng khi có yêu cầu.

Nhờ có nhà in mà anh từng gọi là "nhà in không giống ai" trong tay, Trần Hoài Thư cho phổ biến thêm một số tác phẩm khác của anh: / *Qua Sông Mùa Mận Chín*, thơ Trần Hoài Thư, 116 trang, bìa của Lê Triều Điển, ấn hành năm 2000 (tái bản năm 2001) / *Đại Đội Cũ, Trang Sách Cũ*, tạp văn và truyện, 2000 / *Thế Hệ Chiến Tranh*, tập truyện, 2000 / *Thủ Đức Gọi Ta Về*, tạp văn, 144 trang, bìa Trần Hoài Thư, ấn hành năm 2001/ *Phố Xa* thơ Trần Hoài Thư, 110 trang, bìa Trần Q. Thoại, ấn hành năm 2001/ *Đêm Rừng Tràm*, truyện hôm qua và hôm nay, 138 trang, bìa Trần Q. Thoại, ấn hành năm 2002 / *Đánh Giặc Ở Bình Định,* tập truyện, 2002/ *Hành Trình Của Một Cổ Trắng* (truyện, 136 trang), *Ô Cửa* (tuyển thơ toàn tập, 376 trang).

Với một cơ thể không phương phi, nhưng sức làm việc, sáng tác của Trần Hoài Thư thật đáng nể. Chỉ nghĩ đến việc "một mình một ngựa" trong vấn đề đánh máy, in, đóng, cắt, phát hành... là đủ giật mình, sợ anh rồi. Trần Hoài Thư viết cả một bài dài, kể về cái thú tiêu thời giờ cho sách báo của anh: Cụ thể, anh sắm 5 chiếc máy nướng và đóng sách, sản xuất từ Canada và Mỹ. Mỗi máy một phút in được một tập. Để tiết kiệm điện và đạt được số lượng in cao hơn, anh tự chế một chiếc máy khác với một chảo nhôm và tấm vỉ nướng thịt, chiếc máy thủ công này thực hiện được 8 tập mỗi phút. Trần Hoài Thư vui vẻ so sánh sản phẩm tự chế của anh với chiếc xe vận tải, phá kỷ lục trong ngành sản xuất phương tiện giao thông vận tải tại Việt Nam đầu thế kỷ 21, do một tác giả tên Nhỏ Thanh giới thiệu trên trang điện tử Talawas cùng bài viết Đợi Hết Thời Thổ Tả (ngày 24-3-2006). Trần Hoài Thư than thở việc khâu và cắt sách là vất vả nhất. Tôi nghĩ rằng, nhờ lòng yêu sách, lạc quan với công việc mình chọn, Trần Hoài Thư đã vượt qua những khó khăn, chán nản mà anh chạm mặt mỗi ngày. Có thể trong lúc chân tay làm việc, Trần Hoài Thư đã nghĩ đến thơ, đã làm thơ để có thêm nghị lực. Điều này rất có thể chính xác vì thời gian sau này Trần Hoài Thư in thơ nhiều hơn. Nhận định về thơ anh, ông Lê Ca Dao viết:

*" Thơ của Trần Hoài Thư chính là một phần của đời sống anh. Có thơ của lính, thuở những ngày ở Bồng Sơn, Đèo Cả, Đèo Nhông, An Lão, Phù Ly... nhưng cũng có thơ của ngày hôm nay, của những ngày anh làm anh học trò già tóc bạc, lúc đứa con vào học trường y khoa.*

*Thơ Trần Hoài Thư, có lúc làm người đọc nhớ đến thơ Quang Dũng:*

*'Quán sớm. Cô hàng nhăn nếp lụa / tóc còn vương vít lòng chiếu chăn/ nước sôi reo ấm gian nhà chật/ bếp lửa hồng gió bạt. Mùa đông*

*Gọi cốc cà phê un khói gió/ Mấy thằng râu tóc chụm thanh xuân/. Vách trống, sát vào nhau đỡ lạnh. / Trời ngoài kia, sương phủ mênh mông...'*

*Và cũng có lúc cũng làm người yêu thơ nhớ đến Nguyễn Bắc Sơn:*

*'Mưa lũ, mưa cuồng. Đêm tối bưng/ Nhận lấy ba ngày cơm gạo sấy/ Không buồn chỉ một chút bâng khuâng/ Đời ta là con số không vô tận/ May trên đầu còn chiếc mũ rừng/ Mũ nhẹ nên coi đời cũng nhẹ/ Chiến tranh thì cũng tựa phù vân...'*

*Trích đoạn như vậy, để làm nổi bật lên cái đa diện của thơ Trần Hoài Thư. Chứ thực ra, thơ của anh có cái phong thái riêng, qua đó để được thấy cá tính của anh, đời sống của anh....*

*... Thơ của Trần Hoài Thư là thi ca của người làm chủ được ngôn ngữ và đã biết cách để nói lên được tâm cảm của mình..."*
(Lê Ca Dao, Diễn Đàn Phụ Nữ, trang VHNT)

Để xem ông Lê Ca Dao có quá lời vì bạn bè hay không, xin đọc ít bài thơ của Trần Hoài Thư:

**Qua Sông Mùa Mận Chín**

*"qua sông mùa mận chín/ tháng nắng ngại đường xa/ em ra vườn sau nhà/ hái mời anh chùm mận/ bông mận rơi lấm tấm/ vỏ mận hồng như môi/ Ơi em mắt có đuôi/ má đồng tiền ửng đỏ/ gặp em, người em nhỏ/ nên quên cả đường về/ trái mận nào dậy thì/ anh giữ hoài không cắn"*
(QSMMC – THT- trang 13, 14)

**Đêm Giao Thừa Nằm Giữ Đường Cho Thẩm Thúy Hằng**

*"dẫn một đàn con chiều xuống núi/ giao thừa. không ai nhắc mà đau/ giao thừa hai tiếng đâm tâm não/ trừ tịch: poncho gạch gối đầu*

*một đêm sao lại buồn như mếu/ muốn nổ tan tành cả cõi đêm/ giao thừa giao thừa ta xuống núi/ làm hiệp sĩ mù giữa u minh/*

*giao thừa. ai đó mời ta rượu/ một nhấp, mà hồn tê tái ư/ anh bạn, nghe gì không tiếng nhạc/ người ta đang nhảy đầm, / dạ vũ mừng xuân*

*giao thừa mừng tuổi con heo bịnh/ xin của nhà dân làm cỗ xuân/ trung đội lập bàn thờ giữa mả/ ta khấn âm hồn... bảo bọc đàn con"*
(QSMMC- THT- trang 25, 26)

**Người Em Kiên Lương**

*"em thị thành chăn vịt/ tôi sĩ quan đào trùn/ gặp em lòng muốn hỏi/ sao miệng đành lặng câm.*

*hồ xanh, bèo không thấy/ vịt đói chẳng buồn bơi/ nước hồ như bốc khói/ mây buồn không muốn trôi*

*đây phần trùn tôi đào/ hổ, cơm, trâu và đất /đây căn phần người tù/ tôi xin làm tặng vật*

*lũ vịt trên hồ xanh/ chen nhau giành mâm cỗ/ em nhìn tôi, ô hay/ cúi đầu đôi má đỏ*

*tôi không nghe em nói/ tôi chỉ nghe trái tim/ để đêm nằm biệt giam/ tôi đau vì hạnh phúc"*

(Thơ Trần Hoài Thư trang 6)

**Cuối Năm Trong Quán Cà Phê Mỹ**

*"ghé lại Dunkin gọi cốc cà phê/ cô hàng mắt xanh nhìn ra ngoài cửa/ ngày cuối năm bầu trời thiếp ngủ/ những nhánh cây gầy gượng chở mùa đông*

*cô hàng ơi, đôi mắt quá trong/ sao không thấy lòng tôi quay quắt/ sao không thấy mắt tôi mờ trên chiếc cốc/ nhìn nỗi buồn đặc sệt chưa tan*

*vâng người con gái nào cũng mắt tô than/ cũng bí mật như lòng kim tự tháp/ tôi cũng muốn đùa, con chim xứ tuyết/ ngày cuối năm, em lại buồn xo/ bắt tôi tội tình lòng dạ để đâu*

*ghé lại Dunkin gọi cốc cà phê/ nhớ bạn, ra ngoài đường đốt thuốc/ một chút cay cay xé nồng con mắt/ như khói mù buổi sớm Việt Nam/ cốc xây chừng để lại Qui Nhơn/ chắc sẽ nguội và đọng thành lệ đá/*

*trang giấy nợ ta có lần ghi sổ/ còn chừa ta một kẻ chạy làng*

*thì xin cô hàng một cốc tang thương/ đời cũng đôi lần bỗng thèm chất đắng/ cũng có khi muốn hòa nước mắt/ nhấp theo từng hớp nhỏ héo hon/ của một người thua trận lưu vong"*

(Thơ Trần Hoài Thư, trang 103-104)

Với chỉ bốn bài trích dẫn trên, đã có thể phản ánh được tình yêu, thân phận cuộc đời của một thế hệ thanh niên Việt Nam qua nhiều giai đoạn trong cuộc chiến tranh Việt Nam. Thơ là sự cô đọng tuyệt vời những tâm thức, những hình ảnh. Thơ cũng là nền móng của sự nhớ nhung, hồi tưởng. Giá trị nghệ thuật một phần nằm trong sự chân tình và kỹ thuật. Trần Hoài Thư có đầy đủ cả hai nhu cầu này của thơ. Trong mục giới thiệu Sách Mới của hai tạp chí Văn Học và Hợp Lưu, nhà văn Hoàng Mai Đạt giới thiệu thi phẩm *Ô Cửa* của Trần Hoài Thư:

*" Trần Hoài Thư là một nhà thơ, người lính. Tuyển tập thơ Ô Cửa gồm 245 bài thơ về một người lính trong Trần Hoài Thư, cho dù đa số những thi phẩm đã được sáng tác ở hải ngoại sau năm 1975, tức là khi phát đạn cuối cùng đã nổ xong. Người lính trong ông không bao giờ mất. Đọc Ô Cửa người ta sẽ thấy điều này từ đầu cho đến cuối tuyển tập.*

*Thơ của Trần Hoài Thư buồn, ngậm ngùi như thân phận của kẻ chiến bại. Trong "Thế Hệ Chúng Tôi" ông viết về những người lính trở về sau một cuộc hành quân: "Khi trở lại trong lòng quán tối / Thuốc vàng tay, và vầng trán đăm chiêu / Thế hệ chúng tôi những đứa đôi mươi / Hồn đã mọc những nụ buồn rất sớm /... Chiếc mũ rừng che nửa mặt âm u / Đôi giày trận bết bê bùn sinh tử."*

*Người lính nào mà không âm u sau khi chứng kiến cảnh chiến tranh, như trong bài "Trung Đội": "Con sông chia cắt bờ bi hận / Cột khói còn lưu luyến chiến trường / Có ai chạy loạn bơi xuồng kể / Một thước đi, xác ngập thước đường."*

*Tàn cuộc chiến, người lính già đành chấp nhận một thực tại mới ở xứ người. Bài "Thất Nghiệp" đã có những câu sau, không bi hùng mà chỉ bi hài: "Bây giờ ta thất nghiệp / Nàng vẫn đổ mồ hôi / Ngày xưa thê chờ phu / Bây giờ phu chờ vợ / Ngày xưa thê tựa cửa / Ngày nay phu tựa song / Chờ thê về lập công / Giúp rửa giùm chén bát..." Cho dù tiếng súng đã chấm dứt từ lâu, những ngày quân ngũ vẫn theo sát đời Trần Hoài Thư như "chiếc áo nhà binh cũ mèm" mà ông đã viết trong bài "Người Lính Nhỏ" về con nay đã thành nhân:*

*"Hãy chụp giùm tôi tấm hình với thằng con / Khi tôi mang chiếc áo nhà binh cũ mèm bạc phếch / Cho con tôi hiểu là trong giòng máu lính / Gian khổ nào cũng bất chấp vượt qua."*
(Hoàng Mai Đạt)

Trần Hoài Thư đã in 5 thi phẩm, nhưng trong giới cầm bút cũng như độc giả tôn vinh anh là nhà văn hơn là nhà thơ. Đọc văn anh, nhà văn Lương Thư Trung tìm thấy "chất thơ trong văn phong" anh. Ông viết:

*"... Trần Hoài Thư đã viết cho bạn, viết cho người tình, viết cho vợ, viết cho con, viết cho những thế hệ trẻ, viết cho người nằm xuống cũng như cho cả người còn sống bằng lương tâm của một người lính còn may mắn sống sót sau khi chiến tranh tàn lụi. Trần Hoài Thư viết mà như tha thiết kêu gào loài người nói chung và lịch sử Việt Nam cận đại nói riêng, hãy trả lại danh dự cho những người lính trận, những lao công đào binh, những thương binh, những anh linh tử sĩ đã hơn một lần hiến dâng đời mình cho quê hương xứ sở. Những tiếng kêu gào ấy không phải là những tiếng la hét đinh tai, nhức óc mà Trần Hoài Thư thì thầm, nói mãi, nói hoài bằng con tim thương yêu người lính một cách chân thật, bằng cả cái hồn thơ của một tâm hồn nghệ sĩ. Tiếng kêu gào ấy có lúc tưởng chừng như nổi giận nhưng cả cái hồn thơ giàu chất lãng mạn, tác giả đã mang lại cho những tác phẩm của ông trở thành một cái nơi chốn ấm êm của những mảnh hồn đồng điệu, của tâm tình, của thương xót, của cảm thông, của rộng lượng, của tình người...*

*Xin mời bạn thử mở ra bất cứ truyện ngắn nào của Trần Hoài Thư trong số 94 truyện ngắn trong bốn tác phẩm vừa kể, ngoài những mẩu đối thoại, còn lại bạn có thể ngắt những câu và rồi xếp lại bằng cách xuống dòng ở những chỗ đáng xuống dòng, bạn sẽ không khỏi ngạc nhiên những đoạn văn xuôi này lại mang vào thân xác nó cái hồn thơ của Trần Hoài Thư tự lúc nào. Để nhận ra cái chất thơ trong văn phong của Trần Hoài Thư, chúng tôi xin nêu ra vài ví dụ. Chẳng hạn, để mở đầu truyện ngắn Bãi Chiến, Trần Hoài*

*Thư viết về bãi chiến năm xưa qua hình bóng trở về của người góa phụ dẫn con kiếm tìm ngôi mộ của chồng, của cha, mà hồn chữ nghĩa của nhà văn đã làm bãi chiến năm xưa hoang vắng cũng ngậm ngùi như đang cùng với lòng người góa phụ hòa nhập vào cảnh vật để mà tưởng vọng, chiêu hồn anh linh tử sĩ đang phảng phất đâu đây "đời đời, kiếp kiếp":*

*"Người thiếu phụ ấy đã trở về chốn cũ,*
*Chốn cũ nào đây?*
*Di tích năm xưa như những ngọn cỏ ngậm ngùi...*
*Rừng vẫn ở cuối tầm nhìn,*
*Vẫn mênh mông ngàn năm sương và khói...*
*Và cỏ dại vẫn bạt trùng...*
*Và đất vẫn đậm đỏ cùng những vũng nước đọng như đời đời kiếp kiếp..."*
*(RBGT trang 15)*

Nhà văn Lương Thư Trung tiếp tục dẫn chứng nhiều ví dụ cụ thể khác để đi đến kết luận:

*Tóm lại, người đọc đến với tác phẩm của Trần Hoài Thư ngoài những truyện ngắn của một nhà văn viết về chiến tranh để biết đến thân phận của những người lính trận giữa đạn bom, chinh chiến với những bi thảm, hãi hùng của lằn ranh sống chết của con người trong khói lửa, người đọc còn thưởng ngoạn một bút pháp đặc biệt của tác giả nữa. Một bút pháp rất giản dị, không nhằm làm dáng chữ nghĩa, không cầu kỳ gọt giũa mà tự nhiên phát tiết từ tâm hồn nghệ sĩ lãng mạn của mình. Đó là chất thơ trong văn phong Trần Hoài Thư. Có thể nói cái chất thơ trong văn phong của Trần Hoài Thư đã góp phần không nhỏ làm cho tác phẩm của tác giả đến với nhiều người đọc khắp nơi trong vòng hơn ba mươi năm qua. Và dĩ nhiên, cái văn phong đặc thù này đã cho phép người đọc nhận ra Trần Hoài Thư đã tạo được cho mình một lối viết mới mẻ, độc đáo trong ý hướng làm mới văn chương vậy!"*

(Lương Thư Trung, Ngày 14-8-1999)

Tôi và Trần Hoài Thư gần như không liên lạc với nhau sau khi rời trường Bộ Binh. Nhưng tình bạn văn đúng thật là một thứ tình đặc biệt. Xa mà vẫn gần. Sơ mà vẫn thân. Chỉ cần gặp một đôi lần, thậm chí chỉ liên lạc qua thư từ đã có thể khó quên nhau. Ngày 10 tháng 02 năm 1986, tôi nhận được thư của Trần Hoài Thư gởi từ Philadelphia, Hoa Kỳ. Chữ Thư viết rất giống nét chữ của nhiều vị bác sĩ viết trên đơn thuốc, khá khó đọc. Thư không dài nhưng đủ để cho tôi có thêm một điểm trao đổi tâm sự. Ngoài những thông tin, tình cảm của người bạn cũ, trên mặt giấy còn có đôi dòng thăm hỏi của *Mme* Trần Hoài Thư, (ghi đúng lại chữ dùng trên thư) thật vô cùng ấm áp. Thời gian tiếp theo sau, chúng tôi liên lạc thư từ khá đều.

Lúc bấy giờ gia đình Trần Hoài Thư đang ở miền Bắc New Jersey, nơi anh than "*hẻo lánh, cô độc, thiếu báo chí đọc...*" Anh vẫn nhớ đến những Lâm Chương, Nguyên Sa, Lưu Trung Khảo, Trần Sơn Hà, Phan Nhự Thức... và không quên nhắc đến cây Canon mà anh được tướng Lâm Quang Thi trao tặng trong quân trường. Trần Hoài Thư vẫn sống bằng rất nhiều kỷ niệm thời ở KBC 4100. Anh vẫn hình dung ra tôi: ... "*gầy ốm, đen đúa bên tay Mê Kung, mặt đỏ gay vì rượu*". Có lẽ đây là hình ảnh Trần Hoài Thư bắt gặp khi tôi đi nhậu ở khu gia binh Thiết Giáp. Nhắc lại thời đã qua để nuôi mộng sinh hoạt cho những ngày sắp tới. Chúng tôi nghĩ đến việc dựng lại vóc dáng tờ nguyệt san Bộ Binh nơi xứ người. Dĩ nhiên sự việc chẳng đi đến đâu. Nhưng ít ra chúng tôi đã khích lệ lẫn nhau sáng tác. Năm 1987, gia đình Trần Hoài Thư đến thăm thành phố Montréal. Tôi cùng Lý đưa đón và hướng dẫn anh chị thăm viếng quê hương thứ hai của chúng tôi. Sự eo hẹp tài chánh đã không thể giúp chúng tôi đưa gia đình anh thăm viếng một số nơi thu hút khách du lịch. Cùng với nhà thơ Lưu Nguyễn, chúng tôi và gia đình Trần Hoài Thư vẫn chỉ loanh quanh trong *Jardin Botanique*, lên đồi Mont Royal, đếm bước lên nhà thờ Saint Joseph, chạy vòng các ngả phố rất ư là Sài Gòn: Saint Denis, Sainte Catherine, Côte Des Neiges... Và ngắm những chú ngựa với yên cương sặc sỡ ở khu

*Vieux Montréal*... Chị Nguyễn Ngọc Yến rất thích khu vực cây nhiệt đới trong vườn hoa thành phố. Chị trầm trồ từng nhánh bông. Chị ca ngợi từng dáng lá lạ mắt. Trần Hoài Thư ít khi bày tỏ những cảm nhận, thưởng ngoạn của anh. Đi đâu, đứng đâu, anh cũng đem chuyện thơ văn ra làm đề tài. Tôi gặp lại sự nhiệt tình kỳ lạ dành cho văn chương, chữ nghĩa trong người Trần Hoài Thư. Sau chuyến thăm viếng này, thư từ giữa chúng tôi càng đều đặn hơn. Điều đặc biệt là chị Yến viết cho Lý chiếm đa số. Chữ viết của chị Yến rất đẹp, thanh, thẳng vững chãi hơn chữ của ông chồng văn sĩ rất nhiều. Tuy gọi vợ tôi bằng chị theo xã giao, nhưng chị dành cho Lý những thăm hỏi, săn sóc như một người chị. Tuổi đời lẫn kinh nghiệm sống của chị vượt trội hơn Lý một chút. Trong thư, chị vẫn thường bắn tiếng mời chúng tôi sang chơi cùng những hứa hẹn: *"... sẽ có dịp đưa anh chị, các cháu tới New York, Philadelphia và vùng New Jersey đầy màu xanh của cây cỏ ..."*

Ngày 19 tháng 5 năm 1992, chị Nguyễn Ngọc Yến lái xe đưa anh Trần Hoài Thư sang Montréal tham dự buổi ra mắt tác phẩm *Chân Dung Thơ Luân Hoán*, mở đầu cho những lần hiện diện của Trần Hoài Thư trong các sinh hoạt ra mắt sách, diễn thuyết của anh em bạn văn Montréal sau này, và lần nào anh chị cũng ghé thăm người bạn chiến sĩ cụt chân cùng một quân trường cũ.

Hạ tuần tháng 7 năm 1993, gia đình chúng tôi cũng đua đòi rủ nhau đi tắm biển. Virginia Beach của Đại Tây Dương là bãi tắm chúng tôi chọn. Trên lộ trình đường bộ, chúng tôi có dịp ghé thăm gia đình Trần Hoài Thư. Lúc bấy giờ gia đình Thư Yến đã dọn về nhà mới trên đường Coolidge vùng Plainfield tiểu bang New Jersey. Chúng tôi đến nơi vào buổi chiều, còn kịp giờ nhận lời mời của chủ nhà đi dùng cơm tối tại một nhà hàng. Trong cái nao nức gặp lại, anh chị Thư đã vội vã đưa chúng tôi chạy lang thang qua nhiều đường phố, giới thiệu vài nơi đặc biệt của nơi mình định cư. Chị Yến vẫn giữ tay lái như chuyến đi qua Montréal trước đây. Chị cưng ông chồng nhà văn, mang độ cận thị khá cao. Trên đường đi câu chuyện linh tinh rôm rả. Tiếng cười tiếng nói giúp chúng tôi hết mệt mỏi sau mấy ngày ê ẩm ngồi xe. Chị Yến không quên giới thiệu xa lộ Ma Rốc và giải thích ngay danh xưng này, khi chúng tôi có thắc mắc. Hóa ra tên gọi này do chính anh chị đặt ra theo thuật nói lái của ngôn ngữ Việt Nam. "Ma Rốc" để gợi cái hình ảnh "móc ra" liên tục những đồng tiền kẽm phải bỏ vào nhiều trạm thu trên con đường đang đi qua. Chị Yến còn hứng thú rủ ghé thăm một sòng bài. Nhưng khi nghe khoảng cách và thấy vẻ mệt mỏi của Sách, chúng tôi đề nghị dời lại hôm khác.

Ngôi nhà của gia đình ba người Thư, Yến, Thoại thuộc dạng nhà riêng, một tầng lầu. Nơi thờ Phật và gia tiên an vị trên này. Đêm chúng tôi có mặt, cả gia đình Trần Hoài Thư đều rút lên ngủ cùng với linh vị ông bà, nhường phần trệt cho gia đình chúng tôi. Sáng hôm sau, theo thói quen, tôi thức dậy sớm, không có gì làm, lười đọc báo, tôi loanh quanh quan sát cái ổ hạnh phúc của bạn mình. Phòng khách lót thảm màu xám tro. Ghế *salon* nệm nhung dày màu mỡ gà. Bàn nước mặt kính. Sát chỗ tiếp khách, một kệ gỗ khá rộng, vững chắc đỡ chiếc máy tivi màu, 27 *inch* hiệu Hitachi và cái *Vidéo casette recorder Hi Fi Stereo* cùng hiệu. Đứng hai bên dàn máy trong cùng bộ kệ bóng màu gỗ này là những tác phẩm của nhiều tác giả khác quốc tịch nhau, được sắp xếp trang trọng. Trên đầu kệ, ngay ngăn chứa sách, một đồng hồ để bàn có một chùm bốn quả lắc đang đong đưa. Kế cận cái đồng hồ đang thở là một lẵng hoa cúc vàng chen hồng đỏ, lá xanh. Hoa giả, không hương nhưng toát ra vẻ tươi mát. Một đĩa sứ hình *ovale* dựng đứng, phơi rõ bản vẽ hình người mẹ bồng con. Trên mặt kệ này còn có hai lá cờ Hoa Kỳ và Việt Nam Cộng Hòa, có trụ đàng hoàng, dựng sát nhau, gợi lại tình đồng minh một thuở. Trần Hoài Thư không treo họa phẩm của các họa sĩ Á đông. Anh treo một bức họa phong cảnh khá lớn. Trên một vách hẹp hơn, chân dung Trần Hoài Thư trong áo mũ tốt nghiệp đại học, đứng ôm cháu Trần Quí Thoại thời chưa quá 13. Văn bằng của Trần Hoài Thư cũng được đóng khung treo kề bên. Vách treo ảnh này tôi có đứng chụp chung với bạn tôi một tấm ảnh.

Thời này tôi chưa nuôi râu, 52 tuổi nhưng coi bộ rất thanh niên, xấu trai. Trần Hoài Thư tươi cười, tóc thưa thớt, có chiều cao nhưng vẫn thiếu mỡ và thịt. Tôi bắt gặp một bộ ấm trà màu gan gà xinh xắn. Bạn tôi thích cà phê hơn trà kia mà. Có lẽ đây là thú chơi dặm chăng ? Tôi lần ra hiên sau. Mái hiên hình chữ nhật khá rộng, đã được rào chắn để trở thành một cái phòng. Mặt tiếp giáp với khu vườn được chắn bởi tấm mắt cáo lớn, mang hình ảnh nhà quê Việt Nam. Khu vườn chỉ rộng vừa đủ thực hiện cái thú của các danh nho Nguyễn Khuyến, Dương Lâm ngày trước. Tôi vui mừng gặp lại cái võng của một thời xa xưa, được Trần Hoài Thư mắc trong hiên. Tôi ngả lưng lên đó, chống chân đong đưa, mắt nhìn ra vườn. Tôi bắt gặp những bụi cây xanh đang nở hoa. Tôi không phân biệt được tên những loại hoa, chỉ thấy vui vui vì những màu rực rỡ của chúng. Một cặp sóc tinh nghịch đuổi nhau như muốn làm tình. Một con chim rất lạ ghé xuống bồn nước trang trí trong một góc vườn. Từ cánh chim bay, tôi bàng hoàng phát hiện một bụi trúc mảnh khảnh, nhỏ nhoi nhưng đậm đà thân tình. Tôi rời võng, đến nâng niu từng lá trúc. Vóc dáng quân tử của dân tộc tôi đây, tôi tưởng chừng như mình rưng rưng nước mắt. Lý, vợ tôi cũng vừa thức dậy. Cô ra hiên và cũng lại ngả lưng lên võng. Tôi trở vào hiên, nắm một đầu võng đẩy. Lý vờ lim dim. Chung quanh im vắng mà tôi nghe ra ca khúc Ngậm Ngùi của Phạm Duy phổ từ thơ Huy Cận. Trong suốt cuộc hành trình rong chơi của tôi, phút giây này có lẽ là linh hiển nhất. Cảm ơn anh chị Trần Hoài Thư, cảm ơn ngôi nhà xinh xinh trên xứ Mỹ, phảng phất nét Việt Nam.

Tại ngôi nhà của vợ chồng Trần Hoài Thư, tôi còn có dịp bâng khuâng, nhớ nhung lại một thời ấu thơ. Điểm gợi nhớ này nằm ở cái mặt tiền. Phía trước ngôi nhà của Thư có một khoảng không gian rộng rãi, thông thoáng. Những tấm ván lắp ghép bao bọc vách tường, những máng xối, cả những mái che cửa sổ khá mỹ thuật, được sơn trắng có viền xanh thanh nhã. Tiếp với cửa vào nhà là mái hiên có gắn đèn soi, lan can sắt. Những hình ảnh chung chung rất Mỹ này đâu có thể đẩy trí nhớ tôi lùi năm mươi năm, nếu không có cái tổ chim nằm nửa kín nửa hở trong mái hiên. Anh chị Trần Hoài Thư có lẽ cũng thích chim bướm. Cảm ơn anh chị đã không phá đi cái ổ tình nhỏ bé này. Những con chim con, không rõ thuộc giống gì, nhưng qua tiếng kêu khe khẽ của chúng, tôi đoán ra, chúng đang thời mọc lông cánh. Thư cũng kể cho tôi nghe về tổ chim này. Theo anh đã có mấy lứa "ra ràng" bay vào cuộc đời. Nhìn tổ chim ở nhà Trần Hoài Thư, tôi không thể không bứt rứt vì đã một lần phá nát một gia đình bồ câu. Lần đó, chỉ mới qua vài ba năm.

đứng: LH - Tô Thùy Yên - Phan Ni Tấn - Trần Hoài Thư - Song Thao
ngồi: Nguyễn Hữu Chung - Trang Châu ngày hôn lễ Bích Dũng, 1996

Sau khu nhà tôi ở trên đường Barclay, Montréal có nhiều cây cao, bóng mát, ngăn cách giữa khu chung cư tôi ở với dãy nhà của người Do Thái. Trong đám cây có khá nhiều loại chim và sóc sinh sống. Tôi bắt gặp chào hỏi, nuôi ăn chúng mỗi ngày. Những loại chim tôi nuôi, như yến, manh manh, yến phụng... thỉnh thoảng tôi cũng đưa chúng ra hiên sau cho tắm nắng. Hiên không rộng và có cầu thang xuống *sous sol*, phòng giặt chung. Trong gần một tuần lễ, tôi bắt gặp một cặp bồ câu thường ghé qua hàng chấn song mái hiên mình, nghiêng đầu, ngó chỗ này, nhìn nơi kia ngẫm nghĩ. Có chút ít kinh nghiệm nuôi chim, tôi biết ngay đôi chim đang tìm ổ đẻ. Tôi ra nhìn trần hiên, vách tường. Không chọn được điểm nào thích hợp. Cuối cùng tôi quyết định phỉnh Lý đi mua một cái kệ sắt, gồm năm ngăn, không vách, loại kệ thường dùng *ở garage* để đựng phụ tùng linh tinh. Lý tin tôi dùng nó trong việc để những vật dụng ít khi xài tới mà không sợ hư hỏng, cùng những hộp nhựa đựng kẹp phơi áo quần. Kệ sơn xám, tuy bằng sắt nhưng khá nhẹ nhàng, tôi kê ngay ra hiên và cũng tìm ngay một thùng *carton* lớn vừa phải để làm tổ chim. Tôi dùng vài chiếc áo vải mỏng của vợ tôi lâu ngày không mặc, cắt ra thành sợi, lót thay những cọng rơm. Tôi cũng tìm thêm một ít lá cỏ khô, và bứt một ít cọng chổi để lót chung. Tôi đặt tổ trên đầu kệ sắt, sát vách tường, cẩn thận cột dây thép và ngụy trang vài cục đá ở ba mặt cho có vẻ tự nhiên. Vẫn mát tay như lót ổ chim nuôi, đôi bồ câu chỉ mấy giờ sau là ghé lên thăm viếng, rồi rủ nhau sửa sang lại chút đỉnh. Tôi đặt máy *Handycam vidéo 8 Sony* để theo dõi. Dĩ nhiên Lý đã biết ý đồ của tôi nhưng rất vui vẻ hưởng ứng. Tổ ấm này sau đó trở thành chỗ cư ngụ của gia đình cặp chim đến mấy năm. Nhiều lứa chim con ra đời. Đôi chim cha mẹ đã khá dạn dĩ. Vào một ngày mùa nắng, tôi bắc ghế quan sát, nhận thấy tổ chim đã bị hư hỏng nhiều vì tuyết, mưa tạt vào. Tôi dọn vệ sinh. Lúc dọn không vấn đề gì xảy ra, nhưng khi vào nhà rửa tay, tôi phát hiện trên da thịt, mặt mũi mình bám đầy những con mạt bé li ti (một loại bọ nhỏ ở lông vũ hoặc rơm rạ). Ngứa ngáy bắt đầu. Tôi tắm liên tục vẫn không thấy hết. Những ngày tiếp theo, Lý ra hiên phơi áo quần cũng bị những con mạt tấn công vì đã động ổ. Lý cằn nhằn mấy hôm dẫn đến việc tôi ngậm ngùi dỡ đi ổ chim, đưa tạm ổ trứng chưa nở ra một cành cây thấp. Đôi chim câu lui tới cả tuần trên đầu kệ sắt, ngơ ngác, bàng hoàng. Để dẹp hy vọng của chúng, tôi dẹp luôn cái kệ, và kéo màn cửa sau đến mấy ngày, khi tôi xuống bếp.

Qua một đêm ngủ lấy hơi, chúng tôi được vợ chồng Trần Hoài Thư lái xe theo đến thủ đô thế giới, thành phố New York. Đây là lần đầu tiên chúng tôi đến thành phố lớn nhất trên mặt đất này. Thăm và chụp ảnh nhiều nơi tại khu phố Manhattan, trung tâm mậu dịch quốc tế World Trade Center New York... và khu phố Tàu. Anh chị Trần Hoài Thư hướng dẫn và giải thích cho tôi nhiều điều hiện diện tại Nữu Ước. Điểm đến tiếp theo của chúng tôi là thành phố Baltimore để thăm nhạc sĩ Vĩnh Điện. Sau một đêm tâm sự, tác giả ca khúc *Vết Thương Sỏi Đá* đưa chúng tôi qua thăm thủ đô Hoa Kỳ. Rồi từ Washington chúng tôi đến thành phố Burke của Virginia để thăm gia đình họa sĩ Đinh Cường. Tại đây chúng tôi tình cờ được tháp tùng nhà văn Nguyễn Thị Hoàng Bắc, ký giả Bùi Bảo Trúc tham dự chớp nhoáng một buổi ra mắt sách, trước khi đi đêm xuống vùng biển Virginia Beach. Trên đường về chúng tôi ghé sòng bạc Atlantic, rồi lang thang qua một số thị trấn khác dọc theo xa lộ trước khi về nơi có tổ chim bồ câu đã bị tháo bỏ.

Liên tiếp hai mùa hè kế chúng tôi thăm các sở thú, mùa hè năm 1995, chúng tôi đến bãi biển Wildwood Beach và trên đường về, chúng tôi ghé qua đêm tại nhà anh chị Trần Hoài Thư lần thứ hai. Giao tình tốt đẹp giữa chúng tôi suýt bị phá hỏng bởi chuyện ra mắt sách.

Năm 1996 Trần Hoài Thư phát hành cuốn truyện *Ra Biển Gọi Thầm*. Tuy không đề nghị, nhưng nếu có người tổ chức sách ra mắt tại Montréal Trần Hoài Thư sẽ rất vui. Điều đáng tiếc là các bạn văn Montréal gần như đuối sức sau buổi ra mắt tập thơ của anh Tô Thùy Yên, nên đành phải lặng lẽ trước tác phẩm mới của một người bạn đầy chân tình với Montréal. Cá nhân tôi, ngoài cái tên đứng ké với anh em trong những lần tổ chức, không làm nên trò trống gì. Tôi tự thẹn với Trần Hoài Thư vì những buổi ra mắt sách cho Thụy Khanh, Nguyễn Văn Ba, Nguyễn Tấn Hưng, Du Tử Lê, Dương Kiền, Mai Kim Ngọc... Rất may, Trần Hoài Thư được một người bạn khác đề nghị, dùng phòng khách của anh ta để ra mắt sách. Buổi Trần Hoài Thư ký sách tặng bạn bè, bạn đọc đó nhằm vào đêm 29 tháng 6 năm 1996. Buồn và có quan hệ không mấy tốt với người bạn tổ chức cho Thư, tôi đã không có mặt trong buổi sinh hoạt ấy. Nhưng với sự bao dung, anh chị Trần Hoài Thư vẫn vượt hàng trăm cây số để đến với gia đình chúng tôi trong cuộc vui nhân ngày vu quy của cô con gái Lê Ngọc Thạch Bích, hôm 15-7-1996.

Chúng tôi vẫn thường xuyên thăm hỏi nhau qua điện thoại, rồi điện thư. Trần Hoài Thư trở nên bận rộn suốt ngày vì vừa sáng tác vừa làm báo, in sách. Tôi có cảm tưởng như anh ăn ngủ cùng sách báo, mực in, máy nướng, máy cắt trong từng giây phút. Trong thời gian này, tôi cũng ham chơi *internet* nên chẳng đóng góp được gì cùng công việc đầy ý nghĩa của anh. Gần đây nhất, qua nhà thơ Uyên Hà, họa sĩ Nguyễn Nho Châu, em trai nhà thơ Nguyễn Nho Sa Mạc có cho phép tôi in thi phẩm Vàng Lạnh, gia tài của Nguyễn Nho Sa Mạc để lại. Đây là cơ hội ngàn vàng để tạ tình một người bạn thân mệnh yểu, nhưng vì nhiều điều kiện trở ngại, tôi đành bán cái cho anh Trần Hoài Thư cùng cơ sở Thư Ấn Quán của anh lo. Không ngờ, chỉ trong một thời gian rất ngắn, Trần Hoài Thư đã hoàn thành dự định thật tốt đẹp, kịp thời điểm phát hành trong ngày giỗ lần 43 của Bửu, bạn tôi. Sự thành công trong chủ trương làm giàu Tủ Sách Di Sản Văn Chương Miền Nam của Trần Hoài Thư quả thật phụ thuộc vào tấm lòng yêu chữ nghĩa, yêu văn học nghệ thuật của anh.

Ngồi ghi lại những dòng kỷ niệm này, tôi như thấy ngay trên phím chữ trước mặt, hình dáng một người bạn biết nói, biết nghe, vừa phải chững chạc. Có nhiệt tình, có trầm tư chín chắn trong mỗi một sinh hoạt. Trần Hoài Thư không bốc đồng, ba phải như tôi. Có thể ảnh hưởng môn toán anh từng theo học, nên anh có những tính toán rất hợp lý. Là một sĩ quan chỉ huy đám khinh binh, nên anh khéo sắp xếp những vị trí công tác, và điều hành trôi chảy. Tôi suy ra điều này khi nhìn vào sự thành công nhịp nhàng của tờ báo Thư Quán Bản Thảo và cơ sở xuất bản Thư Ấn Quán mỗi ngày một phát triển, nhận được sự tin cậy từ các bạn văn trong và ngoài Việt Nam. Thư Quán Bản Thảo, Thư Ấn Quán, tên gọi nào cũng ấm cái hình ảnh của Sách, của Trần Hoài Thư. Một người như vậy dễ gì suốt đời không biết quí sách?

Tôi đã vài lần viết tặng Trần Hoài Thư đôi câu thơ. Dù vẫn không như ý, cũng xin chép lại ở đây, như một tài liệu:

*"Kéo quân qua quất bạn hiền/ xa lộ "ma rốc" đêm nghiêng ngả cười/ đời vui nhờ cảm biết vui/ cảm ơn trời đất nuôi người thành tâm"*

*"Thân khô ngay từ thuở/ Thủ Đức Gọi Ta Về/ tha thiết tình sông núi/ nuôi thơm lời nguyện thề/ trên từng vuông trang chữ/ mặt trận vẫn cận kề/ chẳng phải vì hiếu chiến/ phải chăng hận xa quê?"*

*" nắng sót một chùm trên tóc khô/ mà thơm nguyên cả thuở giang hồ/ dang tay ôm lại tình huynh đệ/ quí sách, nằm quên nghĩ đến thơ..."*

*"ông thầy mỏng mảnh như lau sậy/ khói lửa oằn thêm sức bật thôi/ đôi vết sẹo cuồng thêm thắm mặn/ gánh văn đi dạo dọc theo đời/ sau lưng thấp thoáng nàng Thị Lộ/ thương chàng Quí Sách ghé vai thơm"*

**Luân Hoán**

*22-01-2007*

# LÊ KÝ THƯƠNG
## "CHẤT TRẦN HOÀI THƯ"

Cách nay một tuần, tôi nhận được @ của bạn Phạm Văn Nhàn, người cùng Trần Hoài Thư chủ trương thực hiện Thư Quán Bản Thảo lâu nay, báo cho biết TQBT số 79 là số đặc biệt về thơ văn Trần Hoài Thư. @ có đoạn: "Tôi có thêm ý kiến: các anh (bạn) viết cho tôi thêm tình bạn giữa các anh với THT. Tôi nghĩ ngoài văn chương của THT ra. Tình bạn là đẹp nhất. Gây ấn tượng nhất cho người đọc".

Từ năm 1964, lần đầu tiên tôi được đọc một vài truyện ngắn viết về chiến tranh rất cảm động của THT đăng trên tạp chí Bách Khoa. Mãi đến năm 1969, khi tôi về Phan Rang và làm "lính cậu" tại BCH Tiểu khu Ninh Thuận, ở đây, số phận may mắn cho tôi được gặp Nguyên Minh và NM ngỏ ý muốn tôi cùng ở chung nhà của anh số 11 Nguyễn Thái Học – Phan Rang, và cùng làm tờ Ý Thức (dưới hình thức in ronéo). Không mong gì hơn đối với một người xa quê được bạn bè văn nghệ tận tình giúp đỡ, tôi nhận lời.

Giai đoạn này, nhóm YT đang bắt đầu chuẩn bị ra mắt số đầu tiên do nhà văn Ngy Hữu – tác giả truyện ngắn "Những mẫu chữ thêu" đăng trên tạp chí Đất Nước - chủ biên. Ngy Hữu là anh ruột của nhà văn Yên My Trần Hữu Lục, đang làm Hiệu trưởng trường Tiểu học Đô Vinh ở Tháp Chàm, và cũng là một Huynh trưởng Hướng Đạo, một đoàn thể mà tôi đã tham gia hoạt động khi còn ở quê nhà. Lại tứ hải giai huynh đệ!

Sẵn có nhà in ronéo Nguyễn của Nguyên Minh trong tay, nhóm Ý Thức không những làm báo mà còn ra sách nữa – dĩ nhiên là dưới hình thức "phổ biến hạn chế", nói trắng ra là in lậu, không có giấy của chính quyền VNCH. Nguyên Minh đề nghị với tôi vẽ bìa cho tập truyện ngắn "Nỗi bơ vơ của bầy ngựa hoang" - đây là tác phẩm đầu tay của Trần Hoài Thư được xuất bản ở một tỉnh lỵ nhỏ nhứt Miền Nam - Phan Rang.

Đã gần nửa thế kỷ, qua bao nhiêu dâu bể của cuộc đời, tôi không nhớ rõ mình đã vẽ gì cho cái bìa của nhà văn cùng thời mình yêu thích. Nhưng có đôi điều tôi nhớ chắc chắn là ở Phan Rang chỉ có nhà in duy nhất – nhà in Nghệ Thương ở đường Thống Nhất, máy móc thô sơ, không có chỗ làm cliché, nên Nguyên Minh phải gởi "chành" vô Sài Gòn làm bản kẽm ở Cliché Dầu đường Phát Diệm.

Khổ sách là 13cm x 19cm (giống như khổ sách thông thường). Để làm được bản kẽm hai màu, không kể màu trắng của giấy, tôi phải tách màu làm hai bản kẽm, in mỗi lần một màu bằng máy pê-đan, rồi in chồng lên cho khớp.

Nhưng công đoạn thực hiện giống như một quyển sách in typo phải kể đến công lao của chị Hồ Thị Kim Phương - người bạn thân của Nguyên Minh và cũng là người cộng tác với Nhà in Ronéo Nguyễn. Bản thảo tập truyện của THT từ Qui Nhơn gởi vô là bản viết tay, chữ viết của anh lại khó đọc, đôi khi chị Phương phải "nhờ quyền trợ giúp" của chúng tôi. Khi thực hiện trên giấy stencil, bắt buộc chị phải canh lề làm sao cho giống bát chữ in typo. Nghĩa là trước khi gần hết một dòng chữ, chị phải "ép chữ" để khi xuống dòng kế tiếp nó phải nằm gọn trong bát chữ. Mỗi trang sách đều như vậy. Kết quả là "Nỗi bơ vơ của bầy ngựa hoang" và những xuất bản phẩm của giai đoạn Ý Thức bản thảo được độc giả Miền Nam đón nhận bằng sự ngạc nhiên và thích thú. Tác phẩm đầu tay của THT chúng tôi in đợt đầu 100 bản. In xong, tôi và Nguyên Minh chở ra Nha Trang, nơi anh THT đã trải qua thời ấu thơ sống cơ cực với mẹ ở Rộc Rau Muống (gần cầu Hà Ra), gởi nhà sách Huy Hoàng nhờ phát hành. Nhắc tới anh Huy Hoàng, hầu hết anh em văn nghệ Miền Nam ai cũng biết. Trên "chuồng cu" nhà sách là "trạm dừng chân" đôi ba ngày hay cả tuần, thậm chí cả tháng của anh em văn nghệ khắp nơi. Anh có tấm lòng bao dung và hào hiệp, cưu mang tất cả.

Sau đó, tôi mới gặp Trần Hoài Thư bằng xương bằng thịt. Lần đầu tiên gặp anh, tôi chợt nghĩ ngay đến hình ảnh một người lính ốm yếu, mang đôi kính cận dày cộp, với vẻ mặt nôn nóng ngồi đợi người yêu ở phi trường, nhưng khi nàng xuất hiện thì "tay trong tay" với người khác. Tình cảnh thật phũ phàng! Chàng giận và trả thù bằng hành động đá con chó đang nằm ở gầm bàn dưới chân chàng!... Truyện ngắn của Trần Hoài Thư trong thời chiến có nhiều tình cảnh éo le trắc trở như vậy.

Ở Tháp Chàm khoảng hai tháng, anh viết xong truyện dài "Của chiến tranh" giao cho Nhà xuất bản Lá Bối, rồi quyết định về lại quân đội. Nhờ Phạm Văn Nhàn đèo xe Honda ra trình diện tại Quân vụ Thị trấn Nha Trang. Ra tòa án Quân sự Mặt trận, anh bị giáng cấp từ trung úy xuống thiếu úy.

Lúc này, bạn bè văn nghệ hay tin anh đổi lên Ban Mê Thuột. Thời điểm này, tôi may mắn được Tổng cục Chiến tranh Chính trị chọn đi học khóa bồi dưỡng tiếng Anh tại Trường Sinh ngữ Quân đội. Thế là giã từ Phan Rang, giã từ căn nhà 11 NTH với bao kỷ niệm, tôi khăn gói lên đường vào Sài Gòn. Như là Nguyên Minh đã đi tiền trạm và "dọn sẵn" đường cho tôi. Khi vào SG, tôi đã có chỗ ở ổn định. Tôi sống chung phòng với Nguyên Minh ở 666 Phan Thanh Giản, nhà in Thanh Bình, mà chủ nhà in không ai khác là chị Mai – chị ruột của NM. Ngoài thời gian cắp sách đến trường, còn lại tôi tập trung thời gian phụ giúp NM trông coi việc "bếp núc" của nhà in và làm bán nguyệt san Ý Thức bất kể ngày đêm. (Lúc bấy giờ đã có giấy phép chính thức của Bộ Thông tin và Chiêu hồi).

Tôi gặp lại THT ở tòa soạn Ý Thức. Anh vui vẻ cho chúng tôi biết anh có cuộc hẹn gặp chị Y. – một bạn đọc của tạp chí Bách Khoa và cũng người "mê" văn anh. Hai người chưa hề biết mặt nhau. Anh nhờ nhà thơ Đỗ Nghê chở tới tòa soạn Bách Khoa cho cuộc gặp "văn chương thơ mộng" này...

Thời gian tiếp nối thời gian, bỗng một hôm, anh đột nhiên xuất hiện tại tòa soạn Ý Thức. Lần này, anh hí hửng nhờ bạn bè đại diện họ đàng trai và lo tổ chức đám cưới cho anh gấp. Cô dâu chẳng ai khác là chị Y. ở Cần Thơ.

Đám cưới thời chiến được tổ chức tốc hành và giản dị. Chị Mai, chị ruột của Nguyên Minh làm chủ hôn. Bạn bè tham gia họ đàng trai gồm: chị Mận, em kề chị Mai, thư ký kiêm quản lý nhà in Thanh Bình, dược sĩ Nguyễn Thị Yến (chủ nhiệm tạp chí Ý Thức), Nguyên Minh, Võ Tấn Khanh, Nguyễn Lệ Uyên và tôi.... Họ đàng gái đưa cô dâu từ Cần Thơ lên Sài Gòn, hai họ gặp nhau tại một nhà hàng, tổ chức tiệc mừng cho "đôi trẻ"... Trước khi trở về đơn vị, anh có mời nhà văn Trần Phong Giao - thư ký tòa soạn nguyệt san Văn, Nguyên Minh và tôi một buổi tối cà phê tại nhà dược sĩ NTY.

Từ đó, tôi không có dịp gặp lại anh, tuy nhiên tôi vẫn gặp một Trần Hoài Thư trên những trang viết của anh, qua bạn bè hoặc qua email của anh gởi cho tôi. Tôi vẫn biết tin về anh qua những chặng đường anh phải vác thánh giá của cuộc đời!

Năm 2011, tôi mới bị "stroke" - tưởng đi đứt, thì hay tin bà chị vợ ở Seattle (Mỹ) bệnh nặng. Vợ tôi không an tâm khi đi một mình qua thăm chị, nên phải "đem" tôi theo. Tôi biết Trần Hoài Thư ở bang New Jersey, nơi tôi đã theo học khóa "Audio Specialist" tại Fort Monmouth trước 75, tôi đã từng sống qua một mùa đông khắc nghiệt ở đây.

Khi đặt chân đến Mỹ, tôi email thăm hỏi vợ chồng anh. Khoảng non một tuần ngày vợ chồng tôi về lại VN, anh báo cho tôi biết đã gởi phát nhanh về địa chỉ nhà người chị trọn bộ 2 quyển Thơ Miền Nam và 4 quyển Văn Miền Nam. Phải chăng anh dành cho tôi sự ngạc nhiên khi nhận món quà tinh thần quý giá này? Tôi biết anh đã bỏ biết bao công sức đến thư viện Cornell sưu tầm, một tuyển tập đồ sộ dày gần 5.000 trang in khổ 14cm x 20cm, hầu như có mặt đầy đủ những tác giả sống và viết ở Miền Nam trước kia. Anh đúng là "người mang tinh thần thám kích khám phá văn chương Miền Nam". Anh tự nguyện làm công việc "ăn cơm nhà vác ngà voi" mà không vụ lợi.

Nhưng cũng phải kể đến công lao của chị Y. khi chưa đột quỵ lần thứ ba! Chị là cánh tay đắc lực đã giúp anh hoàn thành sứ mệnh văn chương.

Trong một email anh gởi chung cho những bạn bè văn nghệ thân tình mới đây, anh kêu gọi bạn bè đừng "tội nghiệp" cho hoàn cảnh hiện thời của anh, (hàng ngày anh phải vô nursing home thăm và săn sóc chị Y.) mà thay vào đó hãy gởi bài cho Thư Quán Bản Thảo.

Anh đã từng thốt lên:

*Dường như tôi sắp quỵ rồi.*
*Nghe chăng tiếng thét vỡ màng nhĩ tôi.*

Nhưng rồi nhờ văn chương mà anh đứng dậy:

*Xây nhà phải có xà ngang*
*Xây đời phải có lan can vịn đời*
*Bây giờ hết bấu víu rồi*
*Tôi xin lục bát vịn vào để vui.*

Nghe đến nẫu ruột, nhưng tôi nghĩ, đúng là "chất Trần Hoài Thư".

**Lê Ký Thương**

*Sài Gòn, 1-2018*

*Lê Ký Thương*

# LỮ KIỀU
## Chàng Thi Sĩ Viết Văn

*Phạm Văn Nhàn   Tô Thẩm Huy   Trần Hoài Thư   Lữ Kiều*

Sàigòn, 8.1.2007

Trần Hoài Thư thân mến,

Cuối năm, tôi quyết định viết thư cho bạn. Một tình bạn gần nửa thế kỷ gói ghém lại trong vài dòng chữ. Tự hẹn lâu rồi, và cũng nhiều lần rồi, nhưng chẳng bao giờ đủ bình tâm viết. Không phải vì xa cách, mà vì viết cho nhau là một dạng thức nhìn lại mình. Nhìn lại mình, tự vấn, cũng khó khăn lắm. Bởi vì trong ta có bạn, và trong bạn có ta. Cùng một lứa bên trời lận đận! (Tỳ bà hành)

Đầu tiên, xin gửi lời thăm bà Trần Hoài Thư. Vợ của Thư, cũng như vợ của những nghệ sĩ thời chúng ta, đều mang chung một số phận, mà trong đó, nước mắt nhiều hơn nụ cười. Chị Yến có còn nhớ một buổi trưa tháng 7 năm 1970, có chàng trung úy Thân Trọng Minh ghé lại thư viện của Viện Đại học Cần Thơ, coi mắt chị, người phụ nữ nào đủ dũng cảm để yêu và cộng nghiệp với bạn mình là anh chàng lang bạt kỳ hồ Trần Quí Sách. Hình như lúc đó hai người chưa cưới nhau. Tôi đóng ở Phú Quốc, bay về phi trường Bình Thủy, ăn thịt chuột ở Cái Răng (Trung tâm 4 nhập ngũ) và thăm người vợ chưa cưới của bạn – Ôi, một thời hào sảng, một thời lãng mạn, của những tình văn quá đỗi nồng nàn, khốc liệt và tinh khiết. Bây giờ, hơn 46 năm sau, không thể nhớ ngày ấy chị Yến như thế nào, tôi như thế nào.

Bấy giờ, cháu Trần Quí Thoại chưa có mặt trên đời. Nhưng nửa thế kỷ sau, đã có một bác sĩ Thoại tài hoa, làm thơ và có nét vẽ rất gần với phong cách hội họa của Lữ Kiều (những phác thảo mực tàu).

Viết lan man theo dòng hồi tưởng, bây giờ tôi muốn viết cho bạn những điều tôi nghĩ về nhà văn Trần Hoài Thư. Thật ra, tôi định viết về Bạn như một bài nhận định về văn chương Trần Hoài Thư, nhưng viết như vậy có nghĩa là một bài viết chính thức cho nhiều người đọc. Quá khó. Hoặc quá mệt mỏi. Bạn biết rằng, giờ đây, tôi chỉ còn thấy được bằng một con mắt , tôi đã hư một con mắt từ 15 năm nay, và tôi nhớ cái kính cận thị dày cộm của Thư. Bạn là người hiểu hơn ai cả nỗi khổ tâm của cái nhìn bị giới hạn. Tất cả bài văn viết về chiến tranh, về người lính thám kích là Bạn đều có nhắc đến cái kính nặng độ ấy, nó làm cho Bạn nhìn thấy bom đạn qua một làn kính khác người! Cùng với những thảm kịch, cũng qua làn kính, nhưng là một làn kính khác, Bạn nhìn thấy vô hình hơn, nhưng cũng vô minh hơn. Đó, tôi đang bắt đầu nói về Bạn đó, Thư ạ. Tức là tâm tình với người bạn nửa đời người, một người bạn mà tôi đã yêu mến nhiều hơn bạn tưởng, bởi vì chúng ta quả thật rất ít gặp nhau ngoài đời, nhưng đã gặp nhau thân thiết lâu dài trên những dòng chữ.

Còn nhớ không Trần Hoài Thư, một đêm ở Đà Lạt năm 1973, Bạn cùng tôi đốt những điếu thuốc Bastos xanh nói chuyện văn chương, thời Hiệp định Paris về ngưng bắn. Chúng ta tạo những đốm lửa trong đêm lạnh tại căn nhà có tên gọi là Rectorat thuở ấy, đâu có ngờ những đốm lửa thuốc lá trong ngày cũ còn cháy mãi trong tim tôi, trong tim Bạn cho đến bây giờ.

Tôi đã đọc Trần Hoài Thư từ những thập niên 60. Đọc thơ. Đọc văn. Đọc truyện, đọc Rong bút. Và lạ thay, mạch văn ấy liên tục một dòng chảy: Trần Hoài Thư thuở ấy và bây giờ có khác gì đâu. Hay là tôi thuở ấy và tôi bây giờ không thay đổi. Ít ra, trong văn chương.

Văn của Trần Hoài Thư là lời tự sự viết bằng tất cả cảm tính nhạy bén của chàng thi sĩ. Những mảng đề tài của Thư rất thật: tuổi thơ, tình yêu và sự nhập thế với vai trò người lính trong cuộc chiến mình không có quyền chọn nhưng có quyền tồn tại. Thời ấy, Thư viết về tuổi thơ buồn bã của mình rất cảm động, tôi không còn nhớ hết những gì Thư đã viết về những tai ương bất hạnh đầu đời, nhưng tôi nhớ rất rõ những trang văn viết về người mẹ tội nghiệp, về một cô gái tên Quỳnh cùng tình yêu tuyệt vọng của Thư. Thư viết về những miền đất mình đã trôi nổi đi qua: một thành phố Huế cổ kính, những đồi cà phê ở Ban Mê Thuột, Pleiku. Những trang viết tự tình ấy đã làm se sắt trái tim chàng trai tuổi 20 là tôi thuở ấy.

Thư viết bằng tâm cảnh của một người chia sẻ nỗi niềm với tri âm – dù là tri âm ấy giấu mặt trong đám đông người đọc thuở ấy – cho nên giọng văn ấy là giọng văn tâm sự, và giữa hai dòng chữ, hình như còn đọng lại nỗi đau đớn sắt se của Thư trong từng hồi tưởng: hình như còn tồn tại hơi thở, mồ hôi, nước mắt và cả máu nữa, của một thời khốc liệt.

Một buổi sáng tôi gọi điện cho Nguyên Minh, chia sẻ những cảm xúc khi đọc lại văn Trần Hoài Thư. Tôi nói với Nguyên Minh rằng, Thư viết như không thể làm khác được. Với con tim nồng nàn của mình. Thư không kềm chế được cảm xúc vì hình như tất cả những điều Thư viết đều mang hình bóng của tác giả, cho nên đọc Thư là đọc lời tự sự, chia với tác giả những vui buồn, tủi hận và nhẫn nhục, cay đắng và bao dung của một chàng trai bất hạnh giữa một lịch sử bất hạnh không kém. Tôi nói rằng tôi gần như thuộc lòng văn phong của Thư, vì có một số con chữ của Thư lặp đi lặp lại trên những trang viết – những con chữ ấy phải nằm trong mạch văn của Thư mới gây xúc cảm, tách ra một câu riêng rẽ, tác động văn học của nó giảm đi. Có lẽ, trong các tác giả của thời chúng ta, câu "văn là người" áp dụng vào trường hợp Trần Hoài Thư chính xác nhất.

Tôi cũng nói với Nguyên Minh rằng tôi tìm ra một chi tiết này trong văn của Trần Hoài Thư. Đó là cái kính cận 8 độ của chàng lính trinh sát đã làm vướng bận chàng không ít, và sau làn kính ấy, có đôi mắt rất dễ dàng rơi lệ, vì mình, vì người, vì vui cũng như buồn, vì cái ác cũng như cái thiện. Ôi, quả tim của Trần Hoài Thư, quả tim của chàng thi sĩ bẩm sinh, một quả tim nhạy cảm trước một tiếng chim bình minh nhưng cũng biết chai lì trước cái chết cận kề, quả tim ấy vẫn theo chàng dù trong hoàn cảnh nào, trước biến cố 1975 hoặc sau đó.

Gần đây, tôi tìm lại được một Trần Hoài Thư nguyên vẹn của hơn 30 năm về trước, khi tôi đọc những bài văn mới nhất của Thư. Tôi nhớ đến truyện "Đêm mơ" của bạn, hình như đã viết vài năm trước. Bây giờ tôi không có trước mặt để đọc lại, nhưng tôi không thể quên câu chuyện vừa lãng mạn vừa cay đắng bạn kể về một chàng sinh viên già đi học chung với một cô gái Việt xinh đẹp trong một lớp học về điện toán ở New York. Cô gái ấy làm rung động chàng Trần Hoài Thư đang sống xa quê nhà, không phải chỉ là một rung động của quả tim muộn màng, mà trong đó chứa cả một bầu trời ký ức đau đớn của hiện tại quê người mà Thư không thỏa hiệp được. Tôi nhớ hơi văn dồn dập, nồng nàn mà bi thiết khi Thư viết về đêm chờ năm mới tại quảng trường "thời gian". Và cô gái kia không thể không làm tôi nhớ tới cô bé Quỳnh của ngày xưa tội nghiệp.

Bạn thấy không "ta cùng giống nòi tình thương người đồng điệu" (1), nói cho cùng, chúng ta là thế đó.

Tôi cũng muốn chia sẻ với Bạn cảm xúc của tôi khi đọc "Hành trình của một cổ trắng". Đó là tự truyện của Bạn, phải thế không? Từ chuyện vượt biển, đến quê người, khu phố da màu, nhà thờ, những người hàng xóm, người vợ chịu đựng. Rồi công việc. Thành công. Thất bại. Và nhất là tình người. Và Bạn là một trong những nhà văn đầu tiên đề cập đến nỗi ê chề trong công việc bạc bẽo ở Mỹ: đó là quy luật đào thải trong một xã hội cạnh tranh. Bạn viết rất hay, nhưng tôi có cảm tưởng bạn viết bằng tình. Tình nhiều hơn Lý. Sự sa thải nhân viên trong sở làm của bạn đâu phải vì những chuyên viên Ấn Độ, mà đó là quy luật của cạnh tranh tư bản, tại sao bạn trút trách móc lên họ, họ có khác chi bạn ngày bạn mới vào làm.

Thế nhưng rốt cuộc thì cái tình bao giờ cũng thắng, và sự bao dung của Bạn ở đoạn cuối làm tôi mừng vui vì biết rằng Bạn vẫn mang quả tim Việt Nam thời trai trẻ để vượt qua tất cả khổ nạn. Có phải bi kịch của lịch sử đã cho chúng ta một cách hành xử rất gần với chữ xả – buông xả – nó giúp cho hành trang văn học của chúng ta thêm phần phong phú, nghĩa là có tình hơn!

Tôi cũng nhắc ở đây tập thơ "Ô cửa" của Trần Hoài Thư, một tập thơ dễ đọc cho nên tôi đã đọc một mạch tập thơ dày cộm ấy, nó là biên niên sử cho những rung động của bạn, và đó là những phút sự thật, như là những ô cửa mở vào cuộc đời bạn. Cuộc đời đa tài và đa đoan của bạn. Bạn có thể cười tôi thiếu khiêm tốn, nhưng quả thật sau khi đọc xong, tôi cười một mình và tự nhủ: Bạn làm thơ giống thơ của tôi quá. Ôi, phải chi có Thư ở cạnh, tôi sẽ mừng Thư một ly rượu nồng, để có thể hào sảng cùng nhau đọc lên vài câu thơ kia, vài câu thôi, ở bất cứ bài thơ nào của bạn, cũng đủ làm chất nhắm cho dậy men ly rượu kia. Nhưng bạn cũng hiểu rằng, đôi khi ta phải rót rượu để uống một mình, vì bạn thì vắng mặt hoặc không còn nữa. Ly rượu thì vẫn phải rót ra, dù không thể uống chén đắng ấy, nhưng bọt rượu vẫn sủi tăm.

Thư ơi, để tạ từ tất cả những bài thơ tuổi dại của bạn đã cho tôi sống lại tuổi dại của tôi, tôi dành tặng cho bạn một bức sơn dầu tôi vừa vẽ xong, nhan đề: "Uống rượu một mình".

Hình như thư viết cho bạn đã dài, nói chuyện văn chương thì không bao giờ dứt được. Nhưng tôi đã mỏi mắt lắm rồi. Đành ngừng đây.

TB. Tôi gửi lời thăm chị Yến. Bây giờ chị ra sao, có khỏe không? Tôi cám ơn chị đã cho chúng tôi cháu Trần Quí Thoại, người đã tiếp nối nghề và nghiệp của chúng tôi. Chúng tôi đây là những người bạn thiết của Trần Hoài Thư vừa mang nghiệp văn chương vừa nghề y khoa, đó là Trương Thìn, Đỗ Hồng Ngọc, Ngô Thế Vinh, Nguyễn Mậu Hưng và tôi. (Và còn ai nữa, bạn của Trần Hoài Thư mà tôi không biết). Nghề Y và nghệ thuật thật ra là một. Nói cho cùng, là một cách sống với mình, với người.

**Lữ Kiều**

# NGUYÊN MINH
## NGHIỆP HÀNH

*Nguyên Minh & Trần Hoài Thư - New Jersey, 2012*

Phạm Văn Nhàn từ Mỹ đánh Email hối thúc tôi viết bài về Trần Hoài Thư mà tôi đã hứa để Thư Quán Bản Thảo làm một số chủ đề về Người ấp ủ văn học miền Nam trước năm 1975. Làm sao tôi im tiếng được khi giữa Nguyên Minh và Trần Hoài Thư có một mối quan hệ về văn chương rất mật thiết suốt cả thời gian dài đằng đẵng. Cả hai cùng một "lò" Ý Thức trước năm 1975. Sau này, khoảng năm 2000, tại Sài Gòn tôi làm Ý Thức Bản Thảo, chỉ lưu hành nội bộ, được mười số. Cũng thời điểm ấy, bên Mỹ, Trần Hoài Thư làm Thư Quán Bản Thảo. Từ Bản Thảo giữa hai tạp chí, nghĩa lại khác nhau. Trong nước "Bản thảo" lưu hành rất hạn chế. Ở Mỹ chữ "Bản thảo" sau chữ Thư Quán như một thương hiệu.

**Nhắc lại kỷ niệm xưa.**

Sau Tết Mậu Thân năm 1968 chúng tôi làm tờ Ý Thức quay ronéo trên căn gác ngôi nhà số 11 đường Nguyễn Thái Học Phan Rang, qua lời giới thiệu của Lữ Quỳnh từ Qui Nhơn, Trần Hoài Thư đến với Ý Thức. Một anh chàng cao lêu nghêu, tóc bạc, mang đôi kính cận dày cộm, mặc bộ đồ rằn ri lính trận gắn huy hiệu đơn vị thám báo. Trong lúc anh em chúng tôi hì hục quay ronéo, Trần Hoài Thư chỉ đưa mắt nhìn đầy ngạc nhiên và thán phục. Anh chịu thua, chỉ tìm một chỗ ngồi khuất bóng, cặm cụi viết. Chữ của anh trên trang giấy, nhỏ xíu, khó đọc, nhưng những truyện ngắn đó có một sức hút hấp dẫn mang tính nhân văn của một người lính thời chiến đã làm tôi quyết định xuất bản tập truyện mang tên "Nỗi bơ vơ của bầy ngựa hoang". Anh mang theo một ít ra mặt trận.

Năm 1970, tôi làm tạp chí Ý Thức hợp pháp ở Sài Gòn, Trần Hoài Thư có tên trong nhóm chủ trương. Mở đầu tác phẩm của nhà xuất bản Ý Thức do tôi làm giám đốc lại là Trần Hoài Thư mang tên *Những vì sao vĩnh biệt.* Ngày ra mắt sách được tổ chức tại nhà cô Yến, người đứng tên chủ nhiệm tạp chí Ý Thức, có anh Trần Phong Giao, thư ký tạp chí Văn đến dự.

Ngày ra tác phẩm thứ hai này cũng là ngày Trần Hoài Thư cưới vợ tại Sài Gòn. Anh em Ý Thức làm đại diện nhà trai. Ông Lê Ngộ Châu, tạp chí Bách Khoa đại diện nhà gái. Nhà thơ Đỗ Nghê (Bs. Đỗ Hồng Ngọc) phải dẫn chàng rể đi nhuộm tóc, thay quần áo mới. Chị tôi và nhà văn Minh Quân lo sắm lễ vật trầu cau cho chàng rể.

Tác phẩm cuối cùng, trước năm 1975 là *Ngọn cỏ ngậm ngùi,* do Nhà xuất bản Tiếng Việt ấn hành với số lượng 10.000 bản.

## Tan hàng, rã đám

Như một cơn cuồng bão đi qua, cuốn theo, quật ngã mọi thứ, vùi dập tan nát. Lịch sử.

Các chị em tôi bỏ nước ra đi. Tôi và vợ con ở lại chịu trận. Bạn bè ly tán. Biết đâu mà tìm. Văn chương, chữ nghĩa đành vứt đi. Áo cơm bám chặt. Đầu óc rỗng tênh.

Thời bao cấp, tôi dắt vợ con tìm về một nơi thôn quê hẻo lánh, làm ruộng, nuôi heo, sống như một nông dân. Đến thời kinh tế thị trường, các bạn bè tôi ra khỏi các trại tù cải tạo cũng như một số khác đã ổn định đời sống ở nước ngoài sau lần vượt biên, từ từ chúng tôi mới biết tin tức lẫn nhau.

Tình cờ trong một quán cà phê, tôi với Võ Tấn Khanh nghe được từ miệng những người khách lạ ở miền Tây đến Phan Rang, về một nhà văn xuất thân từ lính thám báo sau khi ra trại tù mang thùng cà rem bán dạo trước trường học tại Cần Thơ. Tôi giật mình liên tưởng ngay đến Trần Hoài Thư, tôi vội đến hỏi thêm tin tức thì họ cho biết hình như ông ấy đã vượt biên rồi.

Tưởng chẳng bao giờ chúng tôi biết tin tức chính xác về nhau. Nào ngờ qua vài trang web tôi mới biết được những sáng tác mới về văn về thơ của Trần Hoài Thư trên đất Mỹ. Chuyện hy hữu, trong lần gặp lại "người tình xưa" từ Mỹ trở về, sau gần cả 30 năm, tôi nhờ nàng tìm cách gặp lại Trần Hoài Thư. Vui biết mấy. Cả hai đều ở hai tiểu bang khác nhau, cách xa nhau cả gần 12 giờ ngồi trên máy bay. Thế mà họ đã liên lạc được với nhau. Và, từ đó sợi dây gắn bó giữa tôi và Trần Hoài Thư được nối lại. Thắm thiết.

## Trên đất Mỹ

Như đã hẹn nhau qua Email, tôi sẽ qua Mỹ. Trần Hoài Thư và chị Yến từ New Jersey bay qua San Jose. Tại nhà "người tình xưa" một buổi tiệc nhỏ mừng ngày hội ngộ giữa hai người bạn văn đã từng nung đúc trong một tạp chí văn học một thời Ý Thức. Giấc mộng đưa văn chương làm đẹp cuộc đời qua hai tạp chí của chúng tôi, tuy hai mà một, ra đời, mới hoàn thành. Trong nước, dưới hình thức liên kết với nhà xuất bản Thanh Niên, tôi ra được tập san Quán Văn. Ở Mỹ, Trần Hoài Thư tự do làm tạp chí Thư Quán Bản Thảo. Ly rượu mừng được nâng lên. Tiếng cười vang lên rạng rỡ. Nhìn mặt nhau qua ánh mắt yêu thương. Của vợ chồng Lữ Quỳnh. Của vợ chồng Hồ Thanh Ngạn. Của vợ chồng Trần Hoài Thư. Và, nhất là của Nguyên Minh ngồi bên cạnh "người tình xưa". Rộn ràng.

Theo vợ chồng Trần Hoài Thư, tôi bay về ngôi nhà Thư Ấn Quán. Khí hậu nơi đây khác hẳn San Jose. Trời lạnh ngắt. Những ngôi biệt thự xinh xắn trong một khu rừng đầy rẫy cây cao tỏa rợp bóng mát. Chỉ có hai vợ chồng Trần Hoài Thư sống lạc loài nơi đây. Chung quanh toàn là nhà của gia đình người Mỹ. Trong ngôi nhà này như một thế giới riêng tư. Từ căn hầm kín mít, đầy ắp những kệ sách, những máy in nhỏ nhắn, máy cán bìa láng, máy dán gáy sách, những computer, màn hình vi tính. Tạp chí Thư Quán Bản Thảo được in ra tại nơi này. Với một cơ sở ấn loát "không giống ai". Ngày xưa, còn là một người lính thám kích nhưng đôi mắt cận thị nặng Trần Hoài Thư chỉ biết nhìn, đầy thán phục và ngạc nhiên về cơ sở ấn loát của tôi. Thời đó, tôi chỉ cần một cái máy đánh chữ cá nhân, những tờ stencil, một bàn cắt giấy, vài tupe mực đen, thế mà cũng hoàn thành mấy trăm tập truyện ngắn NỖI BƠ VƠ CỦA BẦY NGỰA HOANG tác phẩm đầu tiên của Trần Hoài Thư. Suốt cả tuần lễ hai thằng bạn già, hì hục bên nhau, cạnh những chiếc máy in để hoàn thành vài chục cuốn Quán Văn từ số 1 đến số 4 và Thư Quán Bản Thảo để mang qua Virginia tặng bạn bè do Phạm Cao Hoàng tổ chức buổi họp mặt tại nhà riêng. Vợ chồng Trần Hoài Thư thi nhau cầm tay lái suốt chặng đường cả sáu giờ xe để tôi ở lại vùng đông bắc nước Mỹ, nhìn dòng sông Potomac. Hai thằng bạn già cùng một đam mê làm báo văn học, ở cách xa nhau nửa vòng trái đất, gặp nhau sau bao nhiêu năm, giờ lại giã từ nhau. Bịn rịn. Giơ tay vẫy chào, hẹn ngày tái ngộ.

## Người đồng hành

Nói về sự nghiệp văn chương của Trần Hoài Thư mà không nói về chị Nguyễn Ngọc Yến là một thiếu sót lớn. Ngay từ cuộc hôn nhân của họ cũng lạ lùng. Chị Yến là độc giả của tạp chí Bách Khoa, thích những truyện ngắn của Trần Hoài Thư, như duyên trời định, họ trở nên vợ chồng, và suốt cả khoảng thời gian dài đằng đẵng, vượt qua bao nhiêu cuộc đời đầy đắng cay. Chính chị là người cận kề, cánh tay phải hỗ trợ, giúp đỡ cho Trần Hoài Thư thực hiện Thư Quán Bản Thảo. Lúc nào chị cũng vui vẻ, động viên cho chồng viết văn, làm thơ, kể cả in ấn và phát hành. Những ngày ngắn ngủi tôi sống và làm việc với Trần Hoài Thư, tôi nhận ra điều này. Cả hai vợ chồng thi nhau lái xe đưa tôi qua New York, đến khu phố người Tàu, chen chúc những khách bộ hành, bày la liệt những món hàng giả hiệu, tôi cứ tưởng mình lạc vào khu Chợ Lớn thời xa xưa. Cả hai vợ chồng, từ ngày đến nước Mỹ đã mấy mươi năm vẫn chưa trở về quê hương Việt Nam. Tôi gợi ý nhưng cả hai đều lắc đầu. Đến một vùng biển, trong một casino, chúng tôi ngồi ngoài sân, trời gió lạnh từ ngoài khơi thổi vào, lạnh tê cả người. Trần Hoài Thư chỉ tay về ngoài khơi biển cả, nói nhỏ: “Bên kia đại dương xa vời vợi là quê hương trong trí nhớ.” Còn chị Yến đứng dựa lưng vào vách tường nhìn cảnh những con bồ câu và chim hải âu đang cắn xé nhau giành mồi ăn trên dĩa thức ăn của chúng tôi. Tôi ngạc nhiên và chưa kịp phản ứng trước cảnh tượng này. Trần Hoài Thư đặt cái bánh pizza vừa mới mua ở quầy bán thực phẩm bày ra trên chiếc bàn để chúng tôi ăn bữa trưa. Tôi đang nhìn những con chim bồ câu trắng hiền lành đang lững thững dưới chân tôi tìm ăn những thức ăn thừa. Bỗng từ ngoài khơi bay vào một bầy chim hải âu, đáp ngay xuống bàn chúng tôi, thi nhau mổ vào cái bánh. Bầy chim bồ câu bay lên, cùng xáp vào hùng hổ vươn cánh đưa những chiếc mỏ mổ lia lịa vào đám hải âu. Chúng nó qua một trận quyết chiến. Cuối cùng bầy hải âu bỏ vài sợi lông tơ thất trận bay ra biển. Tôi cũng tưởng bầy bồ câu chiến thắng này sẽ thế chỗ bầy hải âu kia tiếp tục mổ vào chiếc bánh. Những con chim bồ câu trở lại vẻ hiền lành bay xuống đất, lững thững những bước chân chim. Chị Yến đưa máy ảnh chụp được cảnh này, chị nói: "Chim và người có khác gì đâu. Ừ nhỉ. Chim bồ câu tượng trưng cho hòa bình. Loài hải âu như bọn hải tặc xâm lăng. Thế đó, anh Nguyên Minh ạ!"

Tôi về lại Việt Nam, chỉ một năm sau, tôi nghe tin chị bị cơn đột quỵ. Trần Hoài Thư, một thân một mình trong căn nhà đó, hằng ngày từng giờ giấc ấn định phải vào thăm chị trong viện dưỡng lão, và vẫn tiếp tục làm Thư Quán Bản Thảo, đáng lý ra anh đã bỏ cuộc chơi nếu không có chị Yến thều thào trên giường bệnh khuyên anh nên tiếp tục dù chỉ còn một mình anh.

Lần thứ hai, tôi qua Mỹ. Gặp anh trong hoàn cảnh này. Anh già hẳn lên. Nhưng gặp tôi cầm trên tay những tập san Quán Văn mang từ Việt Nam qua để tặng Trần Hoài Thư và ngược lại anh tặng tôi cuốn "Những Vì Sao Vĩnh Biệt", bản in lại sau gần nửa thế kỷ. Tác phẩm này tôi đã xuất bản cho anh đúng vào ngày cưới của anh.

Trần Hoài Thư ơi! Cũng như Nguyên Minh, làm sao bỏ cuộc chơi "văn chương". Nó như một cái "nghiệp". Và bây giờ, suốt cuộc đời này cả hai chúng tôi như bị "nghiệp hành".

**Nguyên Minh**

# NGUYỄN ÂU HỒNG
## BÓNG ANH XIÊU ĐỔ BÊN BÓNG THÁP

Bạn bè thăm nhau thường là đến nhà hoặc hẹn gặp ở quán cà phê, nhà hàng hoặc một địa điểm nào đó thuận tiện cho cả hai bên. Anh em văn nghệ ở Nha Trang có thể hẹn nhau đến nhà sách Huy Hoàng, quán cà phê Chiều Tím; ở Qui Nhơn là căn nhà khu Sáu hoặc nhà "kỳ nhân" Đặng Hòa. (Có dịp tôi sẽ viết về nhân vật đặc biệt này). Tôi đi thăm Trần Hoài Thư, đến tận "hang ổ" đơn vị, dù đó là đơn vị tác chiến. Bạn đọc đã biết Trần Hoài Thư là sĩ quan QLVNCH, là lính thám kích. Thám kích không phải là một binh chủng như biệt kích mũ nồi xanh. Thám kích thuộc bộ binh nhưng là bộ binh "thứ dữ" được chọn lựa, tái huấn luyện nên đặc biệt tinh nhuệ. Sư đoàn 22 Bộ Binh có bốn Đại đội Thám Kích, Trung úy Trần Quí Sách (Trần Hoài Thư) là trung đội trưởng của đại đội thám kích 405, có hậu cứ tại đồi Bánh Ít, huyện Tuy Phước, tỉnh Bình Định.

Muốn đến đồi Bánh Ít (cũng gọi là tháp Bánh Ít hoặc Tháp Bạc), có thể đi xe đò, xuống xe tại ngã ba Bà Gi rồi đi bộ một đoạn không xa lắm. Ra trạm gác đón tôi, anh nói: "Nghe *ông tướng* báo có người nhà đến thăm, mình không tin. Con bà Phước làm gì có ai đến thăm". (Sau này anh viết: "Gặp nhau mà ngạc nhiên đến ngỡ ngàng"). Tôi nói: "Nhân đi công tác các chi khu phía bắc tiểu khu Bình Định, tiện thế ghé thăm anh." "Lính gác nói ông từ bên compound cố vấn đi qua?" "Đúng vậy. Trực thăng đáp bên đó."

Chỗ ở và làm việc của trung úy Trần Quí Sách chỉ là một căn hầm lợp tôn gần đỉnh đồi, cách chân tháp một đoạn đường đất. Tôi lấy làm lạ về sự sơ sài, tạm bợ của căn hầm. Nó không được bố phòng đủ để tránh pháo kích và đánh trả nếu bị tấn công. Những đà gỗ gác ngang thưa thớt không chịu nổi một lớp bao cát - mà đúng ra ít nhất phải bốn lớp, các vách xung quanh cũng không có bao cát. Còn may là đáy hầm được đào sâu đủ để tránh đạn bắn thẳng khi nằm ngủ. Những căn hầm khác cũng vậy, đào các hố chữ nhật bên cạnh con đường đất chạy quanh các ngôi tháp cổ, rồi dựng cột, lợp tôn. Các tháp cổ hoàn toàn hoang phế, trong lòng tháp trống trơn. Dù vô tình hay cố ý, đại đội thám kích 405 đã dùng các tháp này như những công sự đỡ đạn pháo kích của VC. Tôi thường làm việc với các đơn vị diện địa - giành dân, đóng đồn giữ đất - lần đầu tiên đến hậu cứ của một đơn vị cơ động nên thấy lạ và không yên tâm cho ông bạn mình. Nhưng trung úy Sách nói: "Bọn này chuyên đi làm ăn ban đêm, chỉ về hậu cứ vào ban ngày."

Anh mượn đâu đó một chiếc Honda chở tôi xuống núi, đến ngã ba Phú Tài, vào một quán cà phê có cô hàng xinh đẹp. Kể cũng lạ, lính tác chiến thứ dữ mà lại thích nghe Khánh Ly hát nhạc phản chiến Trịnh Công Sơn. Rõ ràng là, bên này *"Hãy sống giùm tôi, hãy nói giùm tôi, hãy thở giùm tôi/ Thịt da này dành cho thù hận/ Cho bạo cường cho tham vọng của một lũ điên"* khó mà thắng được bên kia *"Cuộc đời vẫn đẹp sao, tình yêu vẫn đẹp sao/ Dù đạn bom man rợ thét gào"*. Quả thật là *"có người lính nào bi tráng như người lính miền Nam?"*

Anh ốm nhom và cao lênh khênh. Khi tiễn tôi qua bãi trực thăng bên ban cố vấn, tôi thấy bóng anh xiêu đổ bên bóng tháp.

Mấy tháng sau tôi được chuyển về Bộ Tư lệnh (BTL) tiền phương Quân khu 2 và lại được gặp anh thường xuyên hơn. Kể chuyện này nghe chơi, khi chọn đơn vị, thấy chữ "tiền phương" ai cũng ngán, tôi lên sau, chọn đại, chẳng dè gặp may. Ai đời bản doanh BTL tiền phương mà lại là Đại khách sạn - Grand Hotel, nằm ngay mặt tiền bờ biển Nha Trang. Hỏi ra mới biết, vì BTL chính nằm ở Pleiku nên bản doanh ở Nha Trang được gọi là "tiền phương". Quân đoàn chuyên lo quân chính quy, quân khu lo diện địa gồm địa phương quân - nghĩa quân và bình định, xây dựng nông thôn. Tôi về BTL tiền phương Quân khu 2, đi làm như công chức, sướng đến mức mọc lông lưng. Vừa lúc tôi về BTL tiền phương, trung úy Trần Quí Sách "vô kỷ luật", cũng bỏ đơn vị về Nha Trang vui chơi với anh em văn nghệ. Anh Huy Hoàng có căn nhà bỏ không ở Rộc Rau Muống cho tôi ở coi nhà, tôi rủ Sách cùng về ở cho vui. Nhưng anh chỉ ngủ ở đó một đêm rồi bỏ đi lang thang, khi thì theo Nguyễn Sa Mạc ngủ trên căn gác sau nhà sách Huy Hoàng, khi thì theo Nguyễn Cao Thâm ngủ ở nhà thờ Tin Lành, khi thì theo Lê Minh ngủ ở khu chuồng ngựa Viện Pasteur. Về sau anh nói, Rộc Rau Muống - Nha Trang gắn liền với những kỷ niệm ám ảnh đến quay quắt của tuổi thơ côi cút khiến anh không dám ngủ đêm ở đó. Cũng ở Rộc Rau Muống cái đêm hôm đó, tôi gọi bà bán bánh ú dạo vào mua mấy cặp hai anh em cùng ăn. Tôi thấy anh vừa ăn vừa lau nước mắt. "Mẹ tôi cũng bán bánh ú, vịt lộn". Từ đó tôi hiểu vì sao anh lại rất nhạy cảm với tiếng rao hàng của những người đàn bà bán hàng dạo ban đêm.

Sáng nào tôi cũng rủ Sách và Nguyễn Sa Mạc, Nguyễn Cao Thâm đi ăn bánh căn. Một đôi lần có cả Đỗ Nghê. Cuối tuần Phạm Văn Nhàn từ quân trường Dục Mỹ về nhập bọn, có thêm Lê Minh, được anh Huy Hoàng đãi bò bảy món hoặc mì vịt tiềm. Vui chơi chừng được hơn một tháng, Sách vào Phan Rang ở mấy tuần với Nguyên Minh và nhóm Ý Thức rồi ra lại Nha Trang đi trình diện Trung tâm 2 Tuyển mộ và Nhập ngũ. Anh bị giáng chức và chuyển đến một đơn vị bộ binh thuộc sư đoàn 23 ở tận Dakto, Tây Nguyên. Đúng là tránh vỏ dừa gặp vỏ dưa. Hôm tiễn anh ra bến xe Nguyễn Hoàng - Nha Trang để đi Ban Mê Thuột nhận đơn vị mới, có Phạm Văn Nhàn, Nguyễn Sa Mạc. Anh Huy Hoàng trước đó cũng đã đi nhận đơn vị mới nên chỉ gởi tặng anh ít tiền lận túi. Đường ra trận buồn hiu, không có em gái hậu phương nào bịn rịn, cũng chẳng hẹn ngày về. "*Có người lính nào bi tráng như người lính miền Nam*". Lúc uống cà phê chờ lên xe, tôi nói: "Khi tiễn tôi trên đồi Bánh Ít, thấy bóng anh xiêu đổ bên bóng tháp, tôi cam chắc anh được Bà che chở, dù anh có đi đến nơi hung hiểm nào cũng vẫn cứ bình an. Tuy vậy, anh nên bảo trọng".

Quả như dự đoán, không đầy một năm sau, anh được thuyên chuyển về Bộ Tư lệnh Quân đoàn 4, tà tà làm Sĩ quan báo chí. Thiệt là, chỉ thua con cò có hai cái cánh!

**Nguyễn Âu Hồng**
*Vancouver, Feb 10. 2018*

*Nguyễn Âu Hồng (tranh Thanh Hồ)*

# NGUYỄN MINH NỮU

## Trần Hoài Thư: Người Của Di Sản Văn Học Miền Nam 1954-1975

*Nguyễn Minh Nữu & Trần Hoài Thư*
*(Ảnh Phạm Cao Hoàng - Virginia, 4.2022)*

Trong khoảng thời gian cuối tháng 5/2021, tôi nghĩ về Trần Hoài Thư thật nhiều. Có lẽ khởi đầu từ một tin tức trên mạng xã hội Facebook nói về một cuộc hội thảo về Văn Học Miền Nam sẽ tổ chức trực tuyến do trường UNIVERSITY OF HAMBURG (Universität Hamburg) tại Đức tổ chức. Những tin tức ban đầu có người đưa lên và gọi bằng Văn học Đô Thị Miền Nam (theo ngôn ngữ trong nước), hoặc là Văn Học Cộng Hòa Miền Nam. Những cụm từ này lập tức bị phản bác nhiều vì sử dụng không đủ chuẩn mực và chính xác. Người sử dụng cụm từ Cộng Hòa Miền Nam này, sau đó đã im lặng và tự sửa lại đề tài thuyết trình thành: "Nhìn lại Thơ văn thời Việt Nam Cộng Hòa tiếp cận văn chương và nghệ thuật phương tây như thế nào" (Theo bản tin mới nhất mà nhà biên khảo Nguyễn Vy Khanh, một trong bốn người chủ tọa hội thảo cho biết ngày 25/5/2021). Tên của đề tài đã thay đổi, còn nội dung ra sao thì chưa rõ, vì hội thảo chưa diễn ra. Nhưng chính những tranh biện này làm tôi nhớ nhiều đến Trần Hoài Thư. Bởi lẽ chính anh là người sớm nhất nhìn thấy và đích thân vào việc duy trì, bảo quản và phổ biến về một nền văn học mà anh gọi là Di Sản Văn Chương Miền Nam.

Sau thời gian đầu dành cho sinh kế, tới năm 2001, với sự tiếp tay của chị Nguyễn Ngọc Yến và một bạn thân trong văn chương là Phạm Văn Nhàn, Trần Hoài Thư bắt đầu sưu tập và ấn hành tủ sách Di sản Văn Chương Miền Nam với các bộ tác phẩm đồ sộ.

Tôi và Trần Hoài Thư gặp nhau giữa chiến trường. Nói vậy có quá không? Nhưng thật sự lần gặp nhau đầu tiên ở Ban Mê Thuột năm 1970 đó, Cao nguyên đang là vùng chiến tuyến, Ban Mê chưa phải là mặt trận, mà là nơi tạm dưỡng cho các chiến binh từ mặt trận trở về. Thành phố nhỏ chỉ có vài ba con đường trung tâm, và một nhà sách, nhà sách Văn Hoa. Chủ nhà sách là anh Linh, người thấp và đầy đặn. Anh Linh yêu văn học, cho nên những tờ báo văn học khi phát hành tới Ban Mê, anh cẩn thận bọc thêm một lớp giấy bóng mờ, và anh thuộc mặt thuộc tên những người ghé lại mua các tờ báo này mỗi tháng. Tôi là người may mắn khi quen với anh nhờ tới thường xuyên. Mỗi khi tạp chí Văn, Khởi Hành, Bách Khoa phát hành, tôi ghé vào, là anh vui vẻ đưa ra và ân cần, tiện thì trả, không thì chừng nào lãnh lương ra trả cũng được.

Có lần ghé vào, anh đưa cuốn Văn mới phát hành và nói với tôi: - Trần Hoài Thư cũng mới ở đây ra. - Sao anh biết? Ông ta mua sách và tự giới thiệu tên. - Khoảng bao lâu rồi? - Chừng 10 phút, đi về phía chợ kia kìa. - Làm sao nhận dạng ra THT? - Cao lêu khêu, đeo kính cận, mặc đồ lính, cấp bậc Trung úy.

Tôi gặp Trần Hoài Thư dễ dàng ngay ngã tư gần đó. Anh đang bị Quân Cảnh giữ lại vì mặc quân phục xốc xếch và đeo cấp bậc không đúng quy định. Bộ đồ lính Trần Hoài Thư thực sự nhăn nhúm, và hơi bẩn, nhưng cái mà Quân Cảnh bắt lỗi là hai bông hoa mai anh đeo trên cổ áo. Trần Hoài Thư gằn giọng: Tôi hỏi anh Trung úy là mấy hoa mai? - Hai. - Vậy tôi đeo hai hoa mai là đúng chứ sao? - Sai, Trung úy phải đeo hai hoa mai ở bâu cổ trái, và hai hoa mai ở bâu cổ phải, nay Trung úy chỉ đeo ở một bên là sai quân phong.

- Đeo hoa mai hai bên thành 4 hoa mai thì cấp bậc gì?

Viên Quân Cảnh tức giận mời Trung úy về đồn. Tôi quen với viên Quân Cảnh này, và quen luôn cả Trưởng Đồn Quân Cảnh lúc đó là Đại úy Nguyễn Vinh Hiển tức nhà thơ Hoàng Khởi Phong, nên bước tới dàn xếp, khi nói đây là một nhà văn nổi tiếng vừa đổi từ đơn vị xa tới đây, và có lẽ sơ ý bị rớt mất hai hoa mai ở một bâu áo, tôi sẽ đưa ông ta đi mua ngay.

Buổi sơ ngộ với Trần Hoài Thư diễn ra như thế, vừa buồn cười vừa thương cảm. Anh vừa từ một đơn vị Thám Kích ở Sư đoàn 22, trải qua rất nhiều những trận chiến gian khổ. Cầm bút viết văn làm thơ dưới chiến hào, giữa khi khói súng còn mịt mờ. Tập truyện đầu tay "Nỗi bơ vơ của bầy ngựa hoang" do Ý Thức xuất bản năm 1968 bằng kỹ thuật ronéo đã tạo một tiếng vang đáng kể trên văn đàn. Cùng lúc truyện của Trần Hoài Thư xuất hiện dày đặc trên Bách Khoa, Văn, Văn Học, Nghệ Thuật tạo nên một tư thế nhà văn trẻ được nhiều người yêu thích.

Thời gian ở Ban Mê Thuột của Trần Hoài Thư không nhiều, Thư bị chuyển qua một đơn vị tác chiến (hình như Đại Đội Thám Kích Sư Đoàn). Chuyện bị đổi tới một đơn vị tác chiến với một sĩ quan mắt cận thị nặng, và là một nhà văn trẻ đang khởi nghiệp là chuyện không bình thường, anh bị cấp trên ghét, và tại sao bị ghét có lẽ do tính cách kiêu bạc, ương bướng và cảm giác bị bạc đãi khiến anh ăn nói bất chấp người khác. Thật đáng tiếc.

Sau đó, được tin anh được chuyển về làm Phóng Viên Chiến Trường ở vùng 4 do lệnh của chính Tổng Cục Trưởng CTCT, tôi vẫn đọc văn và thơ của anh, dù không còn gặp lại từ năm 1972.

Cách biệt nhau suốt hai mươi năm. Bất ngờ gặp lại anh ở khu thương xá Eden tại vùng Hoa Thịnh Đốn, bên cạnh anh là chị Nguyễn Ngọc Yến, một phụ nữ rất dễ mến, thân thiện và chuyện trò cởi mở. Khi gặp vợ chồng tôi, anh nhìn vợ tôi, rất vui vẻ và thân tình thăm hỏi: - Lâu quá mới gặp, nhìn vẫn trẻ như xưa hén. Hai vợ chồng chưng hửng nhìn nhau, rồi chợt nhớ ra, tôi nhắc anh: - Lầm rồi anh Thư ơi, anh nhớ về một cô gái nào khác ở Ban Mê Thuột hả? Chị Yến và Kim Mai đều bật cười. Lúc đó, Trần Hoài Thư xuống Washington DC để trả lời một cuộc phỏng vấn của đài Á Châu Tự Do về văn học, đồng thời anh liên lạc để tổ chức tiệc cưới cho con trai, mà sau này là Bác sĩ Trần Quí Thoại.

Những năm đó, tôi đang làm một tuần báo thương mại nên thời gian dành cho văn học viết lách không nhiều, tuy biết anh đang thực hiện tạp chí Thư Quán Bản Thảo nhưng cũng không có thời gian viết bài tham gia. Trần Hoài Thư có thân tình với nhiều người cầm bút trong vùng, đặc biệt là đối với Đinh Cường, Phạm Cao Hoàng, Giang Hữu Tuyên và còn nhiều nữa. Khi tôi quen với Phạm Cao Hoàng, có lần Hoàng muốn làm cầu nối giới thiệu tôi với Trần Hoài Thư. Tôi nói tôi và anh Thư quen biết đã lâu. Hoàng lại hỏi vậy sao không có bài nào trên Thư Quán Bản Thảo. Tôi nghĩ mình viết ít mà lại lười, nên đã gọi điện thoại xin lỗi và gửi tới anh một vài bài thơ gì đó...

Khi Giang Hữu Tuyên đột ngột từ trần, Trần Hoài Thư gọi cho tôi và đề nghị tôi làm chủ biên số đặc biệt Nói về Nhà Thơ này. Tôi sốt sắng nhận lời và số Thư Quán Bản Thảo về Giang Hữu Tuyên đã được thực hiện phong phú gồm rất nhiều thơ của Tuyên, và các bài khác của nhiều người viết về Giang Hữu Tuyên.

Nhà văn Ngô Thế Vinh là một bằng hữu lâu năm của Trần Hoài Thư, mới đây có bài viết "Trần Hoài Thư và Ngọc Yến, với con chim chằng nghịch và nỗi nhớ quê" là một bài viết dài và rất đầy đủ về Trần Hoài Thư, trong lời mở, tôi rất tâm đắc: "Cũng nhân đây, có một gợi ý với các bạn trẻ trong và ngoài nước đang chuẩn bị luận án tiến sĩ văn học, thì chân dung văn hóa của Trần Hoài Thư cùng với nỗ lực phục hồi Di Sản Văn Học Miền Nam 1954 - 1975 là một đề tài vô cùng phong phú và hấp dẫn, rất xứng đáng để các bạn khám phá và dấn thân vào. Các bạn cũng không còn nhiều thời gian - nói theo cách ví von của nhà văn trẻ Trần Vũ, chiếc kim đồng hồ trên tay anh Trần Hoài Thư đã chỉ 12 giờ kém 5 phút sắp qua nửa đêm và chỉ sau năm phút phù du đó, khi

Trần Hoài Thư trở thành "người của trăm năm cũ ", tất cả sẽ bị lớp bụi thời gian mau chóng phủ mờ".

12 năm cùng với Nguyễn Ngọc Yến, Trần Hoài Thư đã lục lọi khắp các thư viện của các đại học danh tiếng để sưu tầm, tập họp và xuất bản:

- Bộ Văn Miền Nam (gồm 4 cuốn)
- Thơ Miền Nam Thời Chiến (2 cuốn)
- Thơ Tình Miền Nam
- Thơ Tự Do Miền Nam

Tập nào cũng dày cộm năm bảy trăm trang, riêng bộ Văn Miền Nam trên 2000 trang. Ngoài ra, trong các số đặc biệt, Thư Quán Bản Thảo đã giới thiệu các tạp chí Sáng Tạo, Khởi Hành, Vấn Đề... Tâm huyết của Trần Hoài Thư dành cho Di Sản Văn Học Miền Nam là lớn lao và quan trọng. Tên của anh gắn liền với dòng chữ "Di Sản Văn Học Miền Nam 1954-1975".

Nhắc lại kỷ niệm đi thăm Trần Hoài Thư lần đầu, do Đinh Cường đề xướng khi chị Yến vừa tạm hồi phục về nhà, bài thơ Đinh Cường viết là:

*Trên đường về tôi cứ nghĩ*
*thiếu bó bông tặng chị Yến*
*nhân Mother's Day*
*nhưng có hề chi*
*chúng tôi với tấm lòng chân thật*
*từ Virginia lên thăm chị và Trần Hoài Thư với những khay xôi đậu phộng, bánh nậm, bánh ít, bánh giò, bánh bèo tôm chấy*
*tự tay chị Cúc Hoa và cháu Thiên Kim làm thật ngon...*
*anh Phạm Cao Hoàng chỉ có bưng vào*
*bày ra bàn buổi ăn trưa thật vui đầm ấm tình bè bạn*
*Chị Yến ngồi trên xe lăn mặc dù từ khi bị stroke đến nay đã năm tháng đã khá hơn nhiều chị nói Trần Hoài Thư*

*đem mấy tách trà nhỏ có hình vẽ con rồng xanh khi pha trà nóng vô hình con rồng đổi màu ra đỏ trà thật ngon và tách sứ nhỏ có hình rồng chị nói để mời bạn quý*
*cám ơn giọng nói thanh trong đôi mắt ngời sáng của chị*
*bây giờ chân trái đã cử động được chỉ còn tay trái với ý chí kiên trì tập luyện sẽ bình phục theo thời gian*
*nhìn chị chống cây gậy bằng nhôm ba chấu anh mua ở eBay, anh đẩy chị đi quanh phòng thấy mà thương.*
*nhìn những thanh gỗ anh đóng quanh các vách tường*
*anh dẫn ra khoe cái thanh nhôm anh chế*
*gắn trước cửa chính để chị có thể vịn*
*bước lên tầng cấp vào nhà*
*rất vui được lên thăm chị*
*đúng vào ngày lễ mẹ*
*(tôi vẫn nói ai yêu mẹ là anh hùng)*
*chị rưng rưng nước mắt*
*nước mắt của người con gái Cần Thơ một thời*
*lấy người lính trận...*
*cám ơn chị vẫn để dành cho mỗi người ba xấp bánh tráng*
*bánh tráng mè đen ít nơi nào có*
*cám ơn chuyến đi và về thật đẹp chị Mai và Nguyễn Minh Nữu lái*
*ghé rest area Delaware uống ly cà phê Starbucks quen thuộc*
*sẽ nhớ hoài cái giang sơn in ấn cắt xén vô bìa tráng bóng*
*Thư Quán Bản Thảo nay dời hết xuống basement*
*mới thấy nỗi đam mê mãnh liệt của Trần Hoài Thư*
*nay anh đang chuẩn bị làm số mới. niềm vui và tự hào hiếm có.*
*cám ơn chiếc sofa tôi đã nằm nghỉ lưng trưa nay*
*chiếc sofa anh đã nằm những đêm từ nhà thương với chị về*
*giã từ sân nhà có thân cây cao tuổi có vòm hoa tím*
*giã từ mặt hồ im ngôi nhà thờ cổ ở Plainfield - New Jersey*
*trên đường về tôi cứ nghĩ thiếu bó bông tặng chị nhưng có hề chi bằng tình bạn thật lòng thương quý nhau.*

*Virginia, May 12, 2013*

Khi đến thăm Trần Hoài Thư lần đầu, anh hướng dẫn xuống basement xem chỗ anh in ấn Thư Quán Bản Thảo và các bộ sách Di sản văn chương miền Nam, thấy anh sử dụng máy in HP8000. Tôi nói tôi không làm báo nữa, nên dư hai cái máy in HP8000, có điều máy nặng lắm, hai người khiêng cũng ì ạch, nếu anh muốn tôi sẵn lòng gửi tặng như một đóng góp với anh trong việc phổ biến Di Sản Văn Chương. Anh hào hứng nhận lời, và hẹn sẽ tới lấy máy vào tuần sau. - Nhưng phải có người phụ, máy lớn, nặng và cồng kềnh lắm. Anh mỉm cười bí mật, tôi có cách.

Và anh có cách thật, khi xuống lấy máy, chỉ với một cây tua-vít và khoảng 15 phút, cái máy cồng kềnh đồ sộ đã được tháo ra thành mấy chục mảnh, và gọn gàng xếp vào lòng xe chạy về New Jersey. Bây giờ tôi đã hiểu thêm một nhân cách khác của Nhà văn Trần Hoài Thư, đó là một Kỹ Sư Điện Toán, đó là một bàn tay khéo léo và đó là một con người đầy chất sáng tạo. Những cái đó phối hợp nhau nhịp nhàng để làm người In sách, sấy keo đóng sách, cắt vuông vức cuốn sách sau khi đã Viết ra cuốn sách. Thực lòng ngưỡng mộ và khâm phục.

Sau đó, một chuyến khác lái xe ba trăm dặm đưa nhóm anh em Quán Văn mà người chủ biên Nguyên Minh chính là người xuất bản tập truyện đầu tay của Trần Hoài Thư hồi xưa. Chuyến đi có Nguyên Minh, Đoàn Văn Khánh, Trương Văn Dân, Elena, Nguyễn Minh Nữu, Phạm Cao Hoàng; lúc này chị Yến đã nằm trong nursing home. Dù đã dặn trước, nhưng khi đến nhà thì hoàn toàn vắng lặng. Ngoài sân chiếc xe nằm đó, cửa kính kéo xuống. Gõ cửa nhiều lần không nghe đáp lại. Gọi điện THT không bắt máy. Cửa không đóng nên chúng tôi vào nhà, nhà vắng lặng. Chúng tôi bạo dạn đi thẳng xuống basement mà lòng hồi hộp âu lo, có chuyện gì xảy ra không? Có bao giờ đi xuống gặp... gì không? Nhưng cũng hoàn toàn vắng lặng, dàn máy Computer vẫn mở mà... trước sau không một bóng người. Chúng tôi hội ý là không nên tự ý ở trong căn nhà không có mặt chủ nhân này, nên lái xe ra một góc đường chờ liên lạc. Nửa tiếng sau, Trần Hoài Thư gọi lại cho biết vừa đem cơm cho chị Yến về. Sau đó đưa chúng tôi trở lại nursing home thăm chị Yến. Chị Yến yếu nhưng minh mẫn và rất vui gặp lại bạn bè xưa.

Kết luận bài này, xin nói về tấm lòng của Trần Hoài Thư mỗi khi gặp nhau, là cả một nồng nhiệt, chí tình cùng bằng hữu, là thiết tha chia sẻ tâm sự về việc đang làm, như một bài viết của Phạm Cao Hoàng (mà tôi rất đồng cảm) khi nhắc đến Trần Hoài Thư:

*"Anh say sưa nói về những công trình anh và chị Yến đã thực hiện được trong tủ sách Di sản Văn chương miền Nam và tạp chí Thư Quán Bản Thảo. Rất nhiều người ở hải ngoại cũng như trong nước yêu mến Trần Hoài Thư và Nguyễn Ngọc Yến vì công lao của anh chị trong việc sưu tầm, in ấn và phổ biến các tác phẩm văn học miền Nam 1954-1975."*

Cảm tạ Văn Chương là tác phẩm mới nhất của Trần Hoài Thư, những bài viết như những lời nhắn gửi. Tôi thật lòng mong được đọc tiếp Cảm Tạ Văn Chương, tập 2. Cứ như vậy nhé, anh Trần Hoài Thư.

**Nguyễn Minh Nữu**

# TRẦN DOÃN NHO

## Trò Chuyện Cùng Trần Hoài Thư

*Trần Hoài Thư   Chân Phương   Nguyễn Trọng Khôi*
*Trần Doãn Nho*
*New Jersey (2012)*

Tôi quen với Trần Hoài Thư từ trước năm 1975. Trước hết, đọc nhau qua tờ Văn, Bách Khoa. Sau, gặp nhau ở Huế đôi lần, khi anh về phép. Cà phê, cà pháo, đấu láo chuyện nước chuyện nhà, chuyện văn nghệ văn gừng linh tinh. Rồi anh ra đi, trở lại chiến trường máu lửa. Còn tôi vẫn ở thành phố học hành, rong chơi. Văn chương của anh là văn chương của chiến trận, của con người nằm giữa cái chết và cái sống. Văn chương tôi là văn chương thành phố, văn chương của một người suy gẫm... chuyện đời.

Hai mươi mấy năm sau, chúng tôi gặp nhau lại tại Mỹ. Nhiều lần, qua các sinh hoạt văn chương. Thỉnh thoảng, anh ghé nhà tôi chơi. Tôi cũng đôi lần ghé thăm anh, ở một nơi khá yên tĩnh của thành phố Plainfield, tiểu bang New Jersey. Nhà chỉ có hai vợ chồng. Hiện nay, cả hai anh chị đều đã về hưu. Ngoài những sinh hoạt bình thường hàng ngày và chăm sóc hai đứa cháu nội, anh, với sự tiếp tay vô cùng nhiệt tình của chị, đều dành hết thì giờ để lo chuyện văn chương.

Khác với nhiều người khác, ngoài chuyện góp mặt bằng những sáng tác mới, anh dành hết thời gian, cặm cụi làm một công việc mà không ít người cho là... vô ích và lỗi thời: lục tìm, in lại những tác phẩm đã xuất hiện ở miền Nam trước năm 1975. Bất chấp những lời đàm tiếu, anh vẫn... đường ta ta cứ đi. Kết quả là cho đến nay, anh đã xuất bản được:

- Bộ Văn miền Nam (4 tập, tổng cộng 2200 trang)
- Bộ Thơ miền Nam (5 tập, tổng cộng khoảng 3000 trang) gồm: Thơ miền Nam thời chiến (tập I & II), Thơ tình miền Nam, Lục bát miền Nam, Thơ tự do miền Nam.
- Chiến tranh Việt Nam & Tôi (thơ Nguyễn Bắc Sơn)
- Thơ Vũ Hữu Định toàn tập
- Kỷ vật cho em (thơ Linh Phương)
- Túy ca (thơ Hoàng Hương Trang)
- Bốn tập thơ của Hoài Khanh
- Những tháng năm cuồng nộ (truyện dài của Khuất Đẩu)
- Tuyển truyện Sáng Tạo
- Văn các số 121, 132, và số chủ đề Thanh Tâm Tuyền.
- Tuyển truyện Một Thời Ý Thức
- Cúi mặt (truyện dài của Bùi Đăng, do Thái Phương xuất bản năm 1969)
- Đốt tuổi (thơ Phan Nhự Thức)
- Điệp khúc tình yêu & trái phá (thơ Kiệt Tấn)
- Tuyển truyện Y Uyên
- Lẽo đẽo một phương quì (thơ Từ Thế Mộng)
- Đan tâm (thơ Phạm Ngọc Lư)
- Vũ trụ thơ I & II (tiểu luận của Đặng Tiến)

và:

- Tạp chí Thư Quán Bản Thảo. Tạp chí 2 tháng ra một số, hiện nay đã vào năm thứ 10. Số mới nhất là 41 phát hành tháng 2-2010, có chủ đề liên quan đến di sản văn chương miền Nam.

Theo tôi, đó là một công trình lớn, nếu không nói là lớn nhất, ở hải ngoại về mặt bảo tồn một nền văn học đã bị bức tử.

Nhân một buổi gặp gỡ bạn bè đầu năm Canh Dần, hai chúng tôi trò chuyện với nhau về công việc làm đầy ý nghĩa của anh trong thời gian qua. Xin ghi lại để chia sẻ cùng bạn đọc.

**Trần Doãn Nho (TDN):** Ta hãy bắt đầu bằng cái tên. Theo tôi biết, hiện có hai cái tên, một là Thư Quán Bản Thảo (TQBT) và một là **Thư Ấn Quán (TAQ)**. Đó là hai cách gọi của cùng một công việc hay là để chỉ hai việc khác nhau?

**Trần Hoài Thư (THT)**: Hai tên để chỉ hai công việc khác nhau, anh à. Chúng tôi có hai cơ sở. Một là Thư Quán Bản Thảo, tạp chí văn học nghệ thuật. Và một là Thư Ấn Quán, cơ sở xuất bản. Thư Quán Bản Thảo là một tạp chí. Số 1 dự định phát hành vào tháng 10-2001, dày khoảng 100 trang. Ban chủ trương gồm 4 người, mà ba người đều tuổi ngựa (sinh năm 1942). Khi báo chuẩn bị gửi thì biến cố 9/11 xảy ra. Tôi phải tháo bìa làm lại, thêm trang phụ bản về hai tòa nhà "TWIN TOWERS" đang ngùn ngụt trong lửa khói. Thư Quán Bản Thảo số ra mắt, như thế, mang một dấu ấn lịch sử rất đặc biệt. Từ 100 trang cho số 1, 2, tăng lên 200 trang cho số 3, và số mới nhất (41): 255 trang!

**TDN**: *Anh là một trong bốn người. Vậy ba người kia là ai, thưa anh?*

**THT:** Phạm văn Nhàn, Trần Bang Thạch và Cao Vị Khanh.

**TDN**: *Tại sao lại là Thư Quán/Bản Thảo?*

**THT**: Bây giờ, không giấu gì anh. "Bản Thảo" tôi lấy từ Ý Thức Bản Thảo, tên một tạp chí bất định kỳ trong nước ra một năm một số, mục đích là phổ biến văn chương nghệ thuật rất hạn chế trong vòng anh em thân hữu từng cộng tác với tạp chí Ý Thức trước 1975. Nó nói lên một điều: những người cầm bút trẻ thời trước 1975, vẫn tiếp tục viết, vẫn còn say mê với chữ nghĩa. Tôi đã tìm qua hai chữ Bản Thảo một ý nghĩa bi tráng hơn: văn chương bộ lạc. Và tôi đã dùng tiếng "bản thảo" này như một sự cảm thông, chia sẻ với anh em cầm bút trong nước. Còn Thư Quán thì anh chắc hiểu rồi. Thư là tên tôi. Vậy thôi.

**TDN**: *Văn chương bộ lạc! Nghe ngồ ngộ. Anh nói rõ hơn ý nghĩa của cụm từ này được không?*

**THT**: Anh hãy nghĩ đến một nhóm người mất hết buôn bản, dắt dìu nhau giữa một thế giới không thuộc về của họ. Ở Mỹ chúng ta vẫn hằng nghe về bộ lạc da đỏ. Họ tụ tập với nhau, nhảy múa và hát những bài hát cổ truyền quanh lửa trại. Ở đây, không phải nhảy múa mà là sáng tác, văn chương...

**TDN**: *Thì ra thế. Vậy ta có thể nói, anh thành lập Thư Quán Bản Thảo và Thư Ấn Quán là để cho cái bộ lạc thời đại này khỏi bị tiêu diệt, đúng không? Bằng cách in lại những tác phẩm cũ trước 1975, mà anh gọi là "Tủ Sách Di Sản Văn Chương Miền Nam."*

**THT**: Đúng mà không đúng, anh à. Tạp chí Thư Quán Bản Thảo không nhất thiết chủ trương sưu tập để đăng lại những tác phẩm của các tác giả cũ. Với khoảng 230 trang, chúng tôi thường dành 100 trang cho một chủ đề nào đó. Ví dụ chủ đề Nguyễn Bắc Sơn (số 20), Nguyễn Nho Sa Mạc (số 26), Hoài Khanh (số 24), Phan Nhự Thức (số 27), Từ Thế Mộng (số 29), Lê văn Trung (số 34) hay Vũ Hữu Định, Trần Dzạ Lữ, "Thơ văn khói lửa" hay Y Uyên v.v... Phần còn lại dành cho những bài vở mới sáng tác do thân hữu gởi về đóng góp. Tạp chí dự trù ba tháng ra một số, nhưng vì sự đón nhận cũng như lòng thương mến của người đọc quá nồng nhiệt nên đổi thành hai tháng. Sau gần hai năm, vì điều kiện sức khỏe không cho phép, nên đổi thành tạp chí bất định kỳ. Chỉ một mình tôi lo từ A-Z nên cho dù muốn duy trì liên tục, cũng không được anh à. Ngoài phần chủ đề, tạp chí cũng có những ấn bản đặc biệt gồm những tác phẩm sưu tầm nhằm giúp người đọc có cái nhìn toàn bộ về sự nghiệp của tác giả. Ví dụ chủ đề Hoài Khanh, tôi in thêm 3 tập thơ của ông trước 75 làm phụ bản: 1) Thân phận 2) Lục bát 3) Gió bấc, trẻ nhỏ, đóa hồng và dế để tặng độc giả khi có yêu cầu.

Riêng cơ sở Thư Ấn Quán không nhất thiết xuất bản sách trong Tủ Sách Di Sản Văn Chương Miền Nam. Chúng tôi còn xuất bản những tác phẩm mới của bạn bè ở trong nước, những người không có điều kiện để xuất bản. Chúng tôi thay mặt họ tặng biếu độc giả Thư Quán Bản Thảo và thân hữu của tác giả. Ngoài ra chúng tôi tìm cách chuyển về họ chừng 5, 10 tập để làm quà.

**TDN**: *Như thế thì, Thư Quán Bản Thảo theo đúng chủ trương "chỉ biếu, không bán", theo như lời giới thiệu? Mà nếu không bán, thì anh có nguồn tài trợ nào không?*

**THT:** Mọi việc đều miễn phí. (Cười) Cứ hy sinh đừng đi du lịch bằng cruise sẽ có đủ tiền in hai tác phẩm cho bạn bè. Dễ lắm mà! Nói đùa với anh cho vui.

Đúng như anh nói, tạp chí Thư Quán Bản Thảo và hầu hết các tác phẩm do Thư Ấn Quán xuất bản đều được rao: "Chỉ tặng khi có yêu cầu". Có nghĩa là chúng tôi chỉ gửi đến quý vị nào muốn đọc, chứ không tặng bừa bãi. Đổi lại, họ cho chúng tôi tấm lòng ưu ái ân cần. Chính cái tình giữa người đọc và tác giả mới quan trọng. Có những người đọc ở Mỹ về nước, tìm đến tác giả mà thăm hỏi. Khi bão lụt, những người đọc hỏi thăm qua chúng tôi về tình trạng người viết trong nước ra sao. Họ giúp người cầm bút cũ miền Nam trong nước hiểu được là họ không bị bỏ rơi, sáng tác của họ vẫn được đón nhận ở hải ngoại.

Tôi kể ra đây một trường hợp để nói lên cái tình sâu đậm này. Một người cựu sĩ quan nhảy dù gởi thư đến chúng tôi cần tìm tác giả bài "Biên cương hành" là nhà thơ Phạm Ngọc Lư để tỏ lòng cám ơn, vì năm 1972, khi anh bị thương trên đồi Thường Đức ở Quảng Nam, trong lúc chờ trực thăng tới bốc, anh đã đọc bài thơ này trên Văn, và có ý nghĩ viết thư tỏ lòng cám ơn sau khi về hậu cứ vì bài thơ đã diễn tả đúng với tâm trạng anh lúc ấy. Giờ đây, được đọc lại trên TQBT, anh muốn nhờ chúng tôi tạo nhịp cầu.

Và mới đây, hôm 11 tháng 3/2010, thêm một người đọc nữa hỏi thăm về nhà thơ Lê Văn Trung. Anh ấy kể đã thuộc những câu thơ của Lê Văn Trung trong tù và mang trong tâm trí đến bây giờ. Nói tóm lại, TQBT ít ra cũng là một mái nhà còn lại cho anh em cầm bút cũ tìm đến, nương tựa, gìn giữ nhau.

Riêng câu hỏi: Nguồn tài trợ ở đâu? Xin trả lời: người đọc. Họ tiếp trợ tạp chí qua tem thư hay những món quà lì xì vô điều kiện. Và nhất là chúng tôi có thể in số lượng tùy theo nhu cầu của người đọc từ phương pháp "Print-On-Demand" (In theo yêu cầu), cộng thêm cái nhà in mà tôi tự lập, từ những program mà tôi tự viết, với những sáng kiến mà tôi tự nghĩ hầu in ấn được mau chóng, tự động hóa. Đó là lối đánh giặc nhà nghèo anh à.

Nói thì nói thế, chúng tôi cũng có bán. Các sách bán là các bộ sách dày, in ấn rất tốn kém, lại đòi hỏi công sức rất nhiều như bộ Văn Miền Nam, bộ Thơ Miền Nam. À quên nữa, có một cuốn rao bán là "Tuyển truyện Y Uyên", mục đích để lấy tiền làm quỹ cho việc tu bổ tượng đồng nhà văn Y Uyên. Khi số tiến ấn định đã đạt, chúng tôi ngưng bán ngay.

**TDN**: *Anh cho biết qua cách làm việc của anh trong việc in ấn và phát hành.*

**THT**: Sau mười năm kinh nghiệm, tôi đã thu thập hiểu biết khá nhiều trong lãnh vực in ấn. Về keo, về giấy, về bìa, về cách dàn trang (layout), về nhu liệu (software) nào nên dùng hay không nên dùng, về những cơ phận của máy in... Tất cả đều tự học qua biết bao nhiêu lần thất bại. May mắn tôi có ít nhiều kinh nghiệm về điện toán nên áp dụng nó tối đa trong việc in ấn. Giờ đây, nếu anh đưa tôi một CD hay gởi tôi một hồ sơ (file), thì bảo đảm chỉ hai giờ sau là anh có tối thiểu bốn tập đàng hoàng (từ khi bắt đầu dàn trang, trình bày bìa, in trang ruột, đóng và cắt). Tất cả đều có khuôn mẫu (template) sẵn. Sau đó, tôi gởi sách tặng, hay rao trên trang mạng Thư Quán Bản Thảo. Vì không đặt nặng lợi nhuận nên không bận tâm mấy đến việc phát hành. Ai thích, hỏi, thì tôi in. Có sẵn trong máy. Chỉ việc bấm nút rồi cần 10 phút là xong ngay. Vậy thôi. Bà xã tôi hay đùa với bạn: Anh Thư nhà tôi "lấy công làm lỗ"!

**TDN:** *Không lỗ đâu, mà còn lời nữa. Lời tình bạn, lời văn chương. Bây giờ hãy trở lại chuyện in ấn. Như vậy, để tự làm, anh phải sắm một cái máy in, đúng không? Anh dùng loại máy in gì? Nếu là "bí mật nghề nghiệp" thì...*

**THT:** Chẳng có bí mật nghề nghiệp gì ở đây hết. Hiện tại tôi có 4 máy in loại HP 5SI để in trang ruột. Loại máy in này là loại máy in dùng trong văn phòng khác với loại máy in trong xưởng. Nó rất phổ thông cách đây chừng 10 năm, vận tốc 24 trang/ một phút. Có thể in duplex (hai mặt). Bây giờ nó đã lỗi thời. Kỹ thuật đã chế các loại máy có thể in trên 100 trang /một phút. Vì lỗi thời nên nó được bán rất rẻ. Trên trang mạng eBay, tôi mua khoảng 100 đô la một máy, cộng thêm cước phí chuyên chở khoảng 100 đô la nữa. Sau đó tháo ra, tha từng cơ phận xuống dưới tầng hầm rồi lắp lại. Anh nghĩ xem, mỗi cái máy nặng hơn trăm pounds, tức là cả 50 kí-lô, làm sao mà khiêng, trong khi tôi một thân một bóng, chẳng có ai tiếp trợ và nhất là với cái thân hình "kinh tế mới" của tôi! Phải dùng trí óc anh à.

Riêng máy in màu để làm bìa, tôi đã thử rất nhiều loại máy, và tốn tiền khá nhiều cho mực màu laser. Cuối cùng tôi chọn máy HP CP1215. Rẻ lắm. Nhưng mực bột rất mắc. Chính vì thế, tôi mới mua những "chip" made in China, khoảng 2 đô la để dùng lại (refill). Đúng là Cộng Sản chơi tư bản. Công ty Mỹ muốn ăn tiền ở việc bán mực bột laser, nên làm "tiêu nhanh", "tiêu lẹ" mực, còn Cộng Sản Tàu thì chế loại chip mới thế vào chip cũ, ta cứ tha hồ mặc sức in!

Ngoài máy in ra, còn những kỹ thuật khác cũng rất quan trọng không kém. Ví dụ: nhu liệu (software) chạy máy in loại HP thì khác với máy in loại Dell. Ví dụ: vì không dùng dây nối (wireless), đôi khi các dữ liệu (data) bị nghẽn, ngừng một lúc rồi in lại, do đó trang in cũng bị hỏng. Nhất là tôi có sáng kiến dùng loại giấy dán tường (wallpaper) để thế bookcloth (vải bọc dán bìa cứng) vì giấy dán tường là loại giấy không thấm nước. Hơn nữa nó đã là một tác phẩm nghệ thuật để ta khỏi mất công nhờ họa sĩ vẽ tranh bìa. Có điều, làm sao để in khổ lớn (khổ tabloid, 11×17) bằng một loại máy in nhỏ hơn (khổ 8.5×11) trong khi một mặt là keo khi chạy qua máy in rất dễ bị cuốn vào trục? Tôi đã nghĩ đến nát óc mới tìm ra cách. Tôi cũng mua nhiều sách về bookbinding (đóng sách) để học hỏi. Nhưng thú thật sách chỉ giúp về phương diện tiêu khiển thì giờ chứ không phải cho một mạng lưới (network) nhiều máy in, không dây nối (wireless), phải kiểm soát chặt chẽ dữ liệu (data) vì có khi chúng bị tắc nghẽn trên đường đến máy in đặt ở xa. Với hệ thống 4 máy in này, tôi có thể in được chừng 50 tập (mỗi tập 200 trang) mỗi ngày. Tuy nhiên cái quan trọng nhất là đóng, dán, cắt. Tôi phải tự làm từng tập. Hơi keo bốc nồng nặc, thêm cái máy cắt cổ lỗ sĩ. Rồi bìa phải xếp (folding) trước khi dán vào gáy sách. Riêng Bộ Thơ Miền Nam thì vất vả bội phần. Anh có tin là trong những chuyến đi xa, nhà tôi làm tài xế và tôi ngồi ở băng sau, khâu những tập dày gần cả ngàn trang không? Nhiều khi tôi ao ước được trúng số để có tiền in bên Hồng Kông. Nhưng vì không thể đợi trúng số, nên đành phải gắng làm. Vì nếu mình không làm thì ai làm. Nghĩ lại, tôi không hiểu tại sao mình có thể chịu đựng được...

**TDN**: *Chỉ trong vòng có mấy năm mà thực hiện hai bộ Thơ và Văn hàng ngàn trang, từ sưu tầm đến đánh máy, dò đọc chính tả, dàn trang, làm bìa, rồi in, đóng, dán, cắt... và mang ra bưu điện! Khiếp thật!*

**THT**: Hai năm và tổng cộng gần 5000 trang, anh à.

**TDN**: *Đó là chuyện in ấn. Còn chuyện sưu tầm, tìm kiếm lại tác phẩm của những tác giả trước 1975, và một số tác phẩm sau này của các tác giả còn ở trong nước, anh phải làm sao?*

**THT**: Những tác phẩm trong tủ sách Di Sản Văn Chương Miền Nam phần lớn là chúng tôi sưu tầm, và tác giả không còn giữ. Trước khi in, chúng tôi cố gắng liên lạc với tác giả hoặc thân nhân tác giả. Có người đồng ý, có người không. Ví dụ chúng tôi đã có dự án sưu tầm thơ Nguyễn Tất Nhiên sau khi hoàn tất dự án sưu tầm thơ Vũ Hữu Định nhưng cuối cùng không thể thực hiện được, mặc dù tôi có sưu tập thêm một số bài thơ thất lạc của ông. Cũng như muốn tái bản tập thơ Mắt Cỏ của Hoài Lữ, nhà thơ đã tử trận ở Bình Chánh vào năm 20 tuổi, nhưng niềm mong ước cũng không thành.

Tưởng cũng cần nói với anh là những tác phẩm in lại này chúng tôi đều không bán, in để tặng, hoặc cố tìm cách chuyển về nước để người nhà có dịp để trên bàn thờ trong ngày giỗ kỵ, ví dụ thi phẩm

Vàng lạnh của Nguyễn Nho Sa Mạc hay tác phẩm Tuyển truyện thời chiến của Y Uyên.

Còn những sách sau 1975, đối với anh em trong nước, không có phương tiện, tôi in giúp, thay mặt họ tặng thân hữu ở hải ngoại. Tính đến nay, tôi đã in 20 tác phẩm như vậy.

Riêng đối với Bộ Văn/Thơ Miền Nam, chúng tôi bán vì quá tốn công, tốn sức. Sách nào cũng gần 800 trang. Tôi chỉ chú trọng vào sáng tác đăng trên các tạp chí thay vì tác phẩm của tác giả. Tôi muốn đưa người đọc có cái nhìn thực tế hơn về vai trò của các tạp chí văn học miền Nam trong việc bồi dựng nền văn chương thời chiến. Tôi nghĩ vai trò của tạp chí cũng quan trọng lắm chứ.

**TDN**: *Như thế là anh khác với Talawas. Talawas đã đưa lên mạng khác nhiều tác phẩm của văn chương miền Nam trước 1975, tất cả đều là sách.*

**THT**: Đúng thế. Anh hẳn biết, thời chúng ta, những người mang bộ đồng phục lính như tôi, phải viết văn làm thơ trong những điều kiện khó khăn nghiệt ngã, luôn luôn ở ngoài tiền tuyến. Khi nào được về một thị trấn quận lỵ mà nhìn cô hàng quán là hạnh phúc rồi, huống chi là được về ngồi ở quán Kim Sơn, La Pagode của Sài Gòn. Tiền đâu, phương tiện đâu, ai quen biết để thay mặt mình mà xuất bản sách? Trường hợp bản thân tôi, tập truyện đầu tay "Nỗi bơ vơ của bầy ngựa hoang" do Ý Thức xuất bản, tôi phải lấy địa chỉ ở hậu cứ của Đại đội 405 Thám Kích Sư đoàn 22 Bộ Binh!

Hơn nữa, không phải nhìn vào số lượng tác phẩm hay bài vở đăng báo mà đánh giá. Có tác giả chỉ xuất hiện một hay hai bài, nhưng để đời. Đó là trường hợp của Chinh Ba với truyện ngắn "Bài thơ trên xương cụt" đã đi trên Da Màu cách đây vài tháng. Có tác giả gởi bài thơ khóc bạn mình tử trận ở Pleime chưa kịp thấy bài thơ đăng trên báo, thì đã theo bạn về bên kia thế giới! Đó là nhà thơ Phan Huy Mộng với bài "Người chết ở Pleime" trên tạp chí Văn. Làm việc này chúng tôi muốn trả lại danh dự cho họ, không thể để họ bị chìm trong quên lãng trong khi tên họ xứng đáng được để ở ngoài bìa tạp chí!

**TDN:** *Anh sưu tầm và chọn lựa bài vở và tác giả theo tiêu chuẩn nào? Làm sao tìm và tìm ở đâu?*

**THT**: Đây không phải là cuộc tuyển chọn theo đúng ý nghĩa của nó. Đây chỉ là sưu tập những sáng tác có nguy cơ bị mai một trên các tạp chí văn học miền Nam, như chủ trương của chúng tôi: phục hồi nền di sản văn chương miền Nam. Còn việc tuyển chọn, thì ít ra, các sáng tác trên cũng hơn một lần được sàng lọc từ những ban tuyển đọc, hay các vị chủ bút đầy kinh nghiệm. Chúng tôi chỉ đọc lại thêm một lần nữa.

Còn câu hỏi làm sao mà tìm được? Xin thưa trước khi thực hiện dự án, tôi gửi điện thư đến nhiều bạn hữu, nhờ họ giúp đóng góp tài liệu, và nếu có thể cho chúng tôi biết những tác giả xứng đáng. Một "bồ" thư viện sống là nhà thơ Thành Tôn. Anh đã giúp chúng tôi rất nhiều trong việc đề nghị, giới thiệu, và đóng góp bài vở. Ít khi thấy một người lại có một tầm hiểu biết về văn học miền Nam như thế. Ngoài ra còn có một vài bạn ở trong nước nữa. Họ giới thiệu giùm chúng tôi qua những tạp chí mà họ lưu giữ. Hoặc đề nghị những tên tuổi mà họ đã mang dấu ấn trong tâm trí để chúng tôi sưu tầm. Cuối cùng là nguồn thư viện.

Hễ rảnh là tôi lái xe đến thư viện. Mưa, nắng tuyết giá gì cũng đi. Thư viện đây là thư viện đại học Cornell ở vùng thượng tiểu bang New York (Upper New York) cách chỗ tôi ở khoảng 5 giờ lái xe. Thư viện có hai tòa nhà riêng biệt lưu trữ sách báo Á Châu nói chung và Việt Nam nói riêng. Đó là thư viện Krock, nằm phía sau thư viện chánh Olin, giờ mở cửa tùy theo chu kỳ học của sinh viên. Gần đến kỳ thi giữa khóa hay thi cuối khóa, thư viện mở cửa 24/24. Trong số sách báo miền Nam được lưu trữ ở đây, tạp chí Bách Khoa là đủ bộ nhất. Còn đa số các tạp chí, báo hằng ngày thì được lưu trữ ở thư viện Annex, tọa lạc ngoài vòng đai của trường. Giờ mở cửa từ 9AM – 4PM. Ở thư viện này, không thể vào trong để lục sách, khác với thư viện Krock, có thể tự do vào.

Vào đây mới hiểu thế nào là sự trân quý của dân tộc bản xứ đối với văn hóa nhân loại. Không thể tưởng tượng nổi ở đây lại lưu trữ những nội san, giai phẩm như Trưng Vương, Gia Long, Chu Văn An, Quốc Gia Nghĩa Tử. Ngay cả tờ truyền đơn chiêu hồi dạo nào, vẫn được lưu trữ! Thật không thể tưởng tượng được, phải không anh. Cám ơn đất nước này, vì ít ra, nó giữ giùm văn học miền Nam mình sau đại nạn 30-4-1975. Cũng cần nói thêm, thư viện không chỉ lưu trữ sách báo miền Nam, mà của cả miền Bắc trước 1975 nữa. Sách vở nằm bên nhau, tác giả nằm bên nhau, không phân biệt, kỳ thị.

Ngoài Cornell ra, tôi còn tìm đến đại học Yale ở tiểu bang Connecticut cách nhà khoảng ba tiếng lái xe. Ở đây dù không dồi dào như Cornell nhưng Bách Khoa, Văn, Vấn Đề, Văn Học, Trình Bầy, Tiểu thuyết thứ Tư xem như đầy đủ. Khác Cornell, muốn vào thư viện phải đóng tiền (26 đô la/tháng). Thư viện là một ngôi lầu rất cao. Có lần tôi đang ở tầng cao nhất thì chuông cứu hỏa báo động. Thang máy ngừng chạy. Chỉ một mình tôi chạy bộ xuống lầu. Và khi xuất hiện, bà xã tôi đứng đợi ở đó, khóc vì quá mừng!

Thường tôi rời nhà đi Cornell vào lúc 4 giờ sáng. Vì đường phần lớn là đường núi, mùa tuyết có khi cách một, hai feet cũng không thấy mặt nhau, lại thêm sương mù dày đặc nữa. Đèn pha thì bất lực. Đã thế lại thêm chứng buồn ngủ khi lái xe. Tuy nhiên, (cười), mình nguyên là lính thám kích mà. Đêm còn lội nước lụt cả mấy cây số để xâm nhập mật khu, và quà chiến thắng là nồi cơm nấu lỡ dở của lính Bắc: Cơm nóng thầy trò ăn đỡ đói/ Ha hả cười cơm của nhân dân... thì cái chuyện này chỉ là chuyện lẻ tẻ (cười). Khi buồn ngủ quá, ghé quán bên đường, nhìn cô bán hàng Mỹ mặc áo hở ngực mà "mần" thơ: (rung đùi đọc)

*Tôi mang châu thổ về gieo giống*
*Trồng lấy trường sơn ở khắp nhà*
*Lập chiếc am thờ nơi đất mới*
*Cho những người đã chết hôm qua*

*Cô hàng đừng cúi. Tôi dâm dục*
*Nơi này ta phải biết phòng thân*
*How much, nhìn lên phần vú ngực*
*Cà phê này tính cả tà dâm...*

Còn nữa, như khi trở lại nhà, bên mình là hành trang gồm những bài văn, bài thơ của bạn bè mà mình tìm lại thì lòng vui lắm. Anh hãy tưởng tượng, trở về trong đêm, qua những thị trấn vào mùa Lễ, đèn đuốc được trang hoàng, có lẽ bếp sưởi đang cháy đỏ, tôi không hiểu trong nhà, và ngoài xe, ai ấm cúng hơn ai?

**TDN**: *Nghe anh nói khiến tôi đâm ra thèm làm Thư Quán Bản Thảo và Thư Ấn Quán với anh. Nhất là cái phần How much, nhìn lên phần vú ngực của anh.*

**THT**: À, anh có hỏi tôi về cách sưu tầm. Tôi dùng scanner và laptop. Scanner tuy chậm nhưng đỡ tốn tiền copy. Đọc. Scan. Rồi đọc. Rồi scan.... Còn cái màn tìm người xứng đáng để bỏ vào sách thì cũng mất rất nhiều thời giờ. Ví dụ, khi nghe một người nữ độc giả bảo ngày xưa chị có đọc một bài rất hay, đến nỗi bây giờ chị vẫn còn nhớ, là tôi ghi nhận, cố tìm mọi cách sưu tầm cho bằng được. Đó là nhà văn Đào Trường Phúc với bài Tạ từ trên Bách Khoa! Và khi tìm được tôi mới hiểu tác giả sáng tác bài văn tuyệt vời này khi ông mới 19 tuổi! Một trường hợp khác là nhà thơ Hoài Lữ với tác phẩm Mắc Cỡ. Ông tử trận vào năm 20 tuổi tại Bình Chánh, Gia Định. Nhà phê bình Đặng Tiến đã nhắc giùm và tôi đã tốn biết bao thì giờ để tìm tòi cho bằng được.

Sau đó, đến màn đánh máy thì còn gay go gấp bội. May mà có các bạn bè độc giả của Thư Quán Bản Thảo. Họ giúp đỡ chúng tôi tối đa. Anh thử tưởng tượng, với bộ Văn Miền Nam bốn tập trên 2200 trang, nếu một mình tôi mà đánh máy chắc sẽ còn khuya mới xong, vậy mà rốt cuộc, chỉ bốn tháng là hoàn tất nhờ bạn đọc nghe lời kêu gọi của tôi mà tiếp sức. Có sáu người đánh máy, bốn người ở hải ngoại, hai người trong nước!

Riêng về thơ, tôi và anh Phạm Văn Nhàn chia nhau đánh máy. Tưởng tượng hai ông lão đều sinh năm 1942, phải ngồi lọc cọc gõ trên 2000 trang cũng phải khủng khiếp lắm chứ !!!

**TDN**: *Đúng là khủng khiếp! Tôi thì lâu lâu mới tự đánh bài viết của mình, mà cũng muốn khùng luôn, huống chi anh. Nếu không có một tấm lòng đối với văn chương, với bạn bè thì quả không làm nổi.*

*Bây giờ, ta thử quay sang một đề tài khác. Anh vốn là một người lính, đa phần sáng tác của anh đều dính dáng đến đời lính và người lính. Mặt khác, anh cũng dành cho những đồng đội cũ rất nhiều ưu ái. Phải chăng, với anh, chỉ có người lính và đời lính mới đáng cho anh quan tâm trong sinh hoạt văn chương?*

**THT**: Tôi viết về lính, thứ nhất, vì thời chúng tôi – thế hệ chiến tranh- lính là nhân vật chính. Thứ hai, người lính miền Nam bị guồng máy của chế độ Cộng Sản bắt bớ, giam cầm, cho đến đám nhà văn tự hào là ngòi viết trung thực cũng tìm cách bôi nhọ đến độ ghê tởm. Thứ ba, tôi là người lính đánh giặc thật sự, nên cố gắng phơi bày những kinh nghiệm có thật để những người không có dịp tiếp cận chiến trường, thật sự biết thế nào là nỗi lòng của người lính. Sự thật dù là sự thật, nhưng nếu không có ai nói lên sự thật ấy, thì sự thật cũng khó thành sự thật. Trong thời chiến tranh, tiếng nói của người lính chúng tôi đã bị át bởi kỷ luật, lệnh lạc, bởi tiếng nổ, lửa khói, còn trong thời hòa bình, thì bị dập tắt, nếu không nói là bị đè ra, khóa miệng bởi sự trả thù, bôi nhọ một cách hèn hạ. Tôi là nhà văn ở trong cuộc được may mắn, nên dù muốn dù không, phải dùng ngòi bút mình để viết lên tiếng nói ấy.

**TDN**: *Có nghĩa là, đối với anh, chỉ có văn chương trước 1975 của miền Nam Việt Nam, đặc biệt là văn chương về chiến tranh và đời lính, mới đáng được nghiên cứu? Anh đã từng phát biểu ở trang mạng Talawas rằng "Thảm kịch về chiến tranh ở trên quả đất này chỉ bằng một góc của thảm kịch Việt Nam."*

**THT:** Thưa anh, đáng nghiên cứu lắm chứ. Bởi vì sau 1975, văn chương về người lính miền Nam đã bị tận diệt. Sách vở tạp chí bị đốt hủy thì lấy chứng cớ đâu để nói lên tính cách nhân bản của nền văn học thời chiến. Đáng nghiên cứu, vì bộ máy nhà nước cũng như mấy ông nhà văn nhà thơ trong hàng ngũ thắng trận luôn luôn trắng trợn vu cáo văn chương chúng tôi là văn chương thực dân kiểu mới, là văn chương đồi trụy, nọc độc văn hóa, vân vân để những khối óc ngây thơ luôn luôn bị tiêm nhiễm. Tôi biết có người sẽ bảo chuyện cũ mấy mươi năm rồi vẫn còn nhắc lại, mất thì giờ.

Nhưng sự thật ai trả lại cho chúng tôi đây, hở? Ai biện hộ giùm cho những lời vu cáo người lính thám báo được viết trong *Nỗi buồn chiến tranh* của Bảo Ninh hay trong *Cõi người rung chuông tận thế* của Hồ Anh Thái? Ai?

Chẳng hạn đoạn sau đây của Hồ Anh Thái trong truyện ngắn vừa nói:

"Cuối cùng, điều Hoa không ngờ đã tới. Cô chỉ nghĩ rằng bọn thám báo sẽ lôi Hùng đi làm tù binh để tiếp tục lấy khẩu cung. Nhưng thằng cầm con dao găm của anh đã cúi xuống rạch một đường thành thạo trên bụng Hùng. Anh quằn quại hét lên một tiếng rùng rợn. Ở trên cao, Hoa nghiến chặt răng gần như ngất đi. Hai thằng kia đè chặt chân tay Hùng cho thằng mổ bụng moi tim gan ra. Chúng nổi lửa nướng tim gan ăn ngay tại chỗ. Hai hột tinh hoàn thì được phân chia cho hai thằng chắc là cấp cao hơn."

Vai trò thám báo là tuyệt đối giữ bí mật để làm nhiệm vụ săn tin hay chỉ điểm máy bay oanh tạc đơn vị địch. Họ bị đẩy vào những chỗ mà có lẽ mỗi lần ra đi là ít khi có ngày về. Bởi không ai có thể bảo vệ họ được trừ họ. Vậy mà ở đây, cảnh năm tên thám báo bắt một tù binh loại chính quy, nhởn nhơ với một bữa yến tiệc ăn tim gan và tinh hoàn người, giữa thanh thiên bạch nhật, đầy ổ kiến lửa (chúng tôi hay dùng cụm từ này để chỉ một mục tiêu khó nuốt, thường ám chỉ nơi có sự xuất hiện đơn vị chính quy Bắc Việt). Lại tỉnh bơ nổi lửa đốt cho khói bốc lên để "lạy ông tôi ở bụi này"! Biết viết văn là bịa, nhưng bịa vừa vừa thôi chứ, ông Hồ Anh Thái ơi. Và thiên chức nhà văn ở đâu? Bịa trắng trợn như thế ai mà tin được!

Tôi bỗng liên tưởng đến những giọt nước mắt chảy trên má của người tù binh nào đó của chiến trường Bình Định vào những năm cuối của thập niên 60, như qua bài thơ của Trang Châu sau đây:

*NƯỚC MẮT KẺ THÙ*
*nó bị thương*
*bị bắt sống*
*mọi người đòi giết nó:*
*nó núp trong hầm*
*với một khẩu tiểu liên*

*cầm chân cả trung đội:*
*nó bắn ngã chúng tôi một người*
*bắn bị thương hai người khác*
*tôi đọc nét căm hờn*
*trên những khuôn mặt đồng đội*
*mọi người đòi giết nó*
*tên du kích vùng khốn nạn*
*gài lựu đạn lùm cây bờ ruộng*
*giết những người bắt cá mò tôm*

*nó nằm đó*
*mình bết bùn*
*máu cánh tay nhầy nhụa*
*tránh những tia nhìn nổ lửa*
*những báng súng gờm gờm*
*nó nằm chờ*
*một phát súng vào đầu*
*một lưỡi dao rạch bụng*
*một cái đạp xuống hố sâu*
*nó nằm chờ nằm chờ*
*tử thần*

*nhưng*
*chỉ có bàn tay vuốt dịu căm hờn*
*bàn tay băng bó vết thương*
*bàn tay vỗ về an ủi*
*nó nằm chờ tử thần*
*sững sờ bắt gặp tình thương*
*đồng loại*
*đôi mắt sát nhân vụt bỗng hiền từ*
*nhen hai dòng lệ nhỏ*

*trong cuộc chiến hôm nay*
*cho tôi xin chiến đấu không hận thù*
*xin những vết thương bình đẳng*
*cho tôi đổi một trăm chiến thắng*
*lấy một giọt nước mắt kẻ thù*

Trang Châu (Bên bờ Kinh Sáng 17-2-67)
(trong Dấu vết chiến tranh)

Ôi cho tôi đổi một trăm chiến thắng lấy một giọt nước mắt kẻ thù! Còn gì là nhân bản hơn, còn gì tình người hơn. Không phải lời ước ao trên phát xuất từ một y sĩ tiền tuyến là Trang Châu, nhưng nó phát xuất trái tim của miền Nam. Đó là bản chất của con người. Đó là cõi lòng thấm đầy Chúa và Phật. Không phải như từ trái tim đen từ những kẻ sống chỉ biết căm thù! Và căm thù mãi mãi!

**TDN**: *Đọc một số bài viết ngắn của anh (trên Talawas), tôi có cảm tưởng là anh không có mấy thiện cảm đối với việc phê bình. Lý do chính, theo anh, là người phê bình có khi không hề biết đến hiện thực mà tác giả mô tả. Anh viết: "Phê bình, trước hết anh phải đặt mình vào không gian và thời gian của tác phẩm. Và thứ hai anh phải có ít nhiều kinh nghiệm." Ở một bài khác, anh viết: "Như vậy, kinh nghiệm là một yếu tố rất cần trong việc phê bình, hay đánh giá một tác phẩm. Có lẽ, nếu nhà phê bình đã từng lội qua những con suối đen và lạnh buốt của Trường Sơn, đã nếm vi trùng sốt rét, buổi xế trưa...".*
*Rất dễ dàng đồng ý với nhận xét đó của anh. Tuy nhiên, nếu vậy, liệu ta có thể phê bình một tác phẩm ra đời rất lâu trong quá khứ? Liệu có thể phê bình một tác phẩm mà tác giả ở một xứ khác, một thời điểm khác? Và liệu một người trẻ lớn lên sau chiến tranh có thể viết phê bình về các tác phẩm của chính Trần Hoài Thư? Vì làm gì họ có kinh nghiệm về những gì anh đã kinh qua.*
**THT**: Khi tôi nêu ý kiến này là tôi chỉ đề cập đến các tác phẩm viết về chiến tranh VN. Có một vị phê bình, cho *Nỗi buồn chiến tranh* của Bảo Ninh là tác phẩm hay nhất viết về chiến tranh Việt Nam. Tôi nghĩ nếu vị ấy biết rõ về vai trò thám báo của quân đội VNCH, chắc sẽ không bao giờ cho vào danh sách "hay nhất" ấy.
Vì không có kinh nghiệm, mới cho là hay nhất, mới dịch ra tiếng Tây, tiếng Mỹ, mới được dựng thành phim, mới là sách gối đầu giường cho những nhà biên khảo. Tôi nhớ đến một lần, tôi bị một thanh niên Mỹ trẻ cùng làm việc chung, hỏi rất ngây thơ: "Tại sao lính miền Nam lại tàn bạo như vậy?". Tôi hỏi: "Tại sao mày biết?"

"Tôi đọc trong *Nỗi buồn chiến tranh* (Sorrow of war)," anh ta trả lời.

Với anh ta, tôi còn giải thích vai trò thám báo để anh ta hiểu. Còn biết bao nhiêu người khác cũng mang câu hỏi như anh ta sau khi đọc Sorrow of war? Còn con cháu tôi? Liệu chúng có cúi đầu mặc cảm là con cháu của những kẻ sát nhân táng tận lương tâm như đã mô tả trong tác phẩm của Bảo Ninh hay Hồ Anh Thái?

Ông bà chúng ta có câu, nghĩ rất có lý: Không biết thì dựa cột mà nghe. Phải không, thưa anh.

**TDN**: *Tôi đồng ý với nhận xét đó, nhưng dù sao, cũng cần có những nhà phê bình chuyên nghiệp, những người không biết gì ngoài sách vở và chữ nghĩa chứ!*

**THT**: Theo tôi, người phê bình là nhịp cầu mang độc giả đến tác phẩm, hơn nữa là người thay mặt độc giả. Người phê bình là cần thiết, như anh thấy rồi. Chính vì cái lỗ hổng to lớn về tác phẩm nhận định phê bình, mà sau chiến tranh, người đọc cũng như người tha thiết muốn tìm hiểu về nền văn học thời chiến trước 1975 rất khó khăn trong việc tham khảo, để cho những Lữ Phương, Thạch Phương, Vũ Hạnh, Trần Trọng Đăng Đàn hay những bài viết về nhận định, phê bình trên Văn Học Hà Nội làm mưa làm gió... Hễ mở sách ra là "giòng văn học yêu nước cách mạng", là "nọc độc văn hóa", "văn chương thực dân kiểu mới"... Điều này không phải là không có lý vì sách báo tạp chí miền Nam trở thành tro bụi thì lấy gì mà tham khảo! Bởi vậy, khi tìm được bài điểm sách của Trần Hữu Thục viết về tập truyện của Văn Lệ Thiên (Lê Văn Thiện) trên tạp chí Tân Văn trước 1975, tôi mừng lắm anh ơi. Mừng là ít ra cũng có một người còn viết về một tác giả trẻ ngoài vòng đai, nhưng buồn là nó rơi vào trong cõi mênh mông quên lãng. Anh biết không, Lê Văn Thiện bây giờ là nông dân 100% ở Việt Nam, và anh ấy vẫn còn viết. Mặc dù sau này, ở hải ngoại, có những người cố gắng tìm đến nền văn học thời chiến như Đặng Tiến với những bài nhận định về Nguyễn Bắc Sơn, Vũ Hữu Định, Nguyễn Xuân Thiệp, Từ Thế Mộng, Thơ Miền Nam trong thời chiến v.v... hay Trần Văn

Nam, Nguyễn Vy Khanh với những nhận định về nền văn học chiến tranh... và ở trong nước có Nguyễn Lệ Uyên với những bài viết về Linh Phương, Phạm Ngọc Lư, Y Uyên, Vũ Hữu Định v.v... Tuy nhiên, họ phải viết trong nỗi khó khăn vì tài liệu, bài vở, báo chí để tham khảo rất hạn chế. Có điều, qua các bài, hay tác phẩm nhận định ấy, nếu người đọc muốn biết về văn chương và tác giả trước 1975, thì sách báo đâu mà đọc? Lấy gì để chứng minh trong khi sách báo bị tận diệt?

Đó cũng là lý do chúng tôi cố gắng sưu tập những bộ Văn và Thơ Miền Nam. Dù muộn nhưng mà có còn hơn không.

**TDN**: *Trong một bài viết trên Talawas, anh cho rằng "Sự thành công của tác phẩm không phải chỉ tùy thuộc vào năng khiếu ngôn ngữ. Còn có những yếu tố khác tạo thành (...). Trong đống chất liệu bề bộn, người viết văn phải biết cách tuyển lựa những chất liệu thích hợp nhất, giá trị nhất, và phổ quát nhất (...). Sau đó mới nghĩ đến chuyện sử dụng bút pháp." Tôi hoàn toàn đồng ý với anh. Tuy nhiên, anh lại nói thêm: "Như vậy, chữ nghĩa chỉ là phụ. Cái chánh là viết thật, viết đúng, viết bằng hơi thở của mình." Làm sao ta có thể viết đúng, viết thật khi mà ta không biết cách viết? Nghĩa là câu kéo lủng củng, chữ dùng không chính xác, viết sai chính tả... hay không biết cách diễn đạt.*

**THT**: Như vậy anh "chê" các ông Lê Ngộ Châu (Bách Khoa), Trần Phong Giao (Văn) chọn bài à?

Đây là ví dụ cho "bút-pháp-hơi-thở" chẳng văn phạm gì ráo của tôi viết khi đang hành quân:

Xin tha lỗi cho tôi, các bạn. Tôi không còn đủ sáng suốt để sáng tạo câu văn ý lạ. Tôi đang nằm trong quân y viện đây. Đêm buồn lắm. Đêm buồn lắm. Lính của tôi nằm nhiều trong đó. Hai thằng nằm tại nhà vĩnh biệt. Hai thằng mất tích. Và những thằng bị thương đang nằm ở đây. Đêm buồn lắm. Đêm buồn lắm. Ngày hôm đó, ngày 9 tháng 5 thì phải. Mặt trời thì hừng hực lửa. Chỉ có mặt trời mới thấy bọn tôi. Tôi nằm trong bụi, mặt dầm dề máu và đùi găm đầy miểng lựu đạn, cả mông tôi cũng vậy. Tôi nhìn lên cao cầu khẩn Tổ

Tiên Ông Bà, Nam Mô Quan Thế Âm Lạy Trời Lạy Chúa. Nhìn mặt trời, cho con sống. Sống. Tôi vùng dậy chạy. Đạn rít dưới chân. Đạn xẹt trên đầu. Tôi lộn nhào. Lê lết. Bò trườn. Tôi nhào xuống bờ suối. Đạn đuổi theo. Nó canh kỹ. Ló đầu ra. Tắc bùm. Thụt đầu vào. Chạy. Lăn.Tội nghiệp thân thể mày chưa, Thư. Gầy ốm thế kia. Cha mẹ nưng niu bồng ẵm nuôi con bây giờ ầm ầm, tạch đùng, bập bập bập, bò, hai cùi tay vấy máu, bò ngửa, bò sấp, bò hai chân, bò hai tay. Bụi gai vừa xê dịch. Tắc bùm. Đ.M, quân chó đẻ. Mày giết tao mày hả dạ lắm sao. Tao để dành viên đạn cuối cùng. Tự sát.
(Trích Nhật Ký Hành Quân, Trần Hoài Thư, Văn số 114, tháng 9 năm 1968)

**TDN:** *Một đoạn văn như thế không thể bảo chữ nghĩa là phụ được. Nếu chỉ có kinh nghiệm sống không thôi mà không có kinh nghiệm đầy mình về chữ nghĩa, không thể diễn tả chiến trường một cách sống động như vậy. Tôi đã đọc bài viết này của anh hồi đó, trên Văn. Đối với một người được may mắn ở thành phố như tôi, những trang văn nóng hổi như thế của anh, hay của Y Uyên, Phan Nhật Nam, Lê Bá Lăng... viết từ chiến trường quả là một món ăn tinh thần quý giá. Chúng giúp bọn sinh viên chúng tôi biết thế nào là chiến tranh thật sự, là sự gian khổ thật sự của những người chiến đấu, nhờ đó, mà chúng tôi có thể học hành và... đấu láo chuyện trên trời dưới đất.*

**THT**: Cám ơn anh.

**TDN**: *Chiến tranh Việt Nam chấm dứt đã 35 năm. Tất cả đều thay đổi: đất nước, con người, hoàn cảnh. Thế hệ của chúng ta già đi và một thế hệ trẻ, mới toanh lớn lên. Bao nhiêu nước chảy qua cầu. Có những người vẫn viết, vẫn suy nghĩ như cũ. Có những người thay đổi cách viết theo thời gian, theo sự vật và sự việc. Anh suy nghĩ gì về sự đổi mới trong văn chương: cách viết, cách tiếp nhận, cách suy nghĩ...?*

**THT**: Sáng tạo là một việc làm rất cần thiết cho nhà văn/thơ của mọi thời. Dù là ý tưởng hay dù là hình thức. Những bài thơ của Thành Tôn, Cung Trầm Tưởng, Du Tử Lê, Tô Thùy Yên, Viên Linh cách đây 40, 50 năm đã nói lên sự không ngừng làm mới thể thơ lục bát. Và bây giờ, nhờ vào word, unicode, hay photoshop, hình thức cũng uyển chuyển và linh động bội phần. Tuy nhiên, nếu nói rằng cái chủ đích của tác phẩm là truyền đạt ý nghĩ, tư tưởng mà tác giả cố gắng gởi gắm đến với người đọc, thì theo tôi, trước hết, đừng nên buộc người đọc phải lao tâm khổ trí mà tìm hiểu. Tôi lấy ví dụ qua một bài tản mạn của tác giả Nguyễn Anh Khiêm về những từ tân... văn hóa:

Sao người ta say mê từ "là" quá trớn trong khi từ này cấm kỵ trong tiếng Việt ngày trước, nhất là không được đặt trước tính từ làm vị ngữ, bổ ngữ vì nó thừa thãi, dở tệ. Cũng không thiếu hài hước khi nghe các từ ngữ phát sinh theo nhu cầu bẻ quẹo tin tức như "nới rộng biên độ giá xăng" tức "xăng tăng giá", "điều chỉnh chỉ số giá tiêu dùng" tức "tăng vật giá, "khiếu kiện đông người" là "biểu tình", "ngưng việc tập thể" là "đình công", "nông dân có khó khăn" là "nông dân điêu đứng", "chi tiền chưa đúng đối tượng" là "ăn chặn tiền tết của người nghèo..."

Tôi không hiểu những từ này thuộc loại tân từ hay tân hình thức không, sao mà tôi thỉnh thoảng lại gặp trong những bài thơ mới bây giờ. Cố hiểu nhưng thật khó làm sao !!!

**TDN**: *Thế hệ mới lớn hoàn toàn khác chúng ta trong suy nghĩ, trong đời sống lẫn trong cách viết. Chúng ta có nên để lại cho lớp trẻ gánh nặng quá khứ hay để cho họ sống và viết với hoàn cảnh và thời đại và tâm tình của họ hiện nay y như chúng ta đã từng sống và viết với thời đại và tâm tình của chúng ta trước đây?*

**THT**: Đối với những người viết trẻ, đặc biệt những người viết ở hải ngoại, tôi rất ngưỡng phục. Không ngưỡng phục sao được, khi mỗi ngày 8 tiếng đồng hồ môi miệng họ phải dành cho tiếng Anh, tiếng Mỹ. Họ là những người mang sức sống cho chữ nghĩa, qua kiến thức mà họ du nhập, và qua tấm lòng thiết tha với tiếng mẹ mà họ có lẽ rất khó khăn để gìn giữ. Thơ văn của họ bấy giờ là sự chia sẻ kiến thức, và niềm vui, lẫn học hỏi như môi trường mà họ có mặt, không tháp ngà, không chiếu trên, chiếu dưới... Với lớp già như tôi

có vẻ chịu thua, lép vế trước sự không ngừng sáng tạo, đổi mới trên hành trình văn chương chữ nghĩa của họ.
Có điều, đôi khi kinh nghiệm cũng cần thiết lắm chứ. Nếu không cần thiết thì tại sao các công ty kiếm người cần tìm những người có kinh nghiệm hay trong các résumé, kinh nghiệm được tô vẽ hàng đầu!
Tâm sự quá nhiều. Anh đã đặt cho tôi những câu hỏi quá gai góc, mà trả lời có khi bị hiểu lầm. Nhưng mà tôi chỉ biết bấy nhiêu, trả lời trong tầm hiểu biết giới hạn của mình. Xin anh và bạn đọc có gì đừng chấp trách là tôi dạy khôn. Xin thành thật cám ơn trước.
**TDN**: *Chưa xong đâu, anh Thư. Tôi còn một câu hỏi cuối cùng: dự tính của anh trong những tháng ngày sắp tới?*
**THT:** Sẽ cố tiếp tục sưu tầm và xuất bản các tác phẩm và tác giả sống và viết ngoài vòng đai. Và dĩ nhiên, vẫn viết văn, làm thơ, vẫn in sách của bằng hữu, và của mình, vẫn xúc tiến tạp chí Thư Quán Bản Thảo mặc dù không còn thường xuyên như trước. Tuy nhiên, còn tùy thuộc vào điều kiện sức khỏe nữa. Mấy tháng nay tôi bị "gout", khi bớt, khi phát làm ngăn trở không ít những điều mình mong ước....

**Trần Doãn Nho**

*(Thực hiện tháng 3/2010)*

# NGÔ THẾ VINH

## TRẦN HOÀI THƯ VÀ NGỌC YẾN VỚI CON CHIM CHẰNG NGHỊCH VÀ NỖI NHỚ QUÊ

***Lời Dẫn Nhập:*** *Trần Hoài Thư là một tên tuổi có trong danh sách các tác giả của* ***Tuyển Tập Chân Dung VHNT & VH II****, nhưng cũng để thấy rằng đây là một chân dung văn học rất khó viết, do đã có quá nhiều người viết về đủ mọi khía cạnh của THT, hơn thế nữa cuộc đời và sự nghiệp của THT quá phong phú nên với một bài viết dù chỉ là phác thảo cũng vẫn là một thiếu sót. Gần đây, qua bao nhiêu biến cố dồn dập trong cuộc đời Trần Hoài Thư, đã đến lúc không thể không có một bài viết về người bạn văn, như một tấm thiệp mừng 50 năm ngày cưới – 50th Gold Anniversary của đôi vợ chồng Nguyễn Ngọc Yến – Trần Hoài Thư, một "đám cưới nhà binh" của thế kỷ, với rất nhiều hạnh phúc cùng với nhiều khổ đau khi cả hai sắp bước vào tuổi 80. Cũng nhân đây, có một gợi ý với các bạn trẻ trong và ngoài nước đang chuẩn bị luận án tiến sĩ văn học, thì chân dung văn hóa của Trần Hoài Thư cùng với nỗ lực phục hồi* ***Di Sản Văn Học Miền Nam 1954 – 1975*** *là một đề tài vô cùng phong phú và hấp dẫn, rất xứng đáng để các bạn khám phá và dấn thân vào. Các bạn cũng không còn nhiều thời gian – nói theo cách ví von của nhà văn trẻ Trần Vũ, chiếc kim đồng hồ trên tay anh Trần Hoài Thư đã chỉ 12 giờ kém 5 phút sắp qua nửa đêm và chỉ sau năm phút phù du đó, khi Trần Hoài Thư trở thành "người của trăm năm cũ", tất cả sẽ bị lớp bụi thời gian mau chóng phủ mờ.*

 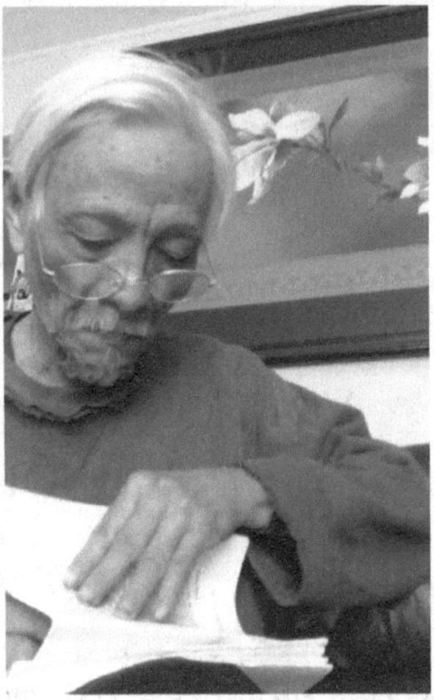

***Hình 1**: trái, thầy giáo Trần Hoài Thư (1967) ở tuổi 25 khi mới chuẩn úy về làm Trung đội trưởng Thám kích Sư đoàn 22 Bộ Binh. [nguồn: "Nhà văn Việt Nam" của Lương Trọng Minh]; phải, nửa thế kỷ sau nhà văn Trần Hoài Thư (2017) ở tuổi 75 đang ngồi khâu **Di sản Văn học Miền Nam** dưới tầng hầm căn nhà 719 Coolidge Street, Plainfield, New Jersey 07062, là địa chỉ **Thư Ấn Quán**, cũng là tòa soạn **Thư Quán Bản Thảo**. [ nguồn: ảnh THT tự chụp từ video với iPhone 5; Chân Dung VHNT & VH, Việt Ecology Press 2017 ]*

## TIỂU SỬ TRẦN HOÀI THƯ

Trần Hoài Thư tên thật Trần Quí Sách, sinh ngày 16 tháng 12 năm 1942 tại Đà Lạt. Tuổi thơ bị thất lạc cha, theo mẹ sống khổ cực ở thành phố Nha Trang, có một thời gian sống trong cô nhi viện Bethlehem Hòn Chồng. Sau khi được đoàn tụ với thân phụ – là một ông đồ còn mặc áo lương đen, THT mới được theo học trường Quốc Học Huế, rồi vào Đại học Khoa học Sài Gòn. Từ năm 1964-1966 là giáo sư Toán đệ nhị cấp trường trung học Trần Cao Vân, Tam Kỳ tỉnh Quảng Tín (nay đã sát nhập vào tỉnh Quảng Nam).

Năm 1967, nhập ngũ khóa 24 SQTB Thủ Đức. Phục vụ tại Đại đội 405 Thám Kích Sư đoàn 22 Bộ binh. THT bị thương 3 lần, lần đầu tiên do một viên đạn AK VC bắn vào ngực trái khi đơn vị anh tới tăng viện cho mặt trận Tuy Hòa trong Tết Mậu Thân 1968, THT phải nằm Quân Y viện Quy Nhơn một thời gian; hai lần sau đều là những vết thương miểng do lựu đạn trong hai cuộc giao tranh khốc liệt trên chiến trường Bình Định: một trên ngọn đồi Kỳ Sơn với 4 sĩ quan tử trận 2 sĩ quan còn lại bị thương trong đó có THT, một trên trận địa xứ dừa Bồng Sơn. THT rời đơn vị Thám kích sau 4 năm với 3 chiến thương bội tinh, rồi về làm phóng viên chiến trường ở vùng IV nơi anh mới có một người vợ đồng bằng – Ngọc Yến là một cô gái Cần Thơ mê văn anh, cho tới ngày 30 tháng Tư 1975.

## MỘT MỐI TÌNH VĂN CHƯƠNG

Trần Hoài Thư khởi sự viết văn từ năm 1964, có lẽ sớm hơn. Truyện ngắn đầu tay *Nước Mắt Tuổi Thơ* được đăng trên tạp chí Bách Khoa Sài Gòn. Ngoài Bách Khoa, những năm sau đó THT còn cộng tác với Văn, Văn Học, Đời, Bộ Binh, Thời Tập, Vấn Đề, Khởi Hành, Ý Thức...

Không biết cô gái Cần Thơ Nguyễn Ngọc Yến bắt đầu đọc và hâm mộ Trần Hoài Thư từ bao giờ. Trên Tạp chí Sóng Văn (1997), Ngọc Yến cho biết: *"cũng vì yêu mến văn chương, nên duyên văn nghệ đã đưa chúng tôi gặp nhau, và nhà văn Nguyễn Lệ Uyên là ông mai"*. Từ trước đến nay, tôi vẫn đinh ninh anh Lê Ngộ Châu chủ nhiệm Bách khoa là ông mai. Qua Đỗ Nghê, tôi đã liên lạc được với Nguyễn Lệ Uyên, và anh đã mau mắn trả lời tôi ngay trong đêm qua một email [viết ngày 05.05.2021]:

*"Chuyện là thế này: hồi học Sư Phạm Đại học Cần Thơ (1968), lúc làm hồ sơ nhập học bị trễ mấy ngày, bị làm khó. May sao gặp chị Yến làm ở phòng Hành Chánh của Viện nói giúp với ông Khoa trưởng. Sau đó thì thân nhau, bởi chị cũng biết tôi có võ vẽ mấy truyện ngắn trên Văn, Khởi Hành... mà chị thì mê văn chương, đọc nhiều, các tạp chí văn học chị hầu như ít bỏ sót, nên chúng tôi coi như chị em, chị lớn hơn tôi 7, 8 tuổi. Những dịp nhận nhuận bút, tôi thường chở chị đi ăn món gì đó. Rồi trên số Văn chủ đề* ***"Những cây bút trẻ"****, lại có truyện của tôi và anh Trần Hoài Thư. Khi nhận nhuận bút, tôi mời chị đi ăn bún bò Huế ở quán ông Ba Mập ngoài Bình Thủy, trên đường đi Long Xuyên. Ăn, chị hít hà, chảy nước mắt và khen ngon.*

*Trong lúc ăn, chị hỏi tôi có biết, quen anh THT không, có nhận xét gì về truyện anh Thư. Tất nhiên là quen nhiều, vì ảnh, từ Qui Nhơn hay vào chơi với anh em văn nghệ Tuy Hòa năm ba hôm, thường thì ăn uống rồi ở lại nhà tôi.*

*Thâm tâm, tôi chỉ nghĩ chị hỏi để hiểu rõ thêm về một tác giả, nhưng không ngờ, chị mê truyện anh Thư, mê các nhân vật khốn khổ của ảnh, như hiện thân của một THT được bê nguyên xi vào truyện rồi yêu cả truyện và người viết! Tới cuối năm 69 đầu 70, nhóm sinh viên chúng tôi thực hiện chương trình ca nhạc, đọc, ngâm thơ hàng tuần ở giảng đường lớn, chị mới biểu lộ tình cảm thật của chị đối với anh Thư. Chị hỏi tôi gia cảnh, sinh hoạt cá nhân, tính tình... Vậy là đã rõ. Tôi ra sức vẽ vời anh THT còn hay hơn truyện tôi viết. Tôi sơn phết anh Thư cho tròn trịa hơn một chút, bặm trợn, lãng mạn như cụ Hemingway một mình giữa biển khơi. Tối đó, tôi viết cho anh Thư đến 4, 5 tờ pelures về chị Yến. Kể thật về điều tai nghe mắt thấy, về nhan sắc, tính tình của chị trong gia đình gia giáo (ông cụ thân sinh chị là GS Tổng Giám thị trường Trung học Phan Thanh Giản). Với anh THT, tôi viết thư nói đây là một mẫu người lý tưởng để làm vợ, anh đừng để mất cơ hội. Chị Yến thì gần, gặp nhau hai chị em nói chuyện thơ văn, tán dương ông anh Quí Sách, khuyến khích chị viết thư làm quen với các nhân vật của ảnh. Sau vài ba lần như vậy, tôi nói thẳng với chị: Anh Thư là một người tuy không hoàn hảo, nhưng sẽ là người chồng tốt..."* [hết trích dẫn]

Từ đó địa chỉ Tòa soạn Bách Khoa, trở thành hộp thư để cô gái miền Tây làm quen và liên lạc với người lính lang bạt Trần Hoài Thư. Sau đó Bách Khoa cũng là điểm hẹn cho lần gặp gỡ đầu tiên của hai người. Rồi trong một chuyến về phép ngắn ngủi, Thư có hẹn lần đầu gặp Yến ở Bách Khoa. THT vui bạn bè nên trễ buổi hẹn với Yến. Khi Đỗ Nghê chở Thư tới 160 Phan Đình Phùng thì Yến đã giận bỏ đi. Và cũng chính anh Lê Ngộ Châu đã tất bật đuổi chạy kịp theo Yến đưa trở lại tòa soạn gặp THT. Những kỷ niệm trân quý với anh Lê Ngộ Châu là điều mà mãi sau này THT không bao giờ quên. Rồi không lâu sau đó hai người nên duyên vợ chồng. Thư đã làm lễ thành hôn với Yến ngày 18 tháng 6 năm 1971.

Nguyễn Lệ Uyên viết tiếp: *"Cuối cùng, như duyên tiền định với tô bún bò Huế cay xè tôi đãi chị, hai người hẹn hò nhau ở tòa soạn*

*Bách Khoa, đến tháng 6/1971 hai người làm đám cưới; khi ấy tôi đang ở quân trường Thủ Đức, nhận được thư chị viết mấy dòng ngắn: Chị và anh Thư cưới nhau, ngày... tháng... năm... Em gắng lấy giấy phép về dự, không anh chị buồn".*

Đúng là một *"đám cưới nhà binh"* tại Sài Gòn không thể nào đơn giản hơn, chỉ với mươi người bạn nơi một căn nhà trong xóm Bàn Cờ, không có rước dâu cũng không có cả nhẫn cưới.

Một tuần lễ sau, ngày 23 tháng 6 năm 1971 Cơ sở Xuất bản Ý Thức tổ chức một buổi ra mắt sách cho Trần Hoài Thư với tác phẩm đầu tay *"Những Vì Sao Vĩnh Biệt"* có Trần Phong Giao thư ký tòa soạn Văn tới tham dự.

**TIỂU ĐĂNG KHOA ĐẠI ĐĂNG KHOA**

Trong tờ Văn 181 tháng 07/1971, nhà văn Trần Phong Giao viết: *"Người xưa coi đại đăng khoa là thi đỗ, tiểu đăng khoa là cưới vợ. Đối với người cầm bút trẻ thời nay, phải "xếp bút nghiên theo việc đao cung" thì đại đăng khoa không còn là thi đỗ, mà (có lẽ vậy) là có tác phẩm được in. Cây bút trẻ Trần Hoài Thư viết rất nhiều hiện nay, qua cả tiểu lẫn đại đăng khoa, cùng lúc. Ngày 18 tháng 6, anh đã làm lễ thành hôn với cô Nguyễn Ngọc Yến tại Sài Gòn trong vòng thân mật. Ngày 23 tháng 6, vào hồi 19 giờ 30, Cơ sở Xuất bản Ý Thức vừa tổ chức một buổi tiếp tân trình diện tập truyện đầu tay của Trần Hoài Thư* ***"Những Vì Sao Vĩnh Biệt"****. Tiểu đại đăng khoa xong, Trần Hoài Thư vội vã lên đường trở về đơn vị ở Quân khu II. Lính chiến chỉ có một tuần nghỉ phép. Chạy ngược chạy xuôi, không có tuần trăng mật, cũng như không kịp đem sách mới đi tặng anh em bà con. Vui vậy đó! Nhân dịp vui mừng này, chúng tôi xin có lời cầu chúc đôi bạn Thư - Yến một hạnh phúc bình dị, lâu dài và bền chặt. Cũng xin cầu chúc tác giả "Những Vì Sao Vĩnh Biệt" sẽ sớm có thêm nhiều tác phẩm mới khác, những tác phẩm não tủy và tinh tủy."*

Một năm sau, đứa con trai đầu lòng Trần Quí Thoại cũng là đứa con duy nhất chào đời. Đôi uyên ương Thư-Yến cho dù qua bao thăng trầm, họ đã có một cuộc sống lứa đôi hạnh phúc bình dị, lâu dài và bền chặt cho tới bây giờ, đúng một nửa Thế kỷ (1971 – 2021).

**Hình 2:** *Chủ nhiệm Lê Ngộ Châu và báo Bách Khoa, người chọn đăng truyện ngắn đầu tiên Nước Mắt Tuổi Thơ của Trần Hoài Thư trên Bách Khoa 1964.*

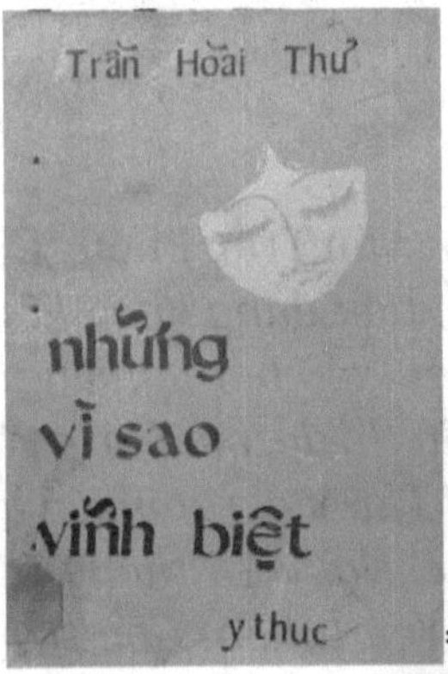


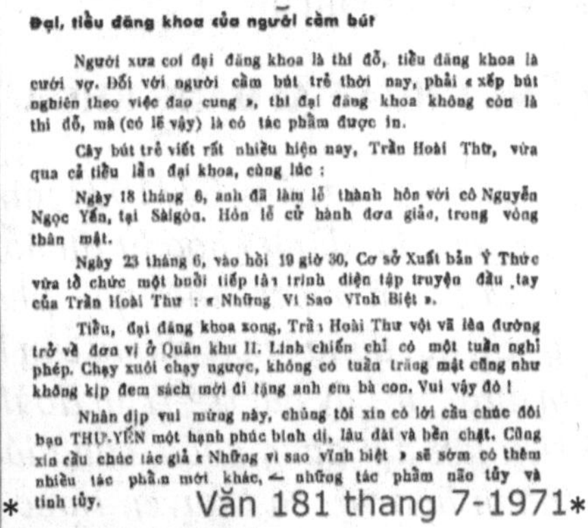

**Đại, tiểu đăng khoa của người cầm bút**

Người xưa coi đại đăng khoa là thi đỗ, tiểu đăng khoa là cưới vợ. Đối với người cầm bút trẻ thời nay, phải « xếp bút nghiên theo việc đao cung », thì đại đăng khoa không còn là thi đỗ, mà (có lẽ vậy) là có tác phẩm được in.

Cây bút trẻ viết rất nhiều hiện nay, Trần Hoài Thư, vừa qua cả tiểu lẫn đại khoa, cùng lúc :

Ngày 18 tháng 6, anh đã làm lễ thành hôn với cô Nguyễn Ngọc Yến, tại Sàigòn. Hôn lễ cử hành đơn giản, trong vòng thân mật.

Ngày 23 tháng 6, vào hồi 19 giờ 30, Cơ sở Xuất bản Ý Thức vừa tổ chức một buổi tiếp tân trình diện tập truyện đầu tay của Trần Hoài Thư : « Những Vì Sao Vĩnh Biệt ».

Tiểu, đại đăng khoa xong, Trần Hoài Thư vội vã lên đường trở về đơn vị ở Quân khu II. Lính chiến chỉ có một tuần nghỉ phép. Chạy xuôi chạy ngược, không có tuần trăng mật cũng như không kịp đem sách mới đi tặng anh em bà con. Vui vậy đó !

Nhân dịp vui mừng này, chúng tôi xin có lời cầu chúc đôi bạn THƯ-YẾN một hạnh phúc bình dị, lâu dài và bền chặt. Cũng xin cầu chúc tác giả « Những vì sao vĩnh biệt » sẽ sớm có thêm nhiều tác phẩm mới khác, — những tác phẩm não tủy và tinh tủy.

* Văn 181 thang 7-1971*

**Hình 3:** *dưới, nhà văn Trần Phong Giao Thư ký Tòa soạn Báo Văn [photo by Lê Phương Chi, Tin Sách Hội Bút Việt]; trên phải, bản tin trên báo Văn số 181, tháng 7/1971 loan tin THT cưới vợ: tiểu đăng khoa, và THT ra mắt tác phẩm đầu tay: đại đăng khoa; trên trái, bìa cuốn* ***Những Vì Sao Vĩnh Biệt*** *do Nhóm Ý Thức xuất bản 1971. [tư liệu Thư Quán Bản Thảo]*

Sự thực tác phẩm đầu tay của Trần Hoài Thư là cuốn ***Nỗi Bơ Vơ của Bầy Ngựa Hoang*** cũng do cơ sở Ý Thức xuất bản năm 1968, tại Phan Rang một tỉnh lỵ nhỏ của miền Nam, dưới hình thức *"phổ biến hạn chế"* theo cái nghĩa không qua kiểm duyệt. Mẫu bìa 2 màu do Lê Ký Thương vẽ, bản kẽm bìa làm từ Cliché Dầu Sài Gòn, được in typo bằng máy đạp / pedal thô sơ, và in 2 lần, mỗi lần cho một màu chồng lên nhau. Ruột sách thì in ronéo và khi thực hiện trên giấy stencil, được chị Kim Phương bạn của Nguyên Minh canh lề bằng chân sao cho giống bát chữ typo. Đợt đầu 100 ấn bản được ra mắt và phát hành từ nhà sách Huy Hoàng Nha Trang, cũng là quê hương tuổi thơ nghèo khó của Trần Hoài Thư. Và kết quả *Nỗi Bơ Vơ của Bầy Ngựa Hoang* đã được độc giả miền Nam đón nhận trong sự ngạc  nhiên và thích thú.

Như vậy, *Những Vì Sao Vĩnh Biệt* phải được kể là tác phẩm thứ hai của Trần Hoài Thư nhưng là tác phẩm thứ nhất hoàn toàn được in theo kỹ thuật typo.

**Hình 4:** *Les Trois Mousquetaires – Ba Chàng Ngự Lâm ít nhiều có "hệ lụy" với cuộc đời Trần Hoài Thư, từ trái: Lê Ký Thương, người vẽ bìa cho tác phẩm đầu tay Nỗi Bơ Vơ của Bầy Ngựa Hoang của THT do Ý Thức xuất bản (1968), Nguyễn Lệ Uyên, "ông mai" xe duyên cho đôi uyên ương Ngọc Yến THT (1969), Đỗ Nghê người chở THT tới buổi hẹn đầu tiên của Ngọc Yến Trần Hoài Thư tại tòa soạn Bách Khoa (1970).* [tư liệu Đỗ Nghê, hình do Cao Kim Quy vợ Lê Ký Thương chụp tại nhà LKT 09.05.2021]

## PHÓNG VIÊN CHIẾN TRƯỜNG VÙNG IV

Trần Hoài Thư sống sót sau 4 năm trong một trung đội Thám kích, với 3 lần bị thương, được coi như một phép lạ. Sau khi lập gia đình, Trần Hoài Thư đã nghĩ tới lúc dừng chân lại. Phải được sống và tiếp tục được viết như một nhân chứng. Rồi bằng một cách thế không giống ai, không tuân theo hệ thống quân giai, một lỗi rất nặng về quân kỷ, Trần Hoài Thư tự viết một thư riêng cho vị tướng cao cấp nhất trong Tổng cục Chiến tranh Chính trị, với nguyện vọng vẫn được ở trong quân ngũ nhưng chuyển ngành sang làm một phóng viên chiến trường. Trong phong thư riêng ấy, có những trang báo, những bài viết, những tác phẩm đã xuất bản và dĩ nhiên cả những tin tức liên quan tới ba lần bị thương cùng với các huy chương.

Không phải chờ đợi lâu, một sự việc lạ lùng nhất đã xảy ra. Trần Hoài Thư đã viết báo tin ngay cho Yến: *"Không thể tưởng tượng cho một kẻ xuất thân từ đơn vị hai quản trị mà tờ sự vụ lệnh vẫn còn ghi: sĩ quan đương sự phải phục vụ ở đơn vị tác chiến, xa trục lộ giao thông. Nhưng cái công điện đánh lên từ Tổng cục Chiến tranh Chính trị, cho biết Tổng cục chấp thuận ý nguyện của anh và hỏi anh muốn về nơi nào: vùng I, II, III, IV hay thủ đô. Dĩ nhiên anh chọn vùng IV nơi có Yến, người nữ độc giả của anh, và nay trở thành người vợ mới cưới của anh. Có lẽ anh may mắn hơn cả những người may mắn, bởi vì khó có ai được quyền lựa chọn một đơn vị mình ưa thích trên toàn cõi miền Nam như anh."*

Như một tự sự, THT viết: *"Xin cảm tạ văn chương. Nhờ văn chương mà tiếng chuông ngân vang, như những niềm vui lẫn tự hào kỳ diệu. Nhờ văn chương mà ta quên đi thân phận nhục nhằn, nhờ văn chương mà ta thấy ta cao lớn hơn bao giờ."*

***Hành Phương Nam*** là những dòng chữ mới mẻ của một Trần Hoài Thư khác, của một người lính đang từ Cao nguyên nay xuống dưới Đồng bằng:

*"Phương Nam. Tôi bắt đầu làm quen với những chiếc xe lôi hay những chiếc xuồng tắc ráng. Hay những cánh đồng mênh mông bạt ngàn. Hay những rừng tràm rừng đước. Tôi bắt đầu làm quen với những bãi đầm sình lún ngập đến cổ người. Những hàng ô môi, những chòm bông điên điển, những lời kinh giảng vang vọng trong đêm trăng, những tấm lòng hiền như đất, trọng tình trọng nghĩa mà*

*tôi đã gặp. Tôi cám ơn, rằng cuối cùng Ơn Trên đã cho tôi một cõi nương tựa sau những tháng ngày lênh đênh trôi nổi... Cánh cửa đã mở ra như Phương Nam đã mở ra, đón tôi. Có mùi thơm khó có thể quên của bông lúa, hương cau, của mùi đất phù sa lan tỏa. Cánh cửa ấy đã được kết bằng những chùm mận trĩu nặng trên cành, rực đỏ giữa màu xanh của lá. Nơi nào, từ vườn sau nhà, hay bên dòng kênh, hay trước nhà, hay cạnh bờ ao, hai bên đường quốc lộ, những vườn mận sum suê trái quả. Có trái màu đỏ, có trái màu xanh, trái ửng hồng. Mời mọc ngọt lịm như đôi môi hồng muốn cắn, no đầy tròn trịa như bầu ngực con gái thanh tân, bầu bĩnh au au như đôi má ửng hồng của người gái quê quấn chiếc khăn sọc vằn chèo thuyền xuồng đưa người qua sông trong một ngày mùa hạ để bắt người khách không muốn về:*

*Qua sông mùa mận chín*
*Tháng nắng ngại đường xa*
*Em ra vườn sau nhà*
*Hái mời anh chùm mận*
*Bông mận rơi lấm tấm*
*Da mận hồng như môi*
*Ôi con mắt có đuôi*
*Má hồng đào ửng đỏ*
*Si em người em nhỏ*
*Ta ở mãi quên về*
*Trái mận nào dậy thì*
*Ta giữ hoài không cắn...*

## NGƯỜI VƯỢN TRẦN HOÀI THƯ

Nhưng rồi cũng chẳng được bao lâu, tới ngày 30 tháng 4 năm 1975 lại một đổi đời. Trần Hoài Thư bị bắt đi tù cải tạo khi thằng con trai mới 2 tuổi. Cây mận trước sân nhà bông đã nở trắng, trắng như tóc của bà ngoại nó.

Hơn 4 năm tù khổ sai, mấy tháng đầu bị giam tại Trung tâm Huấn luyện Chi Lăng cũ, thuộc huyện Tịnh Biên, tỉnh An Giang; sau đó THT bị chuyển qua trại tù Kiên Lương, trong một khu đầm lầy còn hoang vắng phía tây bắc tỉnh Kiên Giang gần biên giới với Cam Bốt.

Kiên Lương cũng như mọi trại tù cải tạo cộng sản khác, không bỏ tù nhân chết đói nhưng luôn luôn phải thiếu ăn. Thiếu ăn ngay giữa một vựa lúa ĐBSCL có thể nuôi sống cả nước.

Nhân danh nhân đạo, ban quản giáo trại cho phép đám tù nhân được lập thêm *toán cải thiện*: trồng rau trái và hái lượm để có thêm chất xanh. Vì Kiên Lương là vùng trũng [thuộc khu tứ giác Long Xuyên, vùng trũng thứ hai là Đồng Tháp Mười], giữa mênh mông rừng tràm với rất nhiều tôm cá, cua ốc. Với cơ duyên đó THT tình nguyện sung ngay vào nhóm đi câu, gọi là nhóm chứ đó là thứ lao động mà đám tù nhân muốn xa lánh: do sợ đỉa vắt và cả vô số trăn rắn trong khu rừng tràm; họ còn sợ nước phèn ăn da thịt và cả sợ sa chân vào vùng đất lún trong khu đầm lầy. Do nghĩ rằng chẳng có lối nào mà trốn thoát, nên lính canh trại cũng không cần phải đi theo canh gác. Với THT đó lại chính là cơ hội để có những khoảnh khắc sống tự do cho một tên tù thám kích đã quá quen với mưu sinh và thoát hiểm. Chàng Robinson Crusoe bất đắc dĩ thời hiện đại THT viết: *"Tôi thì muốn tránh những con mắt. Tôi muốn trong rừng tôi có quyền la hét, hát hò, ỉa đái, cười ha hả. Tôi muốn ôm lấy đời tôi cùng thiên nhiên, mây trắng.* ***Tôi muốn ngồi trên cây tràm như một con vượn người."***

Do nguồn cá thì ê hề: cá lóc, cá trê, cá rô... câu được với lưỡi câu tự chế với mồi trùn, những con trùn béo nhẫy rất dễ kiếm. Người tù khổ sai THT mỗi ngày dễ dàng "đạt chỉ tiêu" với số ký cá bỏ vào bao cát mang về nộp cho tổ anh nuôi. Dĩ nhiên phần cá ngon thì anh nuôi phải lựa ra nộp đem cho cán bộ quản giáo, phần còn lại mới là nguồn chất đạm / protein cải thiện cho anh em.

Hình ảnh mà THT không bao giờ quên là khuôn mặt đen đủi của Yến bám đầy bụi than mỗi lần đi thăm nuôi, do phải đi những chuyến xe đò cải tiến chạy bằng than củi.

Rồi cũng ra tù, THT trở về Cần Thơ quê vợ, với tấm thân xác nặng chưa tới 35 ký lô, để tiếp tục sống những ngày bị quản chế.

Ban ngày THT gò lưng trên chiếc xe đạp cũ nát với một thùng mốp cà-rem, đi vào các làng mạc, sáng chiều lắc chuông bán dạo, làm bầu bạn với đám con nít để kiếm sống. Cũng chính cái nghề rung chuông mua vui cho con nít ấy đã khiến một ông chủ ghe cảm kích, hơn nữa ông cũng đang cần một người dò đường mà đó cũng là nghề của chàng sĩ quan Thám kích THT. Ông cho Thư một vé xuống ghe "miễn phí" vì biết Thư quá nghèo. Chỉ có một chỗ, nhưng

Thư thì còn vợ và một đứa con. Mãi sau này Thư mới được biết, chính Ngọc Yến vợ anh đã lén lút tìm đến ông chủ ghe năn nỉ. Ông chủ ghe nói: *'Chị suy nghĩ lại, chúng tôi không* muốn làm anh chị phải chia lìa'. Nhưng Yến vẫn cương quyết: *'Tôi sẵn sàng để cho chồng tôi ra đi. Xin ông cứu giùm ảnh.'*

Trần Hoài Thư viết: *"Ở lại hay ra đi? Tôi đã sống trong sự giằng xé ghê gớm ấy. Ở lại thì ôm nhau mà chết, mà ra đi thì tôi sợ là một lần vĩnh viễn. Tôi đã thấy con thuyền ấy. Khoảng 20 thước bề dài, thuyền ván mong manh, chỉ dành đi trên sông sao lại đem nó ra thử với biển sóng hãi hùng?"* Chính Yến giục giã chồng không thể bỏ qua cơ hội mà phải ra đi. THT viết tiếp: *"Tôi chấp nhận. Tôi hèn nhát để chấp nhận. Ích kỷ để chấp nhận.*

*Rồi trước khi đi tôi phải đóng kịch, phải làm sao hàng xóm láng giềng biết việc tôi đào thoát không có sự đồng lõa của gia đình. Nếu không Yến sẽ bị đuổi việc, vì sát bên vách là nhà của một mụ đảng viên. Không ai khác hơn chính bà mẹ Yến, một bà mẹ quá hiền quá tội, mẹ chưa một lần nói dối, lại là tác giả của vở tuồng cười ra nước mắt này. Bà khuyên hai con: "Con à, mình phải đóng tuồng. Hai vợ chồng con giả bộ gây lộn để hàng xóm biết, từ nay hai vợ chồng con mạnh ai nấy đi. Con hẳn biết, bên nhà hàng xóm là đảng viên."*

*Tôi phải chứng tỏ rằng tôi bỏ bê, phụ bạc vợ con. Vở kịch chỉ có hai diễn viên. Người chồng và người vợ. Không gian là cái bếp. Thời gian là buổi chiều. Chỉ có chai đập nồi liệng, tiếng hét tiếng la, tiếng khóc, lớn chừng nào tốt chừng ấy. Với tiếng của Thư: Tao chán cái nhà này quá rồi. Tao sợ cái nơi này quá rồi. Tao đập hết, tao phá hết. Rồi với tiếng Yến: Tới nay thì liên hệ giữa tôi và anh kể như chấm dứt... Vai vợ chồng tôi đóng xuất sắc lắm. Đến nỗi thằng con trai 6 tuổi của tôi phải sợ hãi khóc òa. Và bà má vợ tôi phải sụt sùi nước mắt. Và chỉ có ba người biết rõ những gì trong lòng.*

*Tôi đi khi con tôi ngủ như một thiên thần. Tôi đi chỉ có một bộ đồ độc nhất. Vợ tôi đứng đầu ngõ dõi mắt nhìn theo. Sau đó nàng vào lại buồng chúng tôi ôm gối mà khóc ngất, khóc như chưa bao giờ khóc như vậy."* Và đó là một ngày cuối năm 1979, ngày anh đi cũng là ngày "xả chế", chúng trả lại anh quyền công dân.

**TỰ DO HAY LÀ CHẾT**

Phải bỏ lại vợ con, Trần Hoài Thư vượt biển trên một chiếc ghe nhỏ đi sông dồn nén cũng chở được 93 người. Chuyến đi gian truân nhưng cuối cùng cũng tới được bến bờ tự do, đảo Pulau Bidong Mã Lai.

*"Cuối cùng anh cũng quỳ xuống trên bãi cát để cảm tạ Ơn Trên. Tự do, mơ ước là đây. Biển bây giờ sao quá êm và quá xanh biếc. Sóng bây giờ sao quá đỗi hiền từ. Anh quỳ, dù hai tay anh đã che đỡ những cú đánh, cú thoi, cú đá từ người lính Mã Lai. Anh nhắm mắt lại, không kêu đau, không van xin. Để biết thêm về cái giá của một cuộc ra đi và thấm thía thêm thân phận của một người không có đất nước. 'Này đất này là của vua ta, bãi biển này là bãi biển của vua ta... Còn ngươi, một thằng từ đâu lạc chợ trôi sông, mang bao khổ lụy phiền toái tới đất nước này.'*

*... Cứ chửi, cứ rủa đi anh lính đội chiếc nón bê-rê đen, cầm thêm cây gậy, bên mình lủng lẳng khẩu súng ngắn. Tự do đâu phải quá dễ dàng như một lần du ngoạn. Bao nhiêu người đã không may. Bao nhiêu người đã nằm dưới lòng biển. Bao nhiêu người con gái đã bị hãm hiếp và bị bắt cóc. Và có người con gái tóc dài tung tóe, nhảy ào xuống biển. Còn nữa, còn bao nhiêu người đã lênh đênh trong vô tận của ngày của đêm, không thức ăn, nước uống, trên những vùng đá ngầm san hô, cá mập...* ***Tự do hay là chết. Chết hay là tự do****. Anh cứ đập tôi đi, nhưng cơn đau bầm của tôi, bụm máu khạc ra từ cửa miệng tôi, đâu có thấm gì với cái bóng tối mà tôi bỏ lại. Tôi đã chờ đợi quá lâu, trong ngôi nhà mồ. Tôi đã muốn nhảy xuống biển tự tử khi nghĩ đến một lần họ bắt tôi trở lại. Bây giờ là ánh sáng rồi. Nó đã rực rỡ như muôn ngàn hào quang ân sủng. Nó vô hình vô dạng nhưng nó nồng nàn như mùi thuốc hồi sinh trong phòng cấp cứu. Tôi không buồn hay giận anh đâu. Bởi vì, tôi sẽ đứng lên, dù run rẩy đi nữa, dù đau tận cùng đi nữa."* [6]

***Khi Tôi Đi Rồi***, bài thơ đầy cảm xúc của Trần Hoài Thư khi phải cắn răng bỏ lại vợ con, lao mình ra biển khơi đi tìm tự do:

*"... tôi ra đi thành thị sau lưng*
*chào từ biệt, quê hương mình lần cuối*
*tôi có thằng con chưa đầy bốn tuổi**
*tôi có mẹ già tóc bạc tợ sương*
*tôi có vợ tôi cay đắng đoạn trường*

*đêm nay, đêm nay, trời ơi bỏ hết*
*khi tôi đi rồi một là chết biển*
*hai là bỏ xứ làm kẻ lưu vong*
*khi tôi đi rồi hai bàn tay không*
*giữa vùng mênh mông ngàn trùng bát ngát*
*khi tôi đi rồi, chắc hồn khó thoát*
*bởi quê hương cứ giữ chặt, không buông"*
...
*( *Năm 1979, con Trần Hoài Thư - Ngọc Yến lúc đó 6 tuổi )*

Trên đảo, tuy phải mòn mỏi chờ đợi nhưng là của hy vọng. Khi có phái đoàn Mỹ tới phỏng vấn, THT được hỏi có gì chứng minh ông là sĩ quan hay lính miền Nam, THT cởi áo vạch ngực chỉ vết thương đạn với sẹo lớn cắt đứt một núm vú nơi ngực trái; sang câu hỏi thứ hai ông dự tính làm gì nếu được vào Mỹ, THT nói anh là nhà văn, anh sẽ tiếp tục viết về những nỗi khổ của miền Nam trong và sau chiến tranh. Không hỏi gì thêm, người Mỹ phỏng vấn tươi cười bắt tay anh và chúc may mắn. Rất sớm sau đó, THT được đi định cư tại Mỹ, thời gian đầu anh được đưa tới Maryland, sống tạm bợ tá túc khi thì trong một ngôi chùa nhỏ, khi trong nhà thờ rồi lang bạt qua nhiều nơi khác nhau sau đó.

## NGỌC YẾN NỖI KHỔ NGƯỜI Ở LẠI

Trước 1975, Ngọc Yến là nhân viên hành chánh của Viện Đại học Cần Thơ, là thư ký của Giáo sư Viện trưởng Nguyễn Duy Xuân. Sau 1975, Gs Nguyễn Duy Xuân bị cộng sản bắt đi tù cải tạo 11 năm, cuối cùng chết tức tưởi ở trại tù Hà Nam Ninh, miền Bắc Việt Nam.

Chuyện chỉ được Yến kể lại về sau này, là sau 1975, chức thư ký cho Gs Viện trưởng của Yến ban đầu được "cách mạng" đánh giá là quan trọng: Ngọc Yến như là "bí thư" của Gs Nguyễn Duy Xuân, có thể là đối tượng bị thanh lọc để cho đi học cải tạo. Nhưng do ý kiến "nhân dân", đám công nhân viên cũ bảo rằng Yến chỉ là một thư ký hiền lành lo giấy tờ, đánh máy trong văn phòng chứ chẳng có một quyền hành gì khác, và Yến đã không bị bắt đi cải tạo, không bị sa thải.

Nhưng vẫn chưa yên, sau khi chồng đi rồi, Yến là đối tượng được chăm sóc của đảng ủy nhà trường. Yến luôn luôn được nhắc nhở rằng chồng chị là một tên sĩ quan Ngụy phản quốc đã trốn đi, chị hãy quên nó đi để xây dựng cuộc đời mới. Khi ấy Ngọc Yến là gái một con, còn trẻ đẹp nên có nhiều cán bộ theo bám. Rồi Yến được đảng ủy chuẩn bị tác thành cho lấy một tên Đại úy phục viên và cũng là cán bộ của trường. Đang là công nhân viên, tuy với đồng lương chết đói nhưng Yến cần phải giữ hộ khẩu với sổ lương thực cho hai mẹ con. Uất hận nhưng Yến không dám dứt khoát nói không và chỉ xin cho một thời gian nguôi ngoai.

Đầu năm 1980, khi biết được tin chồng đã đi thoát, Ngọc Yến quyết định bế đứa con trai chưa đầy 7 tuổi tìm ghe vượt biên, cũng lại là một "chuyến đi chùa" do một ông chủ ghe có tâm Phật cho đi. Thêm chuyến đi thừa sống thiếu chết với đói khát nhiều ngày trên biển cả, rồi gặp hải tặc và tiếp theo đó những ngày dài phải bồng con đi ăn xin nơi một ngôi làng hẻo lánh bên Thái Lan.

## TỚI NGÀY MỘT GIA ĐÌNH ĐOÀN TỤ

Trần Hoài Thư kể lại, không hiểu bằng cách nào, Đại tá Nguyễn Bé nguyên chỉ huy trưởng Trung tâm Huấn luyện Cán bộ Xây dựng Nông thôn Chí Linh Vũng Tàu, có được số phone của THT. Ông báo cho Thư biết là có nhận được một phong thư gửi từ Thái Lan. Không chờ thư chuyển, Thư yêu cầu Đại tá Bé mở thư đọc qua phone, chỉ có vẻn vẹn một câu: *"Em và con đã tới Thái Lan."*

Nhờ phước đức ông bà nay anh sẽ lại có một gia đình đoàn tụ. Sắp bước vào cái tuổi *"tứ thập nhi bất hoặc"*, THT thấy chỉ có một con đường tiến thân duy nhất là đi học trở lại. Từ Maryland, theo lời khuyên của một người bạn trẻ gặp được trong nhà thờ, THT quyết định đưa gia đình sang Philadelphia. Do không có tiền nên phải thuê một căn phòng giá rẻ trong một khu *"slum"* phía bắc thành phố, nghèo nàn mất an ninh, cư dân đa phần gồm nhóm người tỵ nạn Đông Dương như Lào, Cam Bốt và Việt Nam mới tới. Chỉ có một tay Đại Hàn hảo hán là dám mở một tiệm Grocery store nơi đây. Đám tội phạm thường là từ bên ngoài đến, ra vào như chỗ không người. Có lần ban đêm, thấy cửa hàng Đại Hàn dưới lầu bị trộm phá cửa với các thùng hàng lớn nhỏ lũ lượt được khiêng ra. THT kêu 911, thì được sở cảnh sát cho biết: cửa hàng ấy đã có bảo hiểm, họ sẽ được bồi thường, và cảnh sát còn lưu ý là nên thận trọng, vì nếu tụi nó biết có người báo cảnh sát có thể bị trả thù. Hiểm nguy rình rập nhưng không có chọn lựa nào khác, gia đình THT vẫn phải tiếp tục sống trong khu ổ chuột ấy, trong một căn phòng chật hẹp với cửa sổ luôn luôn đóng kín, có đóng thêm cả đinh nhọn 10 phân làm chông.

Trần Hoài Thư đi học, vợ đi làm công nhân lắp ráp đồ điện tử với đồng lương tối thiểu. Thằng con trai thì được bố hoặc mẹ dẫn đến trường và hết giờ học thì nó phải tự về nhà một mình. Nó còn nhỏ và quá thấp để có thể với tới ổ khóa, vợ chồng Thư phải kê thêm hai cục gạch để nó có thể vói tới ổ khóa mở cửa vào nhà. THT lúc đó là sinh viên toàn thời gian ngành điện toán của Spring Garden College, ban ngày đi học, ban đêm thì làm janitor quét dọn phòng ốc để có thể trang trải cuộc sống.

Hai vợ chồng Thư đều biết luật pháp ở Mỹ, cho dù có lý do bận sinh kế đi nữa nhưng việc bỏ con nhỏ vị thành niên ở nhà một mình là phạm pháp. Vợ chồng vẫn phải luân phiên gọi điện thoại về thăm chừng con, khi không thấy ai lên tiếng, không biết chuyện gì xảy ra cho con, Thư phải tức tốc bỏ học về nhà nhưng đa phần là do nó ngủ quên không nghe chuông reng.

Rồi THT cũng xong học trình 4 năm, Thư tốt nghiệp điện toán với thứ hạng cao trong nhóm *top five*. Khi hãng AT&T tới trường tuyển chọn sinh viên vừa tốt nghiệp với thứ hạng cao, THT qua được cuộc Interview khó khăn, và ít lâu sau đó được nhận vào làm cho một chi nhánh của hãng này ở tiểu bang New Jersey. Đó là lý do gia đình THT dọn về đây, nơi có rất ít người Việt. New Jersey từ nay là nơi đất lành chim đậu. Ban đầu Thư ở nhà thuê, không còn phải lao động tay chân cực nhọc như một *blue collar worker*, với đồng lương khá hơn hai vợ chồng dành dụm mua được căn nhà 4 buồng như hiện nay. Rồi thằng Thoại xong trung học, điểm cao nên được nhận vào trường Y khoa chương trình 7 năm, thuận buồm xuôi gió, nó tốt nghiệp bác sĩ y khoa.

Trong công việc của hãng, Thư chứng tỏ rất có khả năng và có sáng kiến, lại giỏi toán. Như một đầu tư lâu dài, hãng AT&T trả tiền cho Thư đi học thêm bán thời gian. Sau hai năm, Thư đậu thêm văn bằng Cao học Toán Ứng dụng / Master of Applied Mathematics. Nghiệp vụ tiếp tục thăng tiến. Khi chi nhánh của Thư được chuyển nhượng cho hãng điện toán IBM, Thư lên tới chức vụ Project Leader cho tới khi nghỉ hưu.

***Hình 5:** từ trái, qua cơn bĩ cực, sau khi THT tốt nghiệp cử nhân điện toán, có công việc ổn định của một white collar worker, hai vợ chồng Ngọc Yến và Trần Hoài Thư từ nay bắt đầu biết thế nào là vẻ đẹp muôn màu của mùa Thu miền đông bắc nước Mỹ. [photo by Trần Quí Thoại 1990 Pocano, Pennsylvania]; phải: Nguyễn Ngọc Yến và Trần Hoài Thư trong đám cưới của người bạn trẻ, đã từng đón gia đình THT bước đầu sang lập nghiệp ở Philadelphia, khi ấy Ngọc Yến còn rất trẻ, THT mái tóc chỉ mới ngả muối tiêu. [nguồn: Blog's Trần Hoài Thư, ghi chú của Ngọc Yến]*

## PHỤC HỒI DI SẢN VĂN HỌC MIỀN NAM

Từ năm 2001, tuy còn đi làm Trần Hoài Thư đã cùng với người bạn lính Phạm Văn Nhàn, người bạn văn trong nhóm Ý Thức thuở nào. Hai người sáng lập **tạp chí Thư Quán Bản Thảo** và nhà xuất bản **Thư Ấn Quán**.

Khi chi nhánh của công ty IBM outsourcing chuyển qua Ấn Độ, THT quyết định nghỉ hưu. Không còn bận bịu về sinh kế, đây cũng là thời điểm Thư có thể thực hiện điều mơ ước. THT có toàn thời gian bắt tay vào việc thực hiện tủ sách DI SẢN VĂN CHƯƠNG MIỀN NAM.

Trần Hoài Thư có hùng tâm và gần như đơn độc trong suốt nhiều năm nỗ lực khôi phục lại những văn bản của một thời kỳ văn học bị CS Việt Nam trong nước đã không ngừng truy lùng và hủy diệt.

*

**_Hình 6:_** *trái, Phạm Ngọc Lư, Trần Hoài Thư, Nguyễn Lệ Uyên, Phạm Văn Nhàn trong nhóm Ý Thức. [nguồn: tư liệu Nguyễn Lệ Uyên, hình chụp năm 1969]; phải, Trần Hoài Thư và Phạm Văn Nhàn, hai người bạn lính và cho đến nay 2021 vẫn là hai bạn đồng hành của Thư Quán Bản Thảo và Thư Ấn Quán, cả hai vẫn bền bỉ trên con đường* ***phục hồi Di Sản Văn Chương Miền Nam****; phải, Trần Hoài Thư và Phạm Văn Nhàn trên đỉnh ngọn núi Watchung Green Brook, New Jersey là một cao điểm từng được tướng George Washington 1777 dùng để theo dõi các đạo quân Anh di chuyển, nay là Washington Rock State Park với con đường ngoạn cảnh 30 dặm tuyệt đẹp rất hấp dẫn du khách. [photo by Tô Thẩm Huy]*

## ĐƯỜNG XA CHI MẤY: TỚI THƯ VIỆN CORNELL

Qua các thư viện Đại học lớn ở Mỹ, Thư có thể tìm ra một số sách báo miền Nam. Tương đối gần nhà là thư viện Đại học Yale, chỉ cách nhà 2 tiếng lái xe, nơi có học giả Việt Nam nổi tiếng Huỳnh Sanh Thông, người đã dịch truyện Kiều của Nguyễn Du sang tiếng Anh, ông cũng là người giúp nhà văn Võ Phiến tài liệu để hoàn thành bộ Văn Học Miền Nam. Rồi đến thư viện Đại học Cornell tuy xa hơn, cách nhà 5 tiếng lái xe, nhưng thư viện Đại học Cornell, khu Đông Nam Á châu phải nói là nơi có đầy đủ sách báo miền Nam nhất.

Thường thường Trần Hoài Thư chỉ lái xe ban ngày lúc trời còn sáng, còn Yến giúp lái xe ban đêm vì biết chồng dễ ngủ gục khi lái. Đường rất nguy hiểm, có đoạn là đường núi, nhiều khi tuyết băng đông đặc. Cũng hai lần suýt chết vì tai nạn khi đi Cornell trên những đoạn đường mưa tuyết trơn trợt. Và không thể tưởng tượng được, tại Cornell sách báo tiếng Việt của miền Nam rất dồi dào là thế nào; họ có cả tờ truyền đơn chiêu hồi cũng được lưu trữ.

Có lẽ do bản chất của giòng máu thám kích nên THT rất liều lĩnh với những bước chân khai phá. Rời nhà lúc 4 giờ sáng trời còn tối Yến lái xe, khi trời sáng là phiên THT. Thường là tới nơi thư viện Cornell lúc 10 giờ sáng. Đằm mình trong khu thư viện Á châu, lục lọi tìm tòi, ghi chép, làm photocopy cho tới sẩm chiều – ngoài một lunch break ngắn của hai vợ chồng, cho tới giờ ra về. Không phải chỉ một ngày, mà nhiều ngày, không phải một tuần mà nhiều tuần, trong nhiều năm như vậy. Nhiều chục ngàn trang sách thơ văn miền Nam của Thư Ấn Quán là thành quả tích lũy của công sức bền bỉ của vợ chồng Trần Hoài Thư trong nhiều tháng, nhiều năm, cho tới năm 2012.

***Hình 7:*** *trên, Đại học Cornell thành lập từ 1865, nơi lưu trữ đầy đủ nhất sách báo của miền Nam Việt Nam trong khoảng thời gian 20 năm từ 1954 tới 1975; dưới, Trần Hoài Thư ngồi trong thư viện Cornell từ khi mái tóc còn xanh đến khi tóc trắng bạc như sương. [nguồn: tư liệu Trần Hoài Thư].*

Về máy móc thì THT lên Craigslist tìm kiếm đồ phế thải. Có khi họ cho không, có khi họ bán rất rẻ. Sau khi thỏa thuận, họ cho biết địa chỉ, mình đến, với cái screw driver trong túi. Họ hỏi máy nặng cả tấn sao ông lại khiêng nổi? Tôi cười, tao biết cách. Rồi tháo máy ra, đến mức không thể tháo. Fuser, ngăn giấy, mực, assembly parts, khung... Mấy anh chàng Mỹ trố mắt nhìn, ngạc nhiên. Chỉ có mực là mới có vấn đề. Lên eBay mua, nhưng làm sao biết ống mực tốt hay xấu?

Vậy mà đã 46 năm qua đi 1975-2021, với đời người như một cơn gió thoảng, với lịch sử chỉ là một chớp mắt, nhưng lại là một chặng đường rất dài trải nghiệm những tang thương. Thêm một chớp mắt nữa, thế hệ những người cầm bút 1954-1975 đều trở về với cát bụi, một số có thể còn được nhắc tới qua tác phẩm nhưng rồi cũng phải kể tới cuộc sống đày đọa và cả những cái chết tức tưởi của họ trong các trại tù cộng sản. Nói tới Văn Học Miền Nam, không thể không có một *"cuốn sách trắng / livre blanc"* về thời kỳ đó, một Wikipedia mở, như một "bộ nhớ" cho các thế hệ Việt Nam tương lai.

*

**Hình 8:** *trái, địa chỉ 719 Coolidge Street, Plainfield, New Jersey 07062 là ngôi nhà vợ chồng Trần Hoài Thư đã sống ngót 30 năm, cũng là địa chỉ của Thư Ấn Quán, và là Tòa Soạn* ***Thư Quán Bản Thảo****; phải, nhà văn Trần Hoài Thư đang còng lưng cắt xén những số báo Thư Quán Bản Thảo. Ước mong sao, rồi ra nơi đây sẽ là một landmark văn hóa của thế hệ thứ nhất cần được lưu giữ cho các thế hệ Việt Nam tương lai. [photo by Phạm Cao Hoàng]*

***Hình 9:** Một phần của tủ sách **Di sản Văn học Miền Nam** của Thư Ấn Quán, bộ Văn Miền Nam 4 tập: I, II, III, IV (2013); bộ Thơ Miền Nam trong thời chiến 2 tập: I, II (2017); bộ Thơ Tình Miền Nam (2017); Một Thời Lục Bát Miền Nam (2008); Thơ Tự Do Miền Nam (2009). Tất cả đều do Trần Hoài Thư thực hiện bằng phương pháp thủ công và có thể nói **THT là người đi tiên phong trong kỹ thuật POD / Print On Demand trong lãnh vực sách báo tiếng Việt ở hải ngoại**. [photo by Phạm Cao Hoàng]* [3]

## Tác phẩm đã xuất bản:

### Trước 1975

*1. Nỗi bơ vơ của bầy ngựa hoang; 2. Những vì sao vĩnh biệt; 3. Ngọn cỏ ngậm ngùi; 4. Một nơi nào để nhớ.*

### Sau 1975

VĂN

*1. Ra biển gọi thầm (Tập truyện); 2. Ban Mê Thuột ngày đầu ngày cuối (Tập truyện); 3. Về hướng mặt trời lặn (Tập truyện); 4. Mặc niệm chiến tranh (Tập truyện); 5. Đại đội cũ, trang sách cũ (Tập truyện); 6. Thế hệ chiến tranh (Tập truyện); 7. Thủ Đức gọi ta về (Tạp bút); 8. Đánh giặc ở Bình Định (tự truyện); 9. Hành trình của một cổ trắng (truyện vừa); 10. Ở một nơi trên Trường Sơn (tập truyện); 11. Truyện từ Bách Khoa (Tập truyện); 12. Truyện từ Văn (Tập truyện); 13. Truyện từ Trình Bầy, Văn Học, Khởi Hành... (Tập truyện); 14. Truyện từ Vấn Đề (Tập truyện); 15. Tản mạn văn chương (tập I); 16. Giấc mơ Giáng Sinh (Tập truyện); 17. Cảm tạ Văn chương (Hồi ức).*

THƠ

1. *Thơ Trần Hoài Thư; 2. Ngày vàng; 3. Nhủ đời bao dung; 4. Ô cửa; 5. Xa xứ; 6. Quán; 7. Vịn vào lục bát.*

## HAI TÁC PHẨM THẤT LẠC SAU CHIẾN TRANH

*1. Của Chiến Tranh; 2. Một Ngày Gạo Ba Ngày Hành Quân.*

Trong quân ngũ và ngay cả giai đoạn bỏ ngũ, Trần Hoài Thư viết rất khỏe. Chỉ trong hai tháng sống ở Tháp Chàm với Phạm Văn Nhàn, Thư đã viết xong một truyện vừa có nhan đề ***Của Chiến Tranh,*** giao cho Thầy Từ Mẫn Võ Thắng Tiết* giám đốc nhà xuất bản Lá Bối lúc đó nhưng không sao qua được kiểm duyệt, và sau tháng Tư 1975 thì bản thảo duy nhất bị thất lạc.

*[*Sau 1975, anh Từ Mẫn Võ Thắng Tiết cũng là một thuyền nhân, đi cùng chuyến tàu với nhà văn Nhật Tiến, ban đầu sinh sống ở Alaska, rồi xuống ở Nam California, anh thành lập nhà xuất bản Văn Nghệ rất có uy tín ở hải ngoại trong nhiều năm trước khi anh nghỉ hưu].*

Tác phẩm thứ hai, ***Một Ngày Gạo Ba Ngày Hành Quân*** cũng là một truyện dài, được giao cho nhà văn Thế Uyên lúc đó đang trông coi nhà xuất bản Thái Độ và Tủ sách Văn Nghệ Xám.

[Thái Độ cũng đã từng in cuốn tiểu thuyết *Vòng Đai Xanh* của Ngô Thế Vinh]. Cho dù Thế Uyên rất xông xáo nhưng cũng vẫn không vượt qua được hàng rào *"phối hợp văn học nghệ thuật"* của Bộ Thông tin, cho tới tháng Tư 1975, bản thảo duy nhất cũng bị thất lạc.

Cả hai cuốn sách trên đã được quảng cáo trên báo chí nhưng không bao giờ được ra mắt. Đó là những tác phẩm bị thất lạc, thêm vào những tổn thất trong chiến tranh, vĩnh viễn đi vào sự quên lãng.

Những tổn thất nhân mạng trong chiến tranh đã được thống kê và nói tới. Thế còn những tổn thất trong văn học, liệu đây có phải là phần trách nhiệm của các sử gia?

*

***Hình 10**: trên, Trung úy Thám Báo Trần Hoài Thư với hạnh phúc được bồng con (1974);*
*dưới, Trần Quí Thoại con trai Trần Hoài Thư tại Hội trợ Science Fair do Bell Lab bảo trợ và tổ chức. Thoại đang thuyết trình về công trình nghiên cứu khoa học "The magnetic field of a Superconductor" được một giải thưởng cho công trình nghiên cứu này. Trần Hoài Thư và Ngọc Yến có mặt và hãnh diện với đứa con của mình. Rồi không thể không chạnh nghĩ, Thoại với gốc là con một sĩ quan ngụy nếu như còn kẹt lại ở Việt Nam, chắc nó chỉ là một đứa trẻ chăn trâu. Nay tới được một lục địa mới, một đất nước mới, nó có cơ hội làm đủ mọi điều để phát triển. Trần Quí Thoại nay đã là một bác sĩ y khoa. [nguồn: tư liệu Trần Hoài Thư]*

*

*

***Hình 11:*** *trên bên trái, các trang trí trên đĩa sứ của Trần Quí Thoại, vẽ tặng bố; trên bên phải, tranh của Trần Quí Thoại vẽ cảnh "Con Vịn Cha"; dưới, bức hình mới nhất, nay thì cảnh "Cha Vịn Con".*

**Con Vịn Cha**

Lan can ba, ba thẳng lưng
Ba dạy con chân đạp bùn mà đi
Con nhón chân, con đưa tay
Con vịn ba với cái đầu ngẩng lên!

**Cha Vịn Con**

Bây giờ ba lại vịn con
Tay trong tay con dẫn ba qua đường
Ba đi từng bước ngập ngừng
Bỗng nghe hơi ấm chảy rần trong ba

Tốt nghiệp MS in Applied Math.( Steven Institute of Tech of NJ - May 24-2005)

*

***Hình 12:*** *trái, Trần Hoài Thư, bán cà-rem nay nhận bằng Cao học Toán Ứng dụng tại Stevens Institute of Technology, New Jersey ngày 24.05.2005; phải, gia đình Trần Hoài Thư vui mừng đoàn tụ trong ngày lễ tốt nghiệp: Nguyễn Ngọc Yến, Trần Hoài Thư và con trai Trần Quí Thoại. Thoại tốt nghiệp bác sĩ, gốc là con sĩ quan ngụy nếu còn ở lại có thể chỉ là đứa trẻ chăn trâu.*

## NGỌC YẾN ĐỘT QUỴ SAU TRẬN BÃO SANDY

Chỉ một tháng sau cơn bão tố Sandy tàn phá nhiều nơi trong đó có New Jersey, Ngọc Yến bị tai biến mạch máu não / stroke tháng 12 năm 2012. Hurricane Sandy thì được đài khí tượng báo trước, nhưng trận bão stroke của Ngọc Yến thì không. Với Trần Hoài Thư, thì đó là một trận động đất / earthquake, mà động đất thì không có dấu hiệu gì báo trước và Yến rất bất ngờ bị một cơn stroke đánh gục, bị liệt nửa người bên trái. Tay trái, chân trái không thể cục cựa. Nhìn Yến không thể ngồi, đứng, một nửa thân người không còn cử động, Với Thư thì Yến vợ anh đã bị đóng đinh khổ nạn từ đây.

Quan sát những gì người ta làm cho Yến ở nhà thương, Trần Hoài Thư tự tay biến đổi căn nhà với thêm bực thềm, tay vịn sao cho thích nghi với người vợ tàn phế. Thư cũng mau chóng học được cách đưa người bệnh từ xe lăn lên giường, chuyển từ giường xuống ghế ngồi, rồi cả những công việc vệ sinh cá nhân cho Yến như tắm rửa, thay quần, thay áo, thay tã và những thao tác tập vật lý trị liệu cơ bản cho người bệnh liệt bán thân. Tất cả nhanh và gọn mà ngay cả những therapists và home caregivers cũng phải trố mắt ngạc nhiên. Thư cố tạo một cảnh sống gia đình gần như bình thường cho Yến. Thấy Yến ăn ngon, ngủ ngon, luôn miệng nói mình vui quá là Thư vui. Chấp nhận như số phận đã an bài và anh nghiệm ra là: hạnh phúc càng lớn khi nó được nẩy sinh từ khổ nạn. Thư trải lòng mình trên trang giấy: "Mỗi ngày tôi cố mang cho Yến niềm vui. Cũng mỗi ngày tôi giấu Yến nỗi buồn của tôi."

Nhưng rồi chưa yên, Yến còn bị giáng thêm một trận stroke thứ hai, rồi thứ ba, đến tháng 05 năm 2015, Yến không còn có thể sống ở nhà mà cần được chăm sóc 7/24 trong một nursing home, bác sĩ bảo đó là cách duy nhất để cứu Yến và cứu cả Trần Hoài Thư.

Trong suốt 11 năm [từ 2001 tới 2012], Ngọc Yến – người bạn đời của THT, đã đồng hành giúp anh rất nhiều trong việc thực hiện các công trình phục hồi Di Sản Văn Học Miền Nam.

*"Yến giúp tôi lái xe khi đi xa trong những lần tới Thư viện Đại học Cornell, rồi đóng bằng chỉ những cuốn sách dày cả ngàn trang, hay phụ với tôi khiêng những thùng giấy tôi mua với giá rẻ. Yến giúp tôi viết địa chỉ, bỏ sách báo vào phong bì, dán tem, hay nhắc tôi về những sơ suất. Khi một người hỏi order một cuốn sách, Yến luôn*

*luôn nói là tặng, đừng lấy tiền. Tâm Yến là tâm Phật. Mất Yến là mất cả cánh tay phải, tôi như hết chỗ vịn."*

Rồi đều đặn như vậy, trong nhiều năm, ngày hai lần, Trần Hoài Thư nội trợ nấu thức ăn Việt Nam nóng đem vào cho Yến. Yến không chịu ăn đồ ăn Mỹ. Mỗi ngày Thư tìm cách kéo dài thời gian ngồi túc trực bên giường Yến. Đứa con trai bác sĩ thì đi làm xa, nhưng mỗi cuối tuần đều về để đi với bố vào thăm mẹ. Nó biết cách làm cho mẹ nó vui, cả gây cho mẹ mối ghen tuông với ba nó.

## CHUYỆN ÔNG TRẦN HOÀI THƯ "CƯỚI CON PHƯƠNG"

Mỗi lần hai cha con vào thăm, bình thường thì Yến gọi Thư là "ba Thoại", Trần Quí Thoại là tên đứa con trai. Bỗng một hôm, chẳng rõ tại sao, Yến xoay lưng không thèm nói chuyện với Thư. Không biết chuyện gì đã xảy ra, Yến đổi hẳn cách xưng hô. Thay vì là "ba Thoại" thì hôm nay gọi anh là "ông Trần Hoài Thư". Yến nói *"Ông đang chờ tôi chết để cưới con Phương, có phải không?"* Nghe Yến nói vậy, Thư tá hỏa tam tinh, hỏi Yến: *"Con Phương nào?"* Một cái tên không thể nào Thư có thể nhớ ra. Thế là Yến giận, quay mặt vào tường không thèm nói chuyện với ba thằng Thoại nữa.

Nằm bệnh bao năm sau ba lần bị tai biến, chuyện mới thì Yến không nhớ, nhưng các chuyện cũ thì vẫn nhớ như in. Nhưng Thư thì vẫn nghĩ không ra "con Phương" là ai, hay là Yến ghen với một nhân vật nào đó trong các truyện đã viết của mình. Thế là về nhà suốt đêm vào máy tìm kiếm. Eureka! Cuối cùng Thư đã có câu giải đáp, thì ra "con Phương" là tên một cô gái giang hồ, một nhân vật trong truyện *"Cơn Giông"* được viên thiếu úy thám kích gặp trong một động điếm và đem lòng yêu thương, truyện mà chính Thư không còn nhớ, đã đăng trên báo Bách Khoa số 288 (1969) [5]. Tuy bị Yến giận và ghen tuông vô lý nhưng Thư lại cảm thấy vui vì biết được phần trí tuệ còn sắc sảo của Yến.

Về phương diện Y khoa, đây là một trường hợp bệnh lý: "*ghen tuông ảo tưởng / delusional jealousy*" do "*hội chứng não suy thoái / organic brain syndrome*".

## NHỚ QUÊ NHỚ CHIM CHẰNG NGHỊCH

Trước đại dịch Covid-19, hầu như mỗi ngày 2 lần Thư được phép tới Nursing Home thăm Yến với thức ăn Việt nấu từ nhà đem vào. Nhưng rồi một hôm, các cô y tá cho biết, Yến không chịu ăn từ mấy ngày nay.

Yến không ăn đồ Mỹ điều ấy Thư đã biết nên Thư đã học nấu các món ăn Việt Nam từ Internet và cả biết Yến thích ăn món gì. Bác sĩ tới khám tổng quát cho biết tình trạng Yến vẫn ổn định và không mắc thêm một căn bệnh gì. Thư hỏi, vậy Yến thích ăn món gì để anh nấu. Yến trả lời: muốn ăn món *chim chằng nghịch.* Từ ngày về Vùng IV làm phóng viên chiến trường suốt 2 năm mà THT cũng chưa biết chim chằng nghịch là gì. Như mọi lần, Dr. Google đã giúp anh, và bây giờ Thư mới được biết, chim chằng nghịch hay còn gọi là gà nước vằn, mỏ dài chân đen là loại chim thiên nhiên chỉ có ở miền Tây Nam Bộ. Nhưng có lẽ chim chằng nghịch sau này quá hiếm và gần như biến mất khỏi đồng ruộng miền Tây rồi. Ngay cả bây giờ, nếu còn sống ở Cần Thơ quê Yến, thì cũng chẳng biết kiếm chim chằng nghịch ở đâu ra, huống chi đang ở Mỹ. Giải thích cho vợ hiểu nhưng Thư cũng thấm thía hiểu rằng, chẳng qua là Yến nằm bệnh quá lâu, quá nhớ quê mà nhớ ra tên con chim chằng nghịch từ một tuổi ấu thơ xa xưa nào.

***Hình 14:*** *Chim chằng nghịch hay nỗi nhớ quê, còn gọi là gà nước vằn, xưa kia có ở đồng ruộng miền Tây ĐBSCL nay hầu như không còn nữa, nhưng chưa thấy trong Danh mục sách đỏ động vật Việt Nam. [nguồn: báo Lao Động 24.04.2018]*

Cũng sáng hôm đó, từ California, tôi phone thăm Trần Hoài Thư. Lúc ấy Thư đang ở trong Nursing Home với Yến. Tôi bảo Thư đưa phone cho tôi được nói ít câu thăm chị. Thư giới thiệu tên tôi Ngô Thế Vinh thì chị nhớ ngay và nói *"chào bác sĩ"*. Tôi nhắc chị Yến, tôi là bạn của Thư, chị đừng gọi tôi là bác sĩ, nhưng lúc đó trong lòng thực sự có niềm vui, vì biết với cách xưng hô đó chứng tỏ trí nhớ chị còn rất tốt cho dù đã hơn 6 năm nằm bệnh. Tôi cũng nói với chị Yến qua phone, là mới đây tôi có về thăm miền Tây, và cũng chẳng còn thấy một con chim chằng nghịch nào. Và rồi Yến cũng quên đi chuyện con chim chằng nghịch và trở lại ăn uống bình thường với những món Thư tự tay nấu, trong nỗi vui mừng của cả hai cha con.

## CÙ HUY HÀ VŨ THĂM ANH CHỊ TRẦN HOÀI THƯ 2016

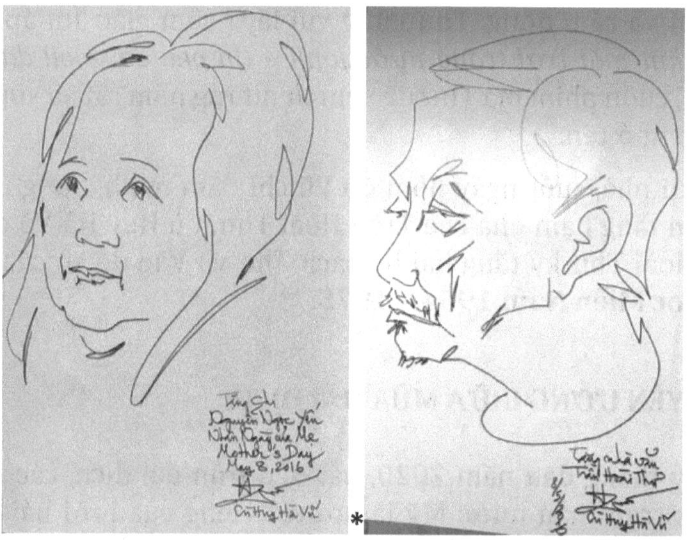


**Hình 13:** *Vợ chồng Cù Huy Hà Vũ và Nguyễn Thị Dương Hà vào thăm chị Yến tại Nursing Home Ashbrook, N.J. nhân Ngày của Mẹ, Chủ nhật 08.05.2016; trái, chân dung chị Nguyễn Ngọc Yến, vợ Trần Hoài Thư qua nét ký họa của Cù Huy Hà Vũ; phải, ký họa nhà văn Trần Hoài Thư, cũng qua nét vẽ của Cù Huy Hà Vũ.* [tư liệu Trần Hoài Thư]

Cù Huy Hà Vũ, là con trai của nhà thơ Huy Cận, nhỏ hơn Trần Hoài Thư 15 tuổi. Năm 1968, khi Thư là sĩ quan Thám kích đang lặn lội trong chiến tranh ở miền Nam thì Vũ mới là một cậu bé 11 tuổi, còn thập thò nơi cửa hang nơi đi sơ tán, xem phi cơ Mỹ từ xa oanh kích miền Bắc đạn bắn như pháo bông.

Văn kỳ thanh, nghe tiếng nhà văn Trần Hoài Thư, lại yêu thích văn học, hai vợ chồng Vũ đang sống ở Chicago, bay sang Boston, cùng với người bạn lái xe đi New Jersey thăm anh chị Trần Hoài Thư. Vũ xin được cùng THT đi thăm chị Ngọc Yến. Khi nghe Thư giới thiệu là có Cù Huy Hà Vũ là con trai của nhà thơ Huy Cận tác giả Lửa Thiêng, tới thăm, Yến kết nối được ngay. Cũng ngay tại Nursing Home, Cù Huy Hà Vũ đã lấy giấy bút chớp nhoáng vẽ xong bức ký họa cùng với dòng chữ đề *"Tặng Chị Nguyễn Ngọc Yến nhân Ngày của Mẹ Mother's Day May 8, 2016"*.

Vũ có nét vẽ tài hoa, bắt được ngay cái "thần" của Chị Yến, với đôi mắt đẹp thông minh và một vầng trán cao bướng bỉnh. Thấy Yến vui và cảm động, Thư cũng vui lây, cảm giác ấm áp như có *"một chút mặt trời trong nước lạnh – Un peu de soleil dans l'eau froide"*, cuốn phim mà Thư đã xem từ những năm rất xa xôi mà nay chỉ còn nhớ tên.

Về tới nhà, suốt ngày hôm đó Vũ chỉ đằm mình trong núi sách báo nơi tầng hầm nhà của Trần Hoài Thư. Cù Huy Hà Vũ đã được Trần Hoài Thư ký tặng hai bộ sách Thơ và Văn đồ sộ của **Di Sản Văn Học Miền Nam 1954 – 1975**.

## ĐÔI UYÊN ƯƠNG GIỮA MÙA ĐẠI DỊCH

Mấy tháng đầu năm 2020, bắt đầu trận đại dịch, các Nursing Homes trên toàn nước Mỹ là nơi tới viếng của lưỡi hái tử thần Covid hung hãn nhất. N.H. Ashbrook cũng không hơn gì. THT được báo tin Yến phải nhập viện vì bị nhiễm Covid-19 cùng với một số bệnh nhân khác. Yến với bao nhiêu là bệnh nền, với 3 lần bị tai biến mạch máu não, ai cũng nghĩ Yến khó qua khỏi. Vậy mà Yến vẫn là một ngoại lệ, một trường hợp hiếm hoi khỏi bệnh, Yến không phải vào ICU không qua máy trợ thở, chỉ ít ngày sau thì Yến được xuất viện trở về Nursing Home còn nhiều chiếc giường trống trải. Có thể nói đây là phép lạ, Yến vẫn sống, vẫn **vác chiếc thánh giá khổ nạn** để ở lại với hai cha con Thư Thoại. Trong thời kỳ tuyệt đối cách ly, trong nhiều tháng hai cha con hoàn toàn không được vào thăm Yến.

Nhưng rồi họa vô đơn chí, tháng 06 năm 2020 đến lượt Trần Hoài Thư cũng bị cơn bão tai biến. Nhưng lần này thì Trần Hoài Thư như bị phục kích. Một ngày bình thường như mọi ngày khác, khi Thư cầm bút viết ít dòng chữ lời đề tặng trên trang đầu một cuốn sách, **Thư bỗng thấy bàn tay cầm cây bút sao mà khó khăn, rồi lại thấy cả hàng chữ viết run rẩy xiêu đổ. Biết đây là một dấu hiệu chẳng lành**. Ngay trong đêm, Thư phone cho con, lúc ấy nó đang là bác sĩ trực ở Philadephia. Thoại khuyên bố gọi ngay 911 để được đưa vào bệnh viện vì đó là triệu chứng của stroke, và Thoại cũng cho biết sẽ lái xe về ngay sáng hôm sau. Trong nhà thương gặp lại con, Thoại cho biết ba bị một cục máu đông trong óc. Vậy ra, sau Yến cơn bão stroke Sandy nó cũng không chừa anh. Một thoáng bi quan, Thư đã chạnh nghĩ: *"Số phần chúng tôi coi như là mạt lộ rồi. Thôi hết rồi giấc mơ Thư Quán Bản Thảo, giấc mơ Thư Ấn Quán. Thôi hết rồi những bài văn những bài thơ theo nhịp gõ êm êm trên bàn phím. Niềm vui trong tuổi xế chiều tự nhiên bị cướp mất"*.

Thư mau chóng gạt mọi ý nghĩ bi quan ra khỏi óc. Anh chuẩn bị ngay cho một cuộc chiến đấu từng ngày. Sau một tháng nằm nhiều hơn ngồi, người ta cho Thư xuất viện; không phải vì đã hồi phục mà vì Insurance chỉ cho nằm bấy nhiêu. Thoại chở ba về cũng vẫn căn nhà cũ, sau một tháng đóng cửa. Vườn sau, sân trước cỏ dại mọc cao. Thư nghĩ bây giờ là lúc *"ba bắt đầu phải vịn con"*. Thoại dọn dẹp lại căn phòng bừa bộn, sắp xếp cho ba nằm trên cái giường bệnh viện / hospital bed có thể điều khiển cao thấp mà mẹ Yến đã bỏ lại khi vào Nursing Home. Thoại cũng mua và đặt camera khắp mọi nơi trong nhà, để nó có thể theo dõi ba từ xa qua chiếc iPhone. Sau đó trở lại Philadelphia nơi bệnh viện nó làm việc.

Rồi một mình trong căn nhà vắng, THT vẫn phải đương đầu với một thực tế trước mắt. Những ngón tay đã không giữ được cái muỗng, đôi đũa để những hạt cơm hay thức ăn khỏi vương vãi ra trên áo trên quần. Tệ hơn nữa, chúng không còn sức mạnh để gõ hay để viết trên bàn phím, bộ não đã không sao điều khiển được các ngón tay để có thể gõ cho chính xác...

Tinh thần chiến đấu với Trần Hoài Thư đã trở thành một bản năng thứ hai. Vẫn như một programmer, THT đã *"phác thảo"* cho riêng mình một chương trình *"Hoạt động Trị liệu / Occupational Therapy"* tại nhà với một lối tập độc nhất vô nhị. Thay vì là bài tập thô sơ như trong bệnh viện: các cô therapist tập cho anh cách bốc lượm đồ, cách lắp ráp các hình nhà, hình xe bằng những miếng gỗ. Những bài tập của Thư là tập viết khó khăn trên giấy hay tập bấm vụng về trên màn hình chiếc iPhone từng dòng thơ lục bát mà anh thích. Dần dần qua ít tuần lễ THT cũng làm chủ được mười ngón tay của mình. Sau đó, Trần Hoài Thư lại say sưa viết, anh làm việc như một người đang cạn kiệt quỹ thời gian.

Tìm lại được tập hồi ức dở dang viết rồi để đó, không có dự định cho xuất bản nhưng sau lần bị stroke THT nghĩ khác, anh phải viết xong giữa khoảng cách sống và chết, chưa biết sẽ đến lúc nào. Anh đặt tên cho tập hồi ức là: **Cảm Tạ Văn Chương** – mà anh cảm thấy như đang viết một Di chúc. Cuốn sách đã được THT hoàn tất trong một thời gian kỷ lục. Có những trang sách khiến người đọc phải rơi lệ. Sách tuy không bán, nhưng Cảm Tạ Văn Chương đã trở thành một best seller của Thư Quán Bản Thảo.

Nơi mấy trang cuối của cuốn hồi ức, vẫn Trần Hoài Thư viết: *"Thêm một lần nữa tôi phải cảm tạ văn chương. Nó đến khi tôi ngã xuống. Nó giúp tôi vịn mà đứng dậy. Nó là chiếc gậy thần, tôi chống mà đi. Cho dù bây giờ không hồi phục hẳn, nhưng tôi vẫn có thể gõ một bài thơ, post một bài viết, hay xuống hầm nhà để tự tay đóng một cuốn sách. Dù mắt mờ, bước chân xiêu đổ. Để niềm vui mọc cánh nở hoa".*

***Hình 14: Cảm Tạ Văn Chương,*** *hồi ức của Trần Hoài Thư – như một Di Chúc, dày 224 trang, được THT hoàn tất trong một thời gian kỷ lục sau 4 tháng bị tai biến mạch máu não tháng Sáu, 2020. Và là ấn bản đặc biệt của Thư Quán Bản Thảo tháng 10 – 2020.*

## MỘT NGÀY NGHIỆN NGẬP CỦA TRẦN HOÀI THƯ

> Trong một eMail mới gửi cho tôi, Trần Hoài Thư viết: "Bạn bảo tôi là típ người *"ghiền làm việc / workaholic"*. Vâng, chính vậy. Nếu không có việc làm chắc tôi buồn mà chết sớm quá. Dù quá bận rộn mà vui. Vui như những trái hỏa châu được bắn lên trong cõi đêm của đời xế bóng. Chỉ trong vòng 2 tuần nào in: *"Mai Thảo – Bài viết ở trang cuối"*. Nào là chuẩn bị bài vở viết bài cho Thư Quán Bản Thảo số 93 sắp tới. Nào là scan, layout, thực hiện toàn bộ *tập san Chính Văn*... Nào là làm thơ, viết văn... không ngưng nghỉ. Thực phẩm nuôi dưỡng tinh thần khiến tôi bận rộn cả ngày. Còn thực phẩm nuôi dưỡng thân xác thì có gì mà cần bận tâm chứ...

Dĩ nhiên *"ghiền làm việc"* không phải là làm khi cảm thấy tay chân thừa thãi. Nấu nướng cũng là một nghệ thuật, làm ngon cái miệng, sao lại không ham. Lại đi ham đánh máy bằng hai ngón tay, 32 bài tùy bút của Mai Thảo, mang khổ nhọc vào thân. Nhất là bị ảnh hưởng nặng nề sau trận stroke.

Ngón tay điều khiển khó khăn, muốn đánh được một chữ đúng thì đôi khi phải sửa đi sửa lại 4, 5 lần. Hay mỗi khi thực hiện một flipbook, phải scan chụp cả cuốn, layout lại, đổi size lại cho đúng kích thước, tìm cách làm giảm sức nặng mỗi trang từ cấp MB, giảm xuống vài trăm kilobytes, kẻo memory không "kham nổi".

Bạn làm sao hiểu ở trong những con chữ mà tôi đánh máy ấy có sức nam châm kỳ lạ, khi ta đánh máy một bài văn ta ưa thích, chữ không còn là một hình phạt mà là niềm vui nở búp nở hoa! Bởi vì nó tỏa ra cái đẹp, đó là nghệ thuật. Ví dụ khi tôi đánh máy câu sau đây của Mai Thảo trong bài tùy bút Quán Bệnh:

*"* **Đêm tháng tám bên ngoài bát ngát sao.**
**Trong những lùm cây xôn xao, gió múa những thuyền đầy**.*"*

Tôi không khỏi ngây ngất cùng với những chữ trong câu "**gió múa những thuyền đầy**". Gió mà biết múa sao? Thưa bạn, tại mình không biết đấy thôi. Giờ ông MT đã nói cho chúng ta biết. Cho tôi biết. Chính vì cái muốn biết ấy đã giúp một lão già sắp 8 bó này phải đánh máy miệt mài, không nghỉ, không mệt và bây giờ cũng in miệt mài, không nghỉ một cuốn sách dày 200 trang để tặng đời!

...

Khác với quan niệm về già, phải hưởng nhàn, phải coi đời là phù du, hãy nhâm nhi hớp cà phê buổi sáng, đừng bận tâm đến in ấn, in báo, hay sưu tập các tạp chí cũ để thực hiện flipbook cho thiên hạ đọc chùa... Họ không hiểu tôi cần làm việc. Cần sự thách đố. Cần cái đẹp... Tôi có thể vất hàng trăm bìa in không thương xót, dù giá tiền không phải là nhỏ, mà chỉ cần một bìa – một bìa đẹp – đủ vui rồi. Sức mạnh của nghệ thuật kỳ lạ lắm.

Tôi bỗng liên tưởng đến người bạn đời. **Yến gần như một pho tượng khổ hình**. Không còn biết chuyện đời. Không còn thắc mắc suy tư. Không biết cái nắm tay nóng hổi tình thương yêu của người chồng, không còn mắt sáng ngời lên khi thấy con... Không cần ngồi xếp bằng nhắm mắt tham thiền. Nàng có một chỗ ngồi trong xe lăn, mắt nhìn về một cõi vô minh nào đó suốt 8 năm dài...

Tôi nghe lòng ràn rụa. Tôi phải làm gì để cứu khổ, cứu nạn, cứu nàng khỏi cơn mê thiếp. La hoài cũng vậy. Siết tay chặt hoài cũng vậy. Thôi thì, chỉ có cách lấy iPhone mở bài *Tóc Mây* Sĩ Phú hát kê sát vào tai nàng. Để âm thanh lọt vào màng nhĩ, đánh động bộ não, xẹt lửa những sợi dây thần kinh đã chết, *Tóc Mây*. Đây là bài hát mà mình thích tôi mở cho mình nghe... Tóc Mây. Ngày xưa tóc đen huyền vì gội bằng bồ kết. Bây giờ thay vì bồ kết, tóc Yến vẫn đen mun vì *gội bằng trái khổ nạn*. Tôi nhìn vào mắt nàng. Tôi thấy mắt nàng lim dim muốn ngủ, thì ra, những lời ca kia, bài hát quen thuộc kia đã có một phép lạ. Tôi nói là phép lạ, Yến đã rơi vào giấc ngủ ngon như một đứa trẻ. Chúng mang lại bình an mà ta đang khao khát.

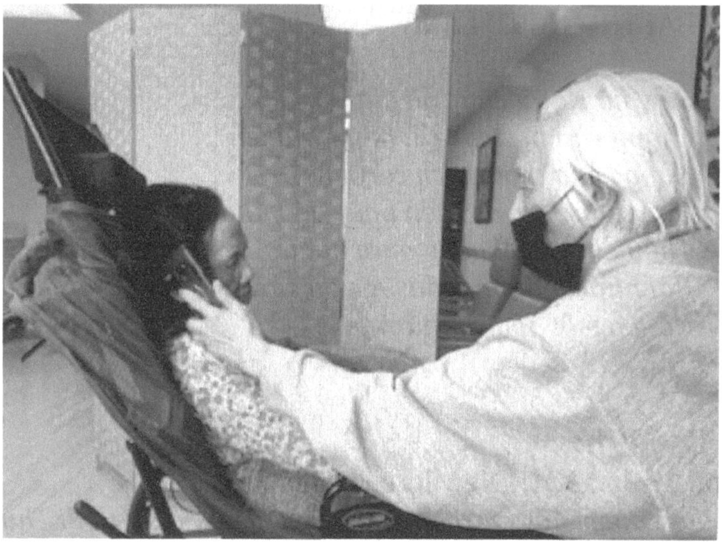

**Hình 15:** *Hơn bao giờ bằng lúc này, chính tôi cần sự bình an đó. Yến đã trả nó bằng khổ nạn. Còn tôi công việc đâu có khổ nạn, khó khăn gì... Đánh máy ngón tay còn lẩy bẩy, không chính xác nên lỗi nhiều. Xin bạn thông cảm.*

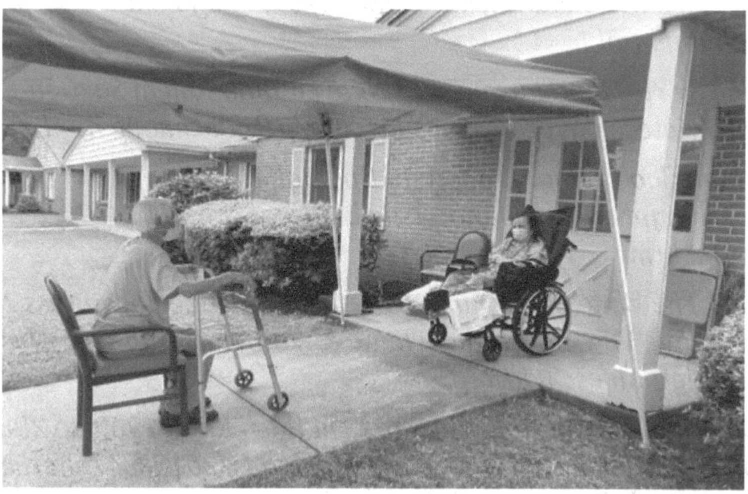

**Hình 16:** *Trong mùa đại dịch, tháng bảy ở Mỹ không có mưa ngâu, nàng trên xe lăn, chàng vịn walker, Ngưu Lang Chức Nữ thời hiện đại, cả hai chỉ có 15 phút nhìn nhau bên ngoài cửa nursing home Ashbrook, New Jersey.* [photo by Trần Quí Thoại 2021]

BÀI THƠ NGƯU LANG

*Bây giờ Ngưu chức đã già*
*Chàng vừa bị stroke đi bằng walker*
*Nàng cũng thoát dịch corona*
*Hai người vẫn đợi đến ngày gặp nhau*
*Tháng bảy Mỹ không mưa ngâu*
*Bởi nước mắt họ thấm vào đá cương*
*Nở lên một đóa vô thường*

**Ngô Thế Vinh**
Sài Gòn 18.06.1971 – New Jersey 18.06.2021
*[ 50 năm Vàng, ngày cưới Nguyễn Ngọc Yến – Trần Hoài Thư ]*

*THAM KHẢO:*


*1/ Lê Ngộ Châu. Bách Khoa 160 Phan Đình Phùng Sài Gòn https://www.diendantheky.net/2011/09/le-ngo-chau-160-phan-inh-phung.html*

*2/ Báo SVYK Tình Thương, 113 Nguyễn Bỉnh Khiêm Sài Gòn http://vietecologypress.blogspot.com/p/tinh-thuong.html*

*3/ Phạm Cao Hoàng. Trang Văn Học Nghệ Thuật http://blogphamcaohoangtacgia.blogspot.com/2013/06/tran-hoai-thu.html*

*4/ Ngô Thế Vinh. Chân Dung VHNT & VH, Việt Ecology Press 2017 Chan Dung Van Hoc Nghe Thuat & Van Hoa (full-color version) (Vietnamese Edition)*

*5/ Cơn Giông. Trần Hoài Thư. Tạp chí Bách Khoa 1969, số 288. https://nhatbook.com/wp-content/uploads/2019/04/nhatbook-Tap-chi-Bach-Khoa-so-288-1969.pdf*

*6/ Cảm Tạ Văn Chương. Trần Hoài Thư. Tạp Chí Thư Quán Bản Thảo. Ấn bản đặc biệt Tháng 10, 2020.*

# ĐỖ HỒNG NGỌC
## GỌI CHIỀU NƯỚC LÊN
## (ĐỌC XA XỨ CỦA TRẦN HOÀI THƯ)

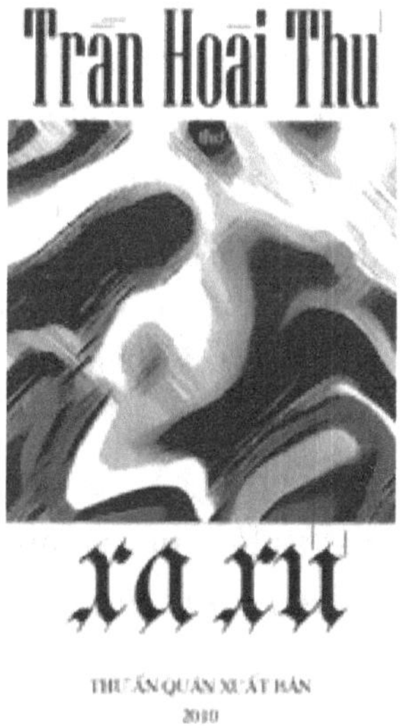


Tập thơ mỏng tanh mà nặng trĩu với tôi. Tôi đọc mà nghe lòng mình rưng rức. Toàn tập thơ có thể nói chỉ là một bài duy nhất từ đầu đến cuối - như một bản trường ca chưa viết xong – mà cũng có thể coi là một tập hợp của nhiều bài thơ rải rác mang một cái tên chung: Xa Xứ.

Một tập thơ lạ, không như những tập thơ khác của Thư Ấn Quán: gần như vuông vức, cứ mỗi trang thơ lại có một trang tranh tương ứng.

*Ừ nhỉ, cuối năm nơi đất lạ*
*Mưa mênh mông và sông mênh mông*
*Ừ nhỉ, hình như lòng rướm lệ*
*Như một người không có quê hương* (tr 16)

Cuối năm, ấy là lúc lòng chợt như dừng lại. Không khí sánh đặc hơn với cái buốt lạnh chiều đông. Và chỉ cần dừng lại, người ta đã thấy khác đi - trên con đường bươn chải, miệt mài, mù tăm... của bao ngày tháng nơi đất lạ quê người.

Dừng lại. Thì nghe được mưa ngoài trời và mưa trong lòng.

Anh nói hình như, hình như thôi, mà tôi tin lòng anh rướm lệ thật rồi. Rướm lệ bởi vì trời tháng chạp rồi. Đó là lúc người ta trở về. Về đâu? *Đi về sao chẳng về đi/ Ruộng hoang vườn rậm còn chi không về* (Đào Tiềm)... Nhưng, về đó là về cho kẻ có quê hương. Còn anh, như một người không có quê hương. *Ở đây đất lạ quê người. Mấy mươi năm cũng một đời xứ xa* (tr 50).

Thì về đâu? Chẳng về đâu cả. Về với lòng mình thôi.

Anh như muốn hét to lên một tiếng. Một tiếng dài cho lạnh tới sao khuê. *"Trường khiếu nhất thanh hàn thái hư"* (Không Lộ thiền sư) vậy.

*Bây giờ trời đất thênh thang*
*Tôi lên trên núi trên ngàn để vui*
*Dưới kia, mệt quá cuộc đời*
*Xa kia, xa quá, vợi vời Việt Nam...* (tr 52)

Dưới kia, mệt quá cuộc đời... Xa kia, xa quá, vợi vời Việt Nam.

Chỉ cần mấy giờ bay, chỉ cần một cái "cân đẩu vân" là đến thế mà xa quá, xa như từ cõi lòng này đến cõi lòng kia, từ bờ bến này đến bờ bến nọ, khi ta chưa có trong tay con thuyền Bát nhã, khi ta chưa đọc câu thần chú: Gaté, Gaté, Paragaté, Parasamgaté...

Anh viết *vợi vời* không phải vì anh "kẹt vần" đâu mà tôi nghĩ anh đã không còn cách nào khác. Vợi vời rõ ràng không phải vời vợi. Vời vợi dẫu xa muôn trùng mà không cách biệt. Vợi vời thì hết. Không phải là chuyện cách núi ngăn sông nữa rồi.

Hình như có lúc anh chẳng cần thơ nữa. Anh nói. *"Có một ngày giữa tiểu bang mông mênh, chúng tôi đã bàng hoàng dừng xe, thổn thức"* (tr 22). Thổn thức? Phải. Tôi nghĩ anh đang chạy xe với tốc độ cao trên xa lộ, mắt lại cận thị nặng, vậy mà, cũng đã kịp nhận ra:

*"Bụi chuối nhà ai bên đường đã mọc*
*Chuối mẹ chuối con, trời hỡi quê nhà!"* (tr 22)

Vâng chỉ là một bụi chuối xúm xít mẹ con. Chỉ thế thôi. Nhưng trong anh là cả một quê nhà vằng vặc. Tôi biết anh chẳng quên Trần Minh khố chuối, cũng chẳng quên *Gió đưa bụi chuối sau hè, anh mê vợ bé bỏ bè con thơ...*

Hai tiếng "trời hỡi" mới "cải lương" làm sao! Nhưng nó đã làm tôi muốn rơi nước mắt! Cải lương thật tuyệt vời!

Rồi anh "lý giải" cho cái sự *trời hỡi* đó của mình:

*Ở đâu cũng vẫn đất trời*
*Cũng rừng cô tịch cũng đồi tà dương*
*Cũng ngày nắng cũng đêm sương*
*Cũng qua cũng lại phố phường người dưng*
*Cũng trên trời một vầng trăng*
*Cũng sông vẫn chảy hai dòng ngược xuôi*
*Nhưng lòng sao lại không nguôi*
*Nghe như bìm bịp gọi chiều nước lên...* (tr 46)

Lạ lùng là ở chỗ đó. Bìm bịp gọi chiều nước lên nó khác biết bao nhiêu tiếng rùng rùng chuyển động của những con tàu cơ khí với rầm rập bước chân người lạc lõng giữa đám đông, với ..., với...

Tôi có sống ở Boston mấy tháng mà thấy trăng Boston sao khác trăng mình. Trăng to quá, bự quá, sừng sững quá, lộ liễu quá, tênh hênh quá. Khác với *trăng nằm sóng soải trên cành liễu*, khác với *bẽn lẽn làm sao lúc nửa đêm* (HMT) của quê nhà. Cho nên "nghe như" tiếng bìm bịp kêu chiều kia đã làm cho anh khóc được: *chiều chiều lại nhớ chiều chiều...*

*Ngăn kéo cũ đã lâu rồi không mở*
*Tấm hình tôi lem luốc nhìn không ra*
*Tôi đứng giữa những nỗi buồn lịch sử*
*Lẫn ngông cuồng của tuổi trẻ hôm qua...* (tr 56)

Bạn chúng tôi, Lữ Kiều nói "lịch sử chọn chúng ta chứ chúng ta không chọn lịch sử".

Bốn mươi năm trước, những ngày ở Nha Trang, tôi lang thang cùng anh trên bãi biển đầy những cơn sóng thịnh nộ giữa những ngày tháng bão bùng... Rồi ở Saigon, có lần tôi đèo anh bằng chiếc xe lọc cọc của mình đến tòa soạn Bách Khoa, nơi anh hò hẹn, nhưng nàng không đến. Anh ủ rũ quay về. Chiếc xe nặng trịch. Trong trí nhớ tôi, Trần Hoài Thư là một chàng thư sinh nho nhã, vầng trán rộng quá khổ, đôi mắt hun hút sau tròng kính cận, những ngón tay lòng thòng, dáng đi lỏng khỏng... Anh là một kẻ "nòi tình", dễ nước mắt, dễ giận hờn, dễ đắng cay...

Bốn mươi năm không gặp lại. Anh vẫn nhắc tôi món bánh cuốn nóng ở cạnh nhà mình mà hôm đó anh và tôi ra ngồi bên lò lửa từ rất sớm, để tiễn anh đi. Không. Tiễn anh về. Về nơi gió cát. "Đêm trăng này nghỉ mát nơi nao". Không cầm lòng được, hôm đó tôi đã viết cho bạn:

*Ta cũng muốn ngâm tràn câu tống biệt*
*Đưa người đi tiếng sóng ở trong lòng*
*Nhưng khói thuốc đã cay sè đôi mắt*
*Có ai còn thổi sáo trên sông*
*Trời buổi sáng mù sương lớp lớp*
*Người hành trang nỗi tuyệt vọng rã rời*
*Và khí phách thôi một thời trẻ dại*
*Ta nói gì cho bớt chút chia ly?*
*Đưa người ta nâng ly cà phê nhỏ*
*Rồi quan san rồi bụi đỏ người đi*
*Rồi khói súng người tập tành nỗi chết*
*Ta trở về hiu hắt đường khuya...*
*Ta đã nói gì hình như chưa nói*
*Những dặn dò những hứa hẹn bâng quơ*
*Rồi người bước đường hoang lạnh quá*
*Ta đứng nhìn nghe ngày tháng đong đưa...*
(Đỗ Nghê, 1972)

Bây giờ đọc Xa Xứ của Trần Hoài Thư:

*Hẹn với lòng tháng chạp sẽ về quê*
*Mà hơn ba mươi năm vẫn chưa về cố xứ*
*Khi hứa hẹn cứ nghĩ mình trẻ quá*
*Giờ thì già, ngựa đã nản chân bon* (tr 76)

Tôi nghĩ không phải đợi tới bây giờ ngựa mới nản chân bon đâu. Lâu lắm rồi, bốn mươi năm về trước rồi, Trần Hoài Thư như lứa chúng tôi đã thấy rõ *"Nỗi bơ vơ của bầy ngựa hoang"* (*) rồi! Nhưng hãy đọc tiếp:

*Tôi lạc lối, em biết không*
*Tôi đang quờ quạng giữa vùng mù sương*
*Cũng vì cái ngạnh cái ương...* (tr 44)

Tôi băn khoăn khi ghi lại những dòng này. Nghĩ trong lòng không biết có nên.

Thơ, tấc lòng ngàn năm- thốn tâm thiên cổ- là vậy. Không "hư cấu" được với thơ đâu Thư ơi!

*Đêm quá khuya , đêm không chịu trôi mau*
*Mắt đã mỏi mà sao tròng chẳng khép (tr 38)*

Còn nói gì thêm được nữa?

Rồi những bức tranh, như đã nói, cứ một trang thơ lại có một trang tranh tương ứng. Những bức tranh đắm đuối quê nhà: khi thì đồi núi cao nguyên trùng trùng điệp điệp của Thân Trọng Minh, khi thì những con thuyền phơi mình nhớ sóng của Thanh Hằng, rồi cầu tre lắt lẻo, rồi bụi chuối sao hè... Và những mượt mà, thảng thốt, trầm tư, ưu uất... của Đinh Cường, Nguyễn Trọng Khôi, Tống Phước Cường, Lệ Liễu.... Tranh không còn là tranh nữa mà đã thành thơ trong Xa Xứ. Tôi bàng hoàng với bức tranh của Trần Quí Thoại ở trang 55: một con nai vàng, phải, một con nai vàng - và ngơ ngác, dĩ nhiên - nhưng không phải « đạp trên lá vàng khô » mà đạp trên lưng một con người cúi gục, với cái đầu to quá khổ mà chiếc cổ nhỏ bé không sao giữ nổi! Rồi ở trang 61, một lần nữa tôi ray rứt với những giọt nước mắt của khuôn mặt đàn bà mộng du, từng mảng rời đóng hộp, và những làn mây trôi trên cao. Cũng tranh Trần Quí Thoại. Hình như Thoại vẽ được những gì Trần Hoài Thư không viết được nên lời.

*Vỏ tôi đó nhưng hồn tôi trôi giạt*
*Em ở quê nhà có hiểu lòng tôi?* (tr 60).

* *
*

*Em có hỏi tại sao ta chưa về cố xứ*
*Ta trả lời: Ta về chứ đêm qua*
*Ta vẫn về, rất thầm lặng thiết tha* (tr 78)

Ai sao không biết, tôi thì tôi tin. Tôi tin Trần Hoài Thư vẫn về đêm đêm, về thầm lặng, thiết tha... Thậm chí không cần phải dặn:

*thấy hiu hiu gió thì hay chị về !* ( Nguyễn Du).

Nhưng, gió bấc đã hiu hiu rồi đó Thư ơi !

**Đỗ Hồng Ngọc**
*(Đỗ Nghê)*
*(Mùng 4 Tết Tân Mão 2011).*

*Đỗ Hồng Ngọc*

# NGUYỄN AN BÌNH

## Trần Hoài Thư, Nhà Văn Một Đời Thao Thức Với Văn Chương

Giữa tháng 11/2020 tôi nhận được sách do nhà văn Phạm Văn Nhàn gởi từ Mỹ về. Ngoài số tạp chí Thư Quán Bản Thảo (TQBT) số 89 phát hành từ tháng 6-2020 với chủ đề Thơ Văn Mùa Đại Dịch do đường bay bị cắt đứt vì dịch Covid-19 còn có tập sách nhỏ khá xinh xắn mang tên Cảm Tạ Văn Chương (CTVC) - Tác phẩm mới của nhà văn Trần Hoài Thư vừa được Thư Ấn Quán phát hành tháng 10-2020 dành tặng cho thân hữu.

Đây là một ấn phẩm đặc biệt vì nhiều lẽ: Nó ra đời trong hoàn cảnh nhà văn vừa mới bị stroke nhẹ đang trong quá trình tập luyện hồi phục mà việc thực hiện in ấn CTVC ở dưới basement của anh là một, mặc dù cử động tay chân gõ chữ trên máy tinh lúc này còn khá khó khăn và chậm chạp, thứ nữa theo anh đây là hồi ức văn chương, một đời anh say mê đeo đuổi và cống hiến nên nó có một giá trị nhất định đối với những ai yêu quý văn thơ anh và muốn tìm hiểu văn nghiệp của anh. Ngay ở trang 2 của CTVC anh có nêu: *"Chúng tôi chân thành cảm tạ bạn hữu và thân hữu TQBT xa gần đã tỏ lòng lo lắng thăm hỏi sau khi chúng tôi bị stroke ngày 22-6-2020. Rất may, nó chỉ là stroke nhẹ, để chúng tôi có thể tiếp tục con đường mà chúng tôi theo đuổi..."*. Tôi biết anh thực hiện quyển CTVC như một minh chứng hùng hồn rằng thằng stroke kia ơi, mày không thể đánh bại được ta đâu, hãy nhìn đây ta vẫn sống sót và ta đang đi trên con đường văn chương của ta không ngơi nghỉ giống như ngày xưa ta vẫn sống trong lằn tên mũi đạn, sống chết chỉ tính bằng ngày thậm chí bằng giờ bằng phút bằng giây anh vẫn vượt qua thì cái bệnh chết tiệt kia nào có sá gì kia chứ.

Cầm quyển sách nhỏ trên tay tôi rất cảm động, vì biết anh đã thật sự cố gắng để thực hiện nó khi sức khỏe chưa thật sự tốt. Tập CTVC gồm 23 chương, nhà văn Trần Hoài Thư ghi lại những kỷ niệm thời ấu thơ vất vả, nhọc nhằn đầy buồn thảm của những ngày sống ở cái xóm Rộc – Nha Trang, bị xua đuổi coi thường *"Cút đi thằng con hoang, bộ hết lúc, lại lựa vào lúc tao đang ăn cơm..."* nơi trồng đầy rau muống mà mỗi tối, theo gió, mùi hôi thối bốc lên nồng nặc từ nước phân chuồng tưới rau bay về rất khó chịu, những ngày phải lội bộ hàng chục cây số khoảng đường giữa Nha Trang và Hòn Chồng để được học lớp đệ thất của trường Cô Nhi Viện Hòn Chồng miễn phí vì thi rớt vào trường công lập, con đường đi đến văn chương tình cờ bằng một bài văn định mệnh "Nước Mắt Tuổi Thơ" đăng trên Bách Khoa, rồi các tác phẩm sau này trên Văn, trên Vấn Đề, trên Văn Học...

Nhà văn Trần Hoài Thư đến với văn chương như một cái nghiệp: *"Sống có nghĩa là viết. Viết có nghĩa là sống"*. Chính vì thế anh viết khá dễ dàng nhất là khi anh bước vào nghiệp lính: Viết bất cứ ở đâu và bất cứ lúc nào: lúc hành quân, lúc dừng chân nghỉ đêm giữa những mồ mả trùm poncho mà viết, ở quán cà phê, trong các cuộc nhậu cùng bạn bè lúc tàn cuộc...) và với bất cứ loại giấy nào có thể viết được. Anh cảm tạ văn chương vì nhiều lẽ: Nhờ văn chương mà anh biết Bách Khoa, biết ngôi nhà 160 Phan Đình Phùng, biết thế nào là cơ duyên cho một người lính từ miền cao xuống và một cô gái từ đồng bằng lên, có cơ hội gặp nhau nên vợ nên chồng. Chị Nguyễn Ngọc Yến, từ một độc giả yêu văn anh trở thành người tình, người chinh phụ rồi người vợ tù đã khuyến khích anh viết, đồng hành với anh suốt hơn mười năm. Vực dậy một nền văn học miền Nam một thời phát triển rực rỡ bị khói phần thư thiêu rụi bức tử.

Nhà phê bình văn học Đặng Tiến có viết: *"...Trụ sở Bách Khoa là nơi hẹn và là hộp thư. Chuyện tình Trần Hoài Thư, lúc ấy còn ký Trần Quí Sách, là chính đáng, có những quan hệ linh tinh, của các nhà văn, nam và nữ, thì hằng hà sa số. Nhưng Lê Châu không bao giờ kể".* (CTVC trang 83).

Văn chương như một liều thuốc, một cái phao mà anh vớ được trong những ngày bỏ Huế, bỏ mối tình đầu tiên với bao dự tính còn ngổn ngang trong đầu, để rồi nó rung lên như một cung đàn lỗi nhịp, thành một bài thơ mà anh không đành cất giấu trong tim và mong nàng đọc được, một thiếu nữ Huế tên Quỳnh nào đó mà tôi cố hình dung ra nhưng không tài nào được, nó mờ mờ sương khói giống như anh nhận ra người giáo sinh sư phạm Qui Nhơn tên Quỳnh đang ngồi trước mặt anh chỉ là một nhân ảnh mà thôi:

*Một chuyến bay nào mang anh về Sài Gòn*
*Một chuyến bay nào mang em về Qui Nhơn*
*Trời quê hương mù sương mù sương*
*Tôi mang đôi mắt em. Buồn muốn khóc.*

*Cho tôi nhìn một lần cuối nhớ thương*
*Cho tôi nhìn ngôi nhà gió phi trường*
*Cầu rất khẽ con tàu đừng bay vội...*

Văn chương đã đem đến nguồn vui, niềm hy vọng và anh đã viết được nhiều đến thế. Trong 4 năm ở đại đội thám kích 405 anh đã viết được hàng trăm truyện ngắn. Viết tháu, viết hối, viết mà không cần xem lại, viết như sợ không còn có dịp viết nữa, thật tội nghiệp cho các tòa soạn báo biết bao khi phải dò từng chữ, đoán từng câu xem anh viết gì vì theo nhà văn Phạm Văn Nhàn chữ Trần Hoài Thư viết rất xấu và còn viết tháu nữa thì đọc có mà chịu chết.

Trần Hoài Thư cảm tạ văn chương vì nó giúp anh gặp một độc giả đặc biệt: thiếu tá Nguyễn Lạng, y sĩ trưởng quân y viện Ban Mê Thuột; anh tình cờ gặp Nguyễn Lạng trên cao nguyên khi anh bị giáng cấp và đổi lên Ban Mê Thuột chiến đấu vì tội đào ngũ ở tiệm sách Văn Hoa lúc ông đang xem tờ tạp chí Bách Khoa số có đăng một truyện ngắn của anh, anh tự giới thiệu mình là nhà văn Trần Hoài Thư và ký tặng quyển sách đó cho Nguyễn Lạng, bắt đầu cho một tình bạn mà Trần Hoài Thư xem như là một ân sủng của thượng đế dành cho mình. Ông y sĩ trưởng này đã giúp anh nhập viện để chờ chuyển về QYV Cộng Hòa khám mắt để khỏi phải ra chiến trường, chính trong 5 tháng nằm tại QYV Ban Mê Thuột mà anh đã sáng tác rất nhiều truyện ngắn hay trong đó có Bệnh Xá Mùa Xuân mà Mai Thảo đã giới thiệu trên Văn sau đó với một lời tiên đoán mà thời gian sau này đã xác thực được điều đó: *"... Từ mấy năm nay, theo dõi những bước chân của Trần Hoài Thư trong cõi văn chương sáng tác đặc thù của những người lính trẻ, viết dưới bóng cờ, viết bên súng trận, tôi vui mừng nhìn thấy sự trầm tĩnh đó ở Trần Hoài Thư, một Trần Hoài Thư mà hào quang chưa sáng chói bây giờ, nhưng tôi tin, sau này, không lâu, là nhà văn trẻ có điều kiện hoàn thành được những tác phẩm có kích thước, có trọng lượng".*

Không cảm tạ văn chương sao được khi mà nhờ nó đã nối kết những kẻ yêu văn nghệ tìm đến nhau như một chất keo kết dính dù họ xuất thân ở những con đường khác nhau: người lính trong thời chiến, thầy giáo, đào binh, thanh niên trốn quân dịch, công chức... trên một đất nước chiến tranh và đầy chết chóc, nhà văn Phạm Văn Nhàn đã ghi nhận lại khi viết về Trần Hoài Thư: *"Làm sao tôi không nhớ được bạn bè trong ngôi nhà ấy, mà anh đã nhắc đến: Phạm Cao Hoàng, Lê Văn Trung, Mường Mán, Thái Ngọc San, Mai Khế, Lê Văn Ngăn... Vâng, còn nữa. Cả nhà thơ Nguyễn Phương Loan (pháo binh chết trận Kontum), cả nhà báo Huy Hoàng – đã mất – một thời đến ở chơi trong căn nhà khu sáu này. Ngôi nhà ấy:*

*... Chiếc mền đắp ba bốn thằng dơ bẩn*
*Những chén cơm khô chưa rửa*
*Và cửa đôi khi mở ra*

*Một gương mặt ló vào*
*Để không bao giờ gặp lại."*
(trang 18 - 21 khuôn mặt văn nghệ miền Nam)"

Nguyễn Lệ Uyên cũng có cùng một suy nghĩ như thế: "... *những người viết trẻ thời đó, chỉ gặp nhau trên trang báo, biết tên nhau, biết địa chỉ "lờ mờ" của nhau kiểu "văn kỳ thanh", nhưng khi giáp mặt thì tay bắt mặt mừng y như rằng họ là những người bạn cố tri lâu ngày gặp lại. Đây là một đặc điểm có một không hai của những anh em viết văn miền Nam trước 75, không khoảng cách, không phân biệt dẫu là những người viết thân Cộng."* (Người vịn thơ đứng dậy - trang 177, TQBT 79)

Trần Hoài Thư cảm tạ văn chương còn một lẽ khác. Nhờ nó mà anh từ giã được đại đội thám kích đầy tai ương và chết chóc, trở thành phóng viên chiến trường ở miền Tây qua sự điều động của Tổng Cục Chiến Tranh Chính Trị để có thể sống sót cho đến ngày tàn cuộc chiến. Đó không phải là một phép lạ hay sao? Khi cầm sự vụ lệnh trong tay anh đã vui mừng khôn xiết. *"Xin cảm tạ văn chương. Nhờ văn chương mà tiếng chuông ngân vang, như những niềm vui lẫn tự hào kỳ diệu. Nhờ văn chương mà ta quên đi thân phận nhục nhằn. Nhờ văn chương ta thấy ta cao lớn hơn bao giờ"* (trang 177 – CTVC)

Một câu chuyện vui khác mà văn chương mang lại cho anh mà anh phải cảm tạ nó trong phần cuối tác phẩm anh có nói về bức thư của nhà thơ Trần Vạn Giã gởi cho anh sau này, cái tên Trần Hoài Thư đã cứu nạn cho anh ta: Năm 1972 TVG trốn quân dịch ở Nha Trang, nhưng trốn mãi ở nhà họa sĩ Thanh Hồ cảm thấy không an toàn nên nhờ người bạn giúp đưa về tạm cư ở Bãi Giếng, Cam Đức, Cam Ranh nhưng chưa đến nơi thì bị cảnh sát bắt. Khi bị giải đến viên trung úy chi cuộc trưởng, TVG nhanh mắt nhìn thấy trên bàn làm việc của anh ta có mấy tờ tạp chí Bách Khoa, Văn... Biết tay sĩ quan này yêu văn chương nên TVG mạo nhận là nhà vănTrần Hoài Thư, chính nhờ đó mà TVG được đối xử ưu ái và thoát khỏi trại giam một cách hợp pháp. Việc này Trần Hoài Thư đã hóm hỉnh viết: *"... Đó là tình thân của những người làm văn nghệ miền Nam – đặc biệt ngoài vòng đai SG – và tình độc giả... Và văn chương thêm một lần được cảm tạ. Chẳng những nó cứu tôi mà còn cứu bạn. Có phải vậy không?"* Hoặc nói như nhà văn Phạm Văn Nhàn: *Trước 1975, chỉ ở miền Nam, những người cầm bút dù là lính hay không phải lính, chưa gặp lần nào. Mà nếu có gặp nhau xem như thân quen tự lúc nào. (trang 159 - TQBT số 79)*

Mấy mươi năm sau ở xứ lạ quê người, nước Mỹ - nơi tạm dung, cái nghiệp văn chương lại vận vào anh khi anh gặp lại Phạm Văn Nhàn và cùng Phạm Văn Nhàn thực hiện tạp chí TQBT, anh vẫn xác định văn chương là người bạn đồng hành là sự sống là cứu cánh và anh tự hào về điều đó:

*Sáng nay ta đẩy chiếc xe chở Thư Quán Bản Thảo*
*để gởi đến mười phương*
*Nàng bưu điện cười ta bằng nụ cười hết xẩy*
*Bà khách hàng đứng bên hỏi ông gởi gì nhiều vậy*
*Ta hãnh diện trả lời, tôi gởi sách của tôi*
*Vâng, thưa bà, tôi là một nhà văn!!!*
*Xem ra bà ta rất cảm phục vô ngần!*
(Gặp..., trang 35 - Khi Nhớ Về Bà Gi)

Chính nhà văn Nguyên Minh trong một lần qua Mỹ ghé thăm "tòa soạn Thư Quán Bản Thảo" đặt ở tầng hầm nhà Trần Hoài Thư cũng rất ngạc nhiên: *"Từ căn hầm kín mít, đầy ắp những kệ sách, những máy in nhỏ nhắn, máy cán bìa láng, máy dán gáy sách, những computer, màn hình vi tính. Tạp chí Thư Quán Bản Thảo được in ra tại nơi này. Với một cơ sơ ấn loát "không giống ai"*. Và anh nhớ lại: *"Ngày xưa. Còn là một người lính thám kích nhưng đôi mắt cận thị nặng Trần Hoài Thư chỉ biết nhìn, đầy thán phục và ngạc nhiên về cơ sở ấn loát của tôi. Thời đó tôi chỉ cần một máy đánh chữ cá nhân, những tờ stencil, một bàn cắt giấy, vài tuýp mực đen, thế mà cũng hoàn thành mấy trăm tập truyện ngắn Nỗi Bơ Vơ Của Bầy Ngựa Hoang, tác phẩm đầu tiên của Trần Hoài Thư."*

Nhà văn Nga A. Solzhenitsyn có viết: *"Văn chương không phải hơi thở của xã hội đương thời, không dám nói lên nỗi đau và sợ hãi của xã hội đó, không cảnh báo kịp thời những mối nguy hại đe dọa đạo đức và xã hội, thứ văn chưương đó không xứng đáng với cái tên của văn chương, nó chỉ có cái mã ngoài. Thứ văn chương đó đánh mất lòng tin của con người, và những tác phẩm của nó được phát hành bị dùng như giấy lộn thay vì được đọc."* Tôi nghĩ văn chương của nhà văn Trần Hoài Thư đã viết và nói lên được điều mà A. Solzhenitsyn đề cập đến, một điều giúp cho người đọc thấy được, công nhận giá trị của tác phẩm và giúp nó sống mãi với thời gian.

Tôi cũng rất đồng cảm với Trần Hoài Thư trong lời Cảm tạ văn chương ở cuối tác phẩm của anh xuất phát tận đáy lòng: *"Thêm một lần tôi phải cảm tạ văn chương. Nó đến khi tôi ngã xuống. Nó giúp tôi vịn mà đứng dậy. Nó là chiếc gậy thần, tôi chống mà đi."* (trang 213-CTVC)

Tôi yêu quý Trần Hoài Thư bởi anh không chỉ là rể miền Tây sông Hậu - quê hương của tôi - như anh trả lời email của tôi khi lần đầu tiên tôi gởi bài cho TQBT mà còn vì tình yêu anh dành cho văn chương, tôi đã đọc truyện của anh từ rất sớm khi tôi bắt đầu gởi bài cộng tác cho Văn Học, Văn trước 1975 và cái nghiệp văn chương khi anh thực hiện tạp chí TQBT và nhà xuất bản Thư Ấn Quán, tủ sách Di Sản Văn Học Miền Nam (trong tủ sách này tôi được anh chọn mấy bài vào tập Thơ Miền Nam Thời Chiến - tập 2 và tập Lục Bát Miền Nam dù lúc đó tôi chưa từng quen anh).

Từ anh tôi cảm phục luôn người bạn đời Nguyễn Ngọc Yến của anh, từ một độc giả yêu văn anh đã trở thành người bạn đời luôn ủng hộ công việc của chồng. Cũng bật cười thuở ấy chị Yến làm quản thủ thư viện trường Đại Học Cần Thơ, nơi chị làm việc chỉ cách giảng đường tôi đang học có vài bước chân chớ mấy, gặp nhau dễ dàng mà lại đâu có biết; đến nay xa xôi nghìn trùng muốn ao ước được gặp chị một lần thì nào có được nữa. Nhất là từ ngày chị Yến bị đột quỵ lần 3 phải vào Nursing home thì nơi anh ở thành *"ngôi nhà luộm thuộm thiếu bàn tay chăm sóc nhiều năm, đến cái basement ngổn ngang computer, máy in, máy xén... Basement này là nơi để bạn khỏa lấp thời gian những đêm mất ngủ, những ngày chờ đợi giờ giấc ra vào nursing home. Thư Quán Bản Thảo, tủ sách Di Sản Văn Học Miền Nam là hơi thở của bạn"* (Lữ Quỳnh, Bồi Hồi Biển Dâu, trang 198 - TQBT số 79) và tôi tin rằng anh sẽ vượt qua bệnh tật để tiếp tục thực hiện tạp chí TQBT với tình yêu văn chương không gì sánh nổi giống như ngày xưa anh từng vượt qua cái chết trong chiến tranh vậy..

**Nguyễn An Bình**

*Bên bờ Kênh Tẻ, cuối tháng 11-2020*

*Tham khảo:*

- *Trần Hoài Thư Vẫn Còn Mãi Đam Mê (Thư Quán Bản Thảo số 79 tháng 4-2018)*
- *21 Khuôn Mặt Văn Nghệ Miền Nam – Phạm Văn Nhàn (Thư Ấn Quán - 2015)*
- *Khi Nhớ Về Bà Gi (Thơ Trần Hoài Thư, Thư Ấn Quán – 2018)*
- *Cảm Tạ Văn Chương (Thư Ấn Quán - tháng 10-2020)*

*Nguyễn An Bình*

# TÔ THẨM HUY

## ĐÙA VỚI "VỊN VÀO LỤC BÁT" TRẦN HOÀI THƯ

Ông Phùng Quán có câu thơ ghi trên bia mộ: *Tôi vịn câu thơ mà đứng dậy.* Có nghĩa là Phùng Quán đã té, và đã đứng dậy, vịn vào câu thơ mà đứng dậy một cách ngon lành. Ông Kim Mao Sư Vương Trần Hoài Thư thì có cả một tập thơ sáu tám, ông đặt cho nó cái tựa là *Vịn Vào Lục Bát.* Nhưng Kim Mao Sư Vương thì võ nghệ cùng mình nên ông chưa té, có nghĩa là chưa cần phải đứng dậy. Chỉ mới thấy là cần chỗ để vịn vào, ông bèn vịn vào lục bát.

*Vịn* để làm gì? Thưa, hãy nghe ông nói: *Tôi xin lục bát vịn vào để vui.*

Thế là thế nào? Là Trần Hoài Thư vịn vào lục bát để trần gian này bớt buồn tẻ, lạnh lẽo đi chăng?

*Xây nhà phải có xà ngang*
*Xây đời phải có lan can vịn đời*
*Bây giờ hết bấu víu rồi*
*Tôi xin lục bát vịn vào để vui.*

Té ra với Trần Hoài Thư lục bát là một thứ giống như xà ngang, một thứ lan can để vịn trong đời. Vịn cho vui, thế thôi. Bây giờ già rồi, chân bị gout nó hành, ông vịn cho khỏi té.

*Vậy chứ ngày trước ông có vịn vào đâu không?* Có chứ! Ngày còn bé, như mọi đứa trẻ khác trên đời, ông vịn vào mẹ, vào cha: *Lan can mẹ, mẹ khom lưng, Để con được vịn, khỏi cần nhón chân.* Lớn lên thì ông vịn vào bạn: *Lan can bạn - vịn thân tình, Để còn thấy được cuộc đời dễ thương.*

Nhưng cái cuộc *vịn* gay cấn, ngoạn mục nhất là cuộc ông *vịn* vào vợ:

***Vịn Em***

*Lòng em là cả trăng rằm*
*Lòng tôi trăng tối như nhằm ba mươi*
*May nhờ tôi được dựa hơi*
*Nên lòng cũng nhẹ, ít nhiều hồi tâm*
*Bề ngoài tôi đóng vai chồng*
*Nhưng bên trong là con thằn lằn nghe kinh*
*Lời Phật em tụng hằng đêm,*
*Nghe chừng như thể em cầu cho tôi*
*Cho tôi bớt điếc, bớt mù*
*Bớt sân si, bớt dâm tà tham lam...*
*Bây giờ em bỏ Quan Âm*
*Tôi lên, đứng trước bàn thờ, đốt nhang*
*Kìa, sao bàn tay tôi run*
*Tôi cần em, tôi cần em thật mà*
*Vậy mà em bỏ đi xa*
*Bỏ ngôi nhà, bỏ buồng thờ, đèn nhang*
*Em đi để nhận đoạn trường*
*Xe lăn định mệnh, chiếc giường nghiệp oan*
*Hay là em chuộc giùm chồng*
*Ngày xưa Chúa đã chuộc giùm thế gian?*

Thật là mối lương duyên đẹp lạ lùng, hiếm có trên đời. Có được người vợ như ông, có được cái lòng, cái nhìn kính mến như ông nhìn vợ như thế, thì dẫu là ai,có thế nào chăng nữa, ắt hẳn cũng phải nên người, dẫu là ai, có tội lỗi ngập trời đến đâu, thì mọi tội lỗi ấy cũng đều theo mưa trôi ra sông, ra biển hết. Huống hồ là... Tôi bồi hồi nghĩ đến cảnh ông thắp hương trước bàn thờ Quan Âm, bàn tay run run, lẩm nhẩm khấn: *Tôi cần em, tôi cần em thật mà.* Thật chẳng biết nói gì hơn!

Xưa ông Hồ Dzếnh có hai câu thơ viết gửi vợ:

*Mình vừa là chị là em,*
*Tấm lòng người Mẹ, trái tim người tình.*

Giá mà ông Hồ Dzếnh có được đọc bài thơ *Vịn Em* ấy, chắc ông phải gật gù, tán thưởng: *Ta chỉ mới gọi được vợ là Mẹ, mà nhà ngươi lại coi vợ như Chúa Giê Su xuống trần gian này chịu tội thay mình, thì quả là hơn ta mấy bực.*

Xin nương theo lời thơ Hồ Dzếnh mà thay mặt hiền thê của ông viết tặng hai câu:

*Mình vừa là bạn, là anh,*
*Tấm lòng người Bố, ngưỡng tình người con.*

*Sao lại là* con? *Làm chồng sao lại thành* con?

Thưa *con* là *con thằn lằn*. Thằn lằn nghe kinh.

*Con thằn lằn nào, nghe kinh ở đâu ?*

Thưa con thằn lằn uống dầu của ông Hồ Hữu Tường. Nó ở trên chùa, nghe sư ông tụng kinh Di Lặc đã 999 lần, còn một lần nữa là đủ một ngàn, có thể giác ngộ thành Phật.

*Rồi sao nữa?*

Thưa, nó bị giết lúc đang nghe nửa chừng lần thứ một ngàn.

*Thế nó có được thành Phật không?*

Thưa nó đầu thai làm nhà văn. Rất có thể là nhà văn Trần Hoài Thư không chừng.

*Thế ư? Để làm gì?*

Thưa, xin về hỏi lại ông Hồ Hữu Tường.

*Thế khi ông Kim Mao Sư Vương Trần Hoài Thư ấy vịn vào lục bát thì sự tình gì xảy ra?*

Thưa tùy lúc. Có lúc nó vang lên những lời thơ bay bổng chín tầng trời.

*Em đi, thị trấn ngậm ngùi*
*Có con phố cũ nhớ người đèn chong*
*Em đi, buồn lại dòng sông*
*Bên này, buồn lại nửa vầng ngọc lan*
*May còn một nửa vầng trăng*
*Dỗ tôi soi bóng dặm ngàn ly hương*

Hai chữ *lại* trong đoạn thơ trên chắp cánh theo nhau bay một cách ảo diệu. *Em đi, buồn lại dòng sông. Bên này, buồn lại nửa vầng ngọc lan.* Có *đi* thì ắt là có *lại.* Nơi em ở thì sau khi em đi rồi, *nỗi buồn* nó cũng bơ vơ, nó cũng lang thang, nó *lại* dòng sông làm gì đó không ai biết. Ở bên này thì ta xin *đáp lại* bằng một nửa vầng trăng lang thang trên trời thương nhớ. Đáp lại để *nỗi buồn* đang bơ vơ bên dòng sông có ánh trăng soi mà bớt đi phần nào niềm hiu quạnh. *Bên này buồn lại nửa vầng ngọc lan.* Trăng không chỉ sáng, mà thơm mùi thương nhớ. *Đêm thơm như một dòng sữa.*

Lại xin mời nghe ông kể chuyện:
*Đi về biết chở gì theo*
*Chở theo vạt nắng bên đèo vào xe.*

Ông lên đèo ông chở nắng về để làm gì vậy ông Kim Mao Sư Vương Trần Hoài Thư? Làm cho ông Lý Thương Ẩn đời Vãn Đường có lẽ đến nước sẽ phải cùng với tôi tê tái, ngậm ngùi mà ngâm lại bài *Đăng Lạc Du Nguyên* ông viết đã hơn nghìn năm:

*Hướng vãn ý bất thích*
*Khu xa đăng cổ nguyên*
*Tịch dương vô hạn hảo*
*Chỉ thị cận hoàng hôn*

Bài thơ ấy dịch xuôi lại ra như sau: *Ngày đang tàn, lòng ta đang ưu phiền nhiều chuyện trên đời, bèn phóng xe lên khu đồi Lạc Du ngắm cảnh. Ta chẳng hề thấy cỏ cây, hoa lá, đền chùa nơi khu đồi diễm lệ có từ đời nhà Hán trước ta cả nghìn năm, chỉ thiết nhìn*

*nắng chiều trên đồi đang lung linh đẹp quá sức mà quên hết mọi điều phiền muộn trong lòng. Nhưng chao ôi, ánh tà dương lại đang dần sắp tắt, trời đã muốn ngả hoàng hôn mất rồi.*
*Ngôi giáo đường trắng đìu hiu*
*Hồi chuông đã đổ tiễn chiều vào đêm.*

Ông Lý Thương Ẩn ngày xưa chắc đi xe ngựa, chắc là không có cửa để ông giữ nắng trong xe mà đem về, nên ông đành ngậm ngùi tiếc rẻ: *Chỉ thị cận hoàng hôn.* Ông Trần Hoài Thư nay lái xe hơi. Ông lên đèo lùa nắng vào trong xe, đóng chặt cửa lại, rồi chở nắng đem về làm thơ, gửi tặng bạn bè. Vui vậy thay!

*Thế ngoài những lúc nó bay bổng giữa trời thơ như vậy thì những lúc khác nó ra làm sao ?*

Thưa, có lúc nó phá lung tung, khiến cho bao luật lệ bỗng bung hết cả keo dính, sút hết cả đinh, tuột cả ốc. Bao luật thơ vốn hay gọ ghẹ, ghèn gựa ba chuyện *bằng*, bốn chuyện *trắc*, những *sáu* rồi lại những *tám*, bỗng rủ nhau chắp cánh bay về rặng Trường Sơn nơi ngày xưa ông đánh giặc.

Xin mời đọc mấy câu:

*Chỉ tôi, không ai tiễn đưa*
*Khi đời đã rụng cuối mùa thanh niên*
*...*
*Tôi đi, thì tôi đi đây*
*Đi đâu, đường vẫn rụng đầy lá thu*

*Tưởng gì, chứ đổi một chữ, đáng nhẽ là thanh trắc đổi ra bằng, thì cũng thường thôi, có gì là ghê gớm đâu?* Thưa bằng hay trắc thì đâu có gì là ghê gớm. Có chăng là ở chỗ nó phá cách đúng chỗ, đúng lúc, làm cho nỗi buồn buổi biệt ly không ai tiễn đưa ấy, nó đang chực bay lên, bỗng nó bị giữ lại, lưng chừng lờ lững, không cao lên nổi, nghe thấy cả một trời thanh niên đang theo nhau rụng lá cuối mùa.

*Thế có chỗ nào khác mà nó cũng sương sương như thế nữa không?*

Thưa có chứ, *Còn đây còn đêm tịch liêu,*nó cũng trầm mình xuống, nghe không gian lắng đọng, u hoài, như trong đoạn:

*Còn đây tấc dạ thước mền*
*Giường dưng, gối lạ, ngọn đèn vàng hiu*
*Còn đây, còn đêm tịch liêu*
*Trong tôi con sóng thủy triều trở trăn...*

Mà cũng chưa bao giờ nghe ai đem *tấc dạ* mà đối với *thước mền,* đem *gối lạ* mà *đối với giường dưng. Người dưng khác họ* là một chuyện, mà *giường dưng gối lạ* lại là một chuyện khác hẳn, nghe mà *đêm* bỗng dưng tủi buồn, lạnh lẽo, hết trăn lại trở, thủy triều trở trăn.

*Còn chỗ phá luật lục bát này thì sao, lục bát gì mà chín chữ? Đọc lên nghe ngang phè phè:*

*Bề ngoài tôi đóng vai chồng*
*Nhưng bên trong là con thằn lằn nghe kinh*

Thưa nó hay mà vẫn ngang phè phè như thế ấy. Thơ lục bát đúng luật ở trên đời này có không biết là hằng hà sa số bao nhiêu bài. Mà hầu hết những bài thơ ấy trước sau gì cũng nằm vùi trong lãng quên, không ai nhắc đến chúng nữa.

*Thơ đúng luật lại bị lãng quên mà thơ sai luật lại hay là sao?*

Thưa hay là tại vì có *con thằn lằn nghe kinh.* Con thằn lằn ấy đã uống trộm bao nhiêu là đĩa dầu trên bàn thờ Phật, nên câu thơ bốc ra lửa. Đọc thơ thật không nên lẩn quẩn trong luật thơ, mà làm thơ cũng không nên loay hoay cố gắng làm mới thơ bằng cách đổi hình, thay kiểu này nọ. Ba cái gọi là lục bát tân hình thức này kia chỉ là cái tiểu phụ. Có cũng tốt, mà không cũng hay.

*Thế là thế nào ? Thế làm thơ cứ nên phá luật lung tung vô tội vạ ư?* Thưa không. Chẳng nên thế, mà cũng chẳng nên không thế. Thơ nó vốn tự do. Không nên bắt nó phá luật, mà cũng không nên bắt nó đi theo luật. Cứ để cho nó là nó, tự nhiên là nó, ắt là nó sẽ tự nó mà biết khi nào thì theo luật, khi nào thì phá, khi nào thì cổ điển, khi nào thì tân hình thức. Người đọc thơ nếu có thấy nó lạ tai thì xin nhẩn nha đọc lại, đọc đến lần thứ 999 thì sẽ vỡ ý.

*Đọc một câu thơ mà đến những 999 lần thì một đời người đọc được mấy câu?* Thưa làm thơ không nên làm nhiều, mà đọc thơ cũng không nên đọc nhiều.

*Bao nhiêu là nhiều, mà bao nhiêu là không nhiều, bao nhiêu là không ít?* Thưa cứ tự nhiên, bao nhiêu mà nó đến với mình thì bằng ấy là vừa đủ, không nên cưỡng ép.

*Thế người xưa làm thơ có phá luật không?* Thưa có chứ. Chẳng hạn như bài thơ ngũ ngôn tứ tuyệt lúc nãy, ngay câu đầu ông Lý Thương Ẩn đã tương ra một dọc năm thanh trắc liên tiếp: *Hướng vãn ý bất thích*, nghe ra nỗi bực dọc, khó chịu trong lòng. Câu kế tiếp là câu đưa đường cho câu thứ ba *Tịch dương vô hạn hảo*, là câu bày tỏ niềm hân hoan, hạnh phúc trước cảnh đẹp của buổi chiều tà. Để rồi kết luận bằng câu thứ tư: *Chỉ thị cận hoàng hôn*, là nỗi ngậm ngùi trước sự vô thường, mong manh, ngắn ngủi của mọi việc trên đời. Mỗi câu thơ tự nó chẳng có gì là ghê gớm, nhưng chúng đã nương cánh nhau bay bổng ra ngoài luật thơ, làm thành bài thơ tuyệt diệu.

*Thế ông Lý Thương Ẩn khi làm bài thơ ấy tính toán thế nào mà có thể bày ra một cuộc bằng trắc ngược đời như thế?* Thưa không. Ông ấy vẫn nói là cái *bực mình*, cái *hân hoan sung sướng*, chúng tự bày ra cuộc bằng trắc của chúng, ông ấy đâu có tính toán gì đâu.

Xin mời đọc thêm mấy câu tuyệt hay của Kim Mao Sư Vương Trần Hoài Thư, nhưng đọc xong là sẽ ấm ức cả mình:

*Ngỡ rằng nước chảy qua cầu*
*Màu biệt ly cũng chỉ màu từ ly*
*Trời xui gặp gỡ làm chi*
*Trong hân hoan có chút gì đau thương*

Ông bỏ lửng nửa chừng. Ngỡ là thế này thế nọ, ngỡ là nước chảy qua cầu, ngỡ là màu biệt ly cũng chỉ là màu ly biệt, ngỡ là gặp gỡ cũng chẳng làm gì, ngỡ là trong hân hoan cũng có chút gì đau thương. Ngỡ là thế này thế nọ, ai dè… Ai dè làm sao thì ông không nói, ông lờ tịt đi, ông chấm dứt bài thơ ở đấy. Làm hồn dạ người đọc đâm ra hoang mang, tê tái, ngậm ngùi nhìn nước chảy qua cầu, không biết là hân hoan hay đau thương, đành phải đi theo ông lên đèo chở mấy vạt nắng về mà hòng nguôi ngoai.

Cách đây mươi hôm ông từ nhà dưỡng lão ra, sau khi đem cơm chiều vào nuôi người bạn đời, ông gọi cho tôi, đọc cho tôi nghe một tràng mươi bài lục bát. Có cả cảnh ông nằm ôm ma ngủ, chung giường chung chiếu trên nghĩa địa. Gặp ma người ta sợ, hoặc là đứng chết điếng, hoặc là co giò lên cổ, bỏ chạy đến mất cả hồn, lạc cả vía. Riêng ông thì hết *vịn* vào ma, lại ôm nó vào người. Lại còn: Ai thì có *tiền mua tiên*, riêng ông *tiền lính tính liền mua ma.* Rồi ông cười sang sảng.

Ông Kim Mao Sư Vương Tạ Tốn có món võ công độc nhất vô nhị thiên hạ võ lâm, là công phu sư tử hống. Ông chỉ cần hú lên một tiếng là địch thủ thất kinh hồn vía, lơ tơ mơ là hộc máu ra mà chết. Còn ông Kim Mao Sư Vương Trần Hoài Thư cũng có một môn võ công độc đáo không kém. Ông có tiếng cười cũng có một không hai trên đời. Tiếng cười ấy có năng lực xóa tan hết mọi điều bất hạnh ở trần gian. Địch thủ của ông là những kẻ may mắn.

Anh Trần Hoài Thư ơi, từ xưa đến giờ, chưa thấy ai so thơ sánh với xà ngang. Từ nay về sau, mỗi lần nhìn lên trần nhà, ắt là tôi sẽ nhớ đến thơ lục bát, nhớ đến anh, lại nghe thấy tiếng anh cười. Thế là bao nỗi bất xứng ý, bao chuyện trên đời làm mình cáu sườn bỗng vỡ tung, tan biến đi hết.

Xin được kết ở đây bằng mấy câu thơ tuyệt vời khác:

*Nước lên, trời thổ mật vàng*
*Nửa lan mây núi*
*Nửa tràn bãi sông*

Trời *thổ* mật vàng? *Mật* của trời? Nghe chua xót tự tâm can, tỳ vị trào lên cay đắng.

*Nước lên kéo mặt trời gần*
*Khanh vàng lai láng một giòng vàng khanh*

Lại nghe như đang thổ lộ cả tấm lòng nhớ thương, tha thiết, cả một giòng vàng khanh lai láng.

Vàng Khanh. Vàng Khanh. Nửa Nôm nửa Hán. Nghe sao âu yếm lời quân vương đang gọi giai nhân sủng ái. Vàng Khanh, Vàng Khanh ơi. Lòng ta cùng với con nước thủy triều đang rướn mình dâng cao, ôm lấy khanh mà chan hòa trong sắc vàng long lanh, óng ánh.

**Tô Thẩm Huy**
*Tiết Tiểu Thử, Đinh Dậu, 2017*

*Tô Thẩm Huy*

# ĐỖ TRƯỜNG

## VÀI SUY NGHĨ VỀ THƠ TUYỂN TOÀN TẬP CỦA TRẦN HOÀI THƯ

Một ngày đầu thu mấy năm trước, khi đọc thi tập: Vịn vào Lục Bát, tôi nghĩ, có lẽ đây là điểm tựa cuối cùng của Trần Hoài Thư. Nhưng tôi đã lầm, bởi ngay sau đó Trần Hoài Thư viết tiếp Cảm Tạ Văn Chương. Và tháng 9/2021 này, Thư Ấn Quán lại xuất bản (in tại LuLu Press - Hoa Kỳ): Thơ tuyển toàn tập của ông. Vì vậy, tôi thực sự bất ngờ, và cảm phục bút lực, cũng như nghị lực (sống) Trần Hoài Thư. Thơ tuyển toàn tập dày 646 trang, gói gọn hồn vía, tư tưởng, cuộc đời cũng như sự nghiệp sáng tạo Trần Hoài Thư. Dường như cho đến nay, đây là tuyển tập dày dặn, đẹp, trang trọng nhất mà tôi đã được tặng, và đọc. Tuy nhiên, nội dung, tư tưởng của tác phẩm này không gây cho tôi nhiều bất ngờ. Bởi, vẫn hồn cốt ấy, trước đây tôi đã đọc và nghiên cứu khá kỹ ở văn xuôi, cũng như như thơ lục bát của ông, khi viết: Trần Hoài Thư - Người Ngồi Vá Lại Những Linh Hồn, và Vịn Vào Lục Bát, điểm tựa cuối cùng của Trần Hoài Thư. Sự nghiệp Trần Hoài Thư gắn liền với truyện ngắn, văn xuôi, song thi ca cũng góp phần không nhỏ làm nên tên tuổi ông. Nói, con đường sự nghiệp của Trần Hoài Thư bước đều hai chân là vậy.

Có thể nói, Thơ tuyển toàn tập gắn liền với cuộc sống Trần Hoài Thư, cũng như thân phận của đất nước. Dù được chuyển tải bằng nhiều hình thức nghệ thuật, thể loại thi ca, song ta có thể thấy tác phẩm đã được biên tập có hệ thống, bố cục chặt chẽ với từng giai đoạn của cuộc sống, lịch sử cụ thể. Vâng! Bắt đầu từ chiến tranh, khói lửa, đến thân phận tù đày của người lính sau 1975, cùng những ngày vượt biển trốn chạy, tị nạn, cho đến khi mắt mờ, chân chậm hiện nay, đã được Trần Hoài Thư nhập đồng vào 646 trang thơ của mình. Về nội dung, tư tưởng, ta có thể thấy, Thơ tuyển toàn tập vẫn cùng mạch (viết) văn xuôi, truyện ngắn của ông.

***Chiến tranh, nỗi đau, sự bất lực của người lính.**

Hành quân, tác chiến ở rừng núi, hay nơi đầm lầy đã vắt đến cạn sức lực, cũng như thời gian của người lính. Đêm tàn chiến, lấy mộ bia làm bàn viết, hay ghi vội những câu thơ bất chợt vào từng vỏ bao thuốc, khi tiếng súng tạm ngưng. Đó là hình ảnh nhà văn, người lính Trần Hoài Thư, ta bắt gặp ngay trên những trang thơ đầu của tuyển tập. *Thế hệ chiến tranh*, hay một thế hệ đã bị ném vào cuộc chiến vô nghĩa đã được Trần Hoài Thư ghi lại ngay từ những ngày đầu cầm súng. Đó không hẳn (đã phải) là tâm trạng chung của những người lính, song cho người đọc sự đồng cảm sâu sắc: *"Thế hệ chúng tôi đã mang đầy vết sẹo/ Vết sẹo ngoài thân và vết sẹo trong hồn/ Không phạm tội mà ra tòa chung thẩm/ Nhận án tử hình ở tuổi thanh xuân"* (Thế hệ chiến tranh). Có thể nói, Trần Hoài Thư phải cầm súng, lao vào cuộc chiến là nghĩa vụ, bắt buộc, chứ hoàn toàn không phải mục tiêu, lý tưởng sống trong ông. Do vậy, Trần Hoài Thư có cái nhìn khách quan, rõ ràng hơn về cả hai phía trong trận chiến này. Tính hiện thực xã hội ấy, cho ta thấy rõ nhất trong bài: *Ta lính miền Nam*. Đây là một trong những bài thơ hay nhất Trần Hoài Thư viết ở thời điểm này. Với một vài đường nét, chất liệu gần gũi, Trần Hoài Thư đã vẽ nên bức tranh sinh động, hình ảnh đầy màu sắc về thực trạng đất nước, và con người lúc đó. Cái thối tha, bỉ ổi ấy của lãnh chúa cường quyền dẫn đến vô vàn những điều nghịch lý cho thân phận đất nước và con người. Nó không chỉ làm người lính xúc động buộc phải cầm bút, mà cho đến tận nay, người đọc vẫn còn cảm thấy rưng rưng:

*"Thời thế đẩy đưa ta làm lính chiến*
*Mang nỗi buồn như rừng lá khai quang*

*Ta đứng giữa trời bốn phía rưng rưng*
*Em gái mười lăm đi làm đĩ Mỹ*
*Thằng nhỏ mười ba học đòi sát Ngụy*
*Ma quỷ phương ngoài học xẻ Trường Sơn*
*Đất nước ta, cường quốc bán buôn*
*Hậu phương ăn chơi biểu tình, đảo chánh*
*Lúc đồng đội ta sống lên, chết xuống*
*Một đám ở nhà nhảy nhót thâu đêm*
*Lãnh chúa ta thì ăn trước ngồi trên*
*Hùng hổ lắm nhưng mạt hèn cũng lắm..."*

Ở giai đoạn này, Trần Hoài Thư thường viết thơ tự do, với những câu thơ dài, ngắn chảy theo cảm xúc tự nhiên của mình. Tuy nhiên, đứng trước cái chết, và sự tàn khốc của chiến tranh, ông trở về với những câu thơ thất ngôn. Và, *Kỳ Sơn* là một bài thơ như vậy. Có thể nói, đây là một trong những bài thơ hay ở tuyển tập, được Trần Hoài Thư viết ngay trong trận chiến Kỳ Sơn. Thông qua biện pháp tu từ, với những hình ảnh ẩn dụ: *"Kỳ Sơn đồi trọc chim không đậu"* hay *"Đêm hoảng kinh, đỏ huyết vầng trăng"*. Trần Hoài Thư không chỉ cho thấy nỗi kinh hoàng của chiến tranh, mà còn gieo nỗi ám ảnh vào lòng người:

*"Kỳ Sơn đồi trọc chim không đậu*
*Đại đội đi, một nửa không về*
*Lớp lớp người nhào lên, ngã gục...*
*Đêm hoảng kinh, đỏ huyết vầng trăng*
*Những xác hôm qua, vàng rám mỡ*
*Những anh hùng, ngụy tặc, nằm chung..."*

Vẫn thể thất ngôn, *Diều hâu bỏ núi* là một bài thơ đi sâu vào tâm trạng của người lính, với nỗi đau, sự bất lực trước cái chết của đồng đội. Và hình ảnh như ẩn vào trong phép hoán dụ: *"Mỡ vàng chảy giữa bờ cổ nách/ Đám ruồi xanh nhã nhạc ăn mừng"* càng cho ta thấy rõ hơn cái bi thương ấy. Tuy vậy, đi sâu vào đọc, ta có thể thấy, từ ngữ trong thơ Trần Hoài Thư mộc mạc, đơn giản gần với mọi tầng lớp người đọc:

*"Những tấm poncho bó lấy xác*
*Napalm thiêu nướng cả thân người*
*Mỡ vàng chảy giữa bờ cổ nách*
*Đám ruồi xanh nhã nhạc ăn mừng*
*Con tàu mang xác rời cao điểm*
*Những người còn sống đứng cúi đầu..."* (Diều hâu bỏ núi).

Gian nan là vậy, nhưng đọc Trần Hoài Thư, ta vẫn thấy được cái phóng khoáng và lãng mạn của người lính. Vẫn ở nơi trận tiền, nếu *Kỳ Sơn*, hay *Diều Hâu Bỏ Núi* là những hình ảnh nóng bỏng bi thương, thì *Đêm Sao Trên Cao* như một luồng gió mát, làm nguội đi cái oi nồng, nghẹt thở đó. Có thể nói, Đêm Sao Trên Cao không chỉ có lời thơ đẹp, mà còn cho ta thấy Trần Hoài Thư có trí tưởng tượng, và sự liên tưởng thật phong phú: "*... Ôi những ngọn đồi làm đêm thấp lại/ Để sao càng gần như một dải kim cương/ Bỗng những chùm sao, xẹt khắp bốn phương/ Mặt đất dội tung, đêm bừng trái sáng!/Kẻ thù ta ơi, ngừng chơi một lát/ Kẻo ta lạc rồi đôi mắt người yêu*".

Giữa sự sống và cái chết chỉ có tình yêu, nỗi nhớ mới là điểm tựa cho người lính đủ nghị lực vượt qua nó. Cái điểm tựa ấy, xuyên suốt Thơ tuyển tập Trần Hoài Thư. Và *Tháng ba đi hành quân* là một bài thơ ngũ ngôn điển hình nhất về cái đặc điểm này trong thơ Trần Hoài Thư. Nó như một sự nối dài cái lãng mạn, hoài mong đó ở bài *Đêm Sao Trên Cao* vậy. Và cái phép hoán dụ: "*May còn dưới chân đèo/ Màu hoa xưa kỷ niệm*" ẩn giấu dĩ vãng, tình yêu, hay sự đợi chờ ở phương trời nào đó, không chỉ cho người lính nghị lực sống và chiến đấu, mà đến nay còn rung lên trong lòng người đọc. Sự gợi cảm ấy, như một lời minh chứng cho tài năng sử dụng biện pháp tu từ trong thơ văn của Trần Hoài Thư:

*"Mang Giang rừng tiếp rừng*
*Sương mù không thấy đỉnh*
*Áo nhà binh chưa khô*
*Mong dài thêm cái nắng...*
*Nơi này cây cỏ khổ*
*Huống chi ta con người*
*May còn dưới chân đèo*
*Màu hoa xưa kỷ niệm."*

Cũng như ở văn xuôi, nhân đạo là một đặc tính xuyên suốt những trang thơ Trần Hoài Thư. Không chỉ với đồng đội, mà đối với người bên kia chiến tuyến, nhà văn người lính Trần Hoài Thư vẫn có lòng vị tha cao cả. Ngay giữa chốn binh đao khói lửa, ngòi bút của ông vẫn đến gần, soi rọi bởi Giáo lý nhà Phật. Khi đọc bài thơ *Để trả lời một câu hỏi*, làm tôi nhớ đến truyện ngắn *Ngày Thanh Xuân* của ông. Có lẽ, cùng được viết vào khoảng năm 1972. Những tác phẩm này đều nghiêng về sự đồng cảm, tấm lòng bao dung của nhà văn. Và nó cũng là một trong những đặc điểm quan trọng nhất làm nên giá trị Thơ tuyển tập và tên tuổi Trần Hoài Thư. Thật vậy, nhân bản là tính nhất quán trong tư tưởng, cũng như ngòi bút của ông:

*Vậy mà tại sao lòng ta lại bất an*
*Nên ra lệnh dùng trái khói màu thay quả mãng cầu thường lệ*
*Vẫn biết nơi này chó heo gà cũng là kẻ địch*
*Vậy mà sao ta không thể giết một kẻ thù...*
*Đôi mắt họ hướng về chúng tôi van lơn sợ hãi*
*Nhưng đối với tôi, tôi thấy mắt họ ngời lên ánh sáng lạ lùng!*
*Ánh sáng từ lòng tôi: ánh sáng từ tâm..."* (Để trả lời một câu hỏi)

Ngoài những đặc tính trên, ta còn có thể thấy, cũng như một số ít nhà văn cùng thời mặc áo lính, ngòi bút, lời thơ Trần Hoài Thư dám chọc thẳng vào những cái ung nhọt xã hội, kể cả thượng tầng, lãnh tụ. Cái sự hèn nhát và lưu manh: "Tay lãnh tụ thường là tay sợ chết" đã được ông bóc trần trong thơ. Do vậy, có thể nói, thơ ở giai đoạn chiến tranh là (phần) quan trọng nhất trong tác phẩm Thơ tuyển toàn tập của Trần Hoài Thư.

***Nỗi đau tù đày, với những ngày vượt biển trốn chạy.**

Sau biến cố 1975, nhà văn người lính Trần Hoài Thư buộc phải vào tù cải tạo. Do vậy, văn thơ ông cũng rẽ sang bước ngoặt mới. Bốn năm dài đằng đẵng với nỗi thống khổ: *"Đằng sau anh, rừng tràm mênh mông/ Mờ lên giới biên, rừng lau trắng mượt/ Chân anh quỵ, vai oằn lên khổ nạn..."* (Bên này người thiếu úy tù binh). Nhưng thơ Trần Hoài Thư vẫn nhẹ nhàng, không một chút thù hận. Lấy thiên nhiên, cảnh vật để bộc lộ tâm trạng, miêu tả thân phận của những tù nhân cải tạo, là thủ pháp nghệ thuật của Trần Hoài Thư ở giai đoạn này. Nhẹ nhàng là vậy, song người đọc vẫn cảm được nỗi cô đơn, đau đớn khôn cùng của người lính bị cầm tù: *"Mùa mưa nước từ bưng/ Theo kênh ào ra cửa/ Rừng tràm như hoang đảo/ Chỉ thấy nước mênh mông/ Chỉ thấy đám tù nhân/ Ngóp ngoi cùng nước lũ/ Chỉ thấy trên Núi Sọ/ Từ phía làng Nhà Chung/ Chiếc thập tự trăm năm/ Nhìn trần gian bi lụy..."* (Mùa nước lớn ở Hà Tiên). Nếu ta đã đọc truyện ngắn: Ra biển gọi thầm, (được Trần Hoài Thư viết ngay sau khi vượt thoát sang Mỹ), thì sẽ thấm hiểu hơn khi đọc *Người em Kiên Lương*. Một bài thơ trữ tình, cảm động nhất được Trần Hoài Thư viết trong thời gian này. Trong gian khổ, tận cùng đói khát: *"Hồ xanh, bèo không thấy/ Vịt đói chẳng buồn bơi"* như vậy, thế nhưng tình yêu, tình người vẫn còn ở đâu đó. Và hương tình một chút thoảng qua, nhỏ nhoi thế thôi cũng là điểm tựa sống cho người tù cải tạo:

*"Em thị thành chăn vịt*
*Tôi tù binh đào trùn*
*Gặp em lòng muốn hỏi*
*Sao miệng đành lặng câm*
*Hồ xanh, bèo không thấy*
*Vịt đói chẳng buồn bơi*

*Nắng hồ sôi bốc khói*
*Mây trời chẳng muốn trôi...*
*Tôi không nghe em nói*
*Tôi chỉ nghe trái tim*
*Để đêm nằm biệt giam*
*Tôi đau vì hạnh phúc"* (Người em Kiên Lương)

Rồi người tù cải tạo ấy buộc phải trốn chạy, dù biết con đường ấy, có thể đi vào cõi chết. Do vậy, Trần Hoài Thư viết rất nhiều về vợ con, gia đình, bạn bè... với nỗi buồn day dứt, nhớ thương, khi phải cất bước ra đi. Tuy nhiên, với tôi, *Ô Cửa* là bài hay, và có lời thơ rất đẹp của ông ở giai đoạn này. Có lẽ, chẳng riêng Trần Hoài Thư, mà ai cũng vậy, tình yêu trong sáng, vô tư nhất dường như đều nghĩ, và dành cho bạn bè thuở còn cắp sách đến trường. Và không biết là thật, hay trong mơ, Trần Hoài Thư đã trở về ngôi trường cũ. Qua ô cửa, ông tìm lại bóng hình (người yêu dấu) năm xưa, nhưng giờ đây: *"Giờ thiếu phụ đã nằm trong lòng biển"* (Ô Cửa). Tâm trạng buồn đau, xót xa ấy, được người lính tù cải tạo cô thành những câu thơ mang mang nét hoài cổ, xúc động đến nghẹn ngào khi đọc: *"Tôi sẽ nhớ một người tôi yêu dấu/ Người nào đâu, về lại buổi hôm qua/ Dấu chân nhỏ như vết hài vạn cổ/ Đôi mắt nào theo mãi cuộc đời ta."* (Ô Cửa)

Có thể nói, *Đêm ra biển* và *Đêm từ biệt Việt Nam* là hai bài thơ hay, tiêu biểu nhất viết về những giờ phút vượt biển, trốn chạy của Trần Hoài Thư. Nó mang lại cho tôi nhiều cảm xúc nhất khi đọc. Trước đây, trong bài chân dung nhà văn Trần Hoài Thư, tôi đã có những đoạn viết về hai bài thơ này. Nếu "Đêm ra biển" Trần Hoài Thư đi tìm tự do, lẽ sống từ trong con đường chết, thì đến "Đêm từ biệt Việt Nam" con đường sống đã mở ra cho ông. Và từ cùng trong cái gian nan, nguy hiểm ấy, đã cho ta thấy, hai bài thơ như một mạch nối tâm trạng, tư tưởng của nhà thơ vậy. Tuy đã vượt qua chóp tử sinh, song Trần Hoài Thư cảm thấy càng bất hạnh hơn. Bởi, từ đây ông đã mất quê hương. Vâng! Có lẽ, tâm trạng của Trần Hoài

Thư lúc đó, cũng là tâm trạng chung của cả hàng triệu người Việt đã phải bỏ nước ra đi:

*"Đêm nước mặn mà ngọt ngào nỗi chết*
*Đêm quá dài mà ngắn chớp tử sinh*
*Đêm ơi đêm, một cõi u minh*
*Đêm bật khóc nhìn chúng tôi tự sát..."* (Đêm ra biển)

*"Là lúc biết mình như thoát nạn*
*Sáng chân trời, hồng rực vầng dương*
*Là lúc, thấy mình như bất hạnh*
*Sắp làm người không có quê hương"* (Đêm từ biệt Việt Nam)

Tôi nghĩ, cũng như văn xuôi, mỗi phần trong Thơ tuyển toàn tập là một giai đoạn buồn không chỉ riêng cá nhân Trần Hoài Thư, mà nó còn là những dấu mốc chung thật tang thương của đồng đội ông, dân tộc ông. Do vậy, ngoài văn học, nó còn mang giá trị lịch sử, như các tác phẩm của Tô Thùy Yên, Phan Nhật Nam, hay Phạm Tín An Ninh...

***Quê hương nỗi nhớ, với những năm tháng buồn vui.**

Những năm tháng sống nơi đất khách, Trần Hoài Thư kiệm lời hơn. Ông cô những cảm xúc của mình vào thi ca. Và hồn ông, dường như gắn chặt vào lục bát. Mỗi câu lục bát như một chiếc nạng, đỡ cho ông bước tiếp con đường phải đi. Chẳng vậy, mà mấy năm trước Trần Hoài Thư đã cho ra lò cả một cuốn Vịn Vào Lục Bát, đó sao. Thật vậy, viết về nỗi nhớ nhà, nhớ quê không có thể thơ nào gần gũi, nhẹ nhàng hơn lục bát. Cái tâm trạng thân đất khách, tâm nơi quê nhà day dứt cả hồn thơ, kể từ khi Trần Hoài Thư đến được bến bờ tự do. Nỗi nhớ thường trực ấy, để một tiếng mưa rơi cũng làm ông giật mình tỉnh giấc. Và gió lạnh ngoài kia như tiếng vọng nơi quê nhà: *"Ngày ở Mỹ, đêm quê nhà/ Có khi thức giấc, bên ngoài, trời mưa!/ Buồn ơi lạnh khép chăn thưa/ Nghe như lời vọng quê nhà: Tiếng xưa"* (Mưa đêm thức giấc).

Xa quê, và nỗi nhớ đã đi hết hơn nửa cuộc đời, Trần Hoài Thư muốn một lần trở lại nơi chốn cũ chăng? Lòng đã hẹn, song chân không muốn bước. Cái mâu thuẫn đó làm thi nhân bùi ngùi, và day dứt. Bởi, dĩ vãng, cảnh xưa đâu còn nữa, để hồn người héo hắt với rêu phong. Vâng, Hẹn Lòng là một bài thơ như vậy của Trần Hoài Thư. Đọc nó, làm tôi chợt nhớ đến mấy câu thơ cùng tâm trạng ấy của Trần Trung Đạo: *"Bờ bến cũ, ngậm ngùi thân sỏi đá/ Tôi về đây, sông xưa, dòng nước lạ/ Ngó mây trời mà khóc tuổi hoa niên"*. Có thể nói, *Hẹn Lòng* là một trong những bài thơ hay nhất của tuyển tập Trần Hoài Thư. Với hồn vía cổ phong ấy, *Hẹn Lòng* không chỉ là một lời cảm thông, lỗi hẹn, mà còn mang theo một nỗi buồn vạn cổ:

*"Vâng, thì về, nhưng hồn chắc héo hon*
*Nhang lửa lạnh cần gì khơi dĩ vãng*
*Lớp hưng phế đã rêu mờ phong cảnh*
*Những con thuyền chắc lạc mất, lênh đênh*
*Vâng, thì về, về với cõi mông mênh*
*Để nghe tiếng gọi đò bên sông ai đó..."*

Càng lớn tuổi, dường như cái gian nan, khổ cực càng đè nặng lên đôi vai gầy mệt mỏi Trần Hoài Thư. Bế tắc của cuộc sống làm cho ông mất niềm tin: *"Hãy chỉ giùm tôi niềm vui nào hoan hỉ...* (nhưng) *Đừng dạy tôi hãy đọc những lời kinh/ Hay lên chùa ngửi trầm nhang hương khói"*. Và *"Hãy chỉ cho tôi"* là một bài thơ được vắt ra từ cuộc sống thực hiện tại của Trần Hoài Thư. Có lẽ, đây là một bài thơ được nhiều người đọc đồng cảm nhất. Và chỉ có chân thực văn thơ mới có thể sống được trong lòng người đọc. Do vậy, ta có thể thấy, trong cái cô đơn tận cùng đó, chỉ còn văn thơ mới là điểm vịn cuối cùng để Trần Hoài Thư đủ nghị lực bước tiếp, và vượt qua những bất hạnh ấy. Và đó cũng là lý do để tôi viết lời giới thiệu cuốn Thơ tuyển toàn tập này của ông:

*"Dạy tôi đi, đâu là cực lạc thiên đàng*
*Tôi chỉ cần, một giọt lệ nhỏ xuống vừng trán sốt*
*Đừng đọc tên tôi mỗi đêm nhang khói*
*Tôi sợ nhang khói rồi, sản phẩm của trần gian"*

Với gần bốn trăm bài, có thể nói, Thơ tuyển toàn tập Trần Hoài Thư đã đi vào hầu hết mọi khía cạnh xã hội và con người, từ trên nửa thế kỷ qua. Bài viết này, chỉ gõ vào vài ba nét chính của tác phẩm mà thôi. Và bể thơ mênh mông Trần Hoài Thư vẫn cần phải khai quật, chỉ người đọc mới tự làm được mà thôi. Tuy nhiên, tôi đã đọc Thơ tuyển toàn tập Trần Hoài Thư đến mấy lần, và thật chậm rãi. Phải nói, tuyển tập có một số bài hay, nhưng thật hay, thì dường như không có. Và có điều đáng mừng, tuyển tập không có bài nào dở, hoặc quá dở. Âu đó cũng là điều bình thường, bởi tài năng của ông đã bị văn xuôi rút hết mất rồi. Ngoài ra, tuyển tập còn một số lỗi chính tả, lẫn lộn giữa G và D khi viết...

Và khi ngồi viết những dòng chữ này, tôi cứ băn khoăn và hy vọng: Thơ tuyển toàn tập, vẫn chưa phải là sân ga (điểm dừng) cuối cùng của lão nhà văn Trần Hoài Thư.

**Đỗ Trường**

*Leipzig ngày 18-9-2021*

*Đỗ Trường*

# TRẦN ĐÌNH SƠN CƯỚC

## Hòn Đá Ân Nhân

Đầu năm 2020 khi đại dịch Corona virus-19 mới bùng phát, tôi nhận được hai tập thơ mang chung một cái tên gần trùng hợp một cách thú vị bất ngờ: ĐÁ (1) của nhà thơ nhà văn Trần Hoài Thư. THƠ & ĐÁ của nhà thơ vừa qua đời Nguyễn Đức Sơn. Tập thơ của Nguyễn Đức Sơn có rất nhiều bài thơ về đá, về đá và thơ, kể cả ý định của ông muốn khắc thơ lên đá. Về "Thơ & Đá" của ông, tôi không dám bàn ở đây, tôi chỉ xin trích lại lời của thầy Tuệ Sỹ trong Thay Lời Tựa: "... *Tôi không thể nói gì về thơ Sơn, cũng không thể nói gì về bi kịch tồn sinh ấy. Bởi, đời sống thực của Sơn là những*

*chuỗi nghịch lý của thương và ghét, yêu và hận. Đọc thơ Sơn, như người điên mất trí nhớ ném từng viên sỏi vào hồ nước để nhìn những đợt sóng lăn tăn. Tôi thật vô cảm với những chữ thơ khô khan như sỏi đá vô tri, tự bộc lộ thơ thành đá, đá thành thơ, hay thơ là đá, đá là thơ...".*

Đá vô tri. Thế nhưng, trong thi tập "THƠ & ĐÁ" Nguyễn Đức Sơn có bài thơ nhan đề "Cám ơn đá":

*"Đá vây ta*
*nhưng ta yêu đá*
*Bởi vì nhờ đá*
*Mà dù lở lói xương da*
*Hồn ta sớm thoát ra*
*Cái gì quái lạ".*

Trong văn chương, đá dù vô tri, nhưng đá lại là biểu tượng gợi nhiều cảm hứng cho các thi sĩ nhạc sĩ. Xa như các đại thi hào Nguyễn Trãi, Nguyễn Du, Bà Huyện Thanh Quan, ... trong câu thơ của họ cũng đôi lần nhắc đến đá, có lúc mượn đá để giãi bày tâm sự của mình.

Gần chúng ta hơn, nhạc sĩ Trịnh Công Sơn trong "Diễm Xưa" đã tra vấn người mình yêu bằng câu hỏi rất triết lý "*làm sao em biết bia đá không đau.*". "*Ngày sau sỏi đá cũng cần có nhau*". Sỏi đá vô tri. Sỏi đá vô ngôn. Phải chăng tâm trạng người cần có nhau, trai gái cần tình yêu, là tâm thức của Trịnh Công Sơn và ông gán ghép cho đá sỏi. Sỏi đá không biết và không hề tự hỏi có hay không cần có nhau. Đá sỏi không nói lên khát vọng tình yêu . Người nhạc sĩ tài hoa đó đã nói thay cho đá.

"*Phiến đá sầu*" là một bài hát hay của nhạc sĩ Diệu Hương với những khắc khoải về đá và tình yêu được lặp lại nhiều lần. "*Tôi hỏi em đá có linh hồn không? Đá có tình yêu không? Khi em quay mặt đi, lòng tôi tựa phiến đá sầu. Linh hồn tôi là đá sỏi, như đá nằm khổ đau với tình yêu em*". Đá sỏi vô tri. Triệu ngàn năm trước và cả nghìn năm sau, sỏi đá mãi là vô tri. Thi sĩ nhạc sĩ đã nhân cách hóa đá sỏi. Lạ thay, đọc họ, nghe họ, hình như ta vẫn cảm nhận như đá sỏi có đau có giận có thương có ghét và có cả tình yêu say đắm như ta...

Chỉ riêng Trần Hoài Thư trong bài thơ "ĐÁ" của ông thì lại khác. Ông viết:

"*Nếu có phép mầu gì anh ước được bay về*
*Lên lại ngọn đồi Kỳ Sơn tìm hòn đá tảng*
*Anh sẽ đứng thật nghiêm và chào tay kính cẩn*
*Cảm ơn vô cùng một hòn đá ân nhân...*"

Đá sỏi vô tri. Thế nên nghe ông nói thế, có thể vợ ông, vặn hỏi ông:

"- *đá đâu phải là người sao lại bảo ân nhân?*"

Ông trả lời:

"*Vậy thì anh hỏi em:*
*- có người nào giúp anh thoát nạn?"*
*Em có bao giờ thấy một người nào chắn đạn?*
*Em có bao giờ nhìn những khói đá bốc lên*
*Và những tia lửa hồng tức tối xẹt cuồng điên*
*khi trăm ngàn đầu đạn đâm vào thân thể đá?*"

Bài thơ rất thật. Ông không nhân cách hóa đá. Đá vẫn là tảng đá vô tri. Trong cuộc chiến tranh đau thương và khốc liệt vừa qua của quê hương chúng ta, Trần Hoài Thư là sĩ quan của quân đội Việt Nam Cộng Hòa phục vụ trong đơn vị tham kích trinh sát.

Ông đã thường trực đối diện với hiểm nguy, cái chết luôn rình rập khắp nơi. Một hôm, ông và đồng đội đã bị phục kích, đạn đối phương truy đuổi ông "cuồng điên". Nhưng, may mắn thay, đã có đá đưa thân ra chắn đạn, chịu thay thân thể ông và đồng đội những "*tia lửa hồng tức tối cuồng điên*". Khói bốc, lửa tóe xẹt. Ông thoát chết. Cảm ơn Trời Phật? Cảm ơn phước đức ông bà? Cảm ơn số mệnh? Đúng. Chắc ông cảm ơn tất cả. Nhưng cụ thể hơn hết, ông cảm ơn "HÒN ĐÁ ÂN NHÂN" có ghi rõ địa chỉ nơi đá tọa lạc, đồi KỲ SƠN, quận TUY PHƯỚC, tỉnh BÌNH ĐỊNH. Ông không văn-chương-hóa đá, không nhân-cách-hóa đá. Ông biết ơn hòn đá tảng vô tri. Ông có thể tự nhiên cúi lạy tạ ơn hòn đá, hòn đá cứu mạng ông và đồng đội. Hòn đá này không cần biết đá có linh hồn hay không, có tình yêu hay không. Hòn đá này không khắc khoải trầm tư ngày sau có cần có nhau. Hòn đá này vẫn trơ cùng năm tháng gió mưa bão tố, trước và sau những "*tia lửa hồng tức tối cuồng điên*", đá vẫn nguyên là đá vô tri. Trần Hoài Thư không lãng-mạn-hóa hòn đá. Cuối đời lưu vong nơi quê hương mới, ông chỉ mong được về "*đứng thật nghiêm và chào tay kính cẩn*" hòn đá cứu mạng cho ông. Phần ông muốn tỏ lòng biết ơn. Nhưng hòn đá kia, vẫn muôn đời trơ gan cùng năm tháng trên đồi Kỳ Sơn, tỉnh Bình Định quê nhà...

Trần Hoài Thư đã lấy bài thơ " ĐÁ" để làm nhan đề cho toàn tập thơ của ông. Toàn tập thơ cũng chỉ có một bài thơ duy nhất viết về đá. Tôi đọc, và tôi thích thú với ý nghĩ từ trước đến nay trong văn chương của nước ta chưa có ai viết về đá thật và chân thật như ông. Trong văn chương, đá là biểu tượng được nhân cách hóa như đã nói ở trên. Ngoài ra, tôi được đọc một bài viết về "Đá trong thơ"(1) điểm qua thơ của các nhà thơ miền Bắc trước 1975: Chế Lan Viên, Thu Nguyệt, Thu Bồn, Trần Đăng Khoa... đã viết về đá, về tượng đá, huyền thoại đá, nhưng tất cả đều nhân cách hóa tâm hồn cho đá: "*... Trong giấc ngủ vô cùng của đá. Cùng vô hạn đêm khuya và vô hạn sao trời... Ta bản lĩnh thì đá kia bản lĩnh, mà ta cô đơn thì đá hóa cô đơn.*"(Chế Lan Viên)(1). Như vậy, bài thơ "ĐÁ" của Trần

Hoài Thư là một trường hợp đặc biệt, mặc dù hai câu cuối của bài thơ, ông lại muốn được làm như đá, dầu đá vẫn là đá: "*Và bây giờ anh cũng mong được làm phiến đá. Để chai lì với những bọt sủi niềm đau*". Đó là ông muốn nói đến thân phận, tâm trạng ông hiện tại, chứ "hòn đá ân nhân" xưa của ông vẫn nằm yên, vô ngôn, vô tri, trên đồi Kỳ Sơn, không hề và không cần phải "chai lì", bọt sủi niềm đau"...

**Trần Đình Sơn Cước**

*(Chicago 7/20)*

(1) *Đá trong thơ. Huỳnh Văn Hoa. Đà Nẵng Online ngày 17/01/2010*

*Trần Đình Sơn Cước*

## ĐOÀN NHÃ VĂN

## Ra Biển Gọi Thầm – Niềm Đau Của Thế Hệ Lớn Lên Trong Thời Chiến

Tập truyện "*Ra Biển Gọi Thầm*" của Trần Hoài Thư gồm hai mươi truyện ngắn. Trong đó có bốn truyện ngắn viết trước 1975 và được sửa chữa viết lại ở hải ngoại. Lớn lên trong thời loạn ly của đất nước, ông cũng như phần lớn những người cùng thế hệ đều là những người lính, những người lính thực sự, sống chết từng giây từng phút ở chiến trường. Là người lính, sống và đổ máu cho quê hương, mang trên mình những vết tích của chiến tranh, những nỗi đau nghiệt ngã của đất nước nên những truyện ngắn của ông phần lớn mang những hình ảnh, tâm sự của người lính lúc còn cầm súng hay những vết sẹo ngàn đời, những ám ảnh khôn nguôi, những quá khứ tang thương sau cuộc chiến.

Chiến tranh là lò hủy diệt con người, là nơi người lính đối diện với cái chết từng phút từng giây. Mới vài tiếng đồng hồ trước, họ có thể nói cười nghiêng ngửa, tán phét tứ tung, thì vài tiếng sau có thể họ phải để lại một phần thịt xương của chính mình trên trận địa hay ra đi mắt còn chưa kịp nhắm. Và thật may mắn, bên cạnh người lính, Trần Hoài Thư còn là nhà báo, nhà văn. Cho nên khi viết về cuộc chiến vừa qua, ông luôn bày tỏ lòng mình một cách rõ ràng, minh bạch. Hơn thế nữa, ông luôn chờ đợi những nhà văn, và cũng là người lính bên kia chiến tuyến viết trung thực về một cuộc chiến mà ông và họ đã cùng tham dự. Ông viết, "Từ lâu, người ta chờ đợi những tác phẩm viết về chiến tranh Việt Nam bằng ngòi bút trung thật, vượt khỏi định kiến, guồng máy, lập trường, từ những nhà văn miền Bắc..." (Đối thoại với một nhà văn trong hàng ngũ thắng trận, trang nhà của Trần Hoài Thư tại Saigonline. com). Chiến tranh đã đi qua khá lâu rồi, còn gì để giấu giếm, sao không nói sự thật? Nói thật để thế hệ đi sau khỏi xa vào vết đổ của người đi trước. Nói thật để giảm thiểu những khổ đau chồng chất, để học quá khứ sau lưng mà bước về tương lai trước mặt. Trong tinh thần đó, chữ nghĩa của ông được viết ra từ những rung động thực của con tim. Vì thế, theo tôi, những truyện ngắn trong "Ra Biển Gọi Thầm" được ghi lại từ đời sống thực của ông, của bằng hữu, của những cảnh tai nghe mắt thấy. Lối viết này là lối viết "*người thật việc thật*".

Viết theo hướng "*người thật việc thật*" dễ mà khó. Bởi đã "*thật*" thì không cần màu mè mây nước. Không màn đến hoa lá xun xoe. Lối viết này dựa vào cốt lõi của con người, của sự việc. Bút pháp mà họ sử dụng phải là bút pháp thật trần trụi và giản dị mới làm nổi bật câu chuyện. Đây là một loại viết văn ngắn, gọn, không dùng nhiều tính từ để tô vẽ. Chữ nghĩa làm bật lên sự chuyển động chứ không phải phơi bày, mô tả sự chuyển động. Chữ nghĩa đưa cảnh thật vào cõi lòng và ở lại với người đọc chứ không phải xếp thành từng hàng, vô hồn như bức tranh chụp vụng. Nó đòi hỏi người sáng tác một sự nhạy bén cần thiết và chữ nghĩa phải tôi luyện đúng mức mới làm "*sáng*" vấn đề. Nếu không, câu cú sẽ chỗ này chênh vênh, chỗ kia rườm rà không cần thiết, khó thu hút người đọc. Do đó, càng dùng nhiều tính từ, chữ nghĩa dễ làm mờ đi điểm trọng yếu. Càng dùng nhiều tính từ người viết càng dễ trở thành người thuyết minh. Mà nghệ thuật thì không cần thuyết minh, giải thích. Bởi độc giả ngày nay rất nhạy bén trong khi thưởng ngoạn. Do đó cái hay của tác giả họ sẽ nhận thấy ngay. Còn người không yêu nghệ thuật thì khó mà nuốt nổi những tác phẩm nghệ thuật. Vì thế, dù tác giả có cố công giải thích thì cũng bằng thừa.

Khi viết về người lính trong cuộc chiến, Trần Hoài Thư đã sử dụng lối viết sắc cạnh này.

*"Tôi vùng dậy chạy. Đạn rít dưới chân. Đạn xẹt trên đầu. Tôi nhào lộn. Lê lết. Bò trườn. Tôi nhào xuống bờ suối. Đạn đuổi theo. Nó canh kỹ. Ló đầu ra.Tắc bùm. Thụt đầu vào. Chạy. Lăn".* (Nhật ký hành quân, trang 135). Không diễn tả đậm đặc. Không thuyết minh dài dòng. Không tính từ để tô vẽ lòe loẹt. Câu văn ngắn cũn, bật lên sự chuyển dịch trong từng tích tắc đồng hồ, gay cấn, nghẹt thở.

Nói đến chiến tranh, phải nói đến tổn thất, thương vong, chết chóc. Dù không muốn nghĩ đến nhưng sự thật vẫn là sự thật.

*"Họ nằm đấy, mỗi người có kiểu thế riêng. Người thì nằm ngửa, người nằm sấp. Người co quắp lại như con tôm. Người nằm dang hai tay hai chân thanh thản".* (Thư về người đồng đội cũ sau 25 năm thất lạc, trang 75). Những cái chết rõ mồn một giữa thanh thiên bạch nhật. Những cái chết không hề định trước. Hậu quả trận chiến bị lột trần, gây nên cái nhờn nhợn trong lòng người đọc.

Cái đau thể xác của người lính trong chiến tranh được ông diễn tả một cách sống động và đầy khốc liệt.

*"Hắn vùng vẫy, rên xiết, thét gào. Tiếng la dội cả một không gian hừng hực khói lửa và nắng mặt trời tháng năm".* (Thư về người đồng đội cũ sau 25 năm thất lạc, trang 80).

*"Cả chân tôi bị dập bởi một trái lựu đạn nào đó được quăng lên từ dưới hang đá. Và cả bả vai, cánh tay tôi nữa. Tôi nằm yên không cựa quậy, tênh hênh trên bãi trống trải. Tôi la gào, tru tréo".* (Vết thương không rời, trang 119).

Là người lính, không phải ai cũng anh hùng! Dĩ nhiên ai cũng sợ cái chết. Có những cái chết đi vào lịch sử, cũng có những cái chết đi vào quên lãng. Có những cái hèn, chết. Cũng có những cái chết, hèn. Và cũng có những cái chết vì cái hèn của đồng đội. Trong truyện "Vết thương không rời", nhân vật xưng tôi bị thương, chiến hữu của ông, Minh, cũng bị thương, mặt đỏ hồng, dính cả máu. Giữa trận địa, chết với sống không còn biên giới. Ai anh hùng, ai hèn hạ cũng được đánh giá ở những giây phút tử sinh. *"Tôi van lơn hắn: Minh, tao không thể bò được. Rán cứu tao. Minh trườn tới bên tôi. Hắn tiếp tục cầu khẩn tôi, Tân mày rán đưa tay mày cho tao kéo tiếp... Mày xem, làm sao tao có thể cõng mày được. Rán đưa tay tới tao... mày thương tao gắng trườn tới một thước..."* Hoàn cảnh của bạn đáng thương như vậy. Tấm lòng hắn đáng phục như vậy. Thế mà "tôi" chỉ biết có tôi. Tôi chỉ sợ tôi chết, *"Tôi chửi hắn. Đ.M mày. Mày hèn lắm. Đối với Việt Cộng mày dám cởi quần nó, còn đối với bạn mày, mày lại hèn, hèn lắm."* Chính cái chửi như tát nước vào mặt đó, là nguyên nhân đưa đến cái chết của bạn "tôi". Ai hèn? Câu hỏi không cần câu trả lời. Tàn cuộc chiến, "tôi" còn sống, bạn "tôi" đã gởi lại xác thân, đi vào miền miên viễn. *"Tôi đã xúc phạm danh dự của anh. Và tôi biết anh đã chết vì tiếng chửi này. Tôi biết tôi phải ân hận suốt một đời."* "Tôi" là ai? Là thiếu úy Tân, là "Ba cận thị", là Năm Râu - những nhân vật trong tác phẩm, hay là một người lính nào đó trong muôn vàn những người lính trong chiến tranh? Mà cần gì phải truy nguyên, cần gì phải tìm kiếm. Trong hàng ngũ nào mà chẳng có người anh hùng, kẻ hèn hạ, mà nhất là trong chiến tranh. Điều quan trọng là có thấy mình "hèn" hay không. Ở đây, cái "hèn" được nhìn nhận một cách trễ tràng, nhưng trễ vẫn hơn là... không bao giờ. Dù sao đi nữa cũng là lời kinh sám hối, lời thống khổ trong tận cùng tim can của người còn lại. Còn bao nhiêu người nữa chưa nhận biết được cái "hèn" của mình trước vong linh những chiến hữu đã ra đi? Chỉ có những người tham gia cuộc chiến vừa qua như Trần Hoài Thư và những người cùng thế hệ mới có câu trả lời. Viết được cái hùng đã khó. Làm bật được cái "hèn" còn khó gấp đôi.

Là người lính, Trần Hoài Thư thấm được cái đau của chính ông, của đồng đội ông. Một cái đau khởi từ thịt da rồi dần dà ăn sâu vào tận xương tủy, thấm đến tâm can. Nỗi đau đó còn bị tác động mạnh bởi bao nhiêu kẻ buôn xương bán máu người lính. Họ là những kẻ đứng ngoài chiến tranh, hay nói cách khác họ chỉ là những kẻ chỉ biết "mượn áo lính để tiến thân, chưa bao giờ ra trận một ngày mà hùng hổ la gào." (Ra biển gọi thầm, trang 77). Vì thế, làm gì họ biết đến cái đau của người lính. Có khi chỉ cần *"nghe tiếng súng thì són đái, ỉa trong quần. Chỉ một tiếng nổ thảng thốt là đã thấy chúng nằm rạp xuống đất hay chạy ẩn sau bờ mương, bờ đất tự lúc nào"*. (Vết thương không rời, trang 106).

Trần Hoài Thư viết về nỗi đau của chính ông và của những bạn bè cùng thế hệ trong cuộc chiến với một trái tim rung động. Chính vì thế, chuyện của ông lôi cuốn. Người đọc cùng thế hệ của ông nhìn thấy đâu đó hình ảnh của chính mình. Ông đưa họ đi từ địa danh này đến địa danh khác, từ mặt trận này đến mặt trận kia. Chuyện của ông trải dài theo nỗi khốc liệt của chiến tranh, của tàn phá, của đạn bom, của kinh hoàng, của khiếp sợ, của máu, và của nước mắt.

Còn hằng hà sa số những nỗi đau của người lính, những mất mát của chiến tranh mà Trần Hoài Thư đã dùng ngòi bút đưa đến cái tận cùng bằng một lối viết hết sức giản dị nhưng rất lôi cuốn. Đây là sự thành công của ông.

Chiến tranh đã qua đi. Tàn cuộc chiến, người lính còn lại được gì?

Sau cuộc chiến, người lính mang nỗi đau của kẻ có Tổ quốc nhưng không có quê hương, có đồng bào nhưng lại thiếu tình thương. Họ mang thương tích đầy người. Họ bị xã hội ruồng bỏ. Hoàn cảnh của họ là hoàn cảnh bi đát, ngõ họ đi về gần như là ngõ cụt, bước đến của họ là bước đường cùng. Bàng bạc trong truyện của ông là những cảnh rất tang thương này.

Là người lính bại trận, trở thành kẻ điên trong nhà tù, sống trong cảnh thối tha mà những người bạn tù không thể chịu nổi. Chỉ cần vài nét, ông làm người đọc có cảm tưởng như mình đang sống trong không khí đó, cái không khí nồng nặc, nhờm tởm đến ghê sợ.

*"Bây giờ các người tù binh trong phòng đã trốn chạy ra khỏi khu nhà tôn. Họ bịt mũi, bịt miệng. Họ nhổ hoài nước miếng. Lưỡi họ lợm".* (Người và Quỉ, trang 64).

Sau những đắng cay, tủi nhục, sau những năm tháng đọa đày, cuối cùng, họ cũng trở về. Ngày trở về. Ôi, cái ngày trở về từ những ngục tù đen tối, xác thân họ rách nát một, tâm hồn họ sưng tấy lên đến mười. Họ phải bắt đầu từ đâu, và làm gì để sống? Đây, gia tài của họ sau cuộc chiến. *"Chiếc xe đạp. Thùng cà rem. Chiếc chuông đồng. Chiếc mũ rơm và chiếc áo lính cũ"* (Người bán cà rem dạo, trang 34). Cái đau của họ là cái đau dội ngược từ trong tâm khảm len lỏi giữa các tế bào, rồi tóe tung từng mảng da thịt vì không thể là công dân của một nước, dù rằng nơi đó họ từng oe oe cất tiếng khóc chào đời. Tay chân họ không bị đạn bom cắt nát mà bị chế độ bẻ quặt trong tức tưởi. Họ là những kẻ phải ăn bám vào người thân dù chân tay còn lành lặn. Họ là những kẻ bất lực trước đời thường.

Bên cạnh khói lửa, chết chóc, đau khổ của chiến tranh, Trần Hoài Thư còn viết về tình yêu. Đó là những mảnh tình vụn vỡ, đó là những chia lìa tan thương. Viết về tình yêu, ông rất tha thiết, ân tình Rất nhiều đoạn văn ngọt ngào, xuôi chảy.

*"Đôi khi, con người chỉ sống cho một thời và cũng chỉ chết cho một thời. Ai biết những trang giấy cứ tô hoài cho một dòng suối tóc. Ai biết, gót chân người nào, đẫm lên lối cuội, tà áo vạt trước vạt sau, mắt nhìn thẳng, tấm thân yểu điệu thon mềm thục nữ, để mình và Tân, Tân và mình. Ai biết con đường đã thấy bao nhiêu lá vàng, lá rụng cuống quít, lá đậu lại dưới gót chân người.* (Người về trăm năm, trang 11)

*"Tôi đang mềm yếu để nghĩ dến một nụ hôn, một lần gục đầu, một lần cắn bầm da thịt. Tại sao gặp mặt rồi lại chia tay? Tại sao gót chân ai một hôm nào đạp lên khu vườn già nua cũ mục?"* (Bên này dòng Hudson, trang 30)

*"Chao ơi, lòng tôi cứa đau, đau đến khùng điên như một vầng trăng tưới xuống quả địa cầu những cơn mưa máu. Con tim tôi nức nở cùng một mảnh trời không đủ màu xanh. Tôi ứa mắt nhìn những*

*người con gái biết nỗi buồn rất sớm. Những sợi tóc mai kia không có tôi chiêm ngưỡng làm sao em cảm nhận tuổi ngọc tuổi hồng?"* (Cánh bướm của mùa luân lạc, trang 193)

Những đoạn văn trên là những đoạn văn đẹp.

Một nét riêng của ông trong *Ra Biển Gọi Thầm* là đã đưa rất nhiều thơ vào truyện. Trong dòng văn chương ở hải ngoại, có hai nhà văn đã làm điều này. Đó là Kiệt Tấn, người được độc giả biết nhiều qua tác phẩm *Nụ cười tre trúc, Em điên xõa tóc,* và nhà văn Trần Hoài Thư. Kiệt Tấn đi tiên phong trong lối viết này nhưng lại trích dẫn quá nhiều thơ của nhiều tác giả, nên cốt truyện của ông đôi lúc bị loãng. Trái lại, Trần Hoài Thư dùng nhiều thơ của chính ông, trừ truyện ngắn cuối cùng, điều này sẽ được nhắc đến phần sau. Trong hầu hết các truyện ngắn, ông dùng thơ để nói lên điều ông muốn nói, để diễn đạt đủ cái ông cần diễn đạt. Cho dù đôi khi hình ảnh hay ngôn từ chưa đủ sắc cạnh nhưng được đặt đúng chỗ, đúng lúc làm thư giãn tâm hồn người đọc khi cùng tác giả bước vào những thực tế nóng bỏng của chiến tranh. Tôi xin đơn cử vài đoạn thơ ngắn sau đây.

*"Một buổi quân dừng qua xóm nhỏ*
*Mẹ run run mời một bát canh đầy*
*Bát canh hẹ cho ngọt ngào gạo đỏ*
*Con chan vào từng muỗng nhỏ mà say"*
(Vết thương không rời, trang 115)

*"Dù ngại một lần rồi sẽ ngã. Ta dắt đàn con nhỏ chắt chiu. Về thăm gò mả, thăm kênh rạch. Thăm những oan hồn đang hẩm hiu".* (Nhật ký hành quân, trang 132)

Hay *"ngày cuối anh tìm nơi quán nhớ. Ngồi thật lâu và thật lặng yên. Cô hàng ơi thành này mấy cửa. Có cửa nào cất giữ con tim?* (Tháng bảy mưa ngâu, trang 181).

Và còn rất nhiều những khổ thơ ngắn như vậy đó đây trong truyện của ông. Vì thế, khi viết về chiến tranh, viết về người lính, viết về những mối tình chớm nở, vội tan trong thời chiến, truyện của Trần Hoài Thư khó mà lẫn lộn với những nhà văn khác.

Bên cạnh những điểm mạnh, người đọc thấy có đôi chỗ chưa cân xứng trong lối viết của ông khi sử dụng thi ca trong các truyện ngắn. Vì thế đã làm mờ đi phần nào cái sắc sảo mà ông đã tạo được cho mình trong suốt tác phẩm. Có thể đơn cử bằng truyện ngắn cuối cùng. Trong truyện này ông đi lại nguyên bài thơ của một tác giả khác. Đây là con dao hai lưỡi trong nghệ thuật. Bởi nghệ thuật có quy luật riêng của nghệ thuật. Quy luật của nó là sáng tạo, sáng tạo và luôn luôn sáng tạo. Tác giả là người tìm tòi cái mới để hiến dâng cho độc giả. Nghĩa là cái trước chỉ là điểm tựa để đi đến cái sau, và cái sau lại là điểm khởi hành để đi đến cái sau nữa. Nghệ thuật không chấp nhận sự dừng lại, bởi dừng lại đồng nghĩa với thụt lùi, hay xa hơn là đi vào con đường giãy chết. Do đó nghệ thuật đòi hỏi phải mới mẻ. Vậy mà Trần Hoài Thư để lọt chi tiết này vào truyện cuối cùng. Điều này chẳng khác nào ông vô tình cho độc giả thấy ông đang cắt một phần của bức tranh cũ, mà ông ưng ý, rồi dán lên một bức tranh mới. Trong khi đó, bức tranh mới, Ra Biển Gọi Thầm, không cần một phần bức tranh cũ vẫn đẹp, nếu không muốn nói là đẹp hơn. Tuy nhiên, cũng chính điểm này, người đọc thấy ở Trần Hoài Thư một điều rằng: ông không hề kềm hãm, cân nhắc, mà ngược lại cứ thân tình dàn trải mọi rung động dưới ngòi bút của mình.

Tóm lại, trong những truyện ngắn viết về những cảnh tượng trong cuộc chiến, Trần Hoài Thư đã thành công với lối viết gẫy gọn, trần trụi và sắc cạnh. Rất nhiều người đã viết theo lối nầy nhưng rất ít người thành công. Tuy vậy, khi viết về *người và việc* sau cuộc chiến, hay hậu quả của cuộc chiến, tuy lời văn có thiết tha nhưng chữ nghĩa thiếu cái gân guốc cần thiết, do đó chưa mổ xẻ đến cái tận cùng của mất mát, đớn đau, hay cái nghiệt ngã trùng trùng mà những người phụ nữ cùng thời phải gánh chịu. Lời tâm sự của ông có thể giải thích một phần nhỏ nào cho vấn đề. *"Mỗi lần đặt bút lên là lòng tôi lại quặn đau. Tôi không dám kể hết những gì mà chiến tranh đã gây nên. Tôi không thể không quằn quại khi khui lại, mở lại những sợi gân đã buộc chặt vết thương.*" (Đối thoại với một nhà văn trong hàng ngũ thắng trận, trang nhà của Trần Hoài Thư tại Saigonline. com)

Qua tập truyện ngắn "Ra Biển Gọi Thầm", người đọc sẽ thất vọng nếu chỉ chủ tâm đi tìm những từ ngữ mới mẻ, những tiếng lấp láy lạ lẫm, hay lối dựng truyện lắt léo, cầu kỳ. Tuy nhiên người đọc hiểu được tấm lòng của ông đối với đất nước, với thời cuộc, với bạn hữu, với văn chương, và nhất là muốn gởi gắm cho thế hệ sau những sự thật của chiến tranh, chứ không phải những dựng đứng, những tô hồng, những bôi đen bởi chủ nghĩa, bởi lãnh tụ.

Bao nhiêu nước đã chảy qua cầu, vết thương thể xác đã khép miệng nhưng vết thương của tâm hồn biết đến bao giờ mới lành lặn. Mà dù cho vết thương có lành thì muôn đời chỗ cắt vẫn còn đau. Niềm đau của ông cũng là niềm đau của cả một thế hệ lớn lên trong thời buổi điêu đứng của đất nước.

**Đoàn Nhã Văn** (LT) *1997*

*Đoàn Nhã Văn*

# ĐẶNG PHÚ PHONG

## TRẦN HOÀI THƯ VÀ "XA XỨ"

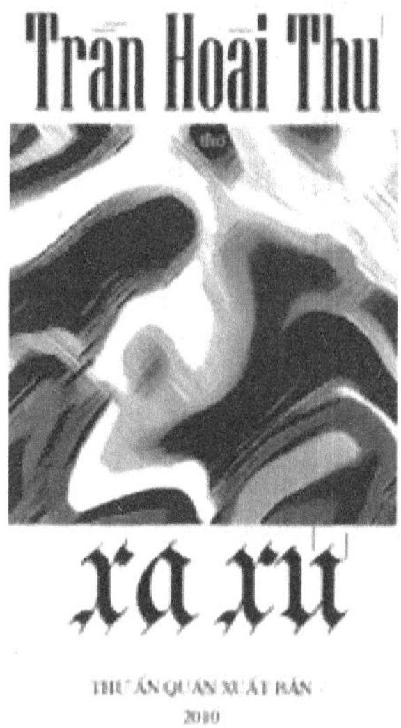


"Xa Xứ" , thơ của Trần Hoài Thư do Thư Ấn Quán xuất bản là một tập thơ, trước hết: Đẹp. Tranh bìa của Tống Phước Cường (cũng là một trong những họa sĩ như Thân Trọng Minh, Nguyễn Trọng Khôi, Đinh Cường... có tranh phụ bản cho tập thơ). Tập thơ in hoàn toàn bằng giấy láng, dày, tốt với 38 đoạn thơ cùng 38 phụ bản tranh màu. Tác giả đã rất công phu tìm, chọn 38 bức tranh rất ư liên quan đến 38 đoạn thơ trong tập. quả là một điều thú vị. Một tập thơ, hình thức hết sức công phu, trau chuốt, trình bày trang nhã. Tác giả in chỉ để tặng.

Trần Hoài Thư. Một khuôn mặt rất quen thuộc trong giới cầm bút của Nam Việt Nam từ thập niên 60, một trong những thành viên trụ cột của nhóm Ý Thức. Anh là cựu sĩ quan và là cựu phóng viên chiến trường của QLVNCH. Tù cải tạo 4 năm. Vượt biển, định cư tại Hoa Kỳ 1980. Về hưu sớm, dành toàn thời gian cho việc sưu tập di sản văn học miền Nam, cơ sở Thư Ấn Quán và tạp chí văn học Thư Quán Bản Thảo. Anh đã xuất bản hơn hai chục tác phẩm thơ, văn. Có thể nói 38 đoạn thơ trong tập (đoạn ngắn nhất là 2 câu, dài nhất là 8 câu) là 38 bài thơ cùng có tên là "Xa Xứ". Nói một cách khác bài thơ "Xa Xứ" của Trần Hoài Thư dài 38 đoạn.

Gạt lệ, từ bỏ quê nhà, đối diện với may rủi. Rủi nhiều hơn may. Cho dù đến được với bến bờ tự do. Trần Hoài Thư cũng như những người yêu Việt Nam, vẫn bị cái rủi bao vây, khống chế. Đó là cái rủi của một con người bị mất quê hương. Từ bên này địa cầu, Trần Hoài Thư, luôn luôn mang nặng một nỗi buồn xa quê. Nỗi nhớ mang tên mưa, những cơn "mưa tối mặt", liên quan đến sinh tử của người lính chiến:

*"Tây Nguyên đèo ải ngăn sinh lộ*
*"Trăm đứa lên có mấy kẻ về*
*"Giày trận bám bùn mưa tối mặt"*
("Xa Xứ", tr. 6")

Nỗi nhớ mang tên cây như rễ cây đa cổ thụ "đâm lòng đất":

*"Cây đa. Ngàn rễ đâm lòng đất*
*"Như tấm lòng người với Bồng Sơn*
*"Đa bám làng, tôi đi bám đất*
*"Đất và làng, thương quá quê hương...."*
(Xa Xứ, tr.😎)

Nỗi nhớ của anh còn mang tên nhiều thứ nữa. Những cái tên ấy đều mộc mạc chân quê. Như là : "cây chuối", "con bìm bịp", "lúa chiêm"... Những lần hành quân, người lính chiến đang tuổi thanh niên, không thể không vấn vương mái tóc của người con gái tuổi dậy thì trong vụ chiêm vàng bát ngát. Uống một cốc cà phê, nhớ bạn. Hình ảnh cái ly xây chừng của cà phê bít-tất bỗng sống dậy trong anh. Lặng lẽ nhưng sừng sững. Ảo ảnh nhưng chừng như tác giả có thể nắm bắt:

*"Cốc xây chừng ta để lại Việt Nam*
*"Chắc sẽ nguội và đóng thành lệ đá"*
("Xa xứ", tr. 20)

Cây chuối là hình ảnh của quê hương mình, tình cờ thấy nó ở vườn ai (!) bên đường, anh không khỏi bàng hoàng thảng thốt, dừng xe:

*"Bụi chuối nhà ai bên đường đã mọc*
*"Chuối mẹ chuối con, trời hỡi quê nhà!"*
("Xa Xứ", tr. 22)

Tình cờ hai kẻ xa xứ gặp nhau. Rủ nhau vào quán:

*"Hỏi em: em xa xứ*
*"Hỏi anh: anh xa nhà*
*"Mời em vào quán vắng*
*"Uống thêm màu mây xa."*
("Xa Xứ", tr. 36)

Đây là đoạn thơ hay nhất trong thi tập "Xa Xứ." "*Em xa xứ/ Anh xa nhà/ Mời vào quán vắng*". Nếu để kể lể, chia sót nỗi buồn lưu lạc thì chắc tác giả chẳng nói làm chi. Chỉ để "*Uống thêm màu mây xa*". Câu thơ như suối nguồn tuôn chảy, làm ngập lụt cả không gian bằng nỗi nhớ vợi vời. Uống thêm màu mây xa là uống một thứ thuốc độc thơ mộng. Một lối tự tử tuyệt vời. Chữ "thêm" và chữ "xa" là 2 chữ đắc địa. Không gian của 4 câu thơ là không gian tuyệt đối tĩnh lặng cô đơn. Chao ôi, trống vắng của kiếp người như vậy có thể nói là cùng kiệt! Cái tĩnh lặng cô đơn ở đây là chính do tự lòng mình mở ra dẫu cho đang đứng giữa phố xá đông người. Cảnh quang không tĩnh như trong bài "Tĩnh dạ tư" [1]. Nó khiến ta nhớ đến bài "Ức Đông Sơn:"

*"Bất hướng Đông Sơn cửu*
*"Tường vi kỷ độ hoa?*
*"Bạch vân hoàn tự tán*
*"Minh nguyệt lạc thùy gia?"*
(Lý Bạch)

Dịch nghĩa (ĐPP):

"Lâu không đến Đông Sơn. Hoa tường vi đã nở mấy lần? Mây trắng hợp rồi tan. Trăng sáng lạc vào nhà ai?"

Lý Bạch nhìn mây. Trần Hoài Thư uống mây. Cả hai bài thơ đều không đề cập đến nỗi nhớ, nỗi cô đơn nhưng đều gây cho người đọc bàng hoàng đến lặng người vì nỗi cô đơn cùng cực.

Trần Hoài Thư biết rõ mình "đứng giữa nỗi buồn lịch sử" nên đành phải ngậm ngùi với thân phận mất mát dù thỉnh thoảng cũng muốn tìm "có exit nào để bớt cô liêu" (trg 58)... Nhưng, tất cả chỉ là chiêm bao:

*" ... Ta về chứ đêm qua*
*"Ta vẫn về, rất thầm lặng thiết tha."*
("Xa Xứ", tr. 78)

Kẻ lưu vong mà cứ canh cánh bên lòng nỗi mất mát thì sẽ trở thành một người chung thân bất mãn. Hay ít ra là một kẻ mang bệnh trầm cảm. Mong nhà thơ chúng ta tìm được chỗ, nơi, chốn thoát thân.

## Đặng Phú Phong

Chú thích:
(1) "Tĩnh dạ tư" của Lý Bạch.
"Sàng tiền minh nguyệt quang
"Nghi thị địa thượng sương
"Cử đầu vọng minh nguyệt
"Đê đầu tư cố hương.

*Đặng Phú Phong*

# NGUYỄN LỆ UYÊN

## ĐÁM CƯỚI THỜI CHIẾN

Chừng tuổi này, dự đám cưới bạn bè, người thân, con cháu, học trò cũ... thậm chí cả người lạ... cũng khá nhiều, nhớ không hết. Nhưng có một đám cưới tôi không bao giờ quên. Nó thuộc về một quá khứ xa, rất xa đã nửa thế kỷ, nhưng mỗi khi nhớ về họ, nó hiện lên trước mắt mới toanh như vừa mới hôm qua. Đó là đám cưới của anh chị Trần Hoài Thư & Nguyễn Ngọc Yến.

Mối tình của hai người khá ly kỳ, mối tình văn chương pha đậm chất lãng mạn mà tôi là kẻ bên lề, chứng kiến trọn vẹn tới ngày hợp hôn của hai người.

*Hình 1: Từ trái sang phải: Phạm Ngọc Lư (mất), Trần Hoài Thư, Nguyễn Lệ Uyên, Phạm Văn Nhàn . (Chụp tại Tuy Hòa năm 1969)*

*Hình 2: Vì đám cưới nhà binh nên không có mục chụp hình. Xin được thế bằng hình của đôi "uyên ương" này, chụp 17 năm sau (THT)*

Với THT thì quen thân từ hồi ghé thăm anh tận nơi đóng quân ở cầu Bà Gi, Bình Định dịp Noël 1968. Rồi mỗi dịp tôi nghỉ hè, anh và Phạm Văn Nhàn lại đeo xe đò Phi Long, Tiến Lực vào Tuy Hòa với anh em văn nghệ ở đây. Tôi thích và mến anh ở chỗ trực tính, bất cần đời và không hiếm những câu văng tục trong lúc trò chuyện. Lại nữa, anh có thể viết bất kỳ ở đâu: đang cà phê với đám đông, trong buổi nhậu... nghĩa là những ý tưởng, câu chuyện xuất hiện trong đầu lúc nào thì người anh như chiếc lò xo tự động bật lên: xé tờ lịch, lôi tờ giấy nhàu nhò trong túi, hỏi mượn chủ quán một mẩu giấy nhỏ, hay quyển vở của chủ nhà, rồi bỏ mặc tất cả, ra một góc riêng ném vãi những cảm xúc của mình lên trang giấy. Tôi đã chứng kiến tận mắt cảnh tượng này tại phòng khách nhà tôi khi có cả Phạm Ngọc Lư, Phạm Văn Nhàn, Trần Huiền Ân đang ngồi uống rượu... Tôi cũng nghe kể, những đêm đi kích hay đơn vị hành quân, lúc yên ắng anh còn trùm poncho bật đèn pin khum lưng viết, chỉ thiếu vừa đụng trận với quân địch vừa viết... thì anh là người có một không hai trên thế gian này?

Sau này, ở Sài Gòn thỉnh thoảng chúng tôi cũng hay gặp nhau, lúc ở đường phố, khi ở tòa soạn Văn, và lần nào cũng ghé thăm anh Trần Phong Giao và được ông thư ký tòa soạn đãi chầu bia bên Tân Thuận hay trong Chợ Lớn... rồi chia tay nhau.

Riêng chị Nguyễn Ngọc Yến thì khác. Năm 1968, tôi thi vào khoa Sư phạm ĐH Cần Thơ và một số trường khác. Khi có kết quả, loay hoay thế nào lại nộp hồ sơ nhập học trễ cả tuần, bị cô Ngọc thư ký Văn phòng Khoa làm khó. Điệu này vào lính là cái chắc, vừa nghĩ vừa vân vê tập hồ sơ trong tay thiếu điều mủn ra. Vừa lúc đó, chị Yến (sau mới biết tên) từ trên lầu bước xuống nhìn thấy bộ dạng tôi (chắc là thảm thương lắm), hỏi cớ sự rồi bảo đưa hồ sơ đây; chị cầm bước ngược lên lầu. Không lâu sau chị trở xuống nói ổn rồi. Sau này tôi mới biết chị làm ở phòng Hành Chánh của Viện Đại Học Cần Thơ đã nói giúp với ông Khoa trưởng. Sau đó thì thân nhau, bởi chị cũng biết tôi có võ vẽ mấy truyện ngắn trên Văn, Khởi Hành... mà chị thì mê văn chương, đọc nhiều; các tạp chí văn học chị hầu như ít bỏ sót, nên chúng tôi coi như chị em, chị lớn hơn tôi đến 7, 8 tuổi. Những dịp nhận nhuận bút, tôi thường mời chị đi ăn chè thập cẩm, sâm bổ lượng, vừa tán chuyện văn chương, nghệ thuật. Trong thời gian này, tôi quen với cô bé học lớp Đệ Tam C bên Đoàn Thị Điểm, cũng mê văn chương, có viết những đoản văn trên các báo ngày và Tuổi Ngọc của ông Duyên Anh, sau là trợ thủ đắc lực trong chương trình VHNT do tôi phụ trách trên đài Cần Thơ và chương trình "Những Tối Thứ Sáu" của nhóm SV liên khoa). Lựa dịp nhận nhuận bút, tôi mời cả hai đi ăn hủ tiếu Nam Vang, cốt giới thiệu cô bé để chị Yến "coi mắt". Chị khen cô bé nhưng cảnh báo tôi: "Đẹp, nết na, có tâm hồn... nhưng phải biết giữ gìn và chờ đợi, học cho xong đã, vào lính không sướng đâu nha em!"

Rồi trên tạp chí Văn khoảng năm 1969 số chủ đề Những Cây Bút Trẻ hay Đầu Xuân Lộc Mới gì đó, có truyện của tôi và anh THT đi cùng. Khi nhận nhuận bút, không hiểu sao tôi lại mời chị đi ăn bún bò Huế ở quán ông Ba Mập ngoài Bình Thủy (trên đường đi

Long Xuyên). Ăn, chị hít hà, chảy nước mắt, chị kêu, "cay quá trời nhưng mà ngon lắm". Trong lúc ăn vừa lau nước mắt, chị nói vừa đọc truyện em và những người khác, em có biết Trần Hoài Thư, thân nhau lắm không? Ông này ra sao, có giống như những nhân vật trong truyện ổng viết không? Tôi nói tuy chưa ngủ bờ bụi với nhau, nhưng cà phê, rượu thì có thừa. Tôi kể lại có lần ra tận cầu Bà Gi tìm thăm THT, hai anh em về Quy Nhơn uống cà phê, xuống thăm "Ổ chuột" ở khu 6 nơi tập trung những anh hào tứ phương Lê Văn Trung, Lê Văn Ngăn, Phạm Cao Hoàng, Phạm Văn Nhàn, Nguyễn Phương Loan, Lữ Quỳnh, Đặng Hòa, Hoàng Ngọc Châu...

Trong thâm tâm, lúc đó tôi chỉ nghĩ chị hỏi để hiểu rõ thêm về một tác giả, nhưng không ngờ, chị mê truyện anh Thư, mê các nhân vật khốn khổ của ảnh, như hiện thân của một THT được bê nguyên xi cho ngồi chồm hổm bên bờ hào hay ngụp mình dưới làn nước lạnh ngắt vào trong truyện đến nỗi yêu các nhân vật và yêu luôn người viết truyện!

*Hình 3: Tạp chí Văn*

Đầu niên khóa 69-70, nhóm SV chúng tôi gồm Phan Lương Minh, Nguyễn Thành Nghiệp, Trương Cương Thanh, Trần Văn Liêm, người bên Luật, kẻ Nông Nghiệp, Sư Phạm cùng nhau thực hiện chương trình ca nhạc, đọc, ngâm thơ mỗi cuối tuần tại Giảng đường lớn trên đường Tự Đức (nay đổi thành Lý Tự Trọng), lấy tên "Những Tối Thứ Sáu" dành cho sinh viên học sinh, nhưng không biết phải làm đơn xin phép ở đâu. Dĩ nhiên không phải chính quyền sở tại, vì đại học có quy chế tự trị riêng. Anh em bàn ra tán vào, cuối cùng ấn tờ đơn xin phép cho tôi. Dĩ nhiên tôi phải nhờ đến chị Nguyễn Ngọc Yến. Nghe tôi trình bày, chị rất vui và cầm ngay lá đơn lên văn phòng Viện trưởng. Hơn mười phút sau, chị cầm lá đơn trở xuống với nụ cười rất tươi, trao lại lá đơn còn tươi rói chữ ký và mộc đỏ chưa ráo mực của Viện trưởng, Giáo sư Phạm Hoàng Hộ. Tôi mừng đến nỗi muốn ôm chầm lấy chị để bày tỏ lòng biết ơn.

Tới tận giờ này, khi ngồi gõ những dòng chữ về chuyện xưa, mà thấy như đang sống lại cái thời khắc đẹp tuyệt vời ấy: Tôi đứng dưới sân Viện Đại Học, lòng nôn nao, đại lộ Hòa Bình như rộng và vắng hơn mọi ngày, nhìn xéo qua bên kia đường, QĐ 4 không thấy nổi vòng những cuộn kẽm gai chồng chất như mọi ngày mà là những luống hoa đủ màu sắc. Khi chị trao lại tờ đơn, mở ra tôi cứ ngỡ như những bông hoa cây cỏ miền Nam chị gom lại của Gs Phạm Hoàng Hộ tặng cho cả nhóm. (*)

Trong sinh hoạt văn nghệ cuối tuần này, hầu như chưa lần nào chị vắng mặt, để sau đó góp ý sửa đổi cho hoàn chỉnh, động viên anh em trong nhóm.

Thêm một chi tiết: Tôi trọ tại số 2 Phan Thanh Giản, nhà chị cùng đường, số 45, nên mỗi sáng đi làm, chị chạy ngang qua, khi thì chiếc Yamaha màu xanh, lúc chiếc Honda tay ga. Tôi thì học ở các giảng đường trên Cái Răng, cạnh Đài Phát Thanh Cần Thơ, phải cuốc bộ qua đoạn đường ngắn có hai trường trung học nổi tiếng ở miền Tây là Phan Thanh Giản và Đoàn Thị Điểm, trước khi ra đại lộ Hòa Bình đón xe lam lên Cái Răng. Những lúc gặp, chị chở đi một đoạn và lần nào chị cũng nói, "cố gắng lên nghen em, đừng vì văn nghệ mà lỡ chuyện học hành, vào lính, khổ".

Tới lúc này, chị mới thổ lộ tình cảm thật của chị dành cho anh Thư. Chị hỏi tôi về gia cảnh, tính tình, lối sống... "Hình như THT sống buông thả, bất cần đời lắm phải không em?". Tôi nói: "Lính thì sống nay đây mai đó, hiếm hoi mới có mấy ngày phép ngắn ngủi, chiến trường là quê hương của họ mà chị!".

Vậy thì đã rõ, chị yêu anh Thư thật rồi. Những lần gặp sau, tôi cố "rặn" để sơn phết một Trần Hoài Thư sao cho thật tròn trịa, pha chút lãng mạn, vừa bặm trợn vừa cô đơn như cụ Hemingway một mình trên biển cả mênh mông. Tôi nói với giọng điệu vừa sôi nổi vừa lặng lờ như diễn viên kịch đến cả tôi cũng tin những điều tôi nói còn hay hơn cả truyện tôi viết!

Tối đó, tôi viết cho anh Thư đến 4, 5 tờ pelures về chị Yến. Kể thật về điều tai nghe mắt thấy, về nhan sắc, tính tình của chị cùng những phẩm chất dung dị, đôn hậu của phụ nữ Nam bộ, lại sống trong gia đình nề nếp, gia giáo (ông cụ thân sinh chị, bác Nguyễn Văn Dưỡng, là Chánh Thư ký Văn phòng Hiệu trưởng trường Trung học Phan Thanh Giản, bác là GV bậc Thượng hạng ngoại hạng đặc biệt danh dự)...

Với anh THT, tôi viết thư nói đây là một mẫu người lý tưởng để làm vợ, anh đừng để mất cơ hội. Chị Yến thì gần, gặp nhau hai chị em nói chuyện thơ văn, tán dương ông anh Quí Sách, khuyến khích chị viết thư làm quen với các nhân vật của ảnh. Sau vài ba lần như vậy, tôi nói thẳng với chị: "Anh Thư là một người tuy không hoàn hảo như trong tiểu thuyết, nhưng sẽ là người chồng tốt, rất tốt đó chị".

Cuối cùng, như duyên tiền định với tô bún bò Huế cay sè tôi đãi chị, hai người hẹn hò nhau tại tòa soạn Bách Khoa năm 70, đến tháng 6/71 hai người làm đám cưới.

Mở dấu ngoặc về vụ coi mắt và hẹn hò: THT tâm sự thế nào với Lữ Kiều tôi không biết rõ; mãi sau này Lữ Kiều mới thổ lộ: Trong chuyến công tác, Thư biết moa từ Phú Quốc về Cần Thơ, có nhờ moa ghé lại Viện Đại Học Cần Thơ coi mắt cô Yến. Gặp, moa bằng lòng ngay, viết thư liền cho lủy. Còn vụ hẹn hò giữa THT và chị Yến là hai người đã hẹn nhau qua thư sẽ gặp nhau tại tòa soạn Bách Khoa. Đỗ Hồng Ngọc đèo THT trên chiếc Vespa tới. Chờ khá lâu nhưng không thấy bóng dáng nàng, THT đùng đùng nổi giận bỏ đi, một lúc sau thì chị Yến tới. Cả ông Lê Ngộ Châu và anh Ngọc phát hoảng. Anh Ngọc lấy xe chạy vòng quanh khu vực quận 1 cuối cùng cũng tìm thấy chàng ngồi cà phê bít tất trên đường Nguyễn Du. Chở về tới tòa soạn, chị Yến vẫn còn ngồi nói chuyện với LNC. "Giao hàng" xong, anh Ngọc dông về BV; còn về sau là chuyện của hai người!

Đến khi tôi đang lăn lê bò toài ở quân trường Thủ Đức, thì nhận được thư chị viết mấy dòng ngắn: "Chị và anh Thư cưới nhau, ngày... tháng... năm... tại cư xá Nguyễn Thiện Thuật. Em gắng xin phép về dự, không anh chị buồn".

Cuối cùng thì tôi cũng cầm được giấy đi phép do Tiểu đoàn trưởng khóa 6/70 ký đúng vào lúc 2:30 giờ chiều. Tôi vội vã ra cổng số 1, lội bộ ra chợ Nhỏ đón xe ôm về SG, tới ngay tòa soạn Ý Thức, 666 Phan Thanh Giản. Tại đây có đủ mặt bạn bè nhưng chưa thấy "chú rể". Mãi lúc sau, THT từ nhà sau thủng thỉnh bước tới với bộ treillis bình thường, không lon ống, nện gót giày botte de saut cũng bụi như mọi ngày khiến tôi hơi ngạc nhiên, trong khi đó Võ Tấn Khanh complet cà vạt tóc chải bi-ăng-tin láng coóng.

Đến giờ "rước dâu", mọi người ra xe, chiếc La Dalat mượn của ai đó. Chị Mai (chị Sáu của Nguyên Minh), ngồi ghế trước, Võ Tấn Khanh lái xe, băng ghế sau là chú rể THT, Lê Ký Thương, chị Mận (em kế chị Mai), Nguyên Minh... và tôi với đầu tóc cắt ngắn, áo quần đi phép của quân trường, lủng lẳng dây biểu chương. Hai quả lễ vật phủ khăn đỏ đặt phía sau cùng. Từ tòa soạn Ý Thức qua cư xá Nguyễn Thiện Thuật đâu chừng ngàn mét, nhưng riêng tôi vô cùng hồi hộp, tưởng như rằng THT dẫn anh em chúng tôi đi hành quân vậy!

Cư xá, nơi làm lễ cưới, hóa ra là nhà của anh trai chị Ngọc Yến, anh Nguyễn Văn Thiệt, kỹ sư công chánh mà tôi đã vài lần ghé thăm.

Phái đoàn nhà trai với VTK và LKT khệ nệ bưng hai quả phủ khăn đỏ. Bước vào nhà đã thấy nhà gái, ba chị Yến - bác Nguyễn Văn Dưỡng - và anh chị em trong nhà. Chị Yến thì mặc áo dài trắng, mảnh mai như một nữ sinh. Nhìn thấy ông mai có mặt, chị mừng lắm, đưa mắt về phía tôi thay lời chào. Thủ tục lễ nghi diễn ra nhanh gọn. Cuối cùng thì bác Dưỡng tuyên bố: "Từ nay, hai con Nguyễn Ngọc Yến và Trần Hoài Thư chính thức là vợ chồng. Ba chúc hai con mãi mãi hạnh phúc". Bác tiếp: "Xin quý vị hãy coi đây là một đám cưới nhà binh".

Nhà trai nhà gái ngồi chen nhau quanh chiếc bàn dài phủ khăn trắng, có bình hoa hồng và bánh trái. Tất cả đều hân hoan, mừng vui chúc phúc cho anh chị.

Cuối cùng, tiệc trà cũng tan, còn đôi tân lang tân giai nhân thì dắt nhau hưởng trăng mật ở một khách sạn nào đó đã đặt sẵn, hôm sau hai anh chị về Cần Thơ ra mắt họ hàng.

Cách đây mấy ngày anh Đỗ Hồng Ngọc hỏi tôi có giữ tấm ảnh nào chụp ngày cưới của anh Thư chị Yến không? Tôi ngớ người, tự hỏi tại sao hai ông bạn Nguyên Minh và Lê Ký Thương dư thừa điều kiện và thời gian để làm việc này, chỉn chu như Võ Tấn Khanh cũng không nghĩ được để có một vài tấm ảnh ghi lại khoảnh khắc đáng nhớ này? Lại nữa, người đã chở Trần Hoài Thư trên chiếc Vespa cà tàng đến tòa soạn Bách Khoa để hai anh chị gặp nhau cho đủ nghĩa "kỳ hình" là Đỗ Hồng Ngọc, thì lại nhè ngay trước ngày cưới vài hôm dính xuất huyết tiêu hóa, phải đi cấp cứu ở bệnh viện Chợ Rẫy, nên không có mặt trong ngày "đón dâu" đẹp "tựa ráng pha" này...

Sau 75, tôi chưa hề một lần gặp lại anh chị. Mãi đến năm 2001, sau khi tòa tháp đôi ở New York bị nhóm Hồi giáo cực đoan đánh sập, buổi sáng nọ đang cuốc đất ngoài vườn, bỗng nghe tiếng chuông reo. Vừa nhấc ống nghe, đã nghe giọng lập bập của Trần Hoài Thư, rồi tiếp sau là chị Nguyễn Ngọc Yến. Vẫn là những hỏi han về sức khỏe, gia đình, con cái... nhưng như người ở hai đầu dây là những người tù chung thân được ôm người tù khổ sai, vừa mừng vừa tủi đến chảy nước mắt! Và cho mãi đến hôm nay, mối chân tình vẫn gắn bó giữa anh chị và cụ nông dân hạng hai đang thoi thóp trong xã hội bị kềm tỏa đến tận cùng! Rồi, càng buồn hơn khi chị bị đột quỵ đến ba bốn lần, không còn nhận biết được điều gì. Không riêng gì anh Thư, tất cả anh em văn nghệ, người thân đều cảm thấy bị hẫng hụt khi sự chăm sóc của chị cho anh, cho TQBT, cho Di sản Văn học MN, mất dần, mất dần hy vọng sự trở về như xưa của chị.

**Nguyễn Lệ Uyên**

*(Lái Thiêu, tháng 5/2021 - Nhuận sắc: tháng 12/2022)*

*Nguyễn Lệ Uyên*

# THỤC UYÊN
## TRẦN HOÀI THƯ & CẢM TẠ VĂN CHƯƠNG

Xin cảm ơn anh Trần Hoài Thư rất nhiều đã ưu ái tặng cho Thục Uyên một số sách thật quý giá! Nhận được sách đã khá lâu nhưng vì muốn đọc kỹ và nghiền ngẫm thấu đáo nên hôm nay mới có dịp viết bài cảm ơn anh.

Anh Trần Hoài Thư, một tên tuổi vang danh trên văn đàn Việt Nam từ trước năm 1975.

Là một người sĩ quan VNCH, cũng là một nhà văn, một phóng viên chiến trường, gót chân anh đã bước qua vạn nẻo đường chinh chiến, và đã từng bước qua cửa tử sinh, thơ văn anh kiêu hùng lẫn bi tráng.

Lướt qua những bài thơ, bài hồi ký của anh là lướt qua những trang sử Việt Nam đẫm lệ, ta thấy rõ mồn một đâu đây đường bay của bom đạn xé nát bầu trời quê hương, của những đau thương tang tóc, đổ nát chất chồng, cô nhi quả phụ càng lúc càng đông hơn..

*Mặc dầu cầm súng chiến đấu nhưng anh căm ghét chiến tranh. Bản thân anh đã từng chứng kiến thịt da của anh em hai miền nam bắc văng ra từng mảnh vụn không còn hình hài, đã từng chứng kiến cảnh những người mẹ, người vợ mất con mất chồng lăn lộn gào khóc (nỗi hả hê của người lính khi giết địch đã nhường lại nỗi buồn ghê rợn.)* (trang 103)

Một cuộc chiến vô nghĩa nhưng được vinh danh bởi những chủ nghĩa, ý thức hệ gì gì đó... Được hình thành từ những đồ tể ngồi trong nhà mát điên cuồng nướng quân, nướng những con trẻ vào lò sát sinh không gớm tay.

Anh ghê sợ chiến tranh, phản đối chiến tranh và đã từng bỏ ngũ. Là một phóng viên chiến trường anh viết những bài viết gởi về từ mặt trận nóng bỏng, tinh tế, xuất sắc. Bài viết anh luôn được đón nhận nhiệt liệt của nhiều sách báo và tạp chí nổi tiếng trong nước.

CẢM TẠ VĂN CHƯƠNG là cuốn hồi ký về cuộc đời phong trần của anh.

Giã từ vũ khí, anh bị tù CS và được thả về sau vài năm. Đã có lúc anh bán cà rem để mưu sinh... Vận khứ anh hùng ẩm hận đa, anh hùng lúc sa cơ thật bi thảm!

Sau đó anh đã vượt thoát, định cư tại Mỹ. Anh đi học lại và tốt nghiệp kỹ sư điện toán làm cho hãng AT&T.

Anh là người yêu văn chương và sống chết vì nó. Anh được mệnh danh là NGƯỜI KHÂU VÁ NHỮNG DI SẢN VĂN HÓA.

Thật vậy, thời kỳ chưa có internet, anh cùng người vợ hiền mỗi tuần lái xe xa mấy trăm cây số để vào thư viện lục lại những tài liệu văn chương quý giá của miền Nam trước năm 1975. Anh copy, đánh máy, làm bản thảo, in ấn, cắt xén, đóng tập, làm bìa chỉ một mình anh trong hầm basement. Anh thành lập Thư Quán Bản Thảo, anh in xong gởi tới bạn bè xa gần hoàn toàn miễn phí! Mỗi số TQBT anh vinh danh từng nhà văn nổi tiếng, anh góp nhặt cát đá, anh gìn vàng giữ ngọc...

Thời đại này là thời đại bấm nút mà lại có người đàn ông với mái tóc trắng phau, một mình trong đêm tối ngồi cặm cụi khâu từng cuốn sách bằng tay cứ như thời vua Nghiêu vua Thuấn vậy mới ghê chứ! Bàn tay anh nâng niu từng trang cảo thơm, anh chăm chỉ khâu vá lại cái vàng son đã có nguy cơ tàn phai, anh yêu lắm nền văn chương quá rực rỡ đó và quyết không để nó lụi tàn, mai một...

Tấm lòng anh với văn chương thật quá lớn, cầm trên tay từng cuốn TQBT cảm thấy lòng biết ơn anh vô cùng. Tuổi của anh đã cao, lại thêm bệnh hoạn. Vợ anh cũng đã vào ở hẳn trong viện dưỡng lão vì đột quỵ. TQBT có thể phải chấm dứt từ đây, và những gì anh đã dâng hiến cho văn chương thật đáng trân trọng!

Xin được vinh danh anh một người yêu quê hương yêu văn hóa của mình đến hơi thở cuối!

Trong cái vàng vọt của những buổi chiều xuống phai phôi, chiều đã hắt bóng một người đàn ông Việt cô quạnh...

Trong những cánh chim bay phiêu bạt, anh, cánh chim cô đơn cố gắng tìm hơi ấm, sự ấp ủ trong cái nôi của mẹ, của tiếng Việt ngàn đời yêu dấu..

**Thục Uyên**

*Thục Uyên trước nhà Trần Hoài Thư*

# THIẾU KHANH
## MỘT CHÚT GÌ ĐỂ NHỚ VỚI TRẦN HOÀI THƯ

*Thương tiếc nhà văn Trần Hoài Thư.*

Hôm được nhà văn Phạm Văn Nhàn (ở Mỹ) gọi điện báo tin nhà văn Trần Hoài Thư hôn mê, sau đó anh qua đời, tôi đang ở trong Bệnh viện, và cũng chưa mở được Facebook trên laptop, nên tôi chỉ có thể viết mấy lời thương tiếc anh trên điện thoại.

Tôi chưa được gặp Trần Hoài Thư lần nào, nhưng biết anh, Phạm Văn Nhàn và tôi cùng tuổi Nhâm Ngọ, 1942, như với một số bằng hữu khác ở trong nước.

Sau năm 1975, tôi từ Đà Nẵng đưa gia đình lên vùng rừng núi Phương Lâm, thuộc huyện Tân Phú, tỉnh Đồng Nai, sống đời nông dân, làm rẫy và canh tác một hecta vườn cây ăn trái. Tôi sống ở đây 12 năm như một nông dân thực thụ. Năm 1987 tôi lại đưa gia đình đi xa hơn, và... cao hơn, lên Bảo Lộc (tỉnh cao nguyên Lâm Đồng). Sau vài năm đạp xe đi bán hàng rong trong vùng Lộc An, Lộc Nga... và trong các bản làng xa xôi, tôi "sang lại" được một *kiosque* ngoài chợ Bảo Lộc để nhà tôi và các con bán bánh kẹo. Phần tôi thuê cơ sở mở lớp dạy tiếng Anh cho người lớn trong thị trấn. Nhưng năm 2000, tôi lại từ Bảo Lộc chuyển gia đình về Sài Gòn. Trong một phần tư thế kỷ lưu lạc đó, tôi hoàn toàn ù ù cạc cạc, không có cơ hội tiếp xúc với bằng hữu văn nghệ hay thông tin về văn học nghệ thuật trong và ngoài nước. Tôi không biết chi về hoạt động văn học của Trần Hoài Thư ở Mỹ.

Chỉ sau khi trở về Sài Gòn, (nói *trở về* vì tôi đã rời Sài Gòn để ra Đà Nẵng lập gia đình và ở lại đó từ năm 1968), tôi bắt đầu công việc dịch thuật để kiếm sống và hỗ trợ các con học hành. Từ đây thỉnh thoảng tôi có dịp gởi đăng một bài thơ trên các trang mạng nào đó. Lúc bấy giờ chưa có các mạng xã hội, nhưng nhờ vậy tôi "gặp lại" một vài bằng hữu mà sau cuộc đổi đời choáng váng đang còn phân tán bốn phương. Tôi đặt từ "gặp lại" trong ngoặc kép vì có nhiều người tôi chỉ giao tiếp trên mạng internet, chớ chưa hay không có cơ hội gặp mặt ngoài đời. Trần Hoài Thư là một người như vậy. Anh và gia đình đang định cư ở Mỹ.

Sau khi tôi về Sài Gòn một thời gian có ai đó ở Mỹ báo cho Trần Hoài Thư biết trong cuốn sách *Thơ Miền Nam Trong Thời Chiến* do nhà văn Trần Hoài Thư thực hiện, Thư Ấn Quán xuất bản, có... nửa bài thơ "*Bài Tình Ca ở Hậu Nghĩa*" của Thiếu Khanh nhưng với tên tác giả là một người con gái hoàng tộc nào đó. Anh tìm cách liên lạc với tôi để hỏi sự việc. Tôi nhớ lại chuyện "cầm nhầm cố ý" này đã xảy ra từ lâu trước năm 1975 trên tờ tạp chí VĂN ở Sài Gòn, do ông Trần Phong Giao làm Thư Ký Tòa Soạn.

Thoạt đầu, bài thơ "*Bài Tình Ca ở Hậu Nghĩa*" gồm mười khổ bốn câu, được tôi chia đều trên hai tờ giấy vở học trò (một mặt), tôi đưa cho anh Khánh Giang, Thư Ký Tòa Soạn BNS Thời Nay trước khi trở lên Hậu Nghĩa. Không biết anh Khánh Giang làm thế nào để lạc mất một tờ giấy chép nửa sau của bài thơ. Khánh Giang tưởng bài thơ chỉ gồm năm khổ chép hết trên một trang giấy còn lại, nhưng thấy nội dung không ăn nhập gì với cái tựa tình ca Hậu Nghĩa cả, và nhân khổ thơ đầu có chữ Chiêm Bao (*Em mắt nghìn thu xanh cỏ biếc / Ta lên rừng thẳm ngủ chiêm bao*), thế là anh sửa tên bài thơ là Chiêm Bao và cho đăng trên Thời Nay. Một anh chàng nào đó đọc thấy thích bèn "cóp" lấy và gởi cho tập san VĂN, nhưng ký tên mình là Tôn Nữ Kim Phượng. Đến lượt Trần Phong Giao đọc bản thảo, cảm thấy không thích khổ thơ cuối, bèn ngắt bỏ và đăng "bài thơ Chiêm Bao" với bốn khổ thơ còn lại. Ngay hồi đó tôi đã có gởi thư báo sự việc với ông Trần Phong Giao, nhưng báo đã in ra và phát hành rồi, làm sao bỏ bài thơ ấy đi được? Tôi không theo dõi, không biết ông Trần Phong Giao có đính chánh ở số sau hay không mà về sau anh Trần Hoài Thư chép lại (nửa) bài đó trên tạp san VĂN để in vào cuốn sách sang trọng của mình, *Thơ Miền Nam Trong Thời Chiến*, tuy anh cũng thấy hơi lấn cấn khi nội dung bài thơ là của một người lính lội nước phèn Hậu Nghĩa, đánh giặc trong vùng sông Vàm Cỏ mà tác giả lại là tên một cô gái "cành vàng lá ngọc" Tôn Nữ Kim Phượng! Tôi mách anh Trần Hoài Thư trang web *art2all* của cô Đặng Lệ Khánh có đăng toàn bộ bài thơ gốc! Sau đó Trần Hoài Thư loại bỏ tên tác giả Tôn Nữ Kim Phương ra khỏi cuốn sách của anh, trám vào đó lời xin lỗi, và trả bài thơ cho tác giả Thiếu Khanh trong tập II. Còn tôi, trước đó tôi cũng đã bỏ đi cái khổ thơ mà Trần Phong Giao không thích. Bài thơ nay chỉ còn chín khổ thơ.

**Bài Tình Ca Ở Hậu Nghĩa**

Em mắt nghìn thu xanh cỏ biếc
Ta lên rừng thẳm ngủ chiêm bao
Vòng tay thân ái xa biền biệt
Ta gặp nhau mà vẫn nhớ nhau

Em nhớ ta hay ta nhớ em?
Từng đêm lặn lội giữa bưng biền
Ta qua Hậu Nghĩa ngày mưa xám
Róc vỏ thân tràm ta viết tên...

Năm tuổi chiến trường xuyên vạn lý
Núi sông biết mặt đứa phong trần
Yêu em ta bỗng thành thi sĩ
Thơ lính hong ngời mắt mỹ nhân.

Ta trót đam mê ngùn ngụt lửa
Nghìn đêm nuôi nấng mộng phi thường.
Cho em một cánh tay gần gũi
Dành một tay vào buổi nhiễu nhương.

Đôi lúc toan vung cờ nghĩa khởi
Cùng em đi tiếu ngạo giang hồ.
Ngao du trên suốt vùng biên giới
Về đóng quân doanh ở Hố Bò.

Mình không cười giễu ta cuồng vọng
Chỉ sợ nhàu phai áo học trò
Theo gã thư sinh làm loạn tướng
E mình lây phải mộng phiêu du!

Đêm ta đụng trận trong Vàm Cỏ
Lửa sáng rừng sâu nhớ mắt nàng.
Ngày hát nghêu ngao qua Thố Mố
Trong lòng nỗi nhớ chợt thênh thang!

Đức Huệ – Củ Chi đến Đức Hòa
Quê hương nàng
hóa quê hương ta
Năm năm vác súng giang hồ vặt
Chỉ nhớ tình nhân chẳng nhớ nhà.

Ta tự miền Trung vào Hậu Nghĩa.
Đồng chua ngâm nứt gót chân chai
Tóc em chao gió thơm rừng mía
Reo giữa hồn ta tiếng hát dài.

(*Hậu Nghĩa, 1967*)

Năm 2007, Trần Hoài Thư đề nghị để Thư Ấn Quán của anh tái bản tập thơ *Trong Cơn Thao Thức* của tôi. Tôi rất vui. Tập thơ *Trong Cơn Thao Thức* đã được NXB Da Vàng ở Đà Nẵng in từ năm 1971. Sau cuộc "phần thư" năm 1975, tập thơ tuyệt bản. Tôi không còn bản nào trong tay. Tuy vậy, trước đó tôi đã cố gắng phục hồi và biên tập lại, nhưng tập thơ không có bìa. Trần Hoài Thư đã nhờ người làm bìa mới cho tập thơ. Nhà thơ Đặng Lệ Khánh của website *art2all.net* đã có sáng kiến lấy hình phụ bản của họa sĩ Võ Đình có dòng chữ "*Vẽ tặng Thiếu Khanh*" "chế" làm hình bìa, và công tác bản thảo đã xong.

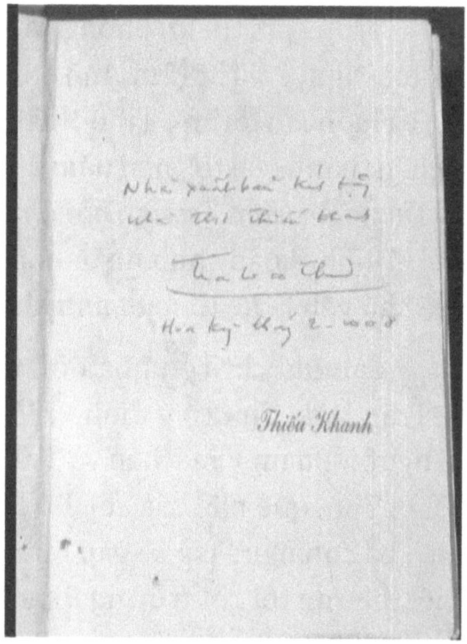


*Hình bên trái: Bìa tập thơ Trong Cơn Thao Thức của Thư Ấn Quán.*
*Hình bên phải: Thủ bút của Trần Hoài Thư.*

Không nhớ lúc đó ai nói cho tôi biết, cơ ngơi nxb Thư Ấn Quán của Trần Hoài Thư chỉ vỏn vẹn có hai vợ chồng, và Thư cùng chị Yến tự bỏ công sức và tiền túi làm một công việc mang tính "vác ngà voi" rất cảm động và đáng khâm phục là sưu tầm, phục hồi và phổ biến (miễn phí) một phần tài sản của văn học miền Nam. Ngoài ra, không có ai tài trợ cho anh cả. Nghe thế tôi rất áy náy, cảm thấy mình đã không góp gì được với anh, mà tập thơ của mình sẽ làm mòn hao tiền bạc, công sức đáng quý của vợ chồng anh. Dù sao tập thơ *Trong Cơn Thao Thức* đã được in một lần rồi, trong khi có thể có những người bạn khác trong nước không có cơ hội in tác phẩm của mình. (Hồi đó chuyện in ấn tác phẩm văn học của tư nhân trong nước là hoàn toàn bất khả). Tôi đề nghị Trần Hoài Thư nên ngừng tái bản tập thơ của tôi, để dành tiền bạc công sức đó in giúp tác phẩm một bạn nào khác thì tốt hơn. Thư ngừng việc này, và có vẻ anh giận tôi.

Trong lần trả lời phỏng vấn của Vuông Chiếu vào năm 2011, nhà tôi, Nguyễn Thị Kim Anh, có nhắc lại chuyện này, nói tôi rất tiếc, và luôn xin lỗi anh Trần Hoài Thư. Về sau, có lẽ anh thông cảm sự chân thành của tôi, nên năm 2008, anh chủ động gởi tặng tôi hai tập *Thơ Miền Nam Trong Thời Chiến* I và II và tập *Thơ Lục Bát Miền Nam*. Thỉnh thoảng anh nhắn hỏi tôi một điều gì đó để tôi hồi đáp, có lẽ chủ yếu là để tôi biết anh không còn giận tôi.

Sau khi chị Yến qua đời, nhà văn Phạm Văn Nhàn nói với tôi, Trần Hoài Thư có ý định về Việt Nam, có thể là lần cuối, và chỉ hai người, Phạm Văn Nhàn và Trần Hoài Thư, mang tro cốt chị Yến về Cần Thơ, quê nhà của chị. Đó là dịp tôi có thể hội ngộ với cả hai anh – ba con ngựa già sẽ gặp nhau. Phạm Văn Nhàn là người Phan Thiết, nhưng tôi rời trường Phan Bội Châu và xa luôn Phan Thiết từ hơn 60 năm trước, đến nay hai đứa học trò đồng môn chưa gặp nhau bao giờ. Tình cảnh Phạm Văn Nhàn cũng giống tôi, anh đang phải chăm sóc vợ không được khỏe mạnh, nên tuy dự tính như thế Nhàn khó mà để chị ở nhà một mình. Có lẽ do vậy nên chuyến đi dự trù của hai người chưa thực hiện được. Bây giờ Trần Hoài Thư không còn nữa. Con người nặng tình với sự nghiệp bảo tồn văn học Miền Nam vừa trọn tình với vợ, thì cũng trọn nghĩa với văn chương. Cầu nguyện anh yên nghỉ, anh Trần Hoài Thư.

**Thiếu Khanh**

*Thiếu Khanh*

# TRẦN DOÃN NHO

## TRẦN HOÀI THƯ VÀ BẰNG HỮU

*Tháng Mười Hai, 2013, thăm Trần Hoài Thư tại nhà. Từ trái, Đinh Cường, Trần Hoài Thư, Nguyễn Minh Nữu, Phạm Cao Hoàng. (Hình: Phạm Cao Hoàng)*

Trần Hoài Thư (1942-2024) bắt đầu sáng tác từ năm 1964. Nếu không kể khoảng hơn mười mấy năm chững lại sau 1975 vì bị bắt đi tù cải tạo (bốn năm), vượt biên, đi học lại và hội nhập với đời sống mới ở Hoa Kỳ, tính cho đến ngày qua đời (tháng Năm, 2024), anh "dan díu" với văn chương trên dưới 50 năm.

Năm thập niên, anh vừa sáng tác vừa góp phần duy trì và phát triển văn học hải ngoại và đặc biệt nhất, phục hồi văn học miền Nam. Đó là một sự nghiệp lớn.

Anh ra đi, để lại một khoảng trống khó thể lấp đầy, đồng thời để lại một niềm tiếc thương sâu sắc trong văn giới, trong lòng bạn bè cũng như trong lòng những người yêu văn chương. Ngay từ lúc anh còn sinh thời, nhiều tác giả đã viết về anh, về văn chương anh cũng như về những đóng góp của anh đối với văn học.

Về tính cách con người Trần Hoài Thư, Phạm Văn Nhàn, người bạn văn thân thiết từ thời trẻ của anh, ghi lại vài nét điển hình: *"Người lính thám kích [Trần Hoài Thư] của Đại đội 405 Sư đoàn 22 Bộ Binh nghe thì dữ dằn lắm, nhưng hiền như Bụt. Ốm yếu. Gầy gò. Cận nặng (hình như 7 độ). Đôi kính cận lúc nào cũng có sợi dây thun quàng ra sau ót. Không bao giờ đội nón lưỡi trai (nón của lính). Chỉ có một cái nón rừng, cuốn lại vắt ở cầu vai áo hay nhét vào túi quần. Lang thang. Bất cần đời. Nhưng có một tấm lòng rộng rãi. Biết thương người. Hòa đồng với mọi người. Không phân biệt. Thường chơi với những người lính không có cấp bậc. Không phân biệt nhà thơ lớn nhà văn nhỏ. Đã cầm bút là chơi hết mình. Đó là Trần Hoài Thư mà tôi quen đã 50 năm nay. Không thay đổi. Mỗi lần nói đến chuyện văn chương là anh cười sảng khoái."* (Tình Bạn Với Trần Hoài Thư).

Bàn về văn chương và cách làm văn chương của Trần Hoài Thư, Cao Vị Khanh, một bạn văn thân thiết khác của anh, viết: *"Vậy đó, không thông điệp, cũng chẳng tuyên ngôn. Anh nhắc lại một trận đánh, một vết thương, một cái chết, một cơn sợ hãi, một nỗi vui mừng, một niềm tuyệt vọng, một sự thật như nó là nó, không ngụy tráo cũng chẳng tuyên truyền. Có người muốn quên. Nhưng anh thì nhớ. Anh viết về cuộc chiến đã xảy ra mà anh đã tham dự, nhiều người đã biết cũng như còn rất nhiều người khác không biết mặc dù đã sống cận kề. Anh nói giùm bạn anh, những người trước đây không được phép nói và đến giờ không còn dịp nói nữa. (...) Anh viết dễ dàng mà không dễ dãi. Đọc anh tôi cũng thấy sướng lây. Chữ nghĩa phóng ra ào ào như súng máy xổ thành tràng liên tu bất tận. Vậy mà rất trúng đích. Chữ chở nghĩa tận tình khiến người đọc cứ thấy mình trong cuộc. (...) Văn của anh trào ra như con lũ phá đập.*

*(...) Nghĩ cho cùng thì viết lách cũng là trò chơi đoạn trường đó. Mà nhất là cái kiểu không thèm chơi chịu. Chơi hết mình. Chơi xả dàn. Chơi cạn vốn. Lính tráng, anh chơi kiểu lính rừng-tàn-núi-lở. Đánh trận. Xung kích. Thương tích. Đào ngũ. Nhậu nhẹt. Gái ghiếc. Văn chương, anh chơi kiểu văn chương bạt mạng. Viết văn. Làm thơ. In ấn. Trét keo. Dán bìa. Bưng gởi bốn phương. In thơ miễn phí cho người này. In sách giới thiệu cho người khác. Viết như mai không còn viết nữa. Làm thơ như thể sắp bị cướp mất giấy mực. Thấy mà mến mà phục mà cũng muốn hăng theo anh."* (Cho Dù Lịch Sử Đau Bầm Dập)

Không khác xa với những nhận định đầy cảm xúc của Cao Vị Khanh, nhà nghiên cứu văn học Nguyễn Vy Khanh nêu lên mấy nét căn bản trong thế giới văn, thơ viết về đời lính của Trần Hoài Thư: *"Hình ảnh người lính đã theo chừng ấy giai đoạn trôi nổi với cuộc chiến, lúc nào cũng hào hùng, vĩ đại, nhưng cũng có những người lính rất tầm thường, đáng thương vì là nạn nhân của những thư hùng bạo lực, của những mưu đồ tranh chấp. Những người lính tầm thường hơn nhưng tâm tư phức tạp: có người vì lý tưởng, nhưng một cách thực tế họ đã chiến đấu vì tình đồng đội, vì nghĩa 'thầy trò,' vì màu cờ sắc áo của binh chủng. Những người lính của Trần Hoài Thư đặc biệt có tất cả các đặc tính vừa kể. Anh đã viết về những người lính có thật, những cái sống thực thường nhật, những cái anh đã sống; đã lăn lộn với bom đạn; anh đã sống cái tang thương của bom đạn, và anh đã đưa kinh nghiệm đó vào văn chương."* ("Trần Hoài Thư Thời Hải Ngoại", tạp chí Ngôn Ngữ số tháng Ba, 2023)

Trong lúc đó, nhà văn Ngô Thế Vinh dựng lại chân dung một Trần Hoài Thư toàn diện và sống động trong sinh hoạt văn chương cũng như trong đời thường qua một bài viết dài và công phu "Trần Hoài Thư và Ngọc Yến Với Con Chim Chẳng Nghịch Và Nỗi Nhớ Quê" với nhiều tài liệu quý. Trong "Lời Dẫn Nhập," anh viết: *"Trần Hoài Thư là một tên tuổi có trong danh sách các tác giả của Tuyển Tập Chân Dung Văn Học Nghệ Thuật & Văn Hóa, nhưng cũng để thấy rằng đây là một chân dung văn học rất khó viết, do đã có quá nhiều người viết về đủ mọi khía cạnh của Trần Hoài Thư. Hơn thế nữa cuộc đời và sự nghiệp của Trần Hoài Thư quá phong phú nên với một bài viết dù chỉ là phác thảo cũng vẫn là một thiếu sót. Gần đây, qua bao nhiêu biến cố dồn dập trong cuộc đời Trần Hoài Thư, đã đến lúc không thể không có một bài viết về người bạn văn, như một tấm thiệp mừng 50 năm ngày cưới – 50th Gold Anniversary của đôi vợ chồng Nguyễn Ngọc Yến – Trần Hoài Thư, một 'đám cưới nhà binh' của thế kỷ, với rất nhiều hạnh phúc cùng với nhiều khổ đau khi cả hai sắp bước vào tuổi 80. Cũng nhân đây, có một gợi ý với các bạn trẻ trong và ngoài nước đang chuẩn bị luận án tiến sĩ văn học, thì chân dung văn hóa của Trần Hoài Thư cùng với nỗ lực phục hồi Di Sản Văn Học Miền Nam 1954-1975 là một đề tài vô cùng phong phú và hấp dẫn, rất xứng đáng để các bạn khám phá và dấn thân vào."*

*Tháng Sáu, 2024, thăm nhà Trần Hoài Thư. Nhà còn đó, mà người đã ra đi. Từ trái, Nguyễn Quang, Nguyễn Đình Hiếu, Phạm Văn Nhàn, Tô Thẩm Huy, Nguyễn Minh Nữu, Phạm Cao Hoàng. (Hình: Phạm Cao Hoàng)*

Sau ngày Trần Hoài Thư ra đi, nhiều trang mạng đã thực hiện số đặc biệt tưởng nhớ Trần Hoài Thư.

Nhanh chóng, phong phú và được cập nhật liên tục là phần "Tưởng Niệm Nhà Văn/Nhà Thơ Trần Hoài Thư" trên trang "Văn Học Nghệ Thuật" do nhà thơ Phạm Cao Hoàng, cũng là người bạn văn thân thiết thời trẻ, thực hiện. Phần tưởng niệm này đăng tải hàng chục bút ký, tùy bút, nhận định, thơ, nhạc (phổ thơ) viết về Trần Hoài Thư và văn chương Trần Hoài Thư của hàng chục anh chị em nhà văn, nhà thơ, họa sĩ trong và ngoài nước. Xin tạm kể ra một số: Nguyễn Xuân Thiệp, Hoàng Xuân Sơn, Trần Mộng Tú, Đặng Tiến (Thái Nguyên), Nguyễn Thị Thanh Bình, Đặng Kim Côn, Lê Hân, Luân Hoán, Lữ Kiều, Nguyên Minh, Trần Doãn Nho, Đinh Trường Chinh, Nguyễn Âu Hồng, Nguyễn Quang Chơn, Tô Thẩm Huy...

Giúp Trần Hoài Thư hoàn tất một trong những công việc quan trọng của việc ấn loát là đánh máy và sửa lỗi typo, nhà văn Ngọc Bút kể: *"Tôi hào hứng làm việc ấy vì rất cảm kích những gì nhà văn Trần Hoài Thư (THT) làm cho 20 năm văn chương miền Nam. Tôi muốn góp một chút công sức nhỏ nhoi của mình vào công việc giữ gìn di sản đáng quý mà anh đang làm. Trước tôi đã có Nguyệt Mai làm việc này, giờ tôi giúp thêm một tay thì tốt cho anh THT thôi. Có những khi anh THT hay ai đó đánh máy bài viết rồi, và tôi chỉ sửa lỗi chính tả. Có khi tôi đánh máy và tự sửa lỗi luôn, cùng một lúc nhiều bài (như loạt bài của nhà văn Nguyễn Kim Phượng, ký giả Lô Răng, nhà văn hóa Nguyễn Nam Châu, cụ Vương Hồng Sển, ...) hoặc nhiều chương của một truyện dài (như truyện 'Nuôi Sẹo' của Triều Sơn, 'Hồn Hương' của Nguyễn Mạnh Côn, ...). Anh thường chụp các tài liệu rồi attach vào email gởi tôi, tôi download, đánh máy thành bản word rồi gởi lại anh cũng bằng cách attach vào email. Phải nói là tôi cũng được 'lợi lộc' khi làm công việc này, vì được dịp thưởng thức những áng văn thơ hay mà trước kia tôi không được đọc vì tôi còn bé xíu khi các tác phẩm này ra đời. Công việc với tôi rất thú vị, nhưng nhiều khi đoán hoài đoán mãi không ra ý tác giả ở một câu hay một cụm từ nào đó, vì bản chụp của bản in ngày xưa nhòe mực hoặc bị thiếu mất một góc trang hoặc thợ xếp chữ thời đó xếp lung tung! Có lúc tôi cũng đoán mò và đành tô màu vàng vào cụm từ đó rồi mở ngoặc nêu ý kiến hay ghi chú của mình bằng màu đỏ kế bên. Thơ Cung Trầm Tưởng thì còn đoán được dẫu có mờ hay lem luốc mực in, nhưng thơ Nh. Tay Ngàn thì thực sự là một thách thức. Nhưng cuối cùng thì cũng xong. Điều quan trọng và tuyệt vời nhất của tôi là được thưởng thức và thưởng thức... Tôi đã làm công việc này một cách cẩn trọng và tỉ mỉ từ 2015 cho đến ngày Thư Quán Bản Thảo trở thành giai phẩm sau số 100, chỉ với một lý do duy nhất là mến mộ tấm lòng và việc làm của anh THT. Tôi thực sự yêu thích công việc này."* (Chút Kỷ Niệm Với Thư Quán Bản Thảo Và Nhà Văn Trần Hoài Thư)

Ngoài ra, nhiều nhà thơ trong và ngoài nước, đã tưởng niệm Trần Hoài Thư với những dòng thơ tha thiết. Xin được dẫn lại trích đoạn của vài tác giả.

Từ Lê Văn Trung, một cây bút đã từng có mặt trên Bách Khoa, Văn, Ý Thức, Thời Tập (Sài Gòn):

*"Trần Hoài Thư! Trần Hoài Thư!*
*Rong chơi đi nhé cõi trời văn chương*
*Áo xưa đã sạch bụi đường*
*Rừng xưa mây trắng bay cùng hồn thơ*
*Em xưa cũng biệt sương mờ*
*Tình xưa bỏ lại đôi bờ nhân gian*
*Hoa xưa đôi cánh rụng vàng*
*Theo anh về giữa mênh mang đất trời"*

Từ Thành Tôn, tác giả của tập thơ "Thắp Tình." Có lẽ đây là bài thơ duy nhất nhà thơ này làm sau hàng chục năm gác bút, vì lý do riêng:

*"Bạn đi, một khoảng trống*
*Biết ai người lấp đầy*
*Bài thơ làm nhung nhớ*
*Quyển sách chừng hao gầy*
*Chiếc bóng chao mờ ảo*

*Vách thư viện chập chờn*
*Bươi đống tro... đốt sách*
*Trang chữ vàng lộ ra"*

Từ nhà văn Cam Li Nguyễn Thị Mỹ Thanh, người đã đoạt giải "Viết Về Nước Mỹ" của Việt Báo (California) năm 2010:

*"Bởi mang hồn Quí Sách*
*Nên nặng nghiệp Hoài Thư*
*Gánh quê hương ly loạn*
*Gánh chữ nghĩa mịt mù"*

Và từ Cao Thoại Châu, tác giả nhiều bài thơ tình độc đáo trên tạp chí Văn (Sài Gòn) cuối thập niên 1960 và đầu thập niên 1970:

*"Ta thổn thức nhớ về ngày xưa ấy...*
*Thời tao loạn lên đường vào nghiệp lính*
*Để lại sân trường đàn chim nhỏ bơ vơ*
*Không làm thầy ta làm lính cũng vui*
*Là học trò trường Bộ Binh Thủ Đức*
*Bao kỷ niệm cùng Hoài Thư ngày cũ*
*Bạn hiền lành khoác áo lính như ta*
*Cũng thi sĩ tâm hồn hay bay bổng*
*Lính làm thơ, rất tình và rất lạ..."*

Trần Hoài Thư, một đời cho văn chương và cho bạn bè!

**Trần Doãn Nho**
*(trích từ báo Người Việt)*

*Trần Doãn Nho*

www.ingramcontent.com/pod-product-compliance
Lightning Source LLC
La Vergne TN
LVHW032021041026
849517LV00008B/2689